झाशी संस्थानच्या
महाराणी लक्ष्मीबाईसाहेब
ह्यांचे चरित्र

झांशी संस्थानच्या
महाराणी लक्ष्मीबाई
ह्यांचे चरित्र

रावबहादूर दत्तात्रय बळवंत पारसनीस

डायमंड पब्लिकेशन्स

महाराणी लक्ष्मीबाई ह्यांचे चरित्र / दत्तात्रय बळवंत पारसनीस
Maharani Laxmibai's Charitra / Dattatray Balwant Parasnis

पहिली आवृत्ती : सन १८९४
पुनर्मुद्रण : २०११, २०२१

ISBN 978-81-89959-37-1

© डायमंड पब्लिकेशन्स

मुखपृष्ठ
शाम भालेकर

अक्षरजुळणी
अक्षरवेल, पुणे

प्रकाशक
डायमंड पब्लिकेशन्स
२६४/३ शनिवार पेठ, ३०२ अनुग्रह अपार्टमेंट
ओंकारेश्वर मंदिराजवळ, पुणे–४११ ०३०
☎०२०–२४४५२३८७, २४४६६६४२
info@dpbooks.in

ऑनलाईन पुस्तक खरेदीसाठी भेट द्या
www.dpbooks.in

हे पुस्तक

स्वदेशाच्या इतिहासाविषयी

अभिमान व प्रीति बाळगणाऱ्या

सर्व

देशबांधवांस

प्रेमपूर्वक

समर्पण केले आहे.

– ग्रंथकर्ता

“खरी माहिती मिळविण्यासाठी पुष्कळ मेहनत करून हे चरित्र लिहिले आहे, तेव्हा ते मनोरंजक होईल यात शंका नाही. झाशीच्या राणीसारखी शूर स्त्री देशात जर उत्पन्न झाली असती तर आजला तिची पुष्कळ चरित्रे प्रसिद्ध होऊन त्यांपैकी काहींची येथे भाषांतरेही झाली असती. परंतु आमच्या दुर्दैवाने हिंदुस्थानच्या शूर अगर मुत्सद्दी स्त्रियांचे अशा रीतीने कोठेही कोणी सविस्तर वर्णन केल्याचे आम्हास माहीत नाही. स्त्रीशिक्षणाची हल्ली बरीच चळवळ सुरू आहे; पण पूर्वी आमच्यामध्ये अहिल्याबाई अगर झाशीची राणी यांच्याप्रमाणे ज्या काही विशिष्ट गुणवान स्त्रिया होऊन गेल्या, त्यांची चरित्रे आपल्या देशबांधवास अगर भगिनीस सादर करण्याइतके श्रम घेण्यास कोणीही अद्याप तयार झाला नाही; यावरून आमच्या उन्नतीची आम्हांस किती काळजी आहे हे व्यक्त होते. मराठीत वाशिंग्टनचे चरित्र आहे, फ्रँकलिनचे आहे, कोलंबसाचे आहे, सॉक्रेटिसचे आहे, पण बाजीराव, महादजी शिंदे, अकबर, अहिल्याबाई, शिवाजी अगर झाशीची राणी यांचे एकही विश्वसनीय व भरपूर माहितीने भरलेले चरित्र मिळत नाही. यांचे कारण काय असे जर कोणी विचारील तर ते अगदी थोडक्यात सांगता येण्यासारखे आहे. युरोपियन लोकांनी अद्याप आमच्या देशातील राजकारणी पुरुषांची चरित्रे लिहिली नाहीत. ती त्यांनी लिहिली म्हणजे भाषांतर करण्यास आमच्या उड्या पडतील व कित्येक प्रसंगी मी भाषांतर करू का तू करतोस, अशीही चढाओढ लागेल. इंग्रजांच्या ओंजळीनेच सध्या आम्ही पाणी पीत आहो तेव्हा याबद्दल केवळ ग्रंथकारास दूषणे देत बसणे वाजवी होणार नाही. हल्लीचा ग्रंथ तशा प्रकारचा नाही हाच त्यात विशेष गुण आहे व त्याचे योग्य चीज होईल अशी आम्हास आशा आहे.”

केसरी : *तारीख ३ ऑक्टोबर १८९३*

स्वागत

रावबहादूर दत्तात्रय बळवंत पारसनीस (१८७०-१९२६) यांनी १८९४ साली लिहिलेल्या 'झाशी संस्थानच्या महाराणी लक्ष्मीबाईसाहेब' या 'अद्वितीय स्त्रीरत्नाचे' चरित्र या विषयावरील पहिला वहिला ग्रंथ आपल्या देशबांधवांना सादर करून फार मोठे सत्कार्य केले. १८५७ च्या ऐतिहासिक घटनेला आता दीडशे वर्षांचा काळ लोटला. त्याच्या स्मृत्यर्थ पारसनिसांच्या या ग्रंथाचे पुनरागमन होत आहे ही स्वागतार्ह घटना म्हणावी लागेल.

महाराष्ट्राचा साधार इतिहास लोकांसमोर मांडण्याचे गेल्या दोन शतकात ज्या संशोधकांनी प्रयत्न केले त्यात का. ना. साने (१८५१-१९२७), वासुदेवशास्त्री खरे (१८५८-१९२४) आणि वि. का. राजवाडे (१८६३-१९२६) या श्रेयनामावलीत द. ब. पारसनीस (१८७०-१९२६) यांचीही गणना केली जाते. पारसनीस यांनी विविध प्रकारचे सुमारे तीसच्या वर ऐतिहासिक ग्रंथ लिहिले असून पेशवे दप्तरातील काही ऐतिहासिक कागदपत्रांच्या संपादनाच्या कार्यातही भाग घेतला होता. महाराष्ट्र कोकिळ (१८८७), भारतवर्ष (१८९६) आणि विशेष महत्त्वाचे 'इतिहास संग्रह' (१९०८) ही इतिहासाला सर्वस्वी वाहिलेली मासिके काढून लोकांना इतिहास समजावून देण्याचा प्रयत्न केला.

अशा या सव्यसाची संशोधकाकडून 'झाशीच्या राणीचे' प्रेरणादायक चरित्र १८५७ च्या घटनेनंतर ३७ वर्षांनी (१८९४) वाचकांपुढे आले. या ग्रंथाच्या रचनेस लोकमान्य बाळ गंगाधर टिळकांनी पारसनिसांना उत्तेजन दिले. त्यांनी तयार केलेले हस्तलिखित वाचून त्यांच्या कार्याची भलावण करणारा मजकूर केसरीत प्रसिद्ध केला. ते म्हणतात, "खरी माहिती मिळविण्यासाठी पुष्कळ मेहनत करून हे चरित्र लिहिले आहे तेव्हा ते मनोरंजक होईल यात शंका नाही... इंग्रजांच्या ओंजळीने सध्या आम्ही पाणी पीत आहो. तेव्हा याबद्दल केवळ ग्रंथकारास दूषणे देत बसणे वाजवी होणार नाही. हल्लीचा (पारसनीसांचा) ग्रंथ तशा प्रकारचा नाही हाच त्याचा विशेष गुण आहे व त्याचे योग्य चीज होईल अशी आम्हाला आशा आहे." (केसरी, ३ ऑक्टोबर १८९३). या अभिप्रायानंतर एक वर्षाने नोव्हेंबर १८९४ पारसनीसांचा ग्रंथ प्रकाशित झाला.

हा ग्रंथ लिहिण्याची प्रेरणा आपणास कशी मिळाली, याचा साद्यंत

वृत्तांत पारसनीसांनी आपल्या प्रदीर्घ प्रस्तावनेत दिला आहे. १८९० च्या मे महिन्यातील पंडित वसंतराव यांचे या विषयावर बाजारगप्पांवर आधारित केलेले भाषण, त्याचा २७ मे १८९० च्या केसरीत आलेला दीर्घ वृत्तांत, त्यावर राणी लक्ष्मीबाईंचा दत्तक पुत्र दामोदरपंत यांनी केसरीच्या १० जून १८९० च्या अंकात प्रकट केलेला सात्त्विक संताप आणि लोकमान्यांनी आपली चूक मान्य करून जनतेची मागितलेली माफी आणि या सर्व घटनांमुळे लोकमान्यांच्या मनात निर्माण झालेली 'महाराणीच्या साधार चरित्राची' निकड आणि योगायोगाने पारसनीसांची त्यांनी केलेली निवड, हा सारा इतिहास अत्यंत मनोरंजक आहे. पारसनीसांनी आपल्या प्रस्तावनेत तो मांडला आहे.

१८५७ च्या ऐतिहासिक घटनेवर इतिहासकारांनी निरनिराळी मते व्यक्त केली आहेत. या विषयावर सुमारे दोनशेहून अधिक ग्रंथ प्रसिद्ध झाले आहेत. त्यात मराठी ग्रंथाची संख्या अल्प आहे. या घटनेला कोणी १८५७ चे बंड अथवा 'शिपाई गर्दी' असे म्हटले आहे, तर कोणी 'स्वातंत्र्य समर' मानले आहे. काहींच्या मते '१८५७ हा एक जिहाद' असे आहे. इतिहासकारांची मते काहीही असोत, १८५७ साली ब्रिटिशांशी ज्यांनी झुंज दिली त्या वीरांची गाथा, भारतीय लोक विसरू शकणार नाहीत. या वीरांच्या श्रेयनामावलीत झाशीच्या महाराणी लक्ष्मीबाईसाहेबांना मानाचे स्थान प्राप्त झाले आहे, आणि म्हणूनच त्या राणीचा उल्लेख लोकमान्य 'अद्वितीय स्त्रीरत्न' असा करतात.

रावबहादूर पारसनीसांनी हे साधार आणि रोचक भाषेत लिहिलेले महाराणीचे चरित्र लोकांच्या समोर आणण्याचे पुण्यकर्म 'डायमंड पब्लिकेशन'चे संचालक श्री. दत्तात्रेय पाष्टे यांनी मनावर घेतले त्याबद्दल त्यांचे आणि त्यांच्या सहकाऱ्यांचे मन:पूर्वक आभार. माझे विद्यार्थी-मित्र डॉ. म. रा. कुलकर्णी यांनी या कामी प्रकाशकाला दिलेल्या सहकार्याबद्दल त्यांचे आभार.

वाचकाच्या दृष्टीने या ग्रंथाच्या मूळ आवृत्तीत नवीन लेखन पद्धतीचा अवलंब केला आहे आणि काही प्रकरणात आलेल्या मूळ इंग्रजी संदर्भांचे मराठीत रूपांतर देण्यात आले आहे. मात्र परिशिष्टे मूळ इंग्रजीत आहेत तशीच ठेवली आहेत. कृपया याची नोंद घ्यावी.

वाचक या ग्रंथाचे 'स्वागत' करतील अशी उमेद आहे.

१० जून २००७ **– अ. रा. कुलकर्णी**

प्रस्तावना

हिंदुस्थानामध्ये आजपर्यंत जी लोकोत्तर स्त्रीरत्ने प्रकाशमान झाली, या सर्वांमध्ये अगदी शेवटचे व शौर्यगुणामध्ये अग्रेसर असे स्त्रीरत्न झाशी संस्थानच्या महाराणी लक्ष्मीबाईसाहेब ह्या होत. ह्या शूर स्त्रीचे नाव सन १८५७ सालच्या बंडापासून सर्वतोमुखी गाजत आहे. उत्तर हिंदुस्थानमध्ये तर 'झाशीवाली राणी' हा एक सर्वप्रिय विषय होऊन राहिला आहे. तिकडील वृद्ध लोकांच्या तोंडून ह्या स्त्रीच्या कित्येक अतुल पराक्रमाच्या ज्या आवेशयुक्त व रसभरित गोष्टी सांगण्यात येतात, त्या ऐकल्या म्हणजे कोणाचेही चित्त क्षणभर वेधून गेल्यावाचून राहात नाही. अर्थात अशा विशिष्ट स्त्रीचा गुणमहिमा आमच्या देशाच्या इतिहासात नमूद असणे अत्यंत आवश्यक आहे. परंतु दुर्दैवेकरून स्वदेशाच्या इतिहासाविषयीची पराङ्मुखता आणि अभिमानशून्यता ह्या दोन अशुभ ग्रहांनी इतके दिवस आमच्या अंगी चांगले वास्तव्य केले होते, त्यामुळे या पराक्रमी स्त्रीची माहिती कोठेही उपलब्ध झाली नाही! नाही म्हणावयास फक्त 'झाशीच्या राणीचे नाटक' म्हणून मागे एका शिळाछापावर छापलेले पुस्तक व त्याचे केव्हा केव्हा रंगभूमीवर झालेले प्रयोग लोकसमाजास अद्वितीय स्त्रीची नाममात्र ओळख करून देण्यास कारण होत असत ! असो. अशा रीतीने पुष्कळ दिवसपर्यंत ह्या विषयाची खरी व साधार माहिती प्रसिद्ध न झाल्यामुळे ह्या लोकोत्तर स्त्रीच्या चरित्रामृत पानाविषयीची जिज्ञासू लोकांची उत्कट इच्छा तृप्त झाली नाही!

अगोदर स्त्रीचरित्र - त्यातून एक ब्राह्मण राजघराण्यातील पडदानशीन स्त्रीने आकस्मिक दाखविलेल्या पराक्रमाचे कर्णमधुर यशोगायन - अस्पष्ट रीतीने जनसमाजापुढे जसजसे येऊ लागले, व दिवसेंदिवस विद्याप्रसाराच्या योगाने इतिहासाविषयीची गोडी लागल्यामुळे त्या विषयाचे अपूर्वत्व त्यास अधिकाधिक वाटू लागले, तसतसे लोकमनीषा तृप्त करण्याकरिता उत्पन्न होणाऱ्या निरनिराळ्या तर्कांनी प्रपूर्ण झालेल्या विविध दंतकथा व नाना प्रकारच्या

आख्यायिका निर्माण होऊ लागल्या. जिकडे तिकडे - विशेषत: उत्तर हिंदुस्थानांत तर - ह्या दंतकथांचे व आख्यायिकांचे इतके बंड माजले की, त्या योगाने त्या शूर स्त्रीच्या उज्ज्वल यशावर असत्य व निराधार तर्कांचे कलंकदायक पटल बसण्याचा प्रसंग येतो की काय असे वाटू लागले! अशाप्रकारे जरी हा विषय लोकप्रिय झाला तरी त्याची ऐतिहासिकदृष्टीने विश्वसनीय अशी माहिती प्रसिद्ध करण्याकडे कोणी लक्ष पुरविले नाही! त्याची कारणे अनेक आहेत, तरी त्यातल्यात्यात दोन कारणे महत्त्वाची आहेत. एक खरी माहिती मिळविण्याविषयी अनास्था आणि दुसरे - किंबहुना विशेष महत्त्वाचे - कारण, जिचे चरित्र लिहावयाचे, ती चरित्रनायिका सन १८५७ सालच्या भयंकर बंडात सामील असल्यामुळे तिचे गुणवर्णन करणे म्हणजे कृपाळू इंग्रज सरकारच्या विरुद्ध लेखणी चालविण्याचे महत्पातक करणे होय असा भलताच समज घेऊन फाजील राजनिष्ठा दाखविण्याकरिता अंगीकारलेले मौनव्रत. ह्या दोन कारणांमुळे पुष्कळ दिवसपर्यंत ह्या राणीच्या चरित्राची माहिती महाराष्ट्र (किंवा एतद्देशीय म्हटले तरी चालेल!) भाषेमध्ये प्रसिद्ध झाली नाही! झाशीची राणी अतिशूर होऊन तिने पुष्कळ लढाया मारल्या आणि मोठ्या मोठ्या इंग्रज योद्ध्यांबरोबर टक्कर देऊन त्यांच्याकडून वाहवा मिळविली वगैरे गोष्टी जोपर्यंत इतिहासात नमूद झाल्या नाहीत, तोपर्यंत त्यास चिरकालिकत्व आले असे मानिता येत नाहीत. बंडाच्या वेळचे वृद्ध लोक किंवा राणीची माहिती असणारे इतर सेवकजन जोपर्यंत जिवंत असतील तोपर्यंत त्यांच्या मुखातून आख्यायिका-रूपाने तरी काही गोष्टी ऐकावयास सापडतील, परंतु त्यांच्या पश्चात त्यांचाही अभाव होईल हे उघड आहे! तात्पर्य, जोपर्यंत कोणत्याही महत्त्वाच्या गोष्टीस त्या राष्ट्राच्या इतिहासात योग्य स्थळ मिळाले नाही, तोपर्यंत तिचे अस्तित्व कायमचे नाही हे अगदी सिद्ध आहे. जावत्कालपर्यंत ती गोष्ट सांगणारे लोक हयात आहेत, तावत्कालपर्यंत इंद्रधनुष्याच्या योगाने प्राप्त होणाऱ्या क्षणैकरंजन-सुखाप्रमाणे तिच्या अपूर्व गुणश्रवणाने अल्पकाळ आपणास आनंद वाटेल, परंतु तिचे स्मरण चिरकाळ न राहता कालाच्या चंचल गतीबरोबर ते नष्ट होऊन जाईल. ह्याकरिता राष्ट्रामध्ये निर्माण होणाऱ्या गुणसंपन्न पुरुषांच्या कृतीस त्या देशाच्या खऱ्या इतिहासात स्थळ मिळणे आवश्यक आहे. नाहीतर त्यांचे सर्व अप्रतिम गुण व्यर्थ होत! म्हणूनच की काय नकळे, पोप कवीने आपल्या 'टेंपल ऑफ फेम' काव्यामध्ये इतिहासकारास फार महत्त्वाचे स्थान दिले आहे.

तो म्हणतो–

"Full in the passage of each spacious gate,
The sage historians in white garments wait,
Graved over the seats the form of Time was found,
His scythe removed and both his pinions bound." [१]

असो, ह्यावरून प्रत्येक देशात निर्माण झालेल्या अमूल्य मानवरत्नांची दिव्य प्रभा जगत्त्रलयावधी चमकत राहण्यास त्या देशाच्या इतिहासाचे कोंदण त्यास फार आवश्यक आहे हे सिद्ध होते. तात्पर्य, प्रत्येक राष्ट्रवासी जनांच्या कीर्तीचा चिरप्रदीपक केवळ त्यांचा इतिहासच होय असे म्हटले तरी चालेल.

पुष्कळ दिवसपर्यंत स्वदेशाच्या इतिहासाविषयीची माहिती नीट समजत नसल्यामुळे त्याबद्दल कोणी फारशी पर्वा केली नाही. सर्व हिंदुस्थानची गोष्ट एकीकडेच राहो, परंतु महाराष्ट्रामध्ये कर्दनकाळाप्रमाणे शत्रूचा स्वाहा करणारे एकापेक्षा एक तरवारबहाद्दर निपजले, कित्येकांनी हिंदुपदपादशाहीचा भगवा झेंडा अटकेवर फडकविला, कित्येकांनी आपल्या राजकारस्थानपटुत्वादी अनेक गुणसमुच्चयाने, इंग्रज, पोर्तुगीज, फ्रेंच, इत्यादी परराष्ट्रीयांची डाळ शिजू दिली नाही, कित्येकांनी आपल्या तलवारीच्या धारेवर व अजब कर्तृत्वशक्तीच्या जोरावर स्वराष्ट्रोन्नती व स्वधर्मोन्नती करण्याचा प्रयत्न करून आपल्या जन्माचे सार्थक केले. अशा अनेक महाराष्ट्रवीरांची व मुत्सद्यांची चरित्रे प्रसिद्ध होण्याची जेथे मारामार, (सुदैवाने सध्या ह्या विषयाकडे पुष्कळ स्वदेशाभिमानी विद्वज्जनांचे लक्ष लागत चालले आहे ही मोठी संतोषाची गोष्ट आहे) तेथे १८५७ सालच्या बंडामध्ये सार्वभौम प्रभूशी टक्कर देऊन आपले शौर्य दाखविणाऱ्या परवाच्या बंडखोर मंडळीची काय दाद लागणार? खरोखर पाहू गेले तर इतिहास दृष्टीने १८५७ सालचे बंड अत्यंत महत्त्वाचे असून त्याचा वृत्तांत अतिशय बोधपर व विचार करण्यायोग्य आहे हे कोणीही कबूल करील. तथापि वर निर्दिष्ट कारणांमुळे त्याचा वृत्तांत लिहिण्याकडे किंवा त्यात सुप्रसिद्ध होऊन गेलेल्या स्त्री-पुरुषांची चरित्रे लिहिण्याकडे आमच्या देशातील विद्वान मंडळींचे लक्ष लागले नाही! के, मॅलिसन प्रभृती अनेक इतिहासकार सन १८५७ सालच्या बंडावर प्रचंड ग्रंथ

---

१. आमच्या देशातील ग्रंथकारांचाही असाच समज आहे. बिल्हणने म्हटलेच आहे.

लंकापते: संकुचितं यशो यत् यत्कीर्तिपात्रं रघुराजपुत्र:।
स सर्व एवाद्य कवे: प्रभावो न कोपनीया: कवय: क्षितींद्रै:।।१।।

[अकरा]

लिहीत आहेत व त्याचप्रमाणे त्यांचे अनेक देशबांधव बंडामध्ये प्रसिद्ध झालेल्या लहानशा कर्नलपासून तो खुद्द गव्हर्नर जनरलपर्यंत प्रत्येकाची वाटेल तितकी चरित्रे प्रसिद्ध करीत आहेत; व त्यात समयानुसार क्वचित प्रसंगी एतद्देशीय प्रसिद्ध पुरुषांची प्रांजळपणे स्तुती करण्यासही ते मागेपुढे पाहात नाहीत, पण आम्हास त्याचा मुळीच विधिनिषेध नाही! अशा प्रकारची शोचनीय स्थिती सदोदित कायम न राहता शिक्षणप्रसाराने ती दिवसेंदिवस कमी होत जाऊन, 'ज्या राष्ट्रवासी लोकांना आपल्या पूर्वजांच्या भव्य कृतीबद्दल बिलकुल अभिमान वाटत नाही, त्यांच्या हातून त्यांच्या वंशजास अभिमान वाटण्यासारख्या स्मरणीय कृती कधीही होणार नाहीत''[१] ह्या मेकाले बुवांच्या मार्मिक उक्तीची आम्हांस चांगली खूण पटेल, आणि आम्ही स्वदेशाच्या इतिहासाविषयी लौकरच अभिमान बाळगावयास लागू असे मानण्यास सद्य:स्थितीवरून कोणत्याही प्रकारची हरकत नाही.

कै. विष्णुशास्त्री चिपळुणकर ह्यांनी 'इतिहास' ह्या विषयावर फार सुरेख निबंध लिहून तो महाराष्ट्र वाचकास सादर केला, तेव्हापासून स्वदेशाच्या खऱ्या इतिहासाची योग्यता त्यांच्या लक्षात थोडीशी येत चालली. तोच 'काव्येतिहाससंग्रहा'ने जुने जुने सुंदर लेख कसरीच्या भक्ष्यस्थानांतून सोडविण्याचा प्रयत्न करून महाराष्ट्राच्या खऱ्या इतिहासाचे पंचपक्वान्नयुक्त सुरस ताट वाढून ठेविले, तेव्हापासून आम्हास आमच्या देशाच्या इतिहासाची गोडी लागू लागली व महाराष्ट्रातील प्रख्यात पुरुषांची चरित्रे प्रसिद्ध होऊ लागली, ही फार आनंदाची गोष्ट आहे. परंतु काय असेल ते असो, अद्यापि सन १८५७/५८ च्या बंडामध्ये गाजलेल्या ह्या स्त्रीरत्नाची माहिती प्रसिद्ध झाली नाही. त्यामुळे त्या विषयीची उत्सुकता व अपूर्वत्व तसेच कायम राहिले. झाशी संस्थानच्या राणीसाहेबांसंबंधाने महाराष्ट्रीयांच्या मनात प्रेमभाव उत्पन्न होण्यास विशेष कारणे झाली. अगोदर झाशी संस्थान खुद्द पेशवे सरकारच्या एका सुभेदाराचे. त्यातून तेथील राणी म्हणजे ब्राह्मणविधवा, व ती लोकप्रसिद्ध होऊन गेल्यास फार थोडे दिवस झालेले, परंतु तत्संबंधाची माहिती महाराष्ट्रभाषेत आजपर्यंत मुळीच प्रसिद्ध झाली नाही, ही अत्यंत खेदाची गोष्ट होय!

''जे नागरिक आपल्या पूर्वजांच्या देशप्रेमाविषयी अथवा शौर्याविषयी अभिमान बाळगणार नाहीत त्यांच्या पुढील पिढ्या त्यांचे स्मरण अथवा अभिमान बाळगणार नाहीत.

– मेकॉले

आजपर्यंत झाशी संस्थानची विशेष माहिती महाराष्ट्रीयांस मुळीच नव्हती. सन १८५७ साली त्या संस्थानच्या राणी लक्ष्मीबाईंचे नाव जेव्हा लोकविश्रुत झाले तेव्हा झाशी हे नाव सर्वतोमुखी विशेष झाले. ह्या संस्थानचा थोडासा इतिहास बरेच वर्षांपूर्वी 'दंभहारक' नामक एका मासिक पुस्तकात प्रसिद्ध झाला होता, परंतु तो अपूर्ण राहिल्यामुळे त्यात राणीची माहिती बिलकूल प्रसिद्ध झाली नाही. त्यामुळे वाचकांना तसाच चटका लागून राहिला. पुढे तेही पुस्तक बंद झाले. तदनंतर शास्त्रीबुवांनी आपल्या 'निबंधमाले'मध्ये 'आमच्या देशाची स्थिती' हा विषय लिहिताना एके ठिकाणी ह्या अतुलपराक्रमी राणीसंबंधाने असा खेद प्रदर्शित केला आहे की–

'हे स्त्रीरत्न जर युरोपच्या एखाद्या देशात निपजले असते तर त्याचे किती चीज झाले असते हे सांगता पुरवत नाही. तिजवर किती नाटके व किती कादंबऱ्या झाल्या असत्या व किती इतिहासकारांनी व चरित्रकारांनी तिचा वृत्तांत मिळवून जगास सादर केला असता! एका इंग्रज इतिहासकाराने तिला फ्रान्स देशातील प्रसिद्ध सेनानायिका 'जोन ऑफ आर्क' हिची उपमा दिली आहे!'

असे उद्गार काढून त्यांनी 'दंभहारकाच्या' अंकात प्रसिद्ध झालेला पुढील इंग्रजी उतारा मोठ्या कौतुकाने आपल्या वाचकास सादर केला आहे–

"Among the Native rulers who have heroically resisted foreign invaders, none have shown stronger qualities than Lakshmi Baee, the Rani, or queen, of Jhansi; whose wonderful generalship held the British army in check; and who headed her troops in person, dressed as a cavalry officer, and was killed on the field. Sir Hugh Rose declared that, the best man on the enemy's side was the Rani of Jhansi."

(परकीय आक्रमकांविरुद्ध (इंग्रज) शौर्याने कडवा प्रतिकार करणाऱ्या देशी बंडखोरांमध्ये राणी लक्ष्मीबाई (झाशीची राणी) हिच्या एवढी श्रेष्ठ गुणवत्ता दुसऱ्या कुणीही दाखविलेली नाही. तिच्या असामान्य सेनापतित्वामुळे इंग्रजी सैन्यास मोठाच अडसर निर्माण झाला होता. ही राणी पुरुषी रणवेश धारण करून प्रत्येक युद्धप्रसंगी सैन्याच्या अग्रभागी तपळपत असे. तिला मृत्यूने माळ घातली तीही रणांगणातच. सर ह्यू रोज अत्यंत मनमोकळेपणी कबूल करतो की त्याच्या शत्रूंमध्ये अत्यंत श्रेष्ठ असा शत्रू म्हणजे ही झाशीची राणीच होती.)

अशा प्रकारे झाशीच्या राणीसंबंधाने युरोपियन ग्रंथकारांनी काढलेले स्तुतिपर उद्‌गार ऐकून प्रत्येकाच्या मनात तिच्या चरित्रश्रवणाची इच्छा जास्त जास्त प्रबल होत जावी हे साहजिक आहे. एखाद्या विषयासंबंधाने मनामध्ये अतिशय उत्सुकता उत्पन्न व्हावी व त्याची प्राप्ती होण्यास दिनावधी लागावी, आणि तशा स्थितीत आकांक्षित वस्तूविषयीचे स्तुतिपर वर्णन वरचेवर कानावर पडावे, म्हणजे ज्याप्रमाणे ती उत्सुकता अनावर होते, त्याप्रमाणे दिवसेंदिवस ह्या स्त्रीरत्नाच्या वरचेवर ऐकू येणाऱ्या गुणमहिम्याने पुष्कळ वाचकास ही माहिती केव्हा ऐकावयास मिळेल अशी उत्कंठा वाटू लागली असेल असे स्वानुभवाने गृहीत मानल्यास फारसा बाध येणार नाही. परंतु राणीच्या चरित्राची खरी माहिती दुष्प्राप्य असल्यामुळे ही सर्व उत्सुकता व उत्कंठा पुष्कळ दिवस दाबून ठेवणे सर्वांस भाग पडले !

पुढे सन १८९० साली एक फार चमत्कारिक योग आकस्मिक रीतीने घडून आला; व त्याच्या योगाने पुन: ह्या विषयाकडे वाचकांची सोत्कंठ मने पूर्ववत् वळली. तो योग असा – पुणे येथील वसंतोत्सवामध्ये पंडित वसंतराव ह्या नावाच्या एका गृहस्थांनी 'वायव्येकडील प्रांत व अयोध्या प्रांत येथील तीस वर्षांच्या मागील हकिकत' ह्या विषयावर एक व्याख्यान दिले. त्यामध्ये त्यांनी झाशीच्या राणी संबंधाने पुष्कळ मनोरंजक गोष्टी सांगितल्या. ह्या व्याख्यानाचा सारांश पुणे येथील केसरी पत्राच्या ता. २७ मे सन १८९० च्या अंकामध्ये प्रसिद्ध झाला. पंडित वसंतराव ह्यांनी हा सर्वप्रसिद्ध विषय किंचित कादंबरीच्या थाटावर तिखट मीठ लावून चांगला खुलवून सांगितल्यामुळे व त्यांचा वक्तृत्वशैलीही बरीच चित्ताकर्षक असल्यामुळे पुण्यपत्तनस्थ जनास तो पुष्कळ आनंददायक झाला, आणि केसरी पत्रामध्ये ह्या विषयाचे सार प्रसिद्ध झाल्यामुळे केसरीच्या विविध वाचकांसही त्याची गोडी लागली. अशा रीतीने ह्या सर्वप्रिय विषयाचे पुन: प्रदीपन होऊन जिकडे तिकडे पुन: झाशीच्या राणीविषयी धन्यवाद व तिच्या चरित्रश्रवणाविषयीचे आतुरतादर्शक कळकळीचे उद्‌गार निघू लागले. इतक्यात केसरीत प्रसिद्ध झालेल्या व्याख्यानाचा एक विशेष परिणाम झाला. तो इतका महत्त्वाचा आहे की, त्याच्या योगाने आज हे चरित्र वाचकास सादर करण्याची सुसंधी प्राप्त झाली हे मोठ्या आनंदाने येथे व्यक्त केल्यावाचून आमच्याने राहवत नाही.

झाशीच्या राणी लक्ष्मीबाईसाहेब ह्यांचे दत्तक पुत्र श्रीमंत दामोदरराव

झाशीवाले-की ज्यांच्यासंबंधाने महाराष्ट्रातील लोकास ऐकून देखील माहिती नव्हती, त्यांच्या नजरेपुढे पंडित वसंतराव यांचे व्याख्यान गेले. श्रीमंत दामोदरराव हे प्रत्यक्ष राणीसाहेबांचे दत्तक पुत्र असल्यामुळे त्यांना त्यांच्या संबंधाची विशेष खरी माहिती ठाऊक असणे अगदी स्वाभाविक आहे. त्यामुळे ते केसरी पत्रात प्रसिद्ध झालेले लोकचित्ताकर्षक परंतु अगदी असत्य व स्वकपोलकल्पित व्याख्यान वाचताक्षणीच श्रीमंतास फार खेद उत्पन्न झाला; व त्यांनी, त्या व्याख्यानाच्या योगाने राणीसाहेबांसंबंधाने लोकांच्या मनात उत्पन्न झालेला गैरसमज नाहीसा व्हावा म्हणून, ता. १० जून सन १८९० रोजी केसरीमध्ये एक पत्र प्रसिद्ध केले आणि व्याख्यानकारांनी सांगितलेल्या सर्व गोष्टी कल्पित व असत्य आहेत असे सिद्ध करून, त्याबद्दल जर व्याख्यानकाराजवळ काही पुरावा असेल तर तो त्यांनी पुढे आणावा असे आव्हान केले. श्रीमंतांचे हे पत्र पाहताच केसरीकारांनी श्रीमंतांची माफी मागितली!

हा माफीचा प्रकार झाल्यानंतर जिकडेतिकडे पुष्कळ चळवळ होऊन पंडित वसंतराव आता काय पुरावा प्रसिद्ध करतात ते पाहण्याकडे सर्वांचे लक्ष वेधून राहिले. परंतु, ह्या विषयासंबंधाने पंडितजींजवळ काही पुरावा नसल्यामुळे त्यांनी ता. २३ सप्टेंबर सन १८९० रोजी केसरी पत्रातून श्रीमंतांची माफी मागितली.

येथपर्यंत सर्व प्रकार ठीक झाला. परंतु त्या व्याख्यानाच्या योगाने राणीसाहेबांसंबंधाची खरी हकिकत समजण्याविषयी उत्पन्न झालेली जिज्ञासा व उत्सुकता मात्र जास्त प्रबल झाली व पुष्कळ लोकांस श्रीमंत दामोदरराव हे आपल्या सर्वश्रुत झालेल्या मातुश्रीचा सर्व खरा चरित्रवृत्तांत प्रसिद्ध करतील तर त्यांचे महाराष्ट्र वाचकांवर फार उपकार होतील असे वाटू लागले. त्याप्रमाणे अनेक लोकांनी श्रीमंतांस तशा अर्थाच्या सूचनाही केल्या. ह्यावेळी आमच्याही मनात ह्या विषयासंबंधाने जास्त अभिरुची उत्पन्न होऊन, ह्या पराक्रमी राणीसाहेबांसंबंधाने काही माहिती मिळवावी आणि तिचा अद्वितीय गुणमहिमा देशबांधवांस सादर करावा अशी इच्छा उत्पन्न झाली. ह्या वेळी राणीसाहेबांचे विस्तृत चरित्र लिहिण्याइतकी माहिती मिळेल अशी आम्हास चांगलीशी कल्पनाही नव्हती, परंतु श्रीमंतांकडून मिळेल तेव्हढी माहिती मिळविण्याचा प्रयत्न करून राणीसाहेबांचे अल्पसे चरित्र लिहावे असा निश्चय केला. ह्या आमच्या मनोदयास आमचे मित्र रा. रा. एकनाथ गणेश भांडारे ह्यांनी आपली पूर्ण संमती दिली.

नंतर आम्ही उभयतांनी श्रीमंत दामोदररावांकडे एक विनंतिपत्र पाठवून हा सर्व उद्देश त्यास निवेदन केला. श्रीमंतांस आपल्या परमपूज्य मातुश्रीविषयी अत्यंत अभिमान व प्रेम असल्यामुळे त्यांनी मोठ्या आनंदाने आमची विनंती मान्य केली आणि झाशीसंबंधाने व राणीसाहेबांसंबंधाने त्यांच्याजवळ असलेली सर्व माहिती आम्हाकडे पाठविण्याचे कबूल केले. त्याप्रमाणे प्रथम झाशी संस्थानच्या संबंधाची हकिकत त्यांच्याकडून आम्हास मिळाली ती आम्ही महाराष्ट्रकोकिळ मासिक पुस्तकात छापून प्रसिद्ध करण्यास प्रारंभ केला.

येणेप्रमाणे आमच्या प्रयत्नास थोडेसे यश येऊन झाशी संस्थानचा इतिहास महाराष्ट्रकोकिळात प्रसिद्ध होऊ लागल्यानंतर पुन: एक दुसरी महत्त्वाची गोष्ट घडून आली व तिच्या योगाने राणीसाहेबांचे चरित्र विस्तारेकरून लिहिण्याविषयी द्विगुणित उत्तेजन आले. त्याच वर्षी एप्रिल महिन्यात एके दिवशी पुणे मुक्कामी आमची व सरदार रावबहादूर गोपाळराव हरि देशमुख यांची भेट झाली. त्या प्रसंगी झाशीच्या राणीसाहेबांसंबंधाने पुष्कळ गोष्टी निघाल्या व त्यात रावबहादुरांनी बरीच मनोरंजक माहिती सांगितली. ह्या विषयासंबंधाने बराच वेळ भाषण झाल्यानंतर रावबहादुरांनी मोठ्या कळवळ्याने शेवटी असे सांगितले की, 'तुम्ही झाशी संस्थानचा इतिहास प्रसिद्ध करण्याचे मनावर घेतले आहे हे पाहून मला फार संतोष वाटतो तथापि तुम्हास दोन महत्त्वाच्या गोष्टी मला सांगितल्यावाचून राहवत नाही. त्या ह्या की, तुम्हास जर आपल्या देशातील सुप्रसिद्ध स्त्रियांची चरित्रे लिहावयाची असतील तर तुम्ही दोन चरित्रे अवश्य लिहा. एक महाराणी अहिल्याबाई होळकर व दुसरी झाशीकर राणी लक्ष्मीबाई. ह्या दोन स्त्रियांसारख्या लोकोत्तर स्त्रिया सगळ्या दुनियेत सापडावयाच्या नाहीत. अहिल्याबाईप्रमाणे मोठ्या चातुर्याने राज्यकारभार करणारी, उदार, साध्वी स्त्री सर्व जगाच्या इतिहासात धुंडू गेले तर एक देखील सापडणार नाही. त्याप्रमाणेच झाशीकर राणीसारखी तलवारबहादुरीत हातखंडा असणारी महापराक्रमी स्त्री पुनश्च होणे नाही. अहिल्याबाई व लक्ष्मीबाई ही दोन हिंदुस्थानातील अजब रत्ने आहेत.' रावबहादुरांनी इतकी प्रेमपूर्वक आग्रहाची सूचना केल्यानंतर आमच्या मनात ह्या दोन्ही स्त्रियांची चरित्रे लिहिण्याबद्दल विशेष उभारणी झाली व त्यांची माहिती मिळविण्याचा आम्ही प्रयत्न चालविला. वस्तुत: हे अत्यंत महत्त्वाचे काम जाड्या विद्वानाच्या हाती जाणे इष्ट व आवश्यक होते आणि तसा योग केव्हा येईल तेव्हा येवो, परंतु सध्या अंत:करणाच्या प्रेरणेने आपल्या हातून बऱ्यावाईट

रीतीने ह्या महत्कृत्यास जेवढा हातभार लाववेल तेवढा लावावा व ही दोन चरित्रे प्रसिद्ध करावी असा आम्ही पूर्ण संकल्प केला. प्रथमत: आम्ही अहिल्याबाई होळकर ह्यांच्या संबंधाची माहिती मिळविण्याकरिता इंदुर येथील एक दोन स्नेह्यांच्या मार्फत प्रयत्न चालविला, परंतु मागे यशवंतराव होळकरांच्या कारकिर्दीमध्ये महेश्वरचे दप्तर जळून गेल्यामुळे अहिल्याबाईसंबंधाने होळकरदरबारातही म्हणण्यासारखी माहिती मुळीच नाही असा तिकडून निरुत्साहकारक जबाब मिळाला! खुद्द होळकर सरकारच्या दप्तरामध्ये जर महाराणी अहिल्याबाई ह्यांची माहिती मिळण्याची वानवा, तर ती इतर ठिकाणाहून कशाची मिळणार? तत्संबंधाने 'होळकरांची कैफियत' ह्यामध्ये थोडीशी प्रसिद्ध झालेली हकिकत व सर जॉन माल्कम साहेबांनी महाराणी अहिल्याबाई ह्यांची 'सेंट्रल इंडिया' पुस्तकात लिहिलेली माहिती, एवढीच काय ती सध्या उपलब्ध आहे; तेव्हा तेवढ्या साहित्यावर त्या लोकोत्तर स्त्रीचे चरित्र लिहिणे आम्हास फार दुःखदायक वाटले म्हणून तो बेत आम्ही तूर्तातूर्त तहकूब केला!

नंतर आम्ही झाशीच्या राणीसाहेबांसंबंधाने माहिती मिळविण्याचा विशेष प्रयत्न चालविला. त्यात प्रथमत: राणीसाहेबांचे दत्तक पुत्र श्रीमंत दामोदरराव ह्यांनी राणीसाहेबांची साद्यंत माहिती देण्याचे आश्वासन दिले, त्यामुळे आम्हास फार उमेद आली. कारण, श्रीमंतांकडून मिळणारी माहिती पूर्ण विश्वसनीय असल्यामुळे तिच्या योग्यतेची माहिती दुसरीकडून मिळणे अगदी अशक्य होते. श्रीमंतांनी स्वत:च्या अनुभवावरून, राणीसाहेबांच्या वृद्ध नोकरमाणसांकडून आणि कागदोपत्री दाखल असलेल्या गोष्टींवरून एकदोन वर्षे पुष्कळ प्रयत्न करून बरीच माहिती जमविली व ती सर्व आमच्याकडे पाठवून दिली.

श्रीमंत दामोदरराव ह्यांनी जी माहिती पाठवून दिली ती वाचून पाहिल्यानंतर, लोकांमध्ये प्रचलित असलेल्या गोष्टी व के, मॅलिसन प्रभृती इंग्रज इतिहासकारांनी लिहिलेल्या गोष्टी ह्यामध्ये पुष्कळ गैरसमज आहे अशी आमची पूर्ण खात्री झाली. परंतु एकट्या श्रीमंतांच्याच माहितीवरून ह्या गोष्टीचा सत्यनिर्णय न करिता राणीसाहेबांसंबंधाने एतद्देशीय व परदेशीय गृहस्थांकडून जितकी माहिती मिळववेल तितकी मिळवून नंतर त्याबद्दल विचार करावा हे आम्हास सयुक्तिक दिसले म्हणून आम्ही तत्संबंधाने शोध चालविला. के व मॅलिसन ह्या दोन ग्रंथकारांखेरीज विलायतेमध्ये बंडाच्या संबंधाने पुष्कळ युरोपियन लोकांनी अनेक पुस्तके प्रसिद्ध केली होती, एवढेच नव्हे, पण बंडाची समाप्ती झाल्यानंतर

इंग्लंडमध्ये काही दिवसपर्यंत 'बंडाचे कागदपत्र' (Mutiny literature) हा एक सर्वप्रिय विषय होऊन राहिला होता. जे युरोपियन लोक ह्या भयंकर प्रलयातून जीव बचावून स्वदेशी परत गेले त्यांनी, बंडासंबंधाने स्वानुभवाच्या निरनिराळ्या गोष्टी प्रसिद्ध करून आपल्या देशबांधवांची मने अगदी आकर्षित करून टाकली होती. तेव्हा विलायतेमध्ये प्रसिद्ध झालेली झाशीच्या राणीची माहिती जितकी मिळेल तितकी मिळवावी म्हणजे सर्व इंग्रज ग्रंथकार तिच्या संबंधाने काय म्हणतात ते नीट समजेल असा विचार करून तत्संबंधाने बरीच खटपट केली. इंग्रज लोक जात्या फार उदार अंत:करणाचे व गुणग्रहणपटू असल्यामुळे ते आम्हास चांगले साहाय्य करतील अशी आमची पूर्ण खात्री होती. त्याप्रमाणे तिकडील कित्येक परिचित सद्‌गृहस्थांस आम्ही विनंती करून पाहिली. त्यात आम्ही हिंदुस्थानचे प्रिय मित्र मि. विल्यम डिग्बी सि. आय्. ई. ह्यांनाही आमचा उद्देश कळविला. मि. डिग्बी ह्यांना झाशीच्या राणीची कीर्ती चांगली माहीत असल्यामुळे त्यांनी अशा शूर स्त्रीचे चरित्र प्रसिद्ध होणे अत्यंत आवश्यक आहे. असे समजून, मोठ्या अभिनंदनीय बुद्धीने तत्संबंधाने विलायतेमध्ये उपलब्ध असलेली सर्व माहिती व झाशी संस्थानचे कागदपत्र मिळविण्याचा प्रयत्न केला. त्याचप्रमाणे दुसऱ्याही कित्येक युरोपियन गृहस्थांनी वेळोवेळी बरेच साहाय्य केले ही अत्यंत संतोषाची गोष्ट आहे. असो. अशा रीतीने युरोपियन ग्रंथकारांनी बंडाच्या इतिहासात झाशीच्या राणीसाहेबांसंबंधाने काय लिहिले आहे ते बहुतेक सर्व पाहावयास मिळाले व त्यावरून त्यांचा राणीसंबंधाने फार गैरसमज झाला आहे असे वारंवार दिसू लागले. परंतु त्यातल्यात्यात सर ह्यू रोज ह्यांच्या स्वारीबरोबर झाशीच्या वगैरे युद्धात हजर असलेल्या डा. लो व डा, सिल्वेस्टर इत्यादी गृहस्थांनी जी माहिती लिहिली आहे ती पुष्कळ अंशी खरी आहे असे दिसून आले. तथापि केवळ परकीय लोकांच्या माहितीकडे पाहिले तर त्यात 'स्वजातिदुरतिक्रमा'ची मखलाशी असावयाचीच हे उघड आहे. इंग्रज लोकांनी लिहिलेल्या माहितीवरून इकडील लोकांच्या चरित्राचे सत्य स्वरूप ओळखून काढावयाचे व त्यावर त्याचा पाया उभारावयाचा हे किंचित चमत्कारिक आहे असे कोणासही वाटेल. परंतु सद्य:स्थितीच्या मानाने पाहू गेले तर आमच्या देशाचा इतिहास पाश्चिमात्य लोकांनी लिहावा, आमच्या देशातील प्रसिद्ध पुरुषांची चरित्रे त्यांनीच लिहावी आणि आमच्या देशातील लोकोत्तर व प्रशंसनीय गोष्टींचा शोध त्यांनीच लावावा, आणि नंतर

मग आम्ही जागे व्हावे असा प्रकार चालू आहे त्यास कोणाचाच उपाय नाही! तथापि त्यातल्या त्यात प्रयत्न करून एतद्देशीय लोकांकडून राणीच्या संबंधाने आणखी काही माहिती मिळाल्यास पाहावी असा पुन्हा मनाचा संकल्प करून त्या संबंधाने खटपट सुरू केली.

स्वदेशाच्या इतिहासासंबंधाची साद्यंत माहिती लिहून ठेवण्याची चाल आमच्या देशामध्ये फारशी प्रचलित नसल्यामुळे ती अगोदर मिळण्याची मारामार, तथापि त्यातल्या त्यात राष्ट्रीय गोष्टीसंबंधाने लिहिलेले जुने कागदपत्र, मराठी भाषेतील बखरी आणि हिंदी भाषेतील 'तवारिखा' व 'रायसे' हे मिळण्याचा थोडासा संभव आहे, तसा संभव राणीच्या संबंधाची माहिती मिळण्याचा मुळीच नाही. कारण, राणीचा चरित्रभाग सर्व इंग्रजी अमदानीत व बंडाच्या प्रकरणातला असल्यामुळे तो कोणी लिहून ठेवलेला नाही. दुसरे, झाशी संस्थान खालसा झाल्यामुळे व बंडाच्या वेळी तेथील सर्व माहीतगार लोकांचा नाश झाल्यामुळे राणीसाहेबांची खरी माहिती ठाऊक असणारेही लोक आता सापडण्याची आशा नाही. बंडामध्ये ज्यांनी पुरस्कर्तृत्व स्वीकारले होते किंवा त्या वेळी ज्यांनी सर्व वृत्तांत समक्ष पाहिला होता अशा लोकांस राणीची खरी माहिती असणार; परंतु ते युद्धामध्ये पतन पावले. त्यातून एखादा दुसरा मनुष्य शिल्लक राहिला असला तर तो आजमितीस हयात आहे किंवा नाही हे समजणेही कठीणच. अशा अनेक कारणांमुळे ह्या संबंधाची खरी हकिकत समजणे फार मुष्कील झाले. तथापि 'प्रयत्नाअंती परमेश्वर' ह्या म्हणीप्रमाणे पुष्कळ परिश्रम केल्यानंतर आम्हास तत्संबंधाची बरीच माहिती मिळाली हे कळविण्यास फार आनंद वाटतो. ह्या कामी आमचे सन्मान्य मित्र व सुप्रसिद्ध विद्वान रा.ब. चिंतामणराव वैद्य एम्.ए.एल्.बी. प्रांत जज्ज, माळवा व रा. सा. माधवराव व्यंकटेश लेले बी. ए. एल्. सी. ई. असि. डायरेक्टर ऑफ ल्यँड रेकॉर्ड्स, ग्वाल्हेर, ह्या दोघा सद्गृहस्थांनी फार चांगले साहाय्य केले. रा. ब. वैद्य ह्यांनी झाशीच्या युद्धाचे वेळी समक्ष हजर असलेल्या राणीसाहेबांच्या पदरच्या एका बहुश्रुत व चाणाक्ष गृहस्थाकडून राणीसाहेबांची व झाशी येथील युद्धाची खरी हकिकत लिहून घेण्याचा प्रयत्न केला व रा. सा. लेले ह्यांनी झाशी संस्थानाशी ज्यांचा चांगल्या प्रकारचा संबंध होता अशा एका माहीतगार गृहस्थाकडून संस्थानची एकंदर हकिकत लिहून घेतली व ती आमच्याकडे पाठविण्याची मेहेरबानी केली. अशाप्रकारे दोघा विद्वान गृहस्थांनी आपला अमूल्य वेळ खर्च

करून फार महत्त्वाचे काम केले आणि स्वदेशाच्या इतिहासाविषयी आपली प्रीती व्यक्त केली ह्याबद्दल त्यांची स्तुती करावी तेवढी थोडीच आहे.

येणेप्रमाणे श्रीमंत दामोदरराव, रा. ब. वैद्य, व रा. सा. लेले इत्यादी मंडळींकडून बरेच साहाय्य मिळाल्यानंतर पुढे आम्हास असे समजले की, राणीसाहेबांच्या सापत्न मातुश्री व बंधु अद्यापि विद्यमान आहेत. त्याचप्रमाणे त्यांची एक बहीण काल्पीजवळ चिरष्टी म्हणून एक गाव आहे तेथील जहागीरदारास दिलेली आहे. तेव्हा त्यास झाशीसंबंधाची काही माहिती असल्यास तपास करावा ह्या हेतूने आम्ही राणीसाहेबांचे बंधू रा.सा. चिंतामणराव तांबे ह्यास विनंतिपत्र पाठविले. तेव्हा त्यांनीही मोठ्या आनंदाने आपल्या मातुश्री श्रीमती चिमाबाईसाहेब ह्यास एकंदर हकिकत विचारून वेळोवेळी आम्हास लागेल ती माहिती सादर केली.

अशा रीतीने राणीसाहेबांचे चिरंजीव, त्यांचे बंधू व इतर सन्मान्य मित्र व सद्‌गृहस्थ ह्यांच्याकडून बरीच माहिती मिळाल्यानंतर व युरोपियन ग्रंथकारांनी राणीसाहेबांसंबंधाने लिहिलेली हकिकत अवगत झाल्यानंतर ह्या विषयासंबंधाने इकडे प्रसिद्ध झालेल्या माहितीचा शोध केला. त्यावरून असे कळले की, सरदारपूर एजंटचे हेडक्लार्क कोणी बाबू चंडीचरणमित्र म्हणून होते, त्यांनी 'झांशीर राणी' म्हणून बंगाली भाषेमध्ये एक लहानसे चरित्र लिहिले आहे, परंतु ह्या गृहस्थाचा व श्रीमंत दामोदरराव ह्यांचा परिचय असल्यामुळे ती सर्व माहिती दामोदरराव ह्यांच्या लेखात आली आहे. ह्याशिवाय हिंदीभाषेमध्ये सिरसा जिल्हा अलाहाबाद येथील लाला काशीनाथ ह्यांनी 'भारतवर्षकी विख्यात राणीयोंके चरित्र' म्हणून एक पुस्तक लिहिले आहे. त्यात झाशीच्या राणीसंबंधाने थोडीशी माहिती दिली आहे. त्याप्रमाणे अजमीर येथील 'राजस्थानसमाचार' पत्रामध्ये व कलकत्ता येथील 'वंगवासी' आणि 'नॅशनल गार्डियन' पत्रामध्येही राणीसाहेबांची संक्षिप्त चरित्रे प्रसिद्ध झाली आहेत व हल्ली मराठी भाषेमध्ये 'शूर अबला' म्हणून धनुर्धारीनेही एक पुस्तक लिहून त्यात राणीची थोडीशी हकिकत दिली आहे. परंतु ही सर्व माहिती इंग्रज इतिहासकार के व मॅलिसन ह्यांच्या ग्रंथांच्या आधाराने विशेषकरून घेतल्यामुळे ती अगदी संक्षिप्त असून तीत सत्यांश जितक्यास तितकाच आहे. ह्याखेरीज मराठी भाषेत सन १८५७ सालच्या बंडाचा इतिहास म्हणून रा. रा. विनायक कोंडदेव ओक ह्यांनी प्रसिद्ध केलेला एक ग्रंथ आहे. त्यात झाशीच्या बंडासंबंधाने सुमारे अडीच पृष्ठे

मजकूर आहे! ह्या सुप्रसिद्ध इतिहाससंबंधाने मागे कै. विष्णुशास्त्री चिपळूणकर ह्यांनी निबंधमालेमध्ये स्तुतिस्तोत्र गायलेच आहे, तेव्हा त्यातील हकिकतीचे विशेष वर्णन करण्याचे कारण नाही!

असो. अशाप्रकारे मराठी भाषेत अगदी अश्रुतपूर्व असलेली खरी माहिती प्रसिद्ध करून झाशीच्या राणीसंबंधाने लोकांमध्ये प्रचलित असलेल्या असत्य व निराधार गोष्टी नाही तशा कराव्या व राणीच्या अंगच्या खऱ्या गुणांचे पूर्ण प्रकाशन करावे ह्या हेतूने यथामती प्रयत्न करून एतद्देशीय लोकांकडून मिळालेली व इंग्रज लोकांनी लिहिलेली माहिती प्राप्त करून घेतली. नंतर पुन्हा बंडात प्रसिद्ध झालेल्या स्थलांचे समक्ष दर्शन घ्यावे म्हणजे तेथे कदाचित आणखी कमी-जास्त माहिती मिळेल व त्या विख्यात शहरांची सद्यःस्थिती प्रत्यक्ष अवलोकन केल्याने सन १८५७ च्या भयंकर प्रसंगाची बरीच कल्पना करता येईल असे वाटू लागले व सुदैवाने सन १८९३ च्या जानेवारी महिन्यात उत्तर हिंदुस्थानातील प्रवासाचा योग जुळून येऊन झाशी, ग्वाल्हेर, कानपूर, आग्रा, लखनौ वगैरे शहरे पाहण्यात आली. त्यापैकी झाशी येथे राणीसाहेबांसंबंधाने पुष्कळ माहिती मिळेल अशी कल्पना होती. परंतु ती अनुभवाअंती अगदी खोटी ठरली. झाशी हे एक मराठ्यांचे प्रसिद्ध संस्थान होते. तरी संस्थानिकांच्या कारकिर्दीत त्याचे यश इतके पसरले नाही, परंतु तेथील वीर्यशालिनी राणीच्या पराक्रमामुळे त्यांचे नाव सर्वत्र दुमदुमू लागले असे म्हटले तरी चालेल. तेव्हा अशा अद्वितीय स्त्रीरत्नाच्या चरित्राने उज्ज्वल झालेल्या त्या स्थलाचे दर्शन कोणाही सहृदय प्रेक्षकाची चित्तवृत्ती तल्लीन केल्यावाचून राहणार नाही हे उघड आहे. झाशी शहर सांप्रत इंग्रज सरकारच्या ताब्यात असून तेथे त्यांची एक प्रचंड छावणी आहे. येथे इंडियन मिडलंड रेल्वेचे मुख्य स्टेशन असल्यामुळे त्या शहरास बरीच शोभा आली आहे. परंतु त्याचे पूर्वीचे वैभव नष्ट झाल्यामुळे त्यास आता अगदी दीनदशा प्राप्त झाली आहे. तेथील प्रचंड किल्ला अद्यापि आपले भव्य स्वरूप दाखवित आहे; तथापि तेथे पूर्वीच्या इमारती किंवा तो राणीसाहेबांचा भव्य राजवाडा राहिला नाही! शहरातला राजवाडा बराच रूपांतर पावून शेष राहिला आहे, परंतु त्यास झाशीकरांचा राजवाडा हे नाव आता राहिले नाही! त्या वाड्यात सरकारी कचेऱ्या आहेत व युरोपियन लोकांकरिता एक हॉटेल आहे म्हणून त्यास सध्या 'क्वीन्स हॉटेल' असे नामाभिधान मिळाले आहे. तात्पर्य, कालांतराने झाशी शहराची सर्व स्थिती अगदी पालटली

आहे! कार्थेज व रोम ह्यांची स्वसत्ताक राज्ये नष्ट झाल्यावर जी दीनवाणी स्थिती झाली तशीच ह्या छोट्याशा संस्थानाची झाली असे म्हटले तरी चालेल. बंडाच्या परिसमाप्तीनंतर तेथील सर्व मुख्य मुख्य लोकांचा नाश झाल्यामुळे राणीसाहेबांच्या मनोरम दंतकथा सांगण्यास तेथे आता कोणी राहिले नाही! आम्हास झाशी येथे राणीसाहेबांची काही माहिती मिळेल अशी जी आशा होती ती अगदी व्यर्थ झाली!! झाशीसारख्या मुख्य ठिकाणी जर राणीसाहेबांची कीर्ती नाममात्र ऐकू येऊ लागली तर इतर ठिकाणी जास्त माहिती मिळण्याची आशाच करणे नको! असो. सन १८५७ च्या बंडामध्ये प्रसिद्ध असलेली स्थळे पाहून ह्या विषयासंबंधाने जो फायदा करून घ्यावयाचा अशी इच्छा होती ती दर्शनमात्रेकरून परिपूर्ण झाली असे मानणे आम्हास भाग पडले!

राणीसाहेबांच्या चरित्राचे अशा रीतीने बरेच साहित्य मिळाल्यानंतर आम्ही ते लिहिण्यास प्रारंभ केला. वस्तुत: हे चरित्र म्हणजे झाशी येथील बंडाचा इतिहासच होय असे म्हटले तरी चालेल. हा इतिहास लिहिणे अनेक कारणांनी शोकदायक आहे. आमच्या देशातील संस्थानिक व सरदार लोक ह्यांच्यावर त्यावेळच्या राज्यपद्धतीने आपला जुलुमी अंमल गाजविल्यामुळे त्यांच्या सहनशीलतेचा व राजनिष्ठेचा भंग होऊन त्यांना स्वधर्मभिमानाच्या व स्वाभिमानाच्या स्वत:सिद्ध जोरावर कृपाळू इंग्रज सरकारच्या विरुद्ध शस्त्र घेण्याचा प्रसंग यावा ही फार दुर्दैवाची गोष्ट आहे. श्रीमंत बाजीरावसाहेब पेशव्यांचे चिरंजीव नानासाहेब, बांदा संस्थानचे नबाब, अयोध्येच्या राजघराण्यातले पाणीदार पुरुष व झाशी संस्थानच्या राणीसाहेब, इंग्रज सरकारचे केवळ दोस्त होते, एवढेच नव्हे, पण त्यांनी त्यास वारंवार लागेल ते साहाय्य देण्यासही मागेपुढे पाहिले नाही, असे असून लार्ड डलहौसी साहेबांनी आपल्या कारकिर्दीमध्ये त्यांच्या योग्यतेचा व दोस्तपणाचा विचार न करिता त्यांची राज्ये, पेनशने व इतर उत्पन्ने खालसा करून त्यांच्या सहनशीलतेवर जो जबरदस्त आघात केला त्याचाच परिणाम सन १८५७ सालचे भयंकर बंड होय असे बहुतेक लोक समजतात. बंडांची कारणे काहीही असोत, तथापि त्याचा इतिहास पुष्कळ बोधपर आहे ह्यात शंका नाही. इंग्रज इतिहासकारांनी बंडासंबंधाने अनेक ग्रंथ लिहिले आहेत; त्यात के, मॅलिसन, होम्स, मार्टिन वगैरे पुष्कळ इतिहासकारांचे ग्रंथ प्रसिद्ध आहेत. त्या सर्वात केचा इतिहास नि:पक्षपातपणासंबंधाने प्रसिद्ध आहे. परंतु त्यातही कोठे कोठे बराच गैरसमज झाल्यासारखा दिसतो. मॅलिसन

ह्यांनी सर्वोपलब्ध माहिती मिळवून आपला ग्रंथ प्रचंड केला आहे व तोच सध्या बंडाच्या इतिहासात प्रधान मानला जातो, तथापि त्यात राजकारणाचे धोरण लक्षात ठेवून कलमबहाद्दरी केल्यामुळे दुसऱ्या बाजूचे प्रतिबिंब जितके हुबेहूब उमटावयास पाहिजे होते तितके उमटले गेले नाही हे कोणासही कबूल करावे लागेल. इतर ग्रंथकारांनी साधारण मानाने त्या त्या वेळी उपलब्ध झालेल्या माहितीप्रमाणे हकिकत लिहिली आहे त्यायोगाने त्यात सत्यासत्याचे मिश्रण झाले आहे. त्यामुळे निरनिराळ्या ग्रंथात पुष्कळ मतभेद दृष्टीस पडतो. परंतु सध्या विलायतेतील लोकांचे बंडाची खरी हकिकत प्रसिद्ध करण्याकडे विशेष लक्ष लागले असून तत्संबंधाने निःपक्षपातपणाने लिहिलेले पुष्कळ नवीन ग्रंथ प्रसिद्ध होऊ लागले आहेत व त्यात पुष्कळ खऱ्या गोष्टी बाहेर येऊ लागल्या आहेत. खुद्द हिंदुस्थान सरकारचे दप्तरदार मि. फॉरेस्ट हेही बंडाच्या वेळचे लष्करी कागदपत्र सध्या सरकारी दप्तरांतून शोधून काढून प्रसिद्ध करीत आहेत व त्यावरून पुष्कळ सत्यप्रकार लोकांपुढे येईल असे मानण्यास बरीच जागा आहे. असो. बंडाचा समग्र खरा इतिहास केव्हा प्रसिद्ध होईल तेव्हा होवो, पण त्यात अद्वितीय शौर्यगुणामुळे प्रसिद्ध झालेल्या व्यक्तीचा विचार करणे सध्या फार आवश्यक आहे. त्यामध्ये झाशीची राणी ही जात्या स्त्री असून तिने फार पराक्रम गाजविला म्हणून तिचे नाव बंडवाल्यांच्या अध्वर्युमंडळींत प्रमुख स्थानी गणले जाते. किंबहुना इंग्रज इतिहासकार असे म्हणतात की, 'सत्तावन्न सालच्या बंडाने जर काही महत्त्वाची गोष्ट झाली असेल तर त्यायोगाने हिंदुस्थानात नाव घेण्याजोगे एक मनुष्य होते हे चांगले सिद्ध झाले.'' अर्थात अशा मनुष्याचा कोणासही अभिमान वाटणे अगदी साहजिक आहे, त्याप्रमाणे आमच्या राष्ट्रातील प्रत्येक स्वदेशाभिमानी गृहस्थास झाशीच्या राणीचा अभिमान वाटला पाहिजे. आता कित्येक मंडळी की ज्यांच्या लेखण्या परदेशीयांचे पोवाडे गाता गाता बोथट होऊन गेल्यामुळे स्वदेशाच्या इतिहासाविषयी अभिमानशून्य होऊन निरर्गल प्रलाप ओकू लागल्या आहेत-त्यांना अशा अलौकिक व्यक्ती की ज्यांचे अनुपमेय पराक्रम अवलोकन करून परदेशीय ग्रंथकार थक्क होऊन गेले त्याचे विशेष भूषण व महत्त्व वाटणार नाही. परंतु त्यांच्याविषयी विद्वान केसरी पत्रकारांनी असे स्पष्ट लिहून ठेवले आहे की, 'स्वदेशाचा इतिहास वाचण्यात काही अर्थ नाही असे हल्ली कित्येक अजागळ लेखकांचे प्रलाप निघू लागले आहेत; पण असल्या अभिमानशून्य आणि लेखणीस विनाकारण शीण देणाऱ्या

लोकांनी काही केले तरी महाराष्ट्र देशांतील लोकांनी गेल्या शतकात जी काही कामे केली आहेत त्याबद्दल त्यांच्या खऱ्या वंशजास क्षणभर तरी हुरूप येणार नाही व समाधान होणार नाही असे आम्हांस वाटत नाही.' (केसरी. वर्ष १४ अंक १८) असो. तेव्हा ह्या संबंधाने जास्त काही लिहिण्याची आवश्यकताच नाही.

झाशीच्या राणीसंबंधाने इंग्रज लोकांचा पुष्कळ गैरसमज झाला आहे तरी त्यांनी तिच्या अद्वितीय शौर्य गुणांसंबंधाने अभिनंदन करण्यास कधीच मागेपुढे पाहिले नाही. राणीबरोबर इंग्रजांच्या तर्फेने लढणारा सुप्रसिद्ध महाशौर्यशाली योद्धा सर ह्यू रोज ह्यानेदेखील तिचा असामान्य पराक्रम व युद्धचातुर्य अवलोकन करून तिची वाहवा केली, एवढेच नव्हे, पण के, मॅलिसन, डा. लो, सर एड्विन आर्नोल्ड, टॉरेन्स, जस्टिन् मॅकर्थी, मार्टिन, इत्यादी अनेक गुणग्रहणपटू इंग्रज ग्रंथकारांनी तिच्या वास्तविक गुणांबद्दल स्तुतिमय आनंदोद्गार काढून तिजविषयी आपली आदरबुद्धी व्यक्त केली आहे. परंतु आमच्या दुर्दैवाने, आमच्या देशाच्या भावी उन्नतीचे काम झपाट्याने करण्याकरिता पुढील पिढीस ज्ञानसंपन्न करणाऱ्या एका सद्गृहस्थांनी 'हिंदुस्थानांतील शिपायांच्या बंडाची कारणे'' लिहीत असता ह्या पराक्रमी व सर्ववंद्य राणीची जी संभावना केली आहे ती पाहून कोणासही परमावधीचा खेद वाटल्यावाचून राहणार नाही. हे इतिहासकार लिहितात:-

''बंडास मूळ कारण धर्माभिमान तर खरंच; पण त्याच्याही पलीकडचे मुख्य कारण म्हटले तर अज्ञान होय. काडतुसांस गाईची व डुकराची चर्बी लावितात, इतके केवळ ऐकूनच मूर्ख लोक बिथरले. ऐकलेली गोष्ट खरी किंवा खोटी ह्याचा कोणी शोध केला काय? एक बोलला म्हणून दुसरा बोलला, आणि दुसरा बिघडला म्हणून तिसरा बिघडला. अशी अंधपरंपरा चालून अविचारी मूर्खांचा समाज जमला आणि बंड माजले. त्यात नाना, तात्या, बाळाराव, झाशीची राणी इत्यादी डोयजड माणसे मिळाली. इतक्यांनी मिळून केले ते काय? देशाची दुर्दशा; दुसरे काही नाही.''

'ज्यांनी एवढे अनावर कृत्य करून आपली फजिती, हजारो लोकांची इतिश्री आणि स्वदेशाची धूळधाणी केली, त्यांस काय म्हणावे? कोणी शहाणा मनुष्य त्यास शूर किंवा पराक्रमी म्हणेल काय? प्रांतात चोर दरवडेखोर असतात, ते लोकांची घरेदारे लुटून द्रव्य नेतात, किंवा थोडी बहुत हाणमार

करितात, एवढेच काय ते. पण हे बंडवाले त्याहूनही दुष्ट होत.' (हिंदुस्थानकथारस, पृष्ठ २०६)

अशा प्रकारचा इतिहासरस एतद्देशीय गृहस्थांच्या लेखणीतून उतरावा ही अत्यंत दु:खाची गोष्ट आहे. आमच्यावर राज्य करणाऱ्या दयावंत ब्रिटिश राष्ट्रातील विद्वान व उदार पुरुषांनी ज्या लोकोत्तर स्त्रीच्या शौर्याबद्दल अतिशय स्तुती केली आहे तिच्या शौर्याची आणि पराक्रमाची योग्यता चोरदरवडेखोरांच्या दुष्टकृतीपेक्षाही नीचतम लेखण्यास आम्ही तयार व्हावे ह्यापेक्षा गर्हणीय गोष्ट दुसरी कोणतीच नाही! कर्नल मॅलिसनसारखा इतिहासकार की जो आपल्या राष्ट्राचा बाणा कधीही सोडणार नाही त्याने, 'ब्रिटिश[1] सरकारच्या दृष्टीने राणीचे दोष काही असेल तथापि त्या शूर स्त्रीच्यासंबंधाने तिचे देशबांधव तिची तरफदारी करून तिचा पक्ष खरा होता असे म्हणशील आणि बुंदेलखंडांत व मध्य हिंदुस्थानांत बंड होण्यास लार्ड डलहौसी साहेबांनी तिच्याशी केलेले निष्ठुर वर्तन कारण झाले असेच ते समजतील व त्यांना ती स्त्री चिरकाल शौर्यशालिनी वाटून तिचा ते नेहमी अभिमान बाळगतील. अशा अर्थाचे उद्‌गार काढावेत व आम्ही तिची अशा रीतीने अवहेलना करावी ही गोष्ट आमची आम्हांसच शोभू जाणे, इतरांस कधीही शोभणार नाही!!

असो. राणीसंबंधाने पुष्कळ इंग्रज ग्रंथकारांचा गैरसमज झाला आहे व त्यांना असे वाटत आहे की, झाशी येथे युरोपियन लोकांची जी कत्तल झाली ती राणीने केली! असा त्यांचा गैरसमज होण्याचे मुख्य कारण झाशी संस्थान लार्ड डलहौसी ह्यांनी खालसा केले, त्यामुळे राणीस पराकाष्ठेचा राग येऊन

---

१. कर्नल मॅलिसन ह्यांचे उद्‌गार येणेप्रमाणे आहेत:-

इंग्रजांच्या दृष्टिकोनातून झाशीच्या राणीत कितीही दोष असतील, तिने कितीही चुका केल्या असोत, पण तिच्या देश-बांधवांना मात्र नेहमी असंच वाटत राहील की इंग्रज सरकारने तिजवर जो अन्याय केला होता त्यामुळेच ती या बंडात ओढली गेली. तिचा दावा हा पूर्णपणे कायदेशीरच होता. तथापि लॉर्ड डलहौसीने जी आडमुठी भूमिका स्वीकारली होती त्यामुळेच बुंदेलखंड आणि मध्यभारतात प्रचंड असंतोष इंग्रजांविरुद्ध भडकला. तिच्या देशवासीयांच्या दृष्टिकोनातून झाशीची राणी नेहमीच श्रेष्ठ आणि आदरणीय राहील.

भारतीय उठावाचा इतिहास

– ले. मॅलिसन

तिने हे अघोर कृत्य केले असावे असे त्यास वाटत आहे. परंतु ते खरे नसून राणीने युरोपिय लोकांची कत्तल मुळीच केली नाही हे ह्या पुस्तकाच्या ६ व्या प्रकरणावरून वाचकांच्या लक्षात येईलच. झाशीच्या राणीने नीच रीतीने इंग्रज लोकांचा वध न करिता काही कारणामुळे त्यांच्याबरोबर युद्ध करण्यास सिद्ध होऊन तिने समरांगणामध्ये मात्र आपला पराक्रम चांगला व्यक्त केला एवढीच गोष्ट काय ती खरी आहे. परंतु राणीच्या शौर्यगुणास कलंक लावण्याकरिता इंग्रज इतिहासकार तिच्यावर झाशी येथील भयंकर कत्तलीचा जो दोष लादतात त्यास कोणाचाच उपाय नाही! श्रीमंत नानासाहेब पेशवे व झाशीची राणी ह्यांनी महाभयंकर कृत्ये केली म्हणून त्यांच्या नावाने इंग्रज इतिहासकार जी ओरड करीत आहेत तीत सत्यांश फार थोडा आहे असे आता खरा इतिहास प्रसिद्ध झाल्यामुळे दिवसेंदिवस बाहेर पडू लागले आहे. त्यात आरोप आहे तो तर अगदीच तर्कमय व असत्य आहे. श्रीमंत नानासाहेब पेशव्यांच्या संबंधाने देखील पुष्कळ आख्यायिका खोट्या आहेत असे आता प्रसिद्ध झाले आहे. कानपूर येथील इंग्लिश बायकामुलांची जी कत्तल झाली तीत त्यांचे फार हाल हाल केले व त्यांची विटंबना केली म्हणून जे काय म्हणतात ते अगदी खोटे आहे, एवढेच नव्हे, पण नानासाहेबांच्या मनातून इंग्रज बायका मुलांचे रक्षण करण्याचाच खरा हेतू होता अशी माहिती विल्यम्स् फोर्बस मिचेल नामक एका बंडाच्या वेळच्या जुन्या गृहस्थाने प्रसिद्ध केली आहे. ह्यावरून त्या क्षुब्ध वेळी

"हा सर्व प्रकार अत्यंत दु:खकारक असल्याने कुणीही व्यक्ती सदसद्विवेक बुद्धीला स्मरून (भारतीयांना) दोषी मानील. हे जरी खरे असले तरी एका महत्त्वाच्या मुद्द्याकडे (वाचकांचे) लक्ष वेधून घेणे फार गरजेचे आहे. सत्य परिस्थिती अशीच होती की झाशी, दिल्ली आणि कानपूर या ठिकाणी इंग्रजांची जी हत्या घडली त्यात फार काही अनोखे वा विशेष असे घडले नाही. या उठावात चिथावलेले लोक आणि विशेषत: वंशभेदामुळे निर्माण झालेली संपूर्ण विनाशाची भावना त्याच्या योजनेत स्पष्ट दिसून येत होती. १८२१ साली ग्रीकांनी याच भावनेतून वीस हजार तुर्कांची कतल केली होती. ते सर्व शांतताप्रिय सामान्य शेतकरी होते. पुरुष-स्त्रिया-मुले यांचा थंड मनाने बळी घेण्यात आला होता. शहाणपणाच्या धोरणासाठी घेतलेला आवश्यक उपाय या नावाखाली हे झाले. हेटॅरीस्टस याच्या मते... कारण की ग्रीसमधील तुर्की समाज अल्पसंख्य होता आणि तो विस्थापित केला जावू शकत नव्हता."

फिन्लेचा 'ग्रीक रिव्हॉल्यूशन' (vol. १ पृ. १७२, १८२, १८७, १८८)

अत्यंत प्रकुपित झालेल्या बुद्धीस ज्या गोष्टी खऱ्या वाटल्या, त्या वेळी त्या प्रसिद्ध झाल्या आहेत व त्यांच्यावर सर्वस्वी भरवसा ठेवणे सुतराम इष्ट नाही. आता जी कत्तल झाली ती काही खोटी नव्हे, परंतु त्या त्या कालमानाप्रमाणे व्हावयाचे ते होऊन गेले. त्याबद्दल तत्कालीन खरी स्थिती ध्यानात न घेता उगीच दोष देणे बरोबर नाही. कानपूर व झाशी इत्यादी ठिकाणी जो इंग्रज लोकांचा प्राणनाश झाला त्याबद्दल कोणासही वाईट वाटेल हे खरे, परंतु त्या संबंधाने एतद्देशीय लोकांची युरोपियन ग्रंथकार रागाच्या त्वेषामध्ये केव्हा केव्हा जी निंदा करितात ती मात्र वाजवी नाही. कोणत्याही राष्ट्रामध्ये प्रलयकाळ आला म्हणजे त्याच्या हातून अशाच गोष्टी झालेल्या आहेत व खुद्द दयाभूत म्हणविणाऱ्या युरोपियन लोकांच्या हातूनही तसेच झाले आहेत. ह्याबद्दल एका इंग्रज ग्रंथकाराने काढलेले उद्गार लक्षात ठेवण्यासारखे आहेत. तो म्हणतो :-

असो. खुद्द इंग्रज लोकांच्याही हातून अशा प्रकारच्या अनेक गोष्टी घडल्या नाहीत असे इतिहासवाचकास कबूल करिता येणार नाही! कानपूर, झाशी वगैरे ठिकाणी विजय प्राप्त झाल्यानंतर जो प्रकार घडून आला तो निदान भूतदया बाळगणारास तरी ऐकवणार नाही! कानपूर हस्तगत केल्यानंतर जनरल नील ह्यांनी सापडलेल्या बंडवाल्यांची जी स्थिती केली ती ऐकून ज्याच्या अंगावर काटा उभा राहणार नाही असा मनुष्य विरळा!

असो. तेव्हा अशा भयंकर गोष्टीबद्दल कोणी कोणास दोष न देता प्रांजलपणाने व सरल बुद्धीने बंडाच्या झालेल्या गोष्टी प्रसिद्ध करणे हे सध्याच्या वेळी फार अगत्याचे आहे. बंडाच्या वेळी जे काय बरे-वाईट घडून आले त्याचा शांतपणाने विचार करून त्यातील योग्य बोध घेण्याचीही वेळ आहे. इंग्लंडमध्ये सध्या बंडाच्या संबंधाने अनेक नवीन ग्रंथ निघत आहेत, एवढेच नव्हे, तर हिंदुस्थानात निघणाऱ्या अँग्लो इंडियन पत्रामध्ये देखील, १८५७ सालच्या संबंधाची यत्किंचितही हकिकत असली तरी ती प्रसिद्ध झाल्यावाचून राहात नाही. इतकी ह्या विषयासंबंधाने आंग्ल जनास गोडी लागली आहे. तेव्हा अशा विषयासंबंधाने आम्हीही जिज्ञासापूर्वक माहिती मिळवून त्यातील खऱ्या गोष्टी लोकांपुढे मांडणे अवश्य आहे.

झाशीच्या राणीसंबंधाचे आम्हास जी निरनिराळ्या प्रकारची माहिती मिळाली तिच्यातील अनेक पुराव्यांनी सत्य वाटणारा भाग आम्ही मोठ्या राजनिष्ठपणाने दोन्ही पक्षांविषयी समबुद्धी बाळगून लिहिला आहे. राणीसंबंधाने

कित्येक युरोपियन लोकांची मने व्यर्थ कलुषित झाली आहेत त्यात मोठेसे नवल नाही, परंतु आमच्या इकडे तत्संबंधाने अनेक खोट्या गोष्टी प्रसिद्ध झाल्यामुळे सर्व लोकांचा राणीविषयी अगदी गैरसमज झाल्यासारखा दिसतो. त्या गैरसमजाचे ठळक उदाहरण पंडित वसंतराव ह्यांचे व्याख्यान हेच होय. अशा प्रकारचे गैरसमज व कुतर्क नाहीसे होऊन राणीविषयी खरी माहिती प्रसिद्ध व्हावी अशी आमची फार इच्छा असल्यामुळे हा अल्पसा प्रयत्न आम्ही आमच्या प्रिय देशबांधवांस सादर केला आहे. इंग्रज ग्रंथकारांनीही राणीसंबंधाने बऱ्याच कल्पित गोष्टी प्रसिद्ध करून तिच्या उज्ज्वल व शुद्ध यशास थोडासा कलंक लावला आहे. परंतु किती झाले तरी ते परके असल्यामुळे तसा प्रकार त्यांच्या हातून झाल्यास तो क्षम्य आहे. काही वर्षांपूर्वी 'गिलीयन' असे टोपण नाव धारण करून एका इंग्रज अधिकाऱ्यांनी "The Rane or the Legend of Bundelkhand. ('राणी अथवा बुंदेलखंडांतील एक दंतकथा') ह्या नावाचे एक पुस्तक प्रसिद्ध केले आहे. हे गृहस्थ झाशीचे पुरे माहीतगार असून त्यांनी राणीची माहितीही चांगली मिळविली होती असे त्यांच्या पुस्तकावरून दिसते. परंतु त्यांनी त्यामध्ये स्वत:ची अक्कल जास्त खर्च करून राणीवर भलते भलते आरोप लादण्याचा प्रयत्न केला आहे त्यामुळे त्या पुस्तकास कल्पित कादंबरीपेक्षा जास्त महत्त्व देता येत नाही! असो, अशा तऱ्हेचा राणीसंबंधाने युरोपियन लोकांनी कितीही काल्पनिक व गैरसमजुतीच्या असत्य गोष्टी लिहून तिच्यावर कितीही दोषारोप केले तरी सत्यनिरीक्षणाचा काळ केव्हा तरी येणार असल्यामुळे हा सर्व प्रकार दिवसेंदिवस नाहीसा होत जाईल ह्यात शंका नाही.

झाशीच्या राणीच्या एकंदर चरित्रावरून पुष्कळ गोष्टी शिकण्यासारख्या आहेत. लॉर्ड डलहौसी ह्यांनी जरी आपल्या देशबांधवांचे हित करण्याकरिता हिंदुस्थानातील संस्थाने अन्यायाने खालसा करण्याचा एकसारखा सपाटा चालविला होता, तरी 'अति लोभो न कर्तव्य: चक्र भवति मस्तके' ह्या म्हणीप्रमाणे त्यांच्या अनावर लोभाने सारासार विचार नाहीसा होऊन त्यांच्या हातून फार जुलूम झाले व त्यामुळे जिकडे तिकडे असंतुष्टता वाढत चालली व एकदम भयंकर प्रळय उत्पन्न झाला. ह्या अधाशी राजनीतीबद्दल लॉर्ड डलहौसी साहेबांवर सर जॉन के, मेजर इव्हान्स बेल व नार्टन इत्यादी ग्रंथकारांनी पुष्कळ टीका केली आहे. त्या टीकेच्या योगाने विलायतेमध्ये फार चळवळ झाली तेव्हा लॉर्ड डलहौसीच्या कृतीचे मंडण करून तिच्यापासून झालेली अपकीर्ती नाहीशी

करण्याकरिता बंगालचे अडव्होकेट जनरल ज्याक्सन ह्यांना लॉर्ड डलहौसी ह्यांच्या 'राज्यकारभाराचे समर्थन' (The Vindication of Marquis of Dalhousie's Administration.) असा ग्रंथ लिहावा लागला. परंतु मेजर इव्हान्स बेल ह्यांनी पुन्हा त्यावरही प्रतिटीका करून जॅक्सन ह्यांची सर्व मते खोडून टाकली व अखेर लॉर्ड डलहौसी यांची कारकीर्द अगदी अन्यायाची व जुलमाची झाली असे सिद्ध केले. ह्या जुलमामध्ये झाशी संस्थान कसे बळी गेले, हे ह्या चरित्रात वाचकास कळून येईलच. परंतु ह्या अन्यायकृतीचा परिणाम बिलकुल चांगला झाला नाही. कवी मोरोपंत ह्यांनी म्हटलेच आहे :-

आर्या

धर्मन्यायविरोधे कोणाचेही न इष्ट साधेल।।

ह्याप्रमाणे ह्या अन्यायकृतीचा वाईट परिणाम घडून आल्यावर अखेर मग एतद्देशीय संस्थाने खालसा न करणे हेच सर्वात महत्त्वाचे आहे असे सिद्ध झाले व त्याप्रमाणे दत्तकाची परवानगी[१] व राणीचा जाहीरनामा प्रसिद्ध झाला ही गोष्ट विशेष लक्षात ठेवण्यासारखी आहे. शिवाय, ह्या पुस्तकामध्ये बंडवाल्यांची जी हकिकत आली आहे तिच्यावरून चांगला बोध घेण्यासारखा आहे. त्या

---

१. एतद्देशीय संस्थाने कायम ठेवण्यात ब्रिटिश सरकाराचे अत्यंत हित आहे असे उद्गार लॉर्ड कॅनिंग ह्यांनी दत्तकाच्या परवान्यामध्ये लिहिले आहेत, त्याचा उतारा ह्या पुस्तकात ३५७ पृष्ठामधील टीपेमध्ये दिलाच आहे. तत्संबंधी लॉर्ड कॅनिंग ह्यांनी दुसरे एक खाजगी पत्र लिहिले आहे. तेही महत्त्वाचे असल्यामुळे आम्ही येथे देतो.

खाली दिलेला पत्र सारांश ईरल कॅनिंगने ग. ज. सर मार्क क्यूबन याला पाठविलेल्या शेवटच्या पत्रातील आहे. के. सी. बी. म्हैसूर कमिशनर, दि. २४ नोव्हेंबर १८६० 'फोडा आणि झोडा' हे आपले धोरण सुमारे पन्नास वर्षांपूर्वी म्हणजे जेव्हा रोहिले आणि मराठे सुसज्ज सैन्यदल आणि तोफखाना बाळगून होते, त्याचा विस्तार ते त्यांच्या मर्जीस येईल तेव्हा आणि आम्हाला (इंग्रजांना) अंधारात ठेवूनही सहज करू शकत होते, तेव्हा ते निःसंशय योग्यच होते. पण आता परिस्थिती पूर्ण भिन्न आहे. हे सत्ताधीश स्वतः तोफा, बंदुका निर्माण करू शकत नाहीत तसेच आपल्याला अज्ञात असेल अशी त्यात सुधारणाही (प्रगती) करू शकत नाहीत. याबाबतीत ते सर्वस्वी आपल्यावर (इंग्रज) अवलंबून आहेत. १८५७ च्याही खूप आधीपासून या देशी सत्ताधीशांना ही परस्वाधीनता जाणवत होती. ते जर एकएकटे असतील तर त्यांची भीती बाळगण्याचे काहीच कारण नाही. त्यांची व्यक्तिगत अलगपणाची भावनाच आपल्याला भारताचे सार्वभौम सत्ताधीश बनण्यास उपयुक्त ठरणार आहे. पण असे घडण्यासाठी

हकिकतीवरून 'बंडवाल्यांचे खरे सामर्थ्य, त्यांच्या सैन्याची अव्यवस्था व त्यांचा अविचार ही चांगल्या रीतीने व्यक्त होऊन त्यांचा पराभव होण्यास काय काय कारणे झाली हे नीट समजून येईल. त्यांच्यामध्ये झाशीच्या राणीखेरीज दुसरे कोणतेही चांगले मनुष्य नव्हते, त्यामुळे एका अर्ध्वयूवाचून त्यांच्या सर्व प्रचंड सेनेची पराक्रमशक्ती[१] व्यर्थ झाली! अशा प्रकारच्या पुष्कळ गोष्टी ह्या चरित्रापासून शिकण्यासारख्या आहेत. असो. येणेप्रमाणे आज चार-पाच वर्षे सतत प्रयत्न करून जी माहिती मिळाली ती ह्या चरित्रात सादर केली आहे. त्यामध्ये व्यक्तीविषयक माहितीस महत्त्व न देता जी सयुक्तिक व साधार वाटली तेवढीच घेतली आहे. पुष्कळ गोष्टीस आधार नसल्यामुळे त्या प्रसिद्ध करता आल्या नाहीत व यदाकदाचित आणखी काही अपेक्षित कागदपत्र मिळाले तर त्या सर्व गोष्टी पुढील आवृत्तीच्या वेळी प्रसिद्ध करिता येतील. ह्यापुस्तकामध्ये प्रसिद्ध झालेल्या माहितीमध्ये कोठे काही गैरसमज झाला असल्यास किंवा दुसरी काही चूक झाली असल्यास त्याजबद्दल कोणी योग्य सूचना केल्यास किंवा आणखी काही जास्त माहिती पाठविल्यास आमच्यावर फार

आपण त्या सत्ताधीशांना अशा परिस्थितीत ठेवले पाहिजे की स्थानिक प्रशासन दुर्बल होईल आणि आपण त्याचा फायदा घेऊ शकू... या किंवा दुसऱ्या कोणत्याही मार्गाने आपण या लोकांना शिकविलेच पाहिजे की तुम्ही राजा असा किंवा प्रजा, इंग्रजांच्या भारतातील सार्वभौम सत्तेला कोणताही बाध आणू शकत नाही. संपत्ती संपादन, धार्मिक स्वराज्य, सामाजिक दर्जा, प्रतिष्ठा, राष्ट्रीयता, राजकीय अधिकार हे सर्व त्यांना केवळ आपल्या (इंग्रजांच्या) सार्वभौम नियंत्रणाखालीच मिळू शकते हेही त्यांना शिकविले पाहिजे आणि ते जर घडून आले नाही तर युरोपियनांविरुद्ध सर्वंकष युद्ध भडकण्याचा दिवस फार दूर असणार नाही. भारतीयांना अशा शिक्षणाची गरज आहे की त्यांची मनेही आपल्या सारखाच विचार करू लागतील. भारतातील इंग्रजांचे सध्याचे साम्राज्य सांभाळायचे आणि तेही फ्रान्स, रशिया यांच्याशी युद्धे खेळत तर आपण भारतीयांबाबत शत्रुत्वाच्या भावनेपेक्षा वेगळी भावना (मैत्रीची) ठेवली पाहिजे. आपल्या इंग्रजी रेजिमेंटचा आपल्याला या कामी उपयोग होऊ शकेल.

१. ही गोष्ट एका इंग्रज ग्रंथकारानेही प्रांजलपणाने कबूल केली आहे:-

...१८५७ च्या बंडवाल्यांची खरी आणि निकडीची गरज ही होती की ज्याच्यात समर्थ लष्करी नेतृत्वाचे गुण असतील, ज्याला भारतभर मान्यता असेल, सर्व हालचालीचे जो केंद्रबिंदू असेल आणि जो साधन सामग्रीने सुसज्ज असेल, जो सर्व सैनिकांचे प्रेम, श्रद्धा, विश्वास जिंकू शकेल, कोणत्याही वैयक्तिक लाभापोटी नव्हे तर कायदेशीर हक्क संपादन करण्यासाठी आपण लढत आहोत अशी जाणीव सैनिकांत निर्माण करू शकणाऱ्या, सर्व अर्थाने समर्थ नेतृत्वाची त्यावेळी गरज होती.

उपकार होतील.

असो. शेवटी ज्या सद्गृहस्थांनी आम्हास ह्या कामी फार चांगले साह्य केले त्यांचे कृतज्ञ अंतःकरणाने आभार मानून ही लांबलेली प्रस्तावना आम्ही संपवितो.

आम्हास माहिती देण्याचे कामी सर्वांत अत्युत्तम साहाय्य करणारे गृहस्थ खुद्द राणीसाहेबांचे दत्तक पुत्र श्रीमंत दामोदरराव झाशीवाले हे होते. ह्या थोर गृहस्थांची दैवदुर्विपाककथा ह्या पुस्तकाचे शेवटी दिली आहे. ह्या गृहस्थांनी आपल्या अतुल पराक्रमी मातुश्रीची साद्यंत हकिकत आम्हास मिळवून दिली हे त्यांचे आमच्यावर फार फार उपकार आहेत. ते शब्दांनी व्यक्त करण्यास आम्ही असमर्थ आहोत.

श्रीमंतांप्रमाणेच मि. डिग्बी, रा. ब.चिंतामणराव वैद्य, रा. सा. माधवराव लेले, रा. सा. चिंतामणराव तांबे इत्यादी सद्गृहस्थांनी पुष्कळ माहिती मिळवून दिली म्हणून त्यांचे व त्याचप्रमाणे के, मॅलिसन, मार्टिन, बेल, आर्नोल्ड, लो, सिल्व्हेस्टर इत्यादी अनेक इंग्रज ग्रंथकारांचे आमच्यावर फार उपकार आहेत. ह्याशिवाय ज्या अनेक मित्रमंडळीने परोपरीने साह्य केले त्या सर्वांचेही आमच्यावर फार उपकार आहेत. तथापि त्यातल्यात्यात आमचे मित्र प्रो. बाळ गंगाधर टिळक ह्यांनी वारंवार उत्तेजनपूर्वक फार उपयुक्त सूचना केल्या; रा. सा. रघुनाथ पांडुरंग करंदीकर हायकोर्ट वकील सातारा ह्यांनी हरएक प्रकारची काळजी घेऊन विषय रचनेसंबंधाने वेळोवेळी चांगला सल्ला दिला, रा. रा. वासुदेव गणेश चिरमुले बी. ए. एल्. एल. बी व रा. रा. नरसिंह चिंतामण केळकर बी. ए. ह्यांनी प्रूफे तपासण्याचे कामी मोठ्या आनंदाने साहाय्य केले, ह्या सर्वांचे अंतःकरणपूर्वक आभार मानल्यावाचून राहवत नाही. ह्याशिवाय मि. विश्राम लक्ष्मण कोरगावकर ह्यांनीही विशेष काळजी घेऊन पुस्तक तपासले त्याबद्दल त्यांचे आभार मानणे आवश्यक आहे.

शेवटी ज्या निर्णयसागर छापखान्यात हे पुस्तक छापून प्रसिद्ध झाले त्या छापखान्याचे मालक रा. रा. तुकाराम जावजी ह्यांनी ह्या पुस्तकासंबंधाने मध्यंतरी अनेक विघ्ने आली तरी मोठ्या दृढनिश्चयाने व विशेष काळजी घेऊन शांतपणाने ह्या पुस्तकाचे काम पार पाडले म्हणून त्यांचेही आभार व्यक्त करणे आवश्यक आहे.

असो. ह्या आमच्या अल्पसेवेचा महाराष्ट्रवाचक हंसक्षीरन्यायाने स्वीकार करोत एवढी जगन्नियंत्याजवळ प्रार्थना आहे. ती पूर्ण होवो.

सातारा **– रावबहादूर दत्तात्रय बळवंत पारसनीस**

ता. ४ नोव्हेंबर १८९४

अनुक्रमणिका

चित्रानुक्रम

झाशी संस्थानच्या
महाराणी लक्ष्मीबाईसाहेब

जन्म : शके १७५७   मृत्यू : शके १७८०

''गुणाः पूजास्थानं गुणिषु न च लिंगं न च वयः''

भवभूति

प्रकरण १ ले
झाशी संस्थान

उत्तर हिंदुस्थानामध्ये बुंदेलखंड[१] नामक फार सुपीक प्रदेश आहे. ह्यामध्ये जी अनेक एतद्देशीय संस्थाने प्रसिद्ध आहेत. त्यांतील झाशी हे एक प्रमुख संस्थान होय. हे विंध्याद्रीचे दक्षिण उतारावर यमुना नदीचे उत्तरेकडे असून,

---

१. बुंदेलखंड म्हणजे बुंदेले लोकांचा प्रदेश. बुंदेले या नावासंबंधाने दोन आख्यायिका ऐकण्यात आहेत. त्या अशा –

१) काशीच्या राजघराण्यात कोणी पंचम ह्या नावाचा राजा होऊन गेला. त्याला त्याच्या बंधूंनी बलोन्मत्त होऊन पदभ्रष्ट केले व राज्यातून हाकलून लावले. तेव्हा तो हताश होऊन भटकत भटकत विंध्याचलावर आला. तेथे विंध्यवासिनी देवीचे स्थान फार प्रसिद्ध असल्यामुळे त्याने राज्यप्राप्त्यर्थ देवीची आराधना करण्यास सुरुवात केली, एवढेच नव्हे, पण देवीस सुप्रसन्न करण्याकरता स्वदेहाचा बळी देण्याचा निश्चय केला, व त्याप्रमाणे तो तलवारीने आपल्या शरीरावर घाव मारू लागला. हे निस्सीम भक्तीचे चिन्ह पाहून देवी प्रसन्न झाली आणि तिने आपले स्वरूप प्रगट करून उपासकाच्या हस्तांतील तलवार घेतली व राज्य परत मिळेल असा त्यास आशीर्वाद दिला. त्याने आपल्या अंगावर वार केले होते तेथून रक्तबिंदू (बुंद) गळत होते. त्याच्या वंशजांस या विलक्षण भक्तीचे आणि भयंकर कृत्याचे स्मरण राहावे म्हणून त्यांचे बुंदेले हे नाव पडले.

२) हरदेव या नावाचा काशीच्या राजघराण्यात एक पुरुष होता. त्याने आपल्या प्रांतांतून एक मुलगी पळवून आणून ओंच्छ (वोरछा ?) येथे येऊन ठाणे दिले. पळवून आणलेले मुलीस बुंदी म्हणजे दासी असे तेव्हाचे लोक म्हणत असत. ओंछ येथे काही दिवस गेल्यावर तेथील राजाचा व त्याचा परिचय झाला. मुलगी मिळविण्याकरिता राजाने गोड बोलून हरदेवाचे मन वश केले होते. व त्यास बक्षीस देईन म्हणून अभिवचनही दिले होते. उत्तरोत्तर दोघांचे सख्य वाढून हरदेवाने त्या मुलीचे लग्न राजाबरोबर लावले. त्यांच्या संततीस बंडेल किंवा बुंदेले असे नाव पडले.

पूर्व रेखांश ७८/२२'/१५" व ७९/२७'/३०" व उत्तर अक्षांश २५/३'/४५" व २५/५८'/४८" यांचेमध्ये आहे. उत्तरेस ग्वाल्हेर व सीमथरची रियासद; पूर्वेस धसान नदी व तीपलीकडे हमीरपूर; दक्षिणेस ललितपूर परगणा, वोरछा अथवा तेहेरीची रियासद; आणि पश्चिमेस दतिया व ग्वाल्हेर असून, त्याचे एकंदर क्षेत्रफळ ४,९८३ चौरस मैल व लोकसंख्या ९,३४,९३४ आहे. परगणे बारा असून त्यांत एकंदर गाव २, १४० आहेत. ह्या प्रांतांतून वाहणाऱ्या मुख्य नद्या तीन. पहून, वेत्रवती व धसान. ह्या प्रांतांत काही मुलूख पहाडी आहे. संस्थानच्या राजधानीचे शहर झाशी हे असून तेथे एक बळकट किल्ला आहे.

झाशी संस्थानचा प्राचीन इतिहास मुळीच उपलब्ध नसल्यामुळे त्या संबंधाची विश्वसनीय माहिती मिळत नाही. तथापि, सन १५०० सालापासून त्याबद्दलचा काही आधार सापडतो. त्या वेळी हा प्रांत वोरछाचा राजा बीरसिंगदेव ह्याच्या ताब्यात असून झाशी हे एक लहानसे खेडेगाव होते. बीरसिंगदेवाने आपल्या कारकिर्दीत झाशी येथे प्रचंड किल्ला बांधून त्यास चांगले स्वरूप आणिले. बीरसिंगदेव हा मोठा क्रूरकर्मा होता. त्याने १६०२ ह्या वर्षी दिल्लीपती अकबर बादशहाच्या अती मर्जीतला मुत्सद्दी व इतिहासकार अबुलफजल ह्यास ठार मारिले. त्यावरून अकबर बादशहास त्याचा मनस्वी राग आला, व त्याने त्याचे पारिपत्य करण्याकरिता आपला मुलगा सेलिम ह्यास फौज देऊन बुंदेलखंडांत पाठविले. तेव्हा बीरसिंगदेव भिऊन कोठे पळून गेला. हाच सेलिम पुढे तीन वर्षांनी, म्हणजे इ. स. १६०५ या वर्षी दिल्लीच्या गादीवर बसला. जहांगीर म्हणून पुढे जो सुप्रसिद्ध बादशाहा उदयास आला तोच हा. त्याची बीरसिंगावर पुन: मेहेरबानी होऊन त्याने त्यास अपराधाची क्षमा करून झाशीप्रांत परत दिला. इ. स. १६२७ मध्ये हा 'जगज्जेता' चक्रवर्ती बादशहा मृत्यू पावला, व त्याचा मुलगा शहाजहान हा दिल्लीपदावर अधिष्ठित झाला. तो पुन: बीरसिंगदेव अधमपणा स्वीकारून बादशाहाच्या मुलुखांत दंगेधोपे व लूटमार करू लागला. हे वृत्त बादशाहास समजताच त्याने त्याची खोड मोडून त्याची सर्व जहागीर जप्त केली. त्या वेळेपासून सन १७०७ पर्यंत झाशीप्रांत दिल्लीच्या बादशहाकडे होता. पुढे सन १७०७ मध्ये, बहादूरशाहा गादीवर आल्यानंतर त्याने झाशी परगणा छत्रसाल राजास जहागीर दिला.

हा छत्रसाल परमार जातीचा रजपूत राजा असून पन्नास येथे राज्य करीत

असे. त्याच्या बापाचे नाव चंपतराव. छत्रसाल हा पुरा हिंदुधर्माभिमानी व शूर होता. सर्व बुंदेलखंडावर त्याचे पूर्ण प्राबल्य असून तो चांगला धनवैभवसंपन्न होता. त्याची सत्कीर्ती सर्व हिंदुस्थानामध्ये दुमदुमत असे. तत्कालीन एका कवीने त्याचे हिंदीमध्ये फार सुरस वर्णन केले आहे. ते असे :-

चाकचक चमूके अचाकचक चहूं ओर
चाकसी फिरत धांक चंपतिके लालकी।
भूषण भणत बादशाही मारि जेर करि
काहू उमराव ना करेरी करबालकी।।
सुनि सुनि रीति बीर दैतके बडप्पनकी
थप्पनउ थप्पनकी रीति छत्रसालकी।
जंग जीति लेवा ते वै व्है कै दाम देवा
भूपसेवा लागे करत महेवालहि पालकी।।१।।
भुजभुजगेशकेवै संगिनी भुजंगिनीसी
खेदि खाती दीह दारुण दलनके।
बखतर पाखरनि बीच धसि जात
मीन पैरी पारजात परबाह ज्यों जलनके।।
रैयारवि चंपतिके छत्रशाल महाराज
भूषण सकतको बखानियों बलनको।
पछीपर छीने ऐसे परेपर छीने बीर
तेरी बरछीने बर छीने हैं खलनके।।२।।
राजत अखंड तेज छाजत सुजस बडो
गाजत गयन्द दिग्गज निहिये शालको।
जाके परतापसों मलिन आफताब होत
ताप तीज दुज्जनकरत बहु ख्यालको।।
साजि सज्जि गज तुरी कोतलकतारी
दीन्हे भूषण भनत ऐसो दीन प्रतिपालको।
और राजा राव मन एक हू न ल्याऊं
अब साहूको सराहौं की सराहौं छत्रशालको।।३।।

असो. बुंदेलखंडाधिपती छत्रसाल राजा उत्तम रीतीने राज्य चक्र चालवीत असल्यामुळे सर्व प्रजा त्यावर संतुष्ट असे. परंतु "परवृद्धिमिराहितव्यथ:

स्फुटनिर्भिदुराशयोधमः' ह्या नियमाप्रमाणे अधिकारमदाने उन्मत्त होऊन हिंदुराजांना त्रास देण्यात भूषण मानणाऱ्या यवनवर्गास मात्र छत्रसाल राजाचा उत्कर्ष सहन झाला नाही. माळव्याचा सुभेदार व अलहाबादेचा नबाब महंमदखान बंगष ह्याने तर छत्रसाल राजावर वारंवार स्वाऱ्या करून त्यास त्रस्त करण्याचा विडाच उचलला. बिचारा छत्रसाल ह्या वेळी वार्धक्यावस्थेत असल्यामुळे त्याच्याने ह्या बलोन्मत्त यवन सुभेदाराचा खरपूस समाचार घेववेना. त्यामुळे तो चिंताक्रांत होत पराक्रमपटू सेनासाहाय्याची अपेक्षा करू लागला. यवन सुभेदार महाप्रबल असून त्याजवळ साठ हजार फौज तयार होती, व त्यास दिल्लीपतीचे चांगले साह्य होते. त्यामुळे त्याचे पारिपत्य करणे अती दुष्कर वाटू लागले! इतक्यांत सुदैवाने छत्रसाल राजास, महाराष्ट्रांतील गोब्राह्मणप्रतिपालक क्षत्रियकुलावतंस श्रीमंत छत्रपती शाहू महाराज ह्यांचे पट्टप्रधान थोरले बाजीरावसाहेब पेशवे ह्यांच्या रणशौर्याचे स्मरण होऊन, त्याने पत्र त्यांस स्वसैन्यानिशीं बुंदेलखंडांत येऊन मला यवनांच्या दाढेतून सोडवावे असे विनंतिपत्र पाठविले. हे विनंतीपत्र करुणरसाने ओतप्रोत भरले असून त्यामध्ये हिंदुस्थानी भाषेत शंभर दोहरे[१] लिहिले होते. त्यांतील एक दोहरा[१] मासल्याकरिता येथे दिला आहे.

दोहरा

जैसी बीतिथी गजराजकू वैशी बीति है आज।।
बाजी जात बुंदेलकी, राखो बाजी, लाज[२]।।१।।

---

१. हे संपूर्ण दोहरे मिळविण्याबद्दल आम्ही फार प्रयत्न केला! एवढेच नव्हे, पण छत्रसाल राजाचे प्रस्तुतचे वंशज छत्रपूरचे महाराज विश्वनाथसिंग बहादूर व पन्नाचे महाराज महींद्र सर रुद्रप्रतापसिंग बहादूर, के.सी.एस.आय. ह्या उभय नृपवरांसही विनंती करून पाहिली, पण काही उपयोग झाला नाही.

२. निबंधमालेच्या ३१ व्या अंकांत का.ब. ह्या सहीचे पत्र आहे. त्यांत एक दोहरा दिला आहे तो असा: –

'जो गति ग्राह गजेंद्रकी सो गत भइ है आज॥
बाजी जात बुंदेलकी राखो बाजीराव॥१॥''

अर्थ – (ओवी)

'जी गति झाली गजेंद्राची। तीच आज आमची साची॥
बाजी जो बुंदेलाची। राखी बाजी राजया॥१॥''

अशा प्रकारचे विनंतिपत्र पाहून बाजीरावांस छत्रसाल राजाची करुणा आली व त्यांनी श्रीमंत छत्रपती सरकारच्या परवानगीने बुंदेलखंडावर स्वारी करण्याचा निश्चय केला. लौकरच सर्व सेनेची सिद्धता होऊन सुमुहूर्तावर स्वारी रवाना झाली. ते मजल दरमजल कूच करीत ''चाकणचौऱ्यायशींत' आले, व सुमारे एकवीस दिवसांनी बुंदेलखंडांत येऊन दाखल झाले. तेथे त्यांच्या व छत्रसाल राजाचा शत्रू जो महंमदखान बंगष ह्याच्या बऱ्याच चकमकी झडल्या. मराठे लोकांनी यवन सेनेची अगदी दाणादाण करून सोडली. अखेर महंमदखानाने बाजीरावाच्या प्रतापसूर्यास दिपून जाऊन पळ काढिला. अशा रीतीने छत्रसाल राजाचे संकट निवारण झाले व बाजीरावसाहेबांच्या कंठांत विजयश्रीने माळ घातली. तदनंतर, बाजीरावसाहेबांच्या व छत्रसाल राजाच्या प्रेमोत्कंठापूर्वक पा येथे भेटी झाल्या. त्यांत बुंदेलप्रभूने त्या नरपुंगवाचे उत्तम प्रकारे आगतस्वागत करून त्यास काही प्रांत नजर दिला, एवढेच नव्हे, पण त्यास आपला तिसरा पुत्र असे मानून, मृत्युसमयी आपल्या तीन कोटीच्या राज्यापैकी एक कोटी उत्पन्नाचा मुलूख बक्षीस दिला[१].

ह्या एक कोटीच्या बक्षीस मिळालेल्या प्रांताचे श्रीमंत बाजीरावसाहेब पेशवे ह्यांनी तीन भाग करून त्यांवर तीन सुभे नेमिले. पहिले सुभे गोविंदपंत बुंदेले (ह्यांचे पूर्वीचे नाव गोविंदा खेर असे असून ते बाजीराव साहेबांच्या जवळ शागिर्दी करीत असत.) ह्यांच्या ताब्यात सागर, गुलसराई, जालवण वगैरे चाळीस लक्षांचा मुलूख दिला.[२] बाजीरावाच्या अनुपम सौंदर्यास जी लुब्ध झाली, व त्याच्या अलौकिक शौर्यादी गुणास मोहून जी त्याची केवळ नाटकशाळा होऊन राहिली, त्या मस्तानीस बाजीरावापासून झालेला एक समशेरबहाद्दर

१. छत्रसाल राजास जगत्‌राजदेव व हरदेव असे दोन मुलगे होते. तथापि मराठी साम्राज्याच्या छोट्या बखरीमध्ये बावन होते म्हणून लिहिले आहे व ह्यांपैकी बुद्धिसिंगाने महमदखान बंगषाचे पारिपत्य करण्याचे कामी फार मदत केली असेही म्हटले आहे. परंतु त्यास दुसरा आधार सापडत नाही!

२. गोविंदपंत बुंदेले ह्यांचा पानिपतच्या लढाईत नजीबखान रोहिल्याने वध केला. त्यास दोन मुलगे होते. त्यांच्याकडे काल्पीचे राज्य काही दिवस चालत होते. प्रस्तुत त्यांच्या वंशजांकडे सागर वगैरे मुलुखापैकी गुलसराई वगैरे तीन लक्षांचा प्रांत चालू आहे. सध्या गुलसराईस जे राजे आहेत, त्यांचे नाव राजा आत्माराम बाबा बहादूर असे आहे.

नावाचा मुलगा होता. हा दुसरा सुभा. ह्याचे ताब्यात बाजीरावाने बांदा, काल्पी, वगैरे चाळीस लक्षांचा मुलूख दिला. परंतु तो अल्पवयी असल्यामुळे त्या प्रांताची व्यवस्था शिंद्याकडे सोपविली[1] होती आणि बाकी राहिलेला वीस लाखांचा मुलूख नारो शंकर मोतीवाले म्हणून कोणी सरदार होते त्यांस दिला, व त्याची सुभेगिरीही त्यांच्याकडेच दिली. हा वीस लक्षांचा झाशी प्रांत होय.

सन १७५६ साली झाशी येथील पूर्वीच्या गोसावी राजाने बंड करून तेथील पेशव्यांच्या सुभेदारास[2] पळवून लाविले. ही बातमी पेशवे सरकारास समजली. तेव्हा त्यांनी रघुनाथ हरी नेवाळकर नामक एका शूर सरदारास

---

१. इ. स. १८१७ साली इंग्रज सरकाराने बांदा प्रांत खालसा केला, व समशेरबहाद्दराचे वंशजांस त्यांनी सालीना ४ लक्षांची नेमणूक करून दिली. सांप्रत त्यांचे वंशज छावणी इंदूर येथे आहेत. त्यास आता इंग्रज सरकाराकडून सालीना तेरा हजार रुपये पेन्शन मिळत असते.

२. झाशी येथील पेशव्यांच्या सुभेदारासंबंधाने बराच मतभेद दृष्टीस पडतो. श्रीमंत दामोदररावसाहेब झाशीवाले ह्यांच्या माहितीमध्ये नारो शंकर मोतीवाले ह्यास झाशीची सुभेदारी मिळाली असे लिहिले आहे. दंभहारकातील इतिहास लेखक लिहितात की: – '(झाशी येथे) प्रथम गंगाधरपंतांची नेमणूक झाली. पुढे गोविंदपंत बुंदेले. नंतर सन १७४२ साली नारो शंकरांची त्या सुभेगिरीवर योजना झाली. नंतर १७५७ मध्ये पेशव्यांनी नारो शंकरांस परत बोलावून महादाजी गोविंद ह्यास नेमिले. त्यांनी रोहिलखंड काबीज केले. पुढे सन १७५९ मध्ये बापूराव कन्हयाराय ह्यांची नेमणूक झाली. ह्या समयी गोविंदपंत बुंदेल्यांनी पेशव्यांस लिहून कळविले की, कोणी शूर सरदार पाठविल्यास इकडे पुष्कळ मुलूख मिळेल. म्हणून त्यांनी चिंतामणराव हरी व रघुनाथ हरी नेवास (ळ)- कर यांना पाठविले.'' इ.इ. लोकहितवादी म्हणतात. 'बाळाजी पंडित यांचे तर्फे नारो शंकर राजेबहाद्दर हे इ.स. १७४२ साली बुंदेलखंडांत आले, आणि उर्चाच्या राजापासून आणखी मुलूख घेऊन झाशीचा किल्ला दुरुस्त केला व शहर वसविले. तसाच यांनी पन्हा (पन्ना) येथील हिऱ्याच्या खाणीत निम्मा हिस्सा घेतला. पुढे नारो शंकर परत आले. आणि महादाजी गोविंद हे तेथे गेले. त्यानंतर बापूराव यास नेमिले होते. तेही परत येऊन पुन: नारो शंकर १७६१ साली गेले. याच साली जालवणचे सुभेदार गोविंदपंत बुंदेले हे पानपतांत मारले गेले आणि समशेरबहाद्दर यास बुंदेलखंडांत पुण्याहून पाठविले. पुढे त्यांचे मागून विश्वासराव लक्ष्मण व नंतर १७७० साली रघुनाथ हरी. त्यांनी २४ वर्षे स्वतंत्रपणे कारभार केला.'' ह्यांमध्ये काहीच मेळ दिसत नाही. सन १७५६ साली झाशीच्या गोसाव्याने बंड करून नारो शंकरांस हाकलून लावल्यामुळे पेशवे सरकारांनी रघुनाथराव हरी नेवाळकर ह्यांची योजना केली असे मानावे तर नारो शंकर फार शूर

तिकडे पाठविले. त्यांनी झाशी येथे जाऊन मोठ्या शौर्याने तेथील जहागीरदार गोसाव्याचा[३] पुंडावा मोडून टाकिला व तेथे पेशव्यांचा सुभा पुन: संस्थापित केला. ही गोष्ट पुणे येथे पेशवे सरकारास कळताच त्यांनी रघुनाथ हरी यांचे फार फार अभिनंदन करून, त्यांच्या बहादुरीबद्दल झाशीची सुभेदारी वंशपरंपरेने त्यांच्याकडे सोपविली.

रघुनाथराव झाशीचे कायम सुभे झाल्यानंतर त्यांनी सर्व बुंदेले राजांच्या बंदोबस्ताकरिता चांगली फौज ठेविली. जे गोसावी पुंडावा करीत असत त्यांचे नवीन आखाडे आपल्या पदरी ठेविले. हे आखाडे चार असून त्यांची नावे आनंत, आभान, आखात आणि नागा अशी होती. ह्या प्रत्येक आखाड्यामध्ये एक एक हजार लोक असत. प्रत्येक गोसाव्यास दरमहा चार रुपये असून

असून ते गोसाव्यास हार जाण्यासारखे गृहस्थ नव्हते. हे त्यांच्या 'राजेबहाद्दर' ह्या किताबावरून व्यक्त होते. शिवाय, पानिपतच्या लढाईमध्ये त्यांचे नाव विशेष प्रसिद्ध झाले असून ते भाऊसाहेबांच्या मर्जीतले शूर सरदार होते असे सर्वश्रुत आहे. ह्या नारो शंकरासंबंधाने फॉरेस्ट साहेबांनी 'गव्हर्नमेंट सिलेक्शन्स' मध्ये पुढील माहिती दिली आहे.

साताऱ्याच्या शाहू राजाच्या कारकिर्दीत राजा बहादूरच्या कुटुंबाचा मूळ पुरुष त्याचे नाव नारो शंकर दाणी (ऋग्वेदी ब्राह्मण) याची नेमणूक उत्तरेत झाशीचा महसूल गोळा करण्यासाठी नानासाहेब पेशव्याने केली. त्याने १४ वर्षे तेथील कारभार करून सरकारला एक रुपयाही दिला नाही. सरतेशेवटी लष्करी नेता या नात्याने त्याला नौबतही बहाल करण्यात आली आणि त्यासाठी त्याला पुण्यास माघारी बोलविण्यात आले. पुण्यात प्रवेश करताना त्याने नौबत वाजवण्याचाच गुन्हा केला असे नव्हे तर तो थेट शनिवारवाड्यात आला आणि त्याने घराची मागणी केली. आपल्या वागणुकीचे पुरेसे समर्थन करून तो इथून पुढे मराठी साम्राज्याचा मुख्य सरदारही मानला जाऊ लागला. अत्यंत मौल्यवान रत्न, मोती यांचा तो नेहमी वापर करीत असल्याने मोतीवाला या नावाने ओळखला जाऊ लागला.

(फॉरेस्ट – गव्हर्नमेंट सिलेक्शन्स)

ह्यावरून नारो शंकर हे नानासाहेब पेशव्यांचे कारकिर्दीमध्ये झाशीचे सुभेदार होते एवढे मात्र सिद्ध होते. तात्पर्य, रघुनाथ हरी ह्यांच्या पूर्वी झाशीस जे सुभेदार झाले त्यांची बरोबर माहिती मिळत नाही.

३. हा गोसावी पुढे रघुनाथ हरी यांस शरण आला. तेव्हा त्यांनी त्यास १०/१२ हजारांची वंशपरंपरा जहागीर दिली. ती अद्यापि त्याच्या वंशजाकडे चालत आहे.

त्यांनी लढाईच्या वेळी मात्र साहाय्य करावे व लढाईमध्ये जी लूट मिळेल तिचा अर्धा हिस्सा घ्यावा, असा क्रम ठेविला होता. त्यांची हत्यारे म्हटली म्हणजे तलवार, बाण, तोडेदार बंदुकी, तीरकमटे व उंटावरच्या जंजाळा ही असत. ह्या गोसावीसेनेच्या साहाय्याने रघुनाथरावांनी बुंदेलखंडांतील सर्व तीस बत्तीस संस्थानिकांस आपल्या कह्यांत आणून सोडिले होते. ह्या सर्व संस्थानिकांनी पेशव्यांच्या प्रांतामध्ये लूटमार करण्याचे अगदी बंद केले, एवढेच नव्हे, पण उलट, ते झाशीचे सुभेदार रघुनाथराव ह्यांस आपसांतील तंट्याचे वेळी साहाय्यास बोलावून, त्यांस तत्प्रीत्यर्थ पाच सहा लक्ष रुपये खंडणी देत असत. बुंदेलखंडामध्ये मराठ्यांची सत्ता पूर्णपणे स्थापन करण्यास रघुनाथरावांस त्यांचे बंधू लक्ष्मणराव व शिवरावभाऊ ह्यांचेही चांगले साह्य झाले.

रघुनाथ हरी नेवाळकर ह्यांचे मूळ पुरुष पहिले रघुनाथराव हे कोकणप्रांतामध्ये मौजे कोट तर्फ पावस सुभा राजापूर येथील अष्टाधिकारी होते. ते खानदेशांमध्ये धुळ्याजवळ मौजे बहादरपुरा म्हणून एक खेडेगाव आहे तेथे येऊन राहिले. त्यांस दोन पुत्र होते. एकाचे नाव खंडेराव व दुसऱ्याचे नाव दामोदरपंत. ह्या दोन मुलांसह रघुनाथराव हे आपली कालक्रमणा गरीब स्थितीमध्ये करीत असत. पुढे ह्या दोन्ही मुलांस संतती झाली. ती चांगली भाग्यवान निघाल्यामुळे बहादरपुऱ्यासारख्या भिकार खेडेगावामध्ये राहणाऱ्या ह्या नेवाळकर घराण्याचा चांगला उदय झाला. दामोदरपंत ह्यास राघोपंत, सदाशिवपंत, आणि हरिपंत असे तीन पुत्र होते. हे फार हुशार व पराक्रमी निपजून त्यांनी श्रीमंत पेशवे सरकारकडे व माळव्याचे सुभेदार थोरले मल्हारराव होळकर यांच्याकडे जाऊन, आपल्या शौर्यादी गुणांच्या योगाने त्यांची मर्जी संपादन केली व त्यांच्याकडून खानदेशांत चोरवड सीरमणी परगणे उत्राण येथील, आणि गुजराथेतील अहमदाबाद इत्यादी प्रांतांचे मामले करून चांगला लौकिक मिळविला. पुढे त्यांस होळकरांच्या फौजेत सरदारीही मिळाली. त्यांनी आपल्या स्वत:च्या बळावर अनेक पराक्रमाची कामे करून खानदेशातील पारोळे गाव वगैरे जहागिरी मिळविल्या. राघोपंत हे लढाईत मारले गेले. त्यांचे बंधू सदाशिवपंत व हरिपंताचे मुलगे लक्ष्मणराव हे पारोळ्यास राहून आपल्या जहागिरीचा बंदोबस्त करीत असत आणि हरिपंत हे पुण्यास पेशवे सरकाराजवळ राहून फौजेची सरदारी करीत असत. ह्या हरिपंताचे पुत्र रघुनाथराव हे श्रीमंतांजवळ असल्यामुळे त्यांचे गुण श्रीमंतांच्या नजरेस येऊन ते त्यांच्या मर्जीस उतरले होते. यामुळे झाशीतील गोसाव्यांचे बंडाची

खबर पुण्यास कळताच त्यांनी रघुनाथराव हरी ह्यांची त्या कामगिरीवर तत्काल योजना केली. रघुनाथरावांनी झाशीस जाऊन आपला पराक्रम कसा व्यक्त केला, आणि झाशीची सुभेदारी कशी संपादन केली, ह्याचे दिग्दर्शन वर केलेच आहे. त्यांनी चाळीस वर्षे झाशी येथे राहून पेशव्यांची सुभेदारी उत्तम प्रकारे बजाविली व सर्व मुलुखाचा उत्तम बंदोबस्त केला. एवढेच नव्हे, पण महाराष्ट्र राज्याचा ध्वज बुंदेलखंडामध्ये अखंड फडकत ठेवून, आम्हा महाराष्ट्रीयांच्या अंगी, स्वधर्माभिमान, तेजस्विता, पराक्रम वगैरे गुण कोणत्या प्रकारे वास करीत होते हे सर्व लोकांस विश्रुत केले. तेव्हा अशी प्रतापचुडामणीच्या वंशामध्ये पुरुषच काय, पण बायकादेखील आपल्या प्रतापकिरणांनी अखिल जगास थक्क करून सोडणाऱ्या निपजाव्या ह्यात आश्चर्य ते काय? अर्थात झाशीचे शूर सुभेदार रघुनाथराव हरी नेवाळकर हे आमच्या चरित्रनायिका महाराणी लक्ष्मीबाईसाहेब ह्यांच्या भर्तृवंशाचे मूळपुरुष होत हे आता निराळे सांगावयास नकोच.

रघुनाथराव हे सामान्य पुरुष नव्हते. त्यांनी फक्त झाशीची सुभेदारी करून आपला लौकिक गाजविला नाही, तर स्वत: पारलौकिक सुखाचा अलौकिक ठेवा संपादन करून इहलोकी आपले नाव चिरकाल गाजविण्याचा प्रयत्न केला. त्यांनी आपला वृद्धापकाळ झाला असे पाहून आपले कनिष्ठ बंधू शिवरावभाऊ ह्यास झाशीची सुभेदारी दिली, आणि राहिलेले आयुष्य ईश्वरचिंतनामध्ये घालविण्याकरिता आपण श्रीकाशीक्षेत्री गमन केले. तेथे त्यांचा सन १७९६ मध्ये अंत झाला. खरोखर, रघुनाथरावांची वैभवसंपन्नता व वैराग्यशीलता अवलोकन करून, कोणासही 'प्रपंच साधुनिक परमार्थाचा लाभ जयाने केला तो नर भला भला' ह्या साधुवचनाप्रमाणे त्यांस 'भले' म्हटल्यावाचून राहवणार नाही.

असो. रघुनाथरावांच्या मागून शिवरावभाऊ हे झाशीचा सुभेदार झाले असे वर म्हटले आहे. ते शिवरावभाऊही फार शूर होते. ह्या वेळी दुसरे बाजीराव हे पेशव्यांच्या गादीवर विराजमान असल्यामुळे पुण्याच्या दरबारात सर्व गोंधळ झाला होता. सर्व प्रांतांवरची देखरेख कमी झाल्यामुळे पेशव्यांस खंडणी देऊन त्यांच्या नावाने राज्यकारभार करणारे ठिकठिकाणचे सुभेदार स्वतंत्र झाले. झाशीची सुभेदारी जरी पेशव्यांनी रघुनाथरावांस वंशपरंपरेने दिली होती तरी त्यांना पुणे दरबारी प्रति-वार्षिक जमाखर्चाच्या यादी पाठवाव्या

लागत. परंतु रावबाजीच्या कारकिर्दीमध्ये अंदाधुंदी झाल्यामुळे शिवरावभाऊ ह्यांनी यादी पाठविणे बंद केले. शिवरावभाऊ हे सर्व बुंदेलखंडामध्ये अग्रेसर असल्यामुळे व सर्व बुंदेले राजे त्यांच्या ओंजळीने पाणी पीत असल्यामुळे, ब्रिटिश सरकाराने त्यांच्याशी दोस्ती करण्याचा घाट घातला. ह्या वेळी हिंदुस्थानात इंग्रजांचे विशेष प्राबल्य नसून फक्त पेशवे सरकाराबरोबर केलेल्या वसईच्या तहाच्या योगाने मराठी साम्राज्यात त्यांचा चंचुप्रवेश झाला होता. शिंदे, होळकर, नागपूरकर भोसले वगैरे रणशूर मराठे सरदारांबरोबर युक्तीने कुरापती काढून त्यांच्या जुटीची शक्ती हरण करण्याकरिता वेलस्ली, लेक वगैरे मोठमोठे इंग्रज सेनापती बाह्यात्कारे पेशव्यांचा कैवार घेऊन लढत होते. लेक साहेबांनी बुंदेलखंडापर्यंत चाल केली. परंतु तेथे अनेक बुंदेले राजे पेशव्यांचे बलाढ्य सुभेदार शिवरावभाऊ ह्यांच्या वर्चस्वाखाली मोठ्या बंदोबस्ताने राहात असल्यामुळे ब्रिटिश सरकारचा तेथे सहज प्रवेश होण्याची मुळीच आशा नव्हती. तेव्हा लेक साहेबांनी ता. १८ नोव्हेंबर सन १८०३ रोजी इझलखान नामक वकिलाच्या मध्यस्तीने शिवरावभाऊंचा व ब्रिटिश सरकारचा नवीन स्नेह जुळविण्याचा विचार करून, 'वजीब-उल-अर्ज' म्हणून एक सख्य जोडणारा खलिता घेतला.

ह्या खलित्याच्या योगाने बुंदेलखंडांतील प्रमुख सुभेदार शिवरावभाऊ हे इंग्रज सरकारास अनुकूल झाल्यामुळे तेथे ब्रिटिश राजसत्ता स्थापन करण्याचे कामी त्यांचा फार उपयोग झाला. सन १८०४ मध्ये इंग्रजांची काही फौज घेऊन कॅप्टन बेलीस साहेब हे बुंदेलखंडामध्ये आले, त्यांस भाऊंनी राजकीय बाबतींत जी पोक्त सल्ला दिली ती त्या वेळेचे कमांडर-इन-चीफ लॉर्ड लेक ह्यांस फार पसंत पडली. म्हणून त्यांचे व गव्हर्नर जनरल ह्यांचे हुकुमावरून कॅप्टन बेलीस ह्यांनी छावणी कठारा येथे ता. ६ फेब्रुवारी सन १८०४ रोजी नऊ कलमांचा तह केला. त्याचा सारांश - भाऊ व ब्रिटिश सरकार परस्परांचे मित्र झाले आहेत. त्या अर्थी संकटप्रसंगी परस्परांनी परस्परांस मदत करावी. शिवरावभाऊंनी ब्रिटिश सरकारच्या अनुमतीखेरीज इंग्लिश किंवा युरोपखंडांतील कोणत्याही राष्ट्रांतला किंवा कोणत्याही जातीचा मनुष्य आपल्या नौकरीस ठेवू नये. भाऊंनी पूर्ववत् पेशवे सरकारास खंडणी द्यावी, इ.

ह्या तहनाम्याप्रमाणे शिवरावभाऊंनी ब्रिटिश सरकाराबरोबर सलोख्याचे वर्तन ठेवून त्यांस वारंवार चांगले साहाय्य केले हे निराळे सांगावयास नकोच. कारण 'चित्ते वाचि क्रियायांचा महतामेकरूपता.' हा सज्जनवर्तनक्रम भाऊंच्या

ठिकाणी पूर्णपणे वसत होता. त्याच्या सत्यतेबद्दल ब्रिटिश सरकारच्या बाजूचाच चांगला पुरावा आहे. ता. १२ एप्रिल सन १८०४ रोजी विलायतेतील कोर्ट ऑफ डायरेक्टरच्या सीक्रेट (गुप्त) कमिटीस त्या वेळचे गव्हर्नर जनरल लॉर्ड वेलस्ली व त्यांचे सभासद जी. एच्. बार्लो व जे. ॲडने ह्यांनी जो रिपोर्ट केला आहे, त्यांत त्यांनी शिवरावभाऊंच्या साहाय्याबद्दल चांगला उल्लेख[1] केला आहे. त्यावरून झाशीचे सुभेदार शिवरावभाऊ ह्यांचे ब्रिटिश सरकारावर चिरस्मरणीय उपकार झाले आहेत हे सिद्ध होते. त्याबद्दल 'नहि कृतमुपकारं साधवो विस्मरन्ति' ह्या न्यायाने लॉर्ड वेलस्ली व लॉर्ड लेक ह्यांनी मोठ्या कृतज्ञ बुद्धीने भाऊंचे वारंवार अभिनंदन केले होते. कारण, भाऊंच्या मित्रत्वामुळे बुंदेलखंडांतील सर्व राजे ब्रिटिश सरकारास पूर्ण अनुकूल झाले ही गोष्ट फार महत्त्वाची होय.

शिवरावभाऊ ह्यांनी आपले बंधू रघुनाथराव ह्यांच्याप्रमाणेच झाशी संस्थानचा राज्यकारभार सुमारे १८ वर्षे करून चांगली कीर्ती संपादन केली. सन १८१४ मध्ये त्यास 'मांदगी' झाली. तेव्हा त्यातून बरे होण्याची आशा नाही असे पाहून, त्यांनी आपले नातू रामचंद्रराव ह्यांस झाशीचे सुभेदार करून, व राज्यव्यवस्था विश्वासू लोकांकडे सोपवून, ते श्रीक्षेत्र ब्रह्मावर्त येथे गेले. तेथे त्यांनी रामनामाचा स्तव करीत गंगेत पलंग टाकून त्यावर प्राणोत्क्रमण केले ! खरोखर, ऐहिक सुखाचा- राज्याधिकाराचा यथेच्छ उपभोग घेऊन व अंतकाली परमेश्वर प्राप्तीचे मुख्य साधन जे तन्नामस्मरण ते उत्तम प्रकारे करून, पारलौकिक सुखाचा लाभ करून घेणारे राजपुरुष झाशीच्या सुभेदारद्वयाप्रमाणे क्वचितच आढळतात असे म्हणण्यास काही हरकत नाही.

---

१. कॅप्टन बालीसचे बुंदेलखंडात आगमन झाल्यानंतर लगेचच त्याला झाशीच्या सुभेदाराकडून (शिवरावभाऊ) काही प्रस्ताव आले आणि भोवतालचे काही जिल्हे पेशव्यांच्या वतीने झाशीचा किल्ला आणि भोवतालच्या काही जिल्ह्यांवर त्यांचा अंमल चाले. त्याने स्वत:च्या हितसंबंधासाठी त्यावेळेचे कमांडर इन चीफ (लॉर्ड लेक) आणि कॅप्टन बालीस यांच्याशी सख्यत्व ठेवले. ४ जानेवारी १८०४ रोजी झाशीचा सुभेदार इंग्रजी छावणीत आला. कॅप्टन बालीस आणि त्याची भेट झाली. कंपनीच्या सेनापतीकडून आणि गर्व्हनर जनरलकडून त्याला शुभेच्छा मिळाल्या. झाशीच्या सुभेदाराच्या फौजा बुंदेलखंड आणि त्याच्या आसपासच्या मुलखात शांतता-सुरक्षा राखण्यास इंग्रजांना सहकार्य करीत होत्या. ब्रिटिश सरकारच्या संरक्षणासाठी सुभेदारांनी अनेक सरदारांची खास नेमणूक केली होती.

सीक्रेट कमिटीशी ग. ज. याचा पत्रव्यवहार पत्र १२-४-१८०४ Vol. P.92

शिवरावभाऊ ह्यास कृष्णराव, रघुनाथराव व गंगाधरराव असे तीन पुत्र व दोन मुली अपत्ये होती. पैकी कृष्णराव हे त्यांचे हयातीतच सन १८११ मध्ये कैलासवासी झाले. त्यामुळे त्यांचे पुत्र रामचंद्रराव हे गादीवर बसले. रामचंद्रराव हे वयाने लहान असल्यामुळे संस्थानचा कारभार त्यांची मातुश्री सखुबाई व संस्थानचे जुने दिवाण राव गोपाळरावभाऊ हे पाहात असत. ह्यांच्या कारकिर्दीमध्ये पुण्यपत्तनस्थ पेशवे सरकार रंगेलपणाच्या शिखरास पोहोचल्यामुळे पेशवाईची सर्व सत्ता ब्रिटिश सरकारच्या हातात जात चालली[१] होती. ता. १३ जून १८१७ रोजी पेशवे सरकारच्या वतीने पेशव्यांचे वकील दीक्षित व बाळाजी लक्ष्मण ह्या दोघांनी बेटावर एल्फिस्टन साहेबांच्या बंगल्यामध्ये जो तह केला त्यातील १३ व्या कलमाच्या योगाने बुंदेलखंडावरचे सर्व स्वामित्व ब्रिटिश सरकारकडे आले[२]. त्यामुळे ब्रिटिश सरकाराने आपला स्वामित्वाचा हक्क स्थापित करण्याकरिता झाशीचे सुभेदार रामचंद्रराव ह्यांच्या- बरोबर नवीन तह करण्याचा बेत केला व त्याप्रमाणे ता. १७ नोव्हेंबर सन १८१७ रोजी झाशीचे सुभेदार रावरामचंद्र यांच्यातर्फे गोपाळरावभाऊ व ब्रिटिश सरकारतर्फे

---

१. सन १८०२ साली वसई मुक्कामी इंग्रजांचा व श्रीमंत बाजीराव पेशवे यांचा जो तह झाला तो 'यावच्चंद्रदिवाकरौ' पाळला जाईल असे वचन असताना, इंग्रजांनी तो युक्तीने मोडून टाकून पेशव्यांचे राज्य खालसा केले पाहून एक इंग्रज इतिहासकार म्हणतो :-

हा (वसईचा) तह चंद्र-सूर्य असे पर्यंत चिरकाल अमलात येईल असे अभिवचन इंग्रजांनी बाजीरावास दिलेले असूनसुद्धा कोमेजलेल्या फुलाकडे पाहावे तशा उपहासाने वा तिरस्कारानेच त्याकडे इंग्रजांनी पाहिले. या तहनाम्याचा मसुदा खुद्द ग. ज. साहेबांनीच केलेला होता. लवकरच साताऱ्याचेही राज्य खालसा झाले. उपरोक्त शब्दच तेवढे कायम राहिले.

एम्पायर इन एशिया पृ. २४३

वरील गोष्टीवरून इंग्रजांची स्ववचनरक्षणदक्षता पहिल्यापासूनच प्रसिद्ध असे दिसते!

२. सदरहू कलमात असे लिहिले आहे की–

राव पंडित प्रधान बहादूर (बाजीराव) या तहाने इंग्रज सरकारकडे बुंदेलखंड आणि भोवतालचा प्रवेश, विशेषत: सागर, झाशी या भोवतालचा प्रवेश आणि त्यावरील आपला मालकी हक्क, आपले हितसंबंध प्रादेशिक आणि लष्करी अधिकार सुपूर्द करीत आहेत. त्या भागातील इंग्रज अधिकाऱ्यांशी संबंध न ठेवण्याचे कबूल करीत आहेत.

पोलिटिकल सुपरिटेंडंट जॉन वाहुचप ह्यांच्यामध्ये पिप्रीच्या छावणीत दहा कलमांचा तह[१] झाला. त्यामध्ये ब्रिटिश सरकारने झाशी संस्थान राव रामचंद्र यांच्याकडे वंशपरंपरा चालविण्याचे कबूल करून त्यांनी इंग्रज सरकारशी इमानेइतबारे वागावे, व परस्परांनी वेळोवेळी परस्परांस साहाय्य करावे, असे ठरले.

सुभेदार रामचंद्रराव ह्यांनी वरील तहाप्रमाणे इंग्रज सरकाराला उत्कृष्ट साहाय्य केले. तो प्रकार असा:- इ. स. १८२५ मध्ये लॉर्ड कोंबरमियर ह्यांनी भरतपुरास वेढा देऊन ते सर केले त्या वेळी मध्य हिंदुस्थानामध्ये पेंढारी वगैरे बंडखोर लोकांनी फार प्रळय करून सोडिला होता. त्यामध्ये कोणी नाना पंडित ह्या नावाचा जालवणच्या गादीवर आपला हक्क सांगणारा एक बंडखोर इसम सैन्य वगैरे जमवून फार प्रमत्त झाला होता. त्याने इंग्रजांशी उघड वैर मांडून त्यांच्या ताब्यातील कित्येक प्रांत हस्तगत केले, व काल्पी शहरावर हल्ला करून तेही सर केले हे पाहून इंग्रज अधिकारी फार चिंताग्रस्त झाले. इंग्रज पोलिटिकल एजंट अॅन्स्ली साहेब ह्यांनी झाशी सरकारचा ताबा घेतल्यावाचून आता आपला तरणोपाय नाही असा विचार करून राव रामचंद्र यास सुरेख युद्धसामग्री देण्याबद्दल विनंती केली. ती रामचंद्रराव ह्यांनी तत्काल मान्य करून, आपल्या रिसाल्यातील ४०० घोडेस्वार, १,००० शूर पायदळ आणि २ तोफा इंग्रजांच्या मदतीस पाठविल्या. ह्या सैन्याने काल्पी येथे जाऊन बंडवाल्यांची तेव्हाच वाताहत केली व काल्पी शहर पूर्ववत् इंग्रजांच्या ताब्यात दिले. झाशीच्या सैन्याची ही मर्दुमकी पाहून इंग्रज अधिकाऱ्यास फार संतोष झाला. त्या वेळचे गव्हर्नर जनरल लॉर्ड विल्यम बेंटिक ह्यांनी झाशीच्या सैन्याचे अभिनंदन करून, सुभेदार राव रामचंद्र ह्यांनी जे अत्युत्तम साहाय्य केले त्याबद्दल कृतज्ञता बुद्धीने झाशी येथे ता. १९ डिसेंबर १८३२ रोजी मोठा दरबार भरवून त्यांचे अत्यंत आभार मानिले, आणि त्यास 'महाराजाधिराज' व 'फिदवी बादशाहा इंग्लिस्तान' (Devoted Servant of the Glorious king of England) अशी पदवी समर्पण केली. एवढेच नव्हे, पण छत्रचामरे व नगारा इत्यादी राजचिन्हांनी त्यास अलंकृत करून त्यांच्या उपकृतींतून अंशत: मुक्त होण्याचा प्रयत्न केला. व समयी रामचंद्रराव ह्यांनी झाशीच्या किल्ल्यावर 'युनियन जॅक' हे निशाण लावण्याची ब्रिटिश सरकारास परवानगी मागितली.

१. हा तह फार महत्त्वाचा आहे. तो पूरणिका अ मध्ये दिला आहे.

तीही त्यांनी मोठ्या संतोषाने दिली. ह्या ध्वजावरून झाशी संस्थानिकाची ब्रिटिश सरकारा विषयीची पराकाष्टेची भक्ती व्यक्त होते.[१] स्वत:च्या किल्ल्यावर जो ध्वज संस्थापित करावयाचा तोदेखील ब्रिटिश राजचिन्हांनी अंकित असावा इतकी ज्या संस्थानिकाची इच्छा त्याच्या राजनिष्ठेचे परिगणन करण्यास कोण समर्थ आहे?

असो. रामचंद्ररावाच्या अज्ञानावस्थेत झाशी संस्थानची राज्य सूत्रे त्यांची मातुश्री सखुबाई इच्याकडे होती असे वर म्हटले आहे. ती सखुबाई फार क्रूर व रागीट बायको होती. रामचंद्रराव वयात आल्यानंतर सर्व कारभार ते स्वतंत्रपणे करू लागले ते तिच्याने पाहवेना. रामचंद्रराव हा तिचा प्रत्यक्ष पुत्र होता. तरी तो नष्ट होऊन सर्व राज्यकारभार आपल्या हाती यावा अशी तिची उत्कट इच्छा होती. ती सिद्धीस नेण्याकरिता तिने रामचंद्ररावांच्या प्राणनाशार्थ अनेक घातक उपायांचे अवलंबन केले तरी त्यात यश येईना असे पाहून शेवटी तिने, रामचंद्ररावास झाशी येथील लक्ष्मीतलावात पोहण्याचा फार नाद होता म्हणून त्यामध्ये गुप्त रीतीने भाले घालून ठेविले! अहाहा! राज्यलालसा किती दारुण आहे, व त्या योगाने अबला देखील प्रबला होऊन क्रूर कृत्य करण्यास कशा प्रवृत्त होतात, हे इतिहासावरून चांगले कळून येते. पेशव्यांच्या घराण्यामध्ये कृत्त्या आनंदीबाईने राज्यलोभाधीन होऊन आपल्या पुतण्याचा वध करविला, आपले दुर्नाम इतिहासामध्ये अजरामर करून ठेवले, त्याप्रमाणे ह्या झाशीच्या कुलदीपिका सखुबाईने प्रत्यक्ष आपल्या बालकाचा अशा नीच रीतीने वध करण्याचा प्रयत्न करून आपले दुर्नाम झाशी संस्थानच्या इतिहासात प्रसिद्ध केले ह्यात संशय नाही परंतु सुदैवाने रामचंद्ररावाच्या पदरी, नारायणराव पेशव्यांच्या चाफाजी टिळेकराप्रमाणे धन्याच्या रक्षणार्थ आपले प्राण देण्यास तत्पर असलेला लालू कोदलकर ह्या नावाचा स्वामिनिष्ठ सेवक होता. त्यास ह्या प्राणघातक अघोर कृत्याचा संशय आला, त्यामुळे त्याने रामचंद्रराव

---

१. ह्या संबंधाने एका युरोपियन गृहस्थाने काढलेले उद्‌गार लक्षात ठेवण्यासारखे आहेत:-

इंग्रजी सरकारचा ध्वज या छोट्या संस्थानाने (झाशी) स्वीकारणे परवडणारे नव्हते पण हिंदूंच्या पारंपरिक कल्पनेनुसार राजनिष्ठा व्यक्त करण्याचे ते प्रतीक होते. मानवतेच्या इतिहासात ही मोठीच वैशिष्ट्यपूर्ण गोष्ट मानावी लागेल.

सी. एफ. इंडोफिल्स... टू दी टाईम्स पृ. ११

तलावात उडी टाकणार तो त्यास इशारत करून वरच्यावर वाचविले! रामचंद्रावाने त्याच्या ह्या उपकृतीबद्दल त्यास योग्य पारितोषिक दिले; परंतु सखुबाईस त्याचा मनस्वी राग आला. तिने त्या हनुमंततुल्य राजनिष्ठ सेवकास मारेकरी पाठवून किल्ल्याचे खाली ठार मारविले. रामचंद्रराव हे स्वभावाने[१] गरीब होते त्यामुळे त्यांनी आपल्या मातुश्रीचा कोणत्याही प्रकारे सूड घेतला नाही. तथापि झाशी दरबारातल्या शहाण्या व चतुर प्रधानमंडळीस[२] हे सखुबाईचे दुष्ट कृत्य असह्य होऊन त्यांनी तिला कैद करून कठारा किल्ल्यामध्ये जन्मपर्यंत बंदीत ठेविले. ज्या घराण्यामध्ये राणी लक्ष्मीबाईसारखी लोकोत्तर अबला उत्पन्न व्हावी त्याच घराण्यात सखुबाईसारखी स्वपुत्रहत्या करण्यास प्रवृत्त होणारी पाषाणहृदया स्त्री उत्पन्न व्हावी हे केवढे आश्चर्य! छे, किंवा आश्चर्य तरी कसले? 'तुळस आणि भांग' एकाच वृंदावनामध्ये उत्पन्न होतात तशांतलाच हा प्रकार होय.

रामचंद्रराव यांच्या कारकिर्दीमध्ये संस्थानच्या कारभाराकडे बरेच दुर्लक्ष झाले होते त्यामुळे वसूल कमी येऊ लागला व बुंदेले लोक पुंडाई करून पहुज वगैरे परगण्यात लूटमार करू लागले परंतु त्यांचा लौकरच बंदोबस्त करण्यात आला.

रामचंद्रराव हे आजारी पडून सन १८३५ मध्ये मृत्यू पावले. त्यास पुत्रसंतान मुळीच नव्हते. म्हणून त्यांच्या पत्नीने त्यांच्या बहिणीचा मुलगा कृष्णराव (सागर प्रांतांत मोरेश्वरराव खेर म्हणून होते त्यांचा पुत्र) ह्यास दत्तक घेतले. परंतु ते दत्तविधान अशास्त्र असल्यामुळे झाशी दरबारात दुफळी झाली. त्यामुळे गादीच्या वारसाचा प्रश्न ब्रिटिश सरकारपर्यंत जाऊन असा निकाल

---

१. रामचंद्ररावाच्या संबंधाने बुंदेलखंडचे पोलिटिकल एजंट कर्नल स्लीमन लिहितात :-

झाशीचा राजा रामचंद्रराव एक तरुण विधवा पत्नी आणि मातुश्री यांना मागे ठेऊन काही महिन्यांनी मृत्यू पावला. पण राजा केवळ २८ वर्षांचा तरुण होता. काहीसा भित्रा पण वागणुकीस अत्यंत चांगला होता.

२. झाशी दरबारातल्या मुत्सद्दी मंडळींच्या शहाणपणासंबंधानेही कर्नल स्लीमन ह्यांनी फार फार प्रशंसा केली आहे. ते म्हणतात :-

झाशीच्या राजाने आतापर्यंत चोख आणि आदरणीय असेच वर्तन ठेवलेले होते. तो देशातील अत्यंत आदरणीय आणि कर्तृत्ववान राज्यकर्ता होता. त्याच्या समकालीनात बुंदेलखंडात त्याची बरोबरी कुणी करणारा नव्हता. त्या साऱ्यांना त्याचा मोठाच आधार वाटत असे.

झाला की, शिवरावभाऊचे औरस पुत्र व रामचंद्ररावाचे सख्खे चुलते तिसरे रघुनाथराव खरे वारस आहेत. त्याप्रमाणे झाशीचे पोलिटिकल एजंट साहेब ह्यांनी रघुनाथराव ह्यास गादीवर बसविले.

रघुनाथराव हे दुर्व्यसनी असून अगदी राज्यव्यवहारशून्य होते. झाशी संस्थानचे आधिपत्य मिळताच त्यांनी चैन उडविण्याचा प्रारंभ केला. अल्पावकाशातच त्यांच्या सभोवती गवयी व वारांगना ह्यांचे थवेच्या थवे जमू लागले. अर्थात रघुनाथराव अनंगरंगांत दंग झाल्यामुळे संस्थानचे उत्पन्न[१] एक चतुर्थांशापर्यंत येऊन पोहोचले व कर्ज मनस्वी वाढत चालले. संस्थानचा बराच भाग ग्वाल्हेर व वोरछा येथील सावकारांनी गहाण ठेविला. तात्पर्य, रघुनाथरावांचे कारकिर्दीमध्ये झाशी संस्थानची राखरांगोळी होण्याचा प्रसंग आला. हे पाहून ब्रिटिश सरकाराने सन १८३७ साली संस्थानची व्यवस्था आपल्याकडे घेतली. इतक्यात, रघुनाथराव हे सन १८३८ च्या एप्रिल महिन्यात मृत्यू पावले. यांनी गजरा[२] ह्या नावाची एक नाटकशाळा ठेविली होती. तिच्यापासून त्यास अल्लीबहाद्दर व समशेर बहाद्दर असे दोन पुत्र झाले. त्यास रघुनाथरावांनी सहा हजारांची जहागीर दिली होती. ती अद्यापि त्यांच्या वंशजांकडे चालू आहे.

रघुनाथराव कैलासवासी झाले त्या वेळी संस्थानावर हक्क मागणारी मंडळी पुढे लिहिल्याप्रमाणे तयार झाली-

(१) गंगाधरराव, (२) रामचंद्ररावांचा दत्तक म्हणविणारा कृष्णराव, (३) रघुनाथरावांचा दासीपुत्र अल्लीबहाद्दर, (४) रघुनाथरावांची बायको.

ह्या हक्कदारांचा विचार करण्याकरिता गव्हरनर-जनरल ह्यांनी फ्टेनन्ट स्पेअर्स (ग्वाल्हेरचे रेसिडेंट), सायमन फ्रेजर, आणि कॅप्टन डी. रॉस ह्या

---

१. रघुनाथरावाच्या कारकिर्दीमध्ये वसुलाची काय स्थिती झाली हे पुढील वाक्यावरून दिसून येईल :-

एके काळी या राज्याचा महसूल १८ लक्ष रुपये एवढा होता. ते १८३२ मध्ये बारा लक्षापर्यंत घसरला. तो आता तीन लक्षावर आला.

गॅझिटिअर ऑफ इंडिया

थोरन टोन

२. गजरा ही मेल्यावर तिची कबर किल्ल्यावर बांधली गेली. तेथे प्रत्येक आठवड्यास गुरुवारी मेळा (यात्रा) भरत असतो. त्याचे खर्चाकरिता १,५०० रुपयांचा एक गाव इनाम दिला असून तो अद्यापि चालत आहे असे समजते.

तिघांचे एक कमिशन नेमिले. त्या कमिशननें गंगाधरराव हे ज्या अर्थी शिवरावभाऊचे पुत्र आहेत त्या अर्थी तेच सरळ वारस आहेत असे मत दिले. त्याप्रमाणे लॉर्ड ऑक्लंड ह्यांनी गंगाधरराव ह्यास झाशीच्या गादीवर बसविण्याची मंजुरी दिली, परंतु झाशी संस्थानास झालेले कर्ज फिटेतोपर्यंत राज्यव्यवस्था इंग्रज सरकाराने नेमिलेल्या सुपरिंटेंडंटने (व्यवस्थापकाने) पाहावी असे ठरविले. त्याप्रमाणे सन १८४० पर्यंत सर्व कर्जाचा निकाल झाला. नंतर ता. २७ डिसेंबर सन १८२४ मध्ये बुंदेलखंडचे पोलिटिकल एजंट विल्यम हेन्री स्लीमन ह्यांनी गंगाधरराव ह्यांच्या बरोबर आठ[१] कलमांचा तहनामा करून व बुंदेलखंडातील इंग्रज सैन्याच्या खर्चाकरिता २,२७,४५ रुपयांचा मुलूख घेऊन, त्यास झाशी संस्थानची सर्व मुखत्यारी दिली. हेच महाराज गंगाधरराव महाराणी लक्ष्मीबाई साहेब ह्यांचे भ्रतार होत.

◆◆

१. हा तहनामा पूरणिका ब मध्ये दिला आहे.

प्रकरण २ रे

महाराणी लक्ष्मीबाईसाहेब

(कुलवृत्तांत, जन्म-बाल्य-विवाह वगैरे.)

महाराष्ट्रामध्ये साताऱ्याजवळ श्रीकृष्णातीरी वाईनामक एक क्षेत्र आहे. तेथे कृष्णराव तांबे ह्या नावाचे एक कऱ्हाडे ब्राह्मण राहात असत. हे पेशवाईमध्ये मामलती करीत असत. त्यांना बळवंतराव ह्या नावाचे एक चिरंजीव होते. ते चांगले शूर असल्यामुळे त्यांच्यावर महाराष्ट्रप्रभू श्रीमंत पेशवे सरकार ह्यांची कृपा असून त्यांस त्यांनी हुजूर फौजेवरील सरदाराची जागा दिली होती. त्यांना मोरोपंत व सदाशिवराव असे दोन पुत्र होते. सदाशिवराव बिलाओर येथे वारले. मोरोपंत आपल्या वडिलांजवळ पुण्यास होते व त्यांच्यावर श्रीमंत दुसरे बाजीरावसाहेब यांचे बंधू चिमाजी आप्पा ह्यांची प्रसन्न मर्जी होती. सन १८१८ साली श्रीमंत बाजीरावसाहेब पेशवे यांनी बऱ्हाणपुरापलीकडे बोरी मुक्कामी मालकम साहेबांजवळ सर्व राज्याची सोडचिठ्ठी देऊन, दरसाल ८ लक्ष रुपये पेन्शन घेण्याचे मान्य केले व राहिलेले आयुष्य ब्रह्मावर्त येथे घालविण्याचा निश्चय केला. त्यावेळी आप्पासाहेब पेशवे ह्यांची स्वारी दक्षिण प्रांतीच होती. पुण्याचे रेसिडेंट माऊंट स्टुअर्ट एल्फिन्स्टन ह्यांनी त्यांस सांगितले की, 'दहावीस लक्षांचा मुलूख तुम्हांस देतो, तुम्ही पुण्याचे संस्थान संभाळून राहावे.' ते चिमाजी आप्पांनी ऐकिले नाही, म्हणून त्यांस वसईस नेऊन ठेविले. पण पुढे त्यांनी असे बोलणे लावले की 'आम्ही काशीस जातो' त्यावरून इंग्रज सरकारांनी काही नेमणूक ठरवून त्यांना काशी येथे पाठविण्याचे कबूल केले. चिमाजी आप्पा फार साधे पुरुष असल्यामुळे त्यांनी नाममात्र मिळणाऱ्या पेशवाईच्या गादीची आशा सोडून दिली, आणि बाजीरावसाहेबांच्या मागून सुमारे सहा महिन्यांनीच श्रीवाराणशी क्षेत्री गमन केले. त्यांच्याबरोबर जो

लवाजमा गेला होता त्यात वर सांगितलेले मोरोपंत तांबे हेही सहकुटुंब गेले होते. त्यांच्याकडे श्रीमंतांच्या दिवाणगिरीचे काम असून त्यांना तत्प्रीत्यर्थ ५० रुपये दरमहा मिळत असे.

मोरोपंत ह्यांच्या पत्नीचे नाव भागिरथीबाई असे होते. ती चांगली रूपगुणसंपन्न असल्यामुळे मोरोपंतांस संसारामध्ये एक प्रकारचे विशेष सुख वाटत असे. ह्या नवराबायकोचे परस्परांवर अतिशय प्रेम असून, महाकविकुलगुरुंनी एके ठिकाणी स्त्री व पुरुष ह्यांचे नवमल्लिकेशी व सहकाराशी जे सादृश्य दर्शविले आहे, त्याचा अनुभव ह्या दांपत्यामध्ये दिसून येत असे. मोरोपंत श्रीमंतांच्या आश्रयास असल्यामुळे त्यांना कोणत्याच गोष्टीची उणीव नव्हती. तथापि ह्या सुशील पत्नीच्या योगाने त्यांच्या भाग्यशालित्वास विशेष शोभा आली होती. खरोखर, त्यांच्या पत्नीविषयी जो जो विचार करावा तो तो:-

पत्यनुकूला चतुरा प्रियंदा या सुरूपसंपूर्णा।
सहज स्नेहरसाला कुलवनिता केन तुल्या स्यात्।।

ह्या कविवचनाची ज्यास्त ज्यास्त प्रतीती येते. असो. ह्या परोपहितत्पर सौभाग्यवती भागिरथीबाई, काशी येथे कार्तिक वद्य संवत १८९१ (ता. १९ नोव्हेंबर १८३५) रोजी कन्यारत्न प्रसवल्या. हे आनंदवृत्त श्रवण करून सर्व मंडळीस फार संतोष झाला. तांबे यांच्या शूर कुलामध्ये श्रीकाशीसारख्या पुण्यक्षेत्री जन्म पावलेले कन्यारत्न कोण हे वाचकास निराळे सांगण्याची मुळीच आवश्यकता नाही. रीतीप्रमाणे ह्या कन्यारत्नाचा जन्मोत्सव होऊन बारशाचे दिवशी नामकरणाचा मोठा सोहळा झाला. मोठ्या समारंभाने ह्या मनोहर कन्येचे 'मनुबाई' असे नाव ठेवण्यात आले.

मनुबाईचे सुंदर बालरूप पाहून कोणाचेही चित्त हर्षभरित होत असे. त्या वेळी हीच बालमूर्ती पुढे हिंदुस्थानातील अलौकिक पराक्रमराशी होईल अशी कल्पना कोणाच्या स्वप्नीही आली नाही! जन्मस्थानी मनुबाईचे ग्रह उत्तम होते. मोरोपंतांनी काशीतील नामांकित ज्योति:शास्त्रज्ञांकडून जन्मपत्रिका तयार करून घेतली होती. तिच्यावरून मात्र ही मुलगी पुढे राज्यलक्ष्मीने अलंकृत होऊन कोणी सुप्रसिद्ध शौर्यशालिनी निपजणार असे भविष्य कळून आले असते. परंतु ते कोणास खरे वाटणार?

मनुबाई तीनचार वर्षांच्या झाल्या नाहीत तोच त्यांच्या मातोश्री परलोकवासी झाल्या. ह्याच समयास मोरोपंतांस काशी सोडून ब्रह्मावर्ती जाऊन राहणे भाग

पडले. कारण, त्यांचे यजमान श्रीमंत आप्पासाहेब कैलासवासी झाल्यामुळे त्यांच्या कुटुंबीय मंडळीस व आश्रित जनास श्रीमंत बाजीरावसाहेबांनी आपल्या नेहमीच्या औदार्यबुद्धीने आपल्याजवळ आश्रय दिला. ब्रह्मावर्त येथे मोरोपंत हे श्रीमंतांच्या अगदी सन्निध होते. मनुबाईस बापाचा फार लळा होता, तशात दुर्दैवाने मातृवियोग झाल्यामुळे तो विशेष वाढला होता. 'न मातुः परं दैवतम्' बालकास आईसारखे दुसरे दैवत नाही. त्याचा सर्व सांभाळ मातेच्या हातून जसा उत्तम रीतीने होईल तसा इतरांच्या हातून कदापि होणार नाही. लहानपणी मुलांची आई गत झाली तर त्यांचा सर्व भार बापावर येऊन पडत असतो, त्याप्रमाणे मनुबाईचा सर्व भार मोरोपंतांवर येऊन पडला होता. त्यामुळे त्यावर तिची विशेष काळजी घेणे भाग पडत असे. मुलगी सुस्वरूप व बाळसेदार असून तिचा वास नेहमी पुरुष वर्गामध्ये असल्यामुळे श्रीमंतांच्या पदरची सर्व मंडळी तिला मोठ्या प्रेमाने घेत असत. तिचे ते पाणीदार व विशाल नेत्र आणि गौरवर्ण मुख पाहून प्रत्येकास आनंद वाटत असे. ह्यामुळे ती मनमोहक मुलगी बापाचीच काय पण सर्वांची लाडकी होऊन गेली होती. बाजीरावसाहेबांच्या पदरची रामचंद्रपंत सुभेदार, बाबा भट इत्यादी प्रमुख मंडळी ह्या मुलीची चपळ व सतेज वृत्ती पाहून तिला मोठ्या कौतुकाने 'छबेली' म्हणत असत. श्रीमंतांचे दत्तक चिरंजीव नानासाहेब व रावसाहेब ही मुलेही ह्या समयी अगदी लहान असल्यामुळे त्यांनी तऱ्हेतऱ्हेचे खेळ खेळावे, त्यामध्ये ह्या मुलीनेही शिरावे असा क्रम चालत असे. ह्या वृंदाच्या लीला पाहून श्रीमंतांस परमानंद वाटत असे.[१] नानासाहेब व रावसाहेब ह्यांस विद्याभ्यास शिकविण्याकरिता तत्काळ पद्धतीप्रमाणे एक शिक्षक ठेविला होता. तो त्यास मोडी बालबोध अक्षरज्ञान शिकवीत असे. त्या वेळी मनुबाईही नेहमी सन्निध असल्यामुळे अनायासेच तिला साधारण अक्षरओळख झाली होती. नानासाहेब व रावसाहेब हे घोड्यावर बसून फेरफटका करावयास निघाले की मनुबाईही त्यांच्या बरोबर जात. नानासाहेब तरवारीचे हात फेरू लागले की तिनेही तरवार फिरवू लागावे. नानासाहेब

१. राणीसाहेबांच्या बालपणासंबंधाने त्यांच्या सापत्न मातुश्री चिमाबाई ह्यांनी पुढे लिहिलेली माहितीही कळविली आहे. 'लहानपणी लग्नाचे बाईस (राणी लक्ष्मीबाई यांस) पतंग उडविणे, चक्री खेळणे, असे खेळ आवडत असत. काही मुलीस नोकर करावे, त्यांनी केलेले काम न केल्यास त्यांजला दंड करावा वगैरे बाललीला खेळण्याची त्यास सवय असे.''

हत्तीवर बसले की तिनेही हत्तीवर बसावे. एके वेळी अशी गोष्ट झालेली सांगतात की, एकदा नानासाहेब हत्तीवर बसले त्या वेळी मनुबाईही हत्तीवर बसण्याचा हट्ट करू लागली. श्रीमंतांजवळ एकच हत्ती होता. नानासाहेबास मुलीला घेऊन बसावे असे त्यांनी सांगितले परंतु ते काही केल्याने ऐकेनात व मुलगीही हट्ट सोडीना. त्यावेळी मोरोपंत अतिशय त्रासले व मनुबाईस म्हणाले, "तुझ्या नशिबी हत्ती कोठून येणार?" हे ऐकून त्या पाणीदार मुलीने एकदाच उत्तर दिले, "एक सोडून दहा हत्ती माझ्या नशिबी आहेत." आणि खरोखर, लौकरच तिचे लग्न होऊन ती अनेक हत्तींची स्वामिणी झाली. असो. सांगावयाचे तात्पर्य इतकेच की, अशा प्रकारे श्रीमंती सुखांमध्ये मनुबाईचे बालपण गेल्यामुळे तिला अनायासे पुष्कळ गुण प्राप्त झाले. सदनुकरण हा एक परिस आहे. त्याचा समागम ज्यास प्राप्त होतो त्याचे सुवर्ण झाल्यावाचून राहात नाही. बालपणी बालकांची कोमल मने सर्वस्वी अनुकरणप्रिय असल्यामुळे त्या वेळी त्यास जे अनुकरण मिळते तेच त्यांच्या भावी प्रगतीस किंवा अवनतीस कारणीभूत होते. पेशवेवंशांतील श्रीमंत बाजीरावसाहेबांसारख्या महाराष्ट्रप्रभूच्या तेजस्वी राजकुमारांबरोबर जिचे सान्निध्य व त्यांच्या क्षत्रिय गुणांचे अनुकरण करायची जिला उत्तम संधी मिळाली, ती सरदार घराण्यांतील मनुबाई अद्वितीय क्षात्रतेजाची पुतळी बनावी हे अगदी साहजिक आहे. ह्याच उदाहरणावरून आधुनिक विद्वन्मंडळास स्त्रियांच्या उन्नतीच्या मूलतत्त्वांचे पूर्ण संशोधन करण्यास पुष्कळ जागा संभवते ह्यांत शंका नाही[१].

असो. मुलगी उपवर होत चालली तसतशी मोरोपंतांस तिच्या वराबद्दल विशेष काळजी उत्पन्न होऊ लागली, व त्यांनी वर शोधण्याचा प्रयत्न सुरू केला. ब्रह्मावर्त येथे श्रीमंत बाजीराव साहेबांच्या योगाने बरीच ब्राह्मण मंडळी गेली होती. त्यांत बहुतेक कोकणस्थ ब्राह्मण असल्यामुळे, मोरोपंतांना ब्रह्मावर्ती कऱ्हाडे ज्ञातीचा वर मिळणे दुष्कर झाले. तेव्हा त्यांनी वण, गुलसराई वगैरे

---

१. नानासाहेब व मनुबाई ही बालपणी केवळ बहीणभावंडांप्रमाणे वागत असत, एवढेच नव्हे, पण दीपावलीच्या उत्सवांतील यमद्वितीयेच्या दिवशीं त्यांची मोठ्या थाटाने भाऊबीज होत असे असे ऐकण्यात आहे. एके वेळी ब्रह्मावर्त येथील रेसिडेंट मॅनसन ह्यांनी पेशव्यांच्या वाड्यामध्ये ही लहान मुले पोषाखानिशी श्रीमंत बाजीरावसाहेबांजवळ बसलेली पाहून मोठा आनंद प्रदर्शित केला होता असे म्हणतात. पण ह्या गोष्टीसंबंधाने लेखी आधार आमच्या दृष्टीस पडत नाही.

ठिकाणी वराचा शोध चालविला. ह्यांचे वंशज निवास करीत असल्यामुळे तेथे गोविंदपंत बुंदेले (हे कऱ्हाडे होते) तेथे चांगले स्थळ मिळेल अशी त्यांस आशा होती. परंतु तसा योग जुळून आला नाही.

अखेर एके दिवशी मोरोपंतांनी मुलीचे जन्मटिपण एखाद्या ज्योतिष्यास दाखवून मुलीचे ग्रह पाहण्याचा विचार केला. अकस्मात ह्याच समयास झाशी संस्थानांतील प्रसिद्ध ज्योतिषी वेदशास्त्रसंपन्न तात्या दीक्षित हे श्रीमंत बाजीराव साहेबांच्या भेटीस आले. त्या वेळी मोरोपंतांनी आपल्या मुलीचे जन्मटिपण त्यांच्याजवळ देऊन, तिच्या ग्रहांचे इष्टानिष्ट सांगण्याबद्दल विनंती केली. जोशीबोवांनी टिपण पाहून असे सांगितले की, ग्रह इतके उत्तम आहेत की ती एखाद्या राजपदावर विराजमान झाली पाहिजे. तात्या दीक्षितांसारख्या भविष्यज्ञाचे वाचन ऐकून कोणास आनंद वाटणार नाही? त्यात मोरोपंत प्रत्यक्ष तिचा पिता असल्यामुळे त्यास आपली मुलगी वैभवाच्या शिखरास पोहोचणार हे ऐकून अत्यंत हर्ष झाला. तथापि त्यांनी असा भाग्यसुंदर वर आपणांस कोठून मिळणार अशा साशंकित मनाने तो हर्ष प्रदर्शित न करिता, दीक्षित मजकूर ह्यांस येथे एखादा वर आहे काय म्हणून माहिती विचारली. पंतांनी पुन: सांगितले की, "ही मुलगी खचित राणी होणार. झाशीचे महाराज श्रीमंत गंगाधरराव बाबासाहेब यांचे प्रथम कुटुंब सौभाग्यवती रमाबाईसाहेब ह्या नुकत्याच कैलासवासी झाल्या आहेत. तेव्हा तेथेच ह्या मुलीची योजना होईल. या फळाचा तत्काळ अनुभव येणार आहे." हे जोशीबोवांचे हे उत्तर ऐकून मोरोपंतांनी श्रीमंत बाजीराव साहेबांमार्फत झाशीचे महाराज गंगाधरराव ह्यांच्याकडे सोयरिकीचे बोलणे लावले. मोरोपंतांसारख्या सामान्य गृहस्थाची सोयरिक झाशी संस्थानाधिपतीकडून मान्य होणे ही गोष्ट सकृद्दर्शनी असंभवनीय तर खरीच; परंतु मोरोपंतांस श्रीमंतांचा पूर्ण आश्रय असल्यामुळे त्यांच्या साहाय्याने ती अगदी सुलभ झाली.

श्रीमंतांनी प्रथमत: तात्या दीक्षित आदी मंडळीकडून झाशीचे संस्थानिक गंगाधरराव बाबासाहेब ह्यांस मुलीचा सौंदर्यमहिमा निवेदन केला, व ग्रहानुकूल्यही विदित केले. त्या वेळी त्यांनी "विचार करू" असे उत्तर दिले. पुढे, बाजीरावांच्या मध्यस्तीचा जोर विशेष झाल्यामुळे महाराज गंगाधरराव बाबासाहेब ह्यांनी मुलगी पाहण्याकरिता संस्थानची काही दरबारी मंडळी पाठविली. त्यांनी मुलीच्या सुस्वरूपतेबद्दल व इतर गुणांबद्दल बाबासाहेबांची खात्री केली. तदनंतर त्यांनी

रुकार देऊन झाशी येथे लग्नसमारंभ करण्याचा निश्चय ठरविला. मोरोपंत तांबे हे ब्रह्मावर्त येथील काही मंडळीसह संवत १८९९ (सन १८४२) साली झाशीस आले. वैशाखमासी लग्नाचा मुहूर्त ठरून हा मंगलविधी उत्तम प्रकारे शेवटास गेला. महाराज गंगाधरराव ह्यांनी मुलीच्या पक्षास मोठमोठ्या देणग्या दिल्या व झाशी दरबारातील सर्व लोकांस योग्यतेप्रमाणे पोषाख दिले.

ज्या दिवशी वरातीचा थाटदार समारंभ होऊन नववधूचा राजवाड्यात प्रवेश झाला त्या दिवशी सर्व लोकांस झाशीमध्ये ही केवळ मूर्तिमंत लक्ष्मीच अवतीर्ण झाली असे वाटले. म्हणून त्या वेळी मुलीचे नावही 'लक्ष्मीबाई' असे ठेवण्यात येऊन आनंद प्रदर्शनार्थ शर्करा वाटण्यात आली व लगेच तोफांची सरबत्ती झाली. काय हा नाममहिमा! केवढे हे भाग्य? त्या वेळी आपल्या कन्यारत्नाने योग्य भाजन शोधून काढिले हे पाहून त्यांच्या वत्सल पित्यास केवढा आनंद झाला असेल! खरोखर, एक दिवस आपली कन्या एका संस्थानाधिपतीची पट्टराणी होणार ही गोष्ट कधी स्वप्नी देखील आली नव्हती. त्यास ही गोष्ट प्रत्यक्ष घडली हे पाहून किती धन्य धन्य वाटले असेल? ईश्वरी कृती फार अगाध आहे.

यन्मनोरथशतैरगोचरं न स्पृशंति कवयोऽपि यद्गिरा।।
स्वप्नवृत्तिरपि यत्र दुर्लभा लीलयैव तद्विधिः।।१।।

लग्नसमारंभामध्ये मनुबाईच्या धीटपणाची एक चमत्कारिक गोष्ट घडून आली. लग्नामध्ये बहुल्यावर नवपरिणित वधूवरांचे पदरांची गाठ बांधण्याचा सांप्रदाय आहे. त्याप्रमाणे उपाध्येबोवा महाराजांचे शेल्याची व मनुबाईचे शेल्याची गाठ बांधू लागले. त्यावेळी मनुबाई मोठ्या धीटपणाने उपाध्येबोवांस म्हणाल्या; "चांगली बळकट गाठ बांधा." हे शब्द ऐकताच सर्वांस आश्चर्य वाटले. ह्या शब्दांचा गूढार्थ पाहून उपाध्येबोवा व बहुल्याजवळील सर्व वेदशास्त्रसंपन्न मंडळी अगदी स्तब्ध राहिली. झाशी संस्थानाधिपतीची व माझी ग्रंथी कधीही सुटू नये, अर्थात माझा व झाशीचा संबंध दृढ करा, असा त्या चातुर्यपूर्ण शब्दांचा भावार्थ होता. परंतु, दुर्दैवाने तो त्यांचा हेतू पूर्ण झाला नाही! असो.

मनुबाई झाशी संस्थानच्या महाराणी झाल्यानंतर त्यांना पुन्हा ब्रह्मावर्तास जाण्याचा कधीच प्रसंग आला नाही. महाराज गंगाधरराव ह्यांनी मोरोपंतांस ३०० रुपये दरमहा देऊन त्यांना झाशी दरबारातील एक सरदार केले. ह्या

वेळी मोरोपंतांचे वयही अदमासे ३२ वर्षांचे होते. मोरोपंतांचे प्रथम कुटुंब वारले होते म्हणून मागे सांगितले आहे. त्यामुळे त्यांनी गुलसराई संस्थानातील वासुदेव शिवराव खानवलकर ह्यांच्या कन्येशी लग्न केले. त्यांच्या ह्या द्वितीय कुटुंबाचे नाव चिमाबाई हे होय. ह्या बाई सध्या जिवंत आहेत.

◆◆

प्रकरण ३ रे

महाराज गंगाधरराव ह्यांची कारकीर्द

श्रीमंत गंगाधरराव ऊर्फ बाबासाहेब ह्यांचा विवाह झाल्यानंतर त्यांस झाशी संस्थानची पूर्ण मुखत्यारी मिळाली. पूर्वी संस्थानास झालेले कर्ज फिटून जाऊन त्याची एकंदर व्यवस्था सुरेख झाली असे पाहून व बाबासाहेब ह्यांची योग्यता व कर्तृत्वशक्ती पूर्णपणे लक्षात घेऊन, बुंदेलखंडचे पोलिटिकल एजंट कर्नल स्लीमन ह्यांनी सर्व राज्यसूत्रे त्यांच्या हाती देण्याबद्दल हिंदुस्थान सरकारास शिफारस केली. त्याप्रमाणे तिकडून मान्यता येऊन नवीन तह ठरविण्यात आला. बुंदेले लोक फार दंगेखोर असल्यामुळे त्यांच्या बंदोबस्ताकरिता काही सैन्य ठेवणे आवश्यक आहे. ह्या करिता त्याचा खर्च झाशी संस्थानातून मिळावा असा इंग्रज सरकारचा आग्रह पडल्यामुळे, गंगाधरराव ह्यांना २,२७,४५८ रुपयांचा मुलूख इंग्रज सरकारास तोडून देणे भाग पडले. ह्याबद्दल थोडासा उल्लेख मागे आलाच आहे. तथापि बाबासाहेबांनी ह्या वेळी चांगला ठराव करून घेऊन दोन पलटणी व दोन तोफखाने आपल्या तैनातीस ठेविले. तह पसंत झाल्यानंतर गंगाधरराव ह्यांस राज्याधिकार देण्याचा समारंभ झाला. पोलिटिकल एजंट ह्यांनी संस्थानची शिल्लक तीस लक्ष रुपये गंगाधररावांच्या स्वाधीन करून त्यांस सन्मानपूर्वक खिलात व पोषाख समर्पण केले. त्याचप्रमाणे संस्थानातील रईस व जहागीरदार लोकांकडून आनंद प्रदर्शनार्थ अनेक बहुमान आले. ह्यावरून महाराज गंगाधरराव हे झाशी संस्थानच्या प्रजेस चांगले प्रिय होते असे दिसून येते.

महाराजांनी राज्यसूत्रे हाती येताच आपली कारकीर्द सर्व लोकांस सुखप्रद होईल असे करण्याचा प्रयत्न सुरू केला. प्रथमत: त्यांनी दौलतीची व खाजगीची चांगली व्यवस्था करून सर्व खात्यांवर चतुर, कर्तव्यदक्ष व प्रामाणिक लोकांची

योजना केली. संस्थानच्या दिवाणगिरीवर राघो रामचंद्र संत ह्या हुशार गृहस्थास नेमून, दरबार वकिलीचे काम नरसिंहराव कृपा ह्यांस सांगितले. अदालतीवर नाना भोपटकर ह्यांची योजना केली. त्याचप्रमाणे इतर सर्व लहान मोठ्या कामांवर योग्य माणसे नेमून महालांनिहाय चांगले चांगले तहसीलदार पाठविले. ठाकूर व बुंदेले लोकांचा ज्या भागामध्ये फार उपद्रव असे तेथे थोडेसे सैन्य ठेवून त्यांचा बंदोबस्त केला. अशा रीतीने संस्थानची एकंदर व्यवस्था सुरेख झाल्यामुळे चोहीकडे शांतता होऊन प्रजा संतुष्ट झाली.

महाराज गंगाधरराव हे दैवशाली प्रभू असून आपले संस्थान वैभवसंपन्न करण्याचा त्यांचा फार मनोदय होता. ते राज्याधीश होताच त्यांनी पूर्वीची संपत्ती व पूर्वीचा लवाजमा ह्यांचीही व्यवस्था करण्याचे मनावर घेतले. मागे तिसऱ्या रघुनाथरावांच्या कारकिर्दीमध्ये सर्व अंदाधुंदी झाली होती, त्यामुळे झाशीचे पुष्कळ वैभव नष्ट झाले होते. तथापि गंगाधररावांनी आपल्या कारकिर्दीत ते पुन्हा मिळवून संस्थान सुशोभित करण्याचा चांगला प्रयत्न केला. ह्या समयी राणी लक्ष्मीबाईसाहेबांच्या पायगुणाने संस्थानची गत राजलक्ष्मी पुनः प्रवेश करू लागली असे लोकांस वाटू लागले! संस्थानच्या खजिन्याची स्थिती उत्तम प्रकारे सुधारली जाऊन रत्नभांडारामध्ये पूर्वीच्या राजलक्ष्मीचे दिव्य तेज चमकू लागले. महाराजांस हत्ती व घोडे यांचा नाद फार होता. त्यांनी सुमारे २२ हत्ती बाळगले होते. त्यांमध्ये सिद्धबकस नामक एक अप्रतिम व सुंदर गज होता. तो महाराजांच्या खाशा स्वारीचा असून त्याचे सर्व अलंकार सुवर्णरत्नांचे केले होते. झाशी संस्थानच्या अपार संपत्तीचे द्योतक म्हणूनच की काय नकळे, सर्व हत्तीचे सामान, घोड्यांचे अलंकार, अंबाऱ्या, हौदे व रथ इत्यादी सर्व सुवर्णाचे व चांदीचे केले होते. गंगाधरराव ह्यांनी काशीहून एक सुंदर तामझाम (मेणा) कुशल कारागिराकडून तयार करून आणला होता. त्याचे नकशीकाम सर्व सुवर्णमय असून अगदी अप्रतिम होते. त्या नमुन्याचा तामझाम एकाही संस्थानिकाजवळ नाही असे म्हणतात. असो, महाराजांचा लवाजमा फार मोठा असून शिबंदीही चांगली होती. खुद्द संस्थानची व ठाकूर लोकांजवळची फौज ५००० हजार असून ''गोल पोलिस' २००० होते. ह्यांशिवाय ५०० घोड्यांचा रिसाला निराळा असून खासपागा १०० होती, व तोफखाने ४ होते. ह्यावरून गंगाधररावांनी आपल्या कारकिर्दीत झाशी संस्थान किती ऊर्जितावस्थेस पोचविले होते हे व्यक्त होते.

महाराजांचा स्वभाव जरी दयाळू होता तरी त्यांचा अंमल अतिशय कडक असे. "त्यांची राज्यसंबंधी नोकरीचे मनुष्यास व रयतेस फार जरब होती. ज्या ज्या वेळेस जी जी कामे नेमिली असत ती त्या त्या वेळी झालीच पाहिजेत असा त्यांचा नियम असे. कोठे विलंब झाल्यास स्वत: माशाची शेपटी घेऊन अपराध्यास शासन करीत असत. ते आपले राज्य एकंदरीत न्यायाने व विचारपूर्वक चालवीत होते. साहेब लोकांत सतेजपणे आपला मोठेपणा सांभाळून वागत असत[१]." इतर संस्थानिकांवर त्यांचे मोठे वजन असून वोरछा, दतिया, सीमथर, चरखारी, पन्ना, छत्रपूर वगैरे ठिकाणचे बुंदेले राजे त्यांना 'काका' म्हणत व त्यांचा फार बहुमान ठेवीत. त्यांच्या सतेजपणाच्या पुष्कळ गोष्टी[२] प्रसिद्ध आहेत.

महाराज गंगाधरराव हे संवत १९०७ (सन १८५०) मध्ये माघ शुद्ध ७ रोजी सहकुटुंब काशीयात्रेस गेले होते. महाराजांच्या स्वारीचा बंदोबस्त ठेवण्याबद्दल व जागोजाग त्यांचा मानमरातब राखण्याबद्दल कलकत्त्याहून गव्हर्नर जनरल साहेबांनी सर्व ठिकाणच्या अधिकाऱ्यांस सक्त हुकूम दिला होता. महाराजांची वृत्ती इतकी तेजस्वी होती की त्यांचा कोणी यत्किंचितही अपमान केलेला त्यांस सहन होत नसे. त्यांची स्वारी काशीस असताना तेथील अधिकारी त्यांना सामोरा आला नाही एवढ्यावरून त्याजबद्दल त्यांनी कलकत्त्यास यादी पाठवून त्याला माफी मागून नौकरीचा राजीनामा द्यावयास लावले! तसेच तेथे कोणी राजेंद्र बाबू म्हणून एक फार मोठा बंगाली गृहस्थ होता. त्याने महाराज गंगाधरराव ह्यांस खडीताजीम न देता मोठ्या गर्विष्ठपणाने त्यांची अमर्यादा केली. हे पाहताच त्यांनी त्यास धरून काही वेळपर्यंत काखेत हात घालून उभे केले. तेव्हा त्याने कलकत्त्यास अर्ज केला. त्याचा असा जबाब

---

१. उज्जनप्रत.

२. ह्या गोष्टींपैकी एक गोष्ट ग्वाल्हेरप्रतीमध्ये दिली आहे. ती बरीच महत्त्वाची आहे. ती अशी - 'एक वर्षी दसरा रविवारी पडला. कॉंटिन्जं फौज ठरावाप्रमाणे यावयाची ती न आली. बीलसन (स्लीमन?) साहेब जनरल यानी सांगून पाठविले की आज रविवार, आम्ही कमर कसीत नाही. त्याजला हुकूम पाठविला की माझे मुलाजमकी मुलूख दिला तेव्हा ठरावाप्रमाणे फौजेसह यावे, नाहीपेक्षा आजचे मुहूर्ताने मुलुखावर जप्ती पाठवितो असे हलकाऱ्याच्या हाती सांगोन हत्तीवर बसून हत्ती उभा ठेवला. (त्यामुळे) बीलसन साहेबास फौजेसह येणे भाग पडले!"

आला की, ''महाराज गंगाधरराव हे राजे आहेत. तुम्हास त्यांस खडीताजीम द्यावयाची नव्हती तर तुम्ही आपल्या घरी बसावयाचे होते!'' असो.

महाराज गंगाधरराव ह्यांनी प्रयाग, काशी, गया वगैरे त्रिस्थळी यात्रा करून आपल्या लौकिकानुरूप चांगला दानधर्म केला. काशीक्षेत्री असताना महाराणी लक्ष्मीबाईसाहेब ह्यांनी आपल्या जन्मभूमीचे दर्शन घेतले. महाराजांची स्वारी काशीयात्रेहून[१] परत झाशीस आली तेव्हा शहरात फार आनंदोत्सव झाला. ह्याच वर्षी, म्हणजे संवत १९०८ (सन १८५१) मार्गशीर्ष शुद्ध ११

---

१. काशी येथे असताना महाराज गंगाधरराव यांची व श्री. अण्णासाहेब विंचूरकर ह्यांची भेट झाली होती. ह्या भेटीसंबंधाने 'तीर्थयात्राप्रबंध' ह्या पुस्तकात असे लिहिले आहे की; 'याच संधीस झाशी संस्थानचे अधिकारी गंगाधरराव बाबासाहेब म्हणून होते ते तेथे (काशीस) यात्रेस आले होते. त्यांची रघुनाथराव याजबरोबर भेट झाली. या मोठ्या संस्थानिक पुरुषाची स्थिती व लोकरीतीहून काहीसा वेगळाच आचार पाहून रघुनाथराव यास आश्चर्य वाटले.'' (पृष्ठ १३१) आश्चर्य वाटण्याचे कारण खुलाशाने लिहिले असते म्हणजे बरे झाले असते. महाराज गंगाधरराव ह्यांच्या संबंधाने अनेक लोकांचे अनेक तर्क चालत असून अनेक मिथ्या गोष्टी आमच्या ऐकण्यात आल्या आहेत. तथापि त्यांची पूर्ण चौकशी करिता आम्हास असे कळून येते की, महाराणी लक्ष्मीबाईसाहेब अत्यंत शूर निघाल्या म्हणून जनसमाजाकडून त्यांच्या पतीवर अनेक कोट्या निघाल्या, परंतु त्या अगदी असत्य आहेत. स्त्री शौर्यगुणांमध्ये प्रसिद्ध झाली की तिच्या नवऱ्याच्या अंगी पाणी नव्हते किंवा मर्दपणाचा अभाव होता असे लोकांचे उद्‌गार निघावेत हे साहजिकच आहे. पण तेवढ्यामुळे त्यावर भलतेच आरोप करणे रास्त होणार नाही; महाराज गंगाधरराव ह्यांच्या संबंधाने ज्या गोष्टी प्रचलित आहेत त्यांच्या सत्यतेसंबंधाने पुरावा मुळीच मिळत नाही, एवढेच नव्हे, पण त्यात 'पराचा कावळा' झाल्यासारखाही प्रकार दृष्टीस पडतो. कोणी म्हणतात, महाराज गंगाधरराव हे बांगड्या भरीत असत! परंतु खरी गोष्ट तशी नसून ते नेहमी म्हणत असत की 'आम्ही संस्थानिकांनी आता बांगड्या भरल्या पाहिजेत!'' ह्याचा अर्थ असा की सर्व संस्थानिकांची स्थिती स्त्रियांप्रमाणे परावलंबित झाली आहे. ह्याबद्दल पुढील आख्यायिका आमच्या ऐकण्यात आहे. 'एके दिवशी रेसिडेटांनी बाबासाहेबांस स्नेहसंबंधाने असे विचारले की, 'महाराज, आम्ही बहुत दिवस एक गोष्ट ऐकली आहे. राग न आल्यास माफी मागून विचारतो.'' ते ऐकून बाबासाहेब किंचित हास्य करून म्हणाले, 'आपणास विचारणे असेल ते खुशाल विचारावे. मला सुचेल ते मी उत्तर देईन.'' त्याजवर रेसिडेंट म्हणाले; 'महाराज, आपण संस्थानिक बडे लोक आहात; समंजस आहात; तशात आपला ब्राह्मण धर्म आहे आणि असे ऐकण्यात आहे की, आपण हरवक्त स्त्रीचा वेष धारण करून हातात बांगड्या भरता हे काय?''

रोजी महाराणीसाहेबांस पुत्ररत्न झाले. त्यावेळी सर्व शहरभर आनंद प्रदर्शनार्थ शर्करा वाटण्यात आली. महाराज गंगाधरराव यांनी पुत्रप्राप्तीचा फार मोठा समारंभ केला. परंतु अवघ्या तीन महिन्यांतच हे पुत्ररत्न दुष्ट काळाने हरण केले. त्यामुळे त्यांस फार दुःख झाले!

महाराज गंगाधरराव ह्यांच्या मनास पुत्रशोकाचा धक्का बसल्यापासून त्यांची प्रकृती बिघडत चालली. सन १८५२ साली त्यांची प्रकृती फारच बिघडली होती, तरी औषधोपचाराच्या योगाने ती किंचित सुधारली. पण त्या योगाने आलेला अशक्तपणा कायम राहिला. त्यामुळे थोडेसे कामजास्त झाले की प्रकृतीमध्ये अनेक भावना उत्पन्न होत असत. सन १८५३ साली ऑक्टोबर महिन्यात झाशी येथील महालक्ष्मीच्या शारदीय नवरात्राचा प्रचंड समारंभ झाला, त्यावेळी महाराजांनी नेहमीप्रमाणे आपल्या कुलस्वामिनीविषयी जी भक्ती व्यक्त

तेव्हा बाबासाहेबांनी उत्तर दिले की, 'मी तर फार लहान मांडलिक राजा आहे. परंतु इंग्रज बहादुरापुढे पूर्व, पश्चिम, दक्षिण, उत्तर देशात जेवढे राजेरजवाडे आहेत तेवढ्यांनी हातात बांगड्या भरल्याच आहेत. पाहा, तुम्ही परद्वीपस्थ असून आमचे द्वीपांत येऊन आम्ही सर्वांस करद केले आहे. तेव्हा आम्ही बांगड्या भरल्या आहेत असे का न म्हणावे?'' यांजवरून बाबासाहेबांची कर्तबगारी व समयसूचकता ह्याबद्दल रेसिडेंटाची खात्री झाली.''

ह्या संबंधाने 'खरी हकिकत' श्रीमंत दामोदरराव ह्यांच्या माहितीमध्ये अशी आहे की, 'दत्तकाची नामंजुरी झाल्यावर बाबासाहेब आजारी असता रेसिडेंट मेजर एलिस व डॉक्टर एलन साहेब भेटण्यास आले. त्या वेळेस रीतीप्रमाणे साहेबाने मिजाजपुरसी केली. त्याच्या जबाबात बाबासाहेबांनी कळविले की, 'आता आम्ही बायका (हतवीर्य) झालो, आमची हाल विचारण्यात काय फायदा?'' इतकीच गोष्ट झालेली त्यावेळचे लोक कळवतात. बाबासाहेबांवरील इतर लोकारोपासंबंधाने श्री. दामोदरराव ह्यांनी आणखी स्पष्टपणे असे लिहिले आहे की, 'गंगाधरराव बाबासाहेब जनानी असून ते जनाना पोषाख करून ताबुतापुढे नृत्य करीत, ही हकिकत बजिस खोटी आहे. असा प्रकार तेथील लोकांनी कधीही पाहिला नाही. त्यावेळचे काही लोक अद्याप आमचे पाशी हजर आहेत व इतर ठिकाणी नोकरीवर आहेत. ते याविषयी सांगतील. शिवाय त्यांच्या एकंदर वर्तणुकीबद्दल बनारसचे कमिशनर मि. सँडमन यांनी जो रिपोर्ट सन १८४८ इसवीत केला आहे तो पाहिला असता समजेल.''

खुद्द राणीसाहेबांचे दत्तक पुत्र वरील स्पष्टीकरण करतात, एवढेच नव्हे, पण तत्संबंधाने कोणी जास्त शंका काढल्यास त्यांचे समाधान करण्यास सिद्ध आहेत त्याअर्थी ह्या गोष्टीची विशेष चर्चा करण्याची आम्हास आवश्यकता वाटत नाही.

केली तिच्या योगाने त्यांच्या प्रकृतीस थोडेसे अधिक श्रम होऊन त्यांस किंचित अस्वस्थता वाटू लागली. तशाच स्थितीत विजयादशमीच्या दिवशी सीमोल्लंघनसमारंभ व दरबारचा थाट नेहमीप्रमाणे करण्यात आला. ह्या वेळी झाशीच्या प्रजेस आपण रामराज्यांतील सुखाचा अनुभव घेत आहो की काय असा भास झाला. महाराज गंगाधरराव ह्यांनी सर्व प्रजा संतुष्ट करण्याकडे विशेष लक्ष दिल्यामुळे त्यांची कारकीर्द सर्वांस सुखप्रद वाटून ती पुष्कळ दिवस चालावी अशी इच्छा होती. परंतु ईश्वरी इच्छा निराळी असल्यामुळे विजयादशमीनंतर ह्या वैभवसंपन्न नृपतीची प्रकृती संग्रहिणीच्या विकृतीने दिवसेंदिवस जास्त जास्त अस्वस्थ होऊ लागली! झाशी येथील अनेक नामांकित वैद्यांचे औषधोपचार सुरू झाले. झाशीचे असिस्टंट पोलिटिकल एजंट मेजर एलिस ह्यांस महाराजांच्या प्रकृतीचे वृत्त समजताच, बुंदेलखंडचे एजंट मेजर माल्कम ह्यांस सर्व हकिकत कळवून ते स्वत: महाराजांच्या प्रकृतीबद्दल विशेष काळजी घेऊ लागले. झाशी दरबारातील सर्व लोक अनेक उपचार करू लागले. कोणी महालक्ष्मीस अनुष्ठाने सुरू केली; कोणी प्रसिद्ध हकीम आणून त्यांच्याकडून नवीन औषधे देवविली. तरी त्यांस नीट आराम पडेना. महाराजांची प्रकृती दिवसेंदिवस क्षीण होत चालली हे पाहून बाईसाहेबांस अतिशय काळजी उत्पन्न झाली. त्यांनी अन्न अगदी वर्ज्य केले व अहोरात्र पतिसन्निध राहून, त्या परमेश्वराची करुणा भाकू लागल्या. तात्पर्य, महाराजांच्या अस्वस्थतेमुळे सर्व दरबारी लोकांच्या मुखांवर निस्तेजता दिसू लागली!

नोव्हेंबर महिन्याचे पहिले दोन आठवडे संपले आणि तिसऱ्या आठवड्यास प्रारंभ झाला तो महाराजांची प्रकृती आसन्न होऊन सर्व चिन्हे विपरीत भासू लागली. त्यामुळे सर्वांस जास्त जास्त काळजी उत्पन्न झाली. संस्थानचे दिवाण नरसिंहराव (पूर्वीचे राघोरामचंद्र संत हे कर्नल स्लीमन साहेबांच्या शिफारसीने ग्वाल्हेर संस्थानचे दिवाणगिरीवर गेले होते) व महाराजांचे सासरे मोरोपंत तांबे ऊर्फ मामासाहेब ह्या दोघांनी महाराजांजवळ संस्थानच्या व्यवस्थेबद्दल गोष्ट काढली. त्या वेळी त्यांनी सांगितले की, "माझ्या प्रकृतीबद्दल अद्यापि माझी निराशा झाली नाही. तथापि हिंदुधर्माप्रमाणे दत्तक घेण्याची माझी फार इच्छा आहे. ह्या करिता आमच्या घराण्यातील वासुदेवराव नेवाळकर ह्यांचे पुत्र आनंदराव ह्यांचे दत्तविधान करावे." आनंदरावांचे वय ह्या वेळी अवघे पाच वर्षांचे होते. तरी ते फार हुशार व पाणीदार असल्यामुळे महाराणी लक्ष्मीबाईसाहेब

यांनी व खुद्द महाराज बाबासाहेब ह्यांनी त्यांसच दत्तक घेण्याचा निश्चय केला. झाशी दरबारातले मुख्य मुत्सद्दी नरसिंहराव, मामासाहेब तांबे, लाहोरीमल्ल व तट्टिचंद ह्यांनी दत्तविधानाचा चांगला समारंभ केला. झाशीचे विद्वान पंडित विनायकराव ह्यांनी यथाशास्त्र दत्तविधानविधी केला. त्यावेळी झाशीतील सर्व प्रमुख लोकांस बोलाविले होते. बुंदेलखंडचे पोलिटिकल असिस्टंट मेजर एलिस व लष्करी अधिकारी कॅप्टन मार्टिन ह्यांना राजवाड्यांत मुद्दाम पाचारण केले होते. ह्या सर्व मंडळीच्या समक्ष दत्तविधान होऊन आनंदरावांचे नाव दामोदरराव गंगाधरराव असे ठेवण्यात आले. महाराजांनी मोठ्या आनंदाने स्वहस्ते दामोदररावांच्या मुखामध्ये शर्करा घातली व रीतीप्रमाणे पानसुपारी व शेलेपागोटी वाटण्यात आली. हिंदुधर्मशास्त्राप्रमाणे आपणांस पुत्र प्राप्त झाला असे पाहून महाराजांस फार समाधान वाटले. श्रीधर कवीने म्हटलेच आहे.

ओवी

कीं फळवीण तरुवर, कीं नामस्मरणावांचून मंदिर;
तैसा पुत्रावीण वंश पवित्र, सर्वथा पावन नव्हेची.

असो, दत्तविधानसमारंभ झाल्यानंतर महाराजांनी दिवाण नरसिंहराव व मोरोपंत मामासाहेब ह्यांस जवळ बोलाविले आणि एक खलिता लिहिण्यास सांगितले. ह्या वेळी झाशीचे पोलिटिकल असिस्टंट महाराजांच्या जवळ बसले होते. खलिता लिहून तयार होताच महाराजांनी तो स्वहस्ते एलिस साहेबांच्या स्वाधीन केला. त्यातील मजकूर येणेप्रमाणे होता.

"ब्रिटिश सरकारची राज्यसत्ता बुंदेलखंडामध्ये प्रस्थापित होण्याचे पूर्वीपासून माझे पूर्वज त्यांना कोणत्या प्रकारे मदत देत गेले हे युरोपखंडांतसुद्धा जाहीर झाले आहे आणि मीही त्यांचाच कित्ता गिरवून ब्रिटिश सरकाराशी आज्ञाधारकपणाने वागत आलो आहे. हे येथे येऊन गेलेल्या कित्येक पोलिटिकल एजंटना पूर्णपणे माहीत आहे."

"मी सध्या आजारी आहे आणि मोठ्या दुःखाची गोष्ट ही आहे की, मी ब्रिटिश सरकाराशी मोठ्या प्रामाणिकपणाने वागत आलो असून व ब्रिटिश सरकारानेही मला मोठ्या मेहेरबानीने वागवून घेतले असून, शेवटी माझ्या पश्चात, आमच्या घराण्याचा नष्टांश होण्याचा प्रसंग आला आहे! तसे होऊ नये म्हणून मी ब्रिटिश सरकाराबरोबर झालेल्या तहनाम्यांतील दुसऱ्या कलमांप्रमाणे

आनंदराव नामक पाच वर्षांचा मुलगा दत्तक घेऊन, त्याचे नाव दामोदर गंगाधरराव असे ठेवले आहे. हा मुलगा माझ्या पणज्याच्या वंशांतला असून तो प्रस्तुत माझा नातू लागतो.''

"ईश्वराच्या कृपेने आणि सरकारच्या मेहेरबानीने मी दुखण्यांतून उठेन अशी मला अजून आशा आहे आणि ज्याअर्थी माझे उतारवय झाले नाही त्याअर्थी मला संतती होण्याचाही संभव आहे व तसे झाल्यास योग्य दिसेल ती तजवीज करण्यात येईल. पण जर माझे देहावसान झाले तर आजपर्यंत मी सरकाराशी प्रामाणिकपणाने वागत आलो त्या गोष्टीचा विचार करून ह्या मुलावर सरकाराने मेहेरनजर ठेवावी व माझ्या बायकोस ती हयात आहे तोपर्यंत, संस्थानची मालकीण व ह्या दत्तक मुलाची मातुश्री समजून संस्थानची व्यवस्था तिच्याकडे सोपवावी. तिला कोणत्याही रीतीने त्रास पोहोचू नये.''[१]

हा खलिता देतेवेळेस महाराजांचे अंत:करण अत्यंत सद्‌गदित झाले होते. त्यांनी ज्या वेळेस मेजर एलिस ह्यांच्या हातात हा खलिता दिला व त्यातील इच्छा परिपूर्ण करण्याबद्दल त्यास अंत:करणपूर्वक विनंती केली. त्या वेळी मेजर एलिस ह्यांचे अंत:करण द्रवून जाऊन त्यांनीही 'ब्रिटिश सरकारपुढे आपला खलिता पाठवितो व माझ्याकडून होईल तितका प्रयत्न करितो' असे आश्वासन दिले. इतक्यात महाराजांस फार अशक्तता आल्यामुळे किंचित ग्लानी आली, असे पाहून मेजर एलिस व कॅप्टन मार्टिन ह्यांनी त्यास औषध देवविले व आपण बंगल्याकडे निघून चालते झाले. महाराणी लक्ष्मीबाईसाहेब ह्या तेथे महाराजांच्या जवळ चिकाचे पडद्यामध्ये बसल्या होत्या. त्या साहेब लोक निघून गेल्यानंतर महाराजांजवळ आल्या. त्या वेळी त्यांची स्थिती काय झाली असेल हे सांगता येणे कठीण आहे!

मेजर एलिस बंगल्यावर गेल्यानंतर त्यांनी सकाळी झालेल्या सर्व वृत्तांत बुंदेलखंडचे पोलिटिकल एजंट मेजर माल्कम यास कळविला. त्यामध्ये त्यांनी असे लिहिले की,- "आज[२] सकाळी आम्ही महाराजांच्या विनंतीप्रमाणे वाड्यामध्ये गेलो होतो. मी व कॅप्टन मार्टिन ह्यांनी महाराजांची भेट घेतली. परंतु कळविण्यास

---

१. सदर भाषांतर महाराज गंगाधरराव झाशीवाले यांनी बुंदेलखंड आणि रिवा प्रांताचा पोलिटिकल असिस्टंट मेजर इलिस याला पाठविलेल्या खलित्याचे आहे. त्यावर तारीख आहे १९ नोव्हेंबर १८५३, 'झाशी संस्थानच्या खालसाती प्रकरणाचे कागद.'

२. मेजर माल्कम यास दि. २० नोव्हेंबर १८५३ चे पत्र.

फार वाईट वाटते की, महाराजांची प्रकृती अगदी क्षीण झाली असून ते आसन्न स्थितीमध्ये आहेत. सोबत पाठविलेला खलिता महाराजांच्या देखत आम्हास वाचून दाखविण्यात आला. खलिता समाप्त करण्याचे वेळी महाराजास ग्लानी आल्यामुळे आम्ही वाड्यातून बाहेर आलो व तसेच बंगल्यामध्ये येऊन दाखल झालो.''

एलिस साहेब परत आल्यानंतर महाराजांच्या प्रकृतीस औषधोपचाराने थोडासा आराम वाटला. तरी त्यासंबंधाने राणीसाहेबांस अतिशय काळजी उत्पन्न होऊन त्यांच्या तोंडावरील सर्व पाणी नाहीसे झाले होते. महाराजास निद्रा लागली किंवा थोडासा आराम वाटला की बाईसाहेबास निमिषमात्र धीर येत असे. पुन्हा थोडासा फेरफार झाला की एकदम त्यात चिंता उत्पन्न होऊन मन अगदी व्यग्र होत असे. असे होता होता दुपारचे चार वाजले (ता. २० नोव्हेंबर) तो वाड्यापुढे हजारो लोकांची एकच गर्दी झाली. सर्व लोकांच्या मुखातून 'महाराजांची प्रकृती कशी काय आहे?' हाच काय तो प्रश्न ऐकू येऊ लागला. इतक्यात मेजर एलिस हे महाराजांचे भेटीस निघाल्याचे वर्तमान सांगण्याकरिता रेसिडेन्सीतील एक स्वार राजवाड्यात आला. त्या वेळी महाराजांच्या प्रकृतीमध्ये पुष्कळ चलबिचल होऊन त्यास एकाएकी विशेष ग्लानी आली, बोलणे बंद झाले, हे पाहून राजवाड्यातील मंडळीने त्या स्वाराबरोबर मेजर साहेबास असा निरोप पाठविला की आता भेट होण्याची आशा नाही.

महाराजांचे बोलणे बंद झाले व शुद्धीही नष्ट झाली, हे पाहताच राणीसाहेबांचा कंठ करुणरसाने भरून एकदम दाटून आला व नेत्रद्वारे एकसारख्या अश्रुधारा वाहू लागल्या व त्यांनी एकदम मोठ्या दु:खित स्वराने आपले कुलदैवत जी महालक्ष्मी तिचा धावा करून 'जगज्जननी, माझा अगोदर गळा काप' असा हंबरडा फोडिला. त्यासरशी मामासाहेब वगैरे मंडळी राणीसाहेबांजवळ धावून आली व त्यांनी त्यांचे सांत्वन करून थोडासा धीर दिला, व महाराजांस कित्येक अमूल्य मात्रांचे चाटण दिले. त्या योगाने त्यास थोडीशी हुशारी आली व त्यांनी डोळे उघडले, आणि 'एजंट साहेब कोठे आहेत?' म्हणून विचारिले. तो जवळच्या मंडळीने एलिस साहेबांकडे ताबडतोब घोडेस्वार पाठविला.

पहिला स्वार बंगल्यात जाऊन पोहोचतो न पोहोचतो तोच दुसरा स्वार येथे दाखल झाला व त्याने साहेब बहादुरास ताबडतोब राजवाड्यात बोलाविले आहे असे सांगितले. त्याप्रमाणे एलिस साहेब हे डॉक्टर अलन ह्यास आपल्या

बरोबर घेऊन राजवाड्यामध्ये आले. त्या वेळी महाराजास माडीवरील दिवाणखान्यातून खालच्या मजल्यावरील जनानखान्यालगतच्या एका महालामध्ये आणून ठेविले होते. एलिस साहेब जवळ येताच महाराजास फार आनंद झाला व ते प्रेमभावाने त्यांच्याशी बोलण्याचा प्रयत्न करू लागले. पण त्यांच्या वृत्तीतील हुशारी क्षणिक असल्यामुळे साहेबांनी त्यास बोलण्याची विशेष तसदी न देता, त्यांच्या प्रकृतीचे एकंदर मान डॉ. अलन ह्यास सांगून त्यांच्याकडून ती पाहववविली, व डॉ. अलन ह्यांचे औषध अवश्य घेण्याबद्दल महाराजसाहेबांस आग्रहपूर्वक विनंती केली. महाराज अत्यंत धर्मनिष्ठ असल्यामुळे इंग्रजी औषध घेण्याचे ते नाकबूल करीत. म्हणून ब्राह्मणांकडून गंगोदक घालून ते औषध करण्याचे एलिस साहेबांनी कबूल केल्यामुळे त्यांनी आपली अनुमती दर्शविली. डॉ. अलन ह्यांनी महाराजांच्या हेतूप्रमाणे औषधाची व्यवस्था करण्याचे कबूल केले, व ताबडतोब आपल्या बंगल्यात जाऊन उत्तम उत्तम औषधे तयार करून ती एका ब्राह्मणाबरोबर राजवाड्यात पाठवून दिली. मेजर एलिस साहेबही लौकरच परत गेले. इंग्रजी औषधे दृष्टीस पडताच महाराजांनी ती मी कधीही घेणार नाही असे सांगितले; त्यामुळे डॉक्टरांचा नाइलाज झाला!![१]

महाराज गंगाधरराव ह्यांनी मृत्यूचे अगोदर आणखी एक खलता बुंदेलखंडचे पोलिटिकल एजंट मेजर माल्कम ह्यांच्याकडे पाठविण्याबद्दल हुकूम दिला. त्यामध्ये सर्व मजकूर एलिस साहेबांच्या खलित्याप्रमाणेच असून फक्त रामचंद्रराव ह्यांच्या बरोबर मागे सन १८१७ मध्ये ब्रिटिश सरकाराने जो तह केला होता त्यातील - ''झाशी सरकारचा ब्रिटिश सरकाराशी स्नेह असावा व तो कायम राहावा ह्या हेतूने, ब्रिटिश सरकारचा अंमल बुंदेलखंडांत सुरू झाला त्या वेळी कै. शिवरावभाऊ ह्यांच्या ताब्यात असलेल्या व सध्या झाशी सरकारचे ताब्यात

---

१. महाराज गंगाधरराव ह्यांनी जर इंग्रजी औषधे घेतली असती तर ते जगले असते व त्यांना संतती होऊन ती झाशीच्या गादीची वारस झाली असती असे एका ग्रंथकाराने गमतीचे उद्‌गार काढले आहेत. तो म्हणतो :-

तो (महाराजा गंगाधरराव) आणखी काही काळ जगू शकला असता. त्याला पुत्रप्राप्ती होऊन झाशीचे हिंदू राज्य चिरस्थायी होऊ शकले असते पण राजकारणात अत्यंत सुशील, विनित असून सुधा इंग्रज डॉक्टराकडून औषधोपचार त्याने करवून घेतले नाहीत.

सर इडवीन ॲरनॉल्ड एम. ए.

असलेल्या..... सर्व प्रांतांचे राव रामचंद्र यास, त्यांचे वारसदारांस व त्या वारसदारांचे जागी संस्थापित होणारांस, ब्रिटिश सरकार, वंशपरंपरागत मालक नेमून, ते त्या प्रांताचे संस्थानिक आहेत असे कबूल करीत आहे.''

हे दुसरे कलम दाखल करून असे लिहिले होते की, ''माझ्या विनंतीप्रमाणे मेजर एलिस व झाशी येथील सैन्याचे अधिपती कॅप्टन मार्टिन ह्यांनी माझी भेट घेतली. त्यांना मी समक्ष भेटीमध्ये ह्या खलित्यांतील सर्व गोष्टी स्पष्ट करून सांगितल्या आहेत व माझ्या मागे मी आपला नातू (Nabeera-i-khurd) आनंदराव ह्यास दत्तक घेऊन त्याची योजना केली आहे अशा बद्दलचा खलिता मी त्यांच्याकडे दिला आहे. तो ते आपणाकडे पाठवितील अशी माझी पूर्ण खात्री आहे.'' इ.इ.इ.

महाराज गंगाधरराव ह्यांनी अशाप्रकारे व्यवस्था केल्यामुळे कृपाळू ब्रिटिश सरकार झाशी संस्थान पूर्ववत् आपल्या मुलाकडे चालू ठेवतील व झाशीच्या घराण्याचे नाव चिरकाल चालू राहील अशी त्यांना फार आशा होती. त्यांची प्रकृती ह्या वेळी अगदी अत्यवस्थ झाली होती तरी त्यांना महाराणी लक्ष्मीबाईसाहेब ह्यांच्याबद्दल बिलकुल काळजी राहिली नाही. कारण, ब्रिटिश सरकार आपली विनंती कधीही अमान्य करणार नाही असा त्यांना पूर्ण भरवसा होता.[१]

असो. येणेप्रमाणे राज्याची व्यवस्था करून महाराज गंगाधरराव ह्यांनी ऐहिक जगातील आपला प्रवास समाधान अंत:करणाने व शांतपणे समाप्त

---

१. महाराज गंगाधरराव ह्यांनी ब्रिटिश सरकारवर भरवसा ठेवून जे खलिते पाठविले त्याबद्दल एका युरोपियन गृहस्थाने पुढील उद्‌गार काढिले आहेत :-

झाशीच्या राजाने ग. ज. यास अत्यंत नम्रपणे आपली भविष्यकालीन योजना नम्रपणे मांडली की गादीचा वारस सज्ञान होईपर्यंत आपल्या विधवा पत्नीने पालक म्हणून कारभार पाहावा आणि त्यास साहेबाची संमती मागितली. इंग्रज सरकारशी झालेल्या तहातील दुसऱ्या कलमाकडे त्याने लक्ष वेधून घेतले. ज्या अन्वये या राज्याचा कायदेशीर रक्तसंबंधी वारस किंवा दत्तक वारसास इंग्रज सरकारने आमचा आजवरचा इमानीपणा लक्षात घेऊन मान्यता द्यावी असे स्पष्ट केले होते. त्याने असा विश्वास व्यक्त केला की आजवरचा इमानीपणा लक्षात घेऊन त्या दत्तकावर साहेब कृपा करतील. भारतीयांच्या राजनिष्ठेच्या भ्रामक कल्पनेत झाशीचा राजा मृत्यू पावला. इंग्रजी साम्राज्य एवढे बलिष्ठ झाले की विल्यम फोर्टचे इंग्रज इनामीपणा, इंग्रजनिष्ठा वगैरे साफ विसरून गेले.

डब्ल्यू. एम. टोरेन्स एम. पी.

केला. ‘मरणं प्रकृतिः शरीरिणाम्’ ह्या कविकुलगुरूंच्या उक्तीप्रमाणे मरण हे कोणालाही चुकविता येत नाही. रावापासून रंकापर्यंत सर्वांना मृत्युवश होणे अगदी भाग पडते. महाराज गंगाधरराव हे संस्थानाधीश असल्यामुळे त्यांच्या उशापायथ्याजवळ धन्वंतरितुल्य राजवैद्य बसले होते व हजारो सेवक त्यांच्या प्रकृतीसाठी फार काळजी वाहात होते, पण त्यांची मृत्युवेळा समीप येताच तेथे कोणाचाच उपाय चालला नाही! ता. २१ नोव्हेंबर हा दिवस उजाडला तो महाराजांच्या प्रकृतीची सर्व चिन्हे भयंकर दिसू लागली. महाराणी लक्ष्मीबाईसाहेब निराश होत दुःखाने व्याकुळ झाल्या. प्रातःकाळपासून हजारो ब्राह्मणांस दानधर्म सुरू होऊन विष्णुसहस्रनामादी ईश्वरस्तोत्रांचा पाठ चालला होता. इतक्यात मध्यान्हसमय उलटून गेला आणि महाराजांच्या नाडीचे चलनवलन बंद झाले! व ‘अंतकाळ येतो येता, तेथे नये चुकविता’ ह्या नियमाप्रमाणे झाशीसंस्थानचे अधिपती महाराज गंगाधरराव बाबासाहेब ह्यांचे प्राणोत्क्रमण होऊन त्यांनी कैलासवास स्वीकारीला!!

ही मृत्युवार्ता सर्व शहरात तेव्हाच पसरली व जिकडे तिकडे आकांत झाला. राजवाड्यामध्ये तर सर्वत्र रुदनस्वर ऐकू येऊ लागले! महाराणीसाहेब अत्यंत शोकाक्रांत होऊन मोठमोठ्याने आक्रंदू लागल्या. प्रियपतिनिधनाच्या योगाने त्यांच्या हृदयात दुःखाग्नीच्या ज्वाळा भडकून जाऊन त्यांचे देहभान अगदी नाहीसे झाले! ह्या समयी त्यांची जी स्थिती झाली होती तिचे वर्णन करणे अगदी दुरापास्त आहे!

महाराज परलोकवासी झाल्यानंतर रीतीप्रमाणे त्यांच्या प्रेतसंस्काराचा विधी राजेलोकास उचित अशा रीतीने करण्यात आला. महाराजांच्या स्मशानयात्रेस झाशीनगरवासी सर्व प्रजाजन लोटले होते. खुद्द पोलिटिकल एजंट मेजर एलिस व झाशीचे इतर मोठमोठे युरोपियन अधिकारी आपला अशुभ पोषाख धारण करून आले होते. स्मशानयात्रा संपल्यानंतर मेजर एलिस व कॅप्टन मार्टिन हे इरेग्युलर क्याव्हल्रीचे काही लोक बरोबर घेऊन महाराणी लक्ष्मीबाईसाहेब ह्यास दुखवट्याची भेट देण्याकरिता राजवाड्यात गेले. तेथे गेल्यानंतर एलिस साहेबांनी बाईसाहेबांचे सामोपचाराने सांत्वन करून शोक न करण्याबद्दल विनंती केली. ह्या वेळी बाईसाहेब शोकसागरामध्ये अगदी बुडून गेल्यामुळे त्यांची स्थिती इतकी करुणास्पद झाली होती की ती पाहून निर्घृण पाषाणासही द्रव आला असता. मग एलिस साहेबांची ती काय गोष्ट? त्यांनी दयार्द्र

अंत:करणाने, सर्व काही तुमच्या हेतूप्रमाणे करू असे वारंवार सांगून, ते राजवाड्यातून खजिन्याचा बंदोबस्त करण्याकरिता किल्ल्यात गेले.

झाशीचा किल्ला अत्यंत प्रचंड असून त्यात संस्थानचे कैदी व सर्व खजिना ठेविला होता. खजिन्यामध्ये सुमारे २, ४५, ७३८ रुपयांचे सोन्याचे व रुप्याचे नाणे होते. ह्या खजिन्याच्या सर्व द्वारांस एलिस साहेबांनी किल्लेदार व ज्वालानाथ पंडित ह्यांच्या समक्ष मोहोरबंद कुलूपे घालून, किल्ल्याचे संरक्षणाकरिता शिद्यांच्या कॉंटिन्जंट फौजेपैकी ६ व्या पलटणीची १००/१२५ लोकांची एक तुकडी ठेविली. महाराजांच्या मृत्यूनंतर काही गडबड होऊ नये म्हणून त्यांनी संस्थानच्या प्रमुख कारभारी मंडळींच्या भेटी घेऊन त्यांच्या सल्ल्याने एकंदर व्यवस्था अगोदरच केली होती. ह्याशिवाय कॅप्टन मार्टिन ह्यांनी लष्करी बंदोबस्तही चांगला ठेवला होता.

महाराजांचे मृत्युवृत्त झाशीचे असिस्टंट पोलिटिकल एजंट मेजर एलिस ह्यांच्याकडून[१] बुंदेलखंडचे पोलिटिकल एजंट मेजर माल्कम ह्यास समजताच त्यांनी ता. २५ नोव्हेंबर रोजी हिंदुस्थानसरकारचे फॉरिन (परराज्यसंबंधी) सेक्रेटरीस एक यादी पाठविली. ती येणेप्रमाणे :-

ग्वाल्हेर, बुंदेलखंड व रीवा ह्या संस्थानांचे पोलिटिकल एजंट मेजर डी.ए. माल्कम ह्यांच्याकडून हिंदुस्थान सरकारचे सेक्रेटरी फॉरिन डिपार्टमेंट फोर्ट विल्यम ह्यास:[२]-

महाराज,

१. नामदार गव्हर्नर जनरल इनकौन्सिल ह्यास कळविण्यास मला फार वाईट वाटते की, झाशीचे महाराज गंगाधरराव ह्यांस ता. २१ रोजी झाशी येथे देवाज्ञा झाली.

२. मृत्यूच्या अगोदर एक दिवस महाराजांनी पाच वर्षांचे वयाचा दामोदर गंगाधरराव ऊर्फ आनंदराव ह्या नावाचा एक मुलगा दत्तक घेतला असून तो नातू आहे असे त्यांनी म्हटले आहे. परंतु खरोखर मला वाटते की, तो महाराजांचे मुख्य पूर्वज रघुनाथराव ह्यांचा पाचवा वंशज असून इंग्रजी रीतीप्रमाणे त्यास महाराजांचा चुलतभाऊच मानिले पाहिजे.

---

१. मेजर डी. ए. माल्कम यास पत्र. ता. २१ नोव्हेंबर १८५३.

२. मेजर डी. ए. माल्कम याचे पत्र क्र. २४ इ. १८५३. झाशी संस्थानच्या खालसातीबाबतचे कागदपत्र.

३. मेजर एलिस साहेबांकडून महाराजांच्या ता. २० रोजी झालेल्या भेटीबद्दल व त्यांच्या मृत्यूबद्दल जी पत्रे आली आहेत ती नामदार लॉर्ड साहेबांच्या अवलोकनार्थ पाठविली आहेत. त्याचप्रमाणे महाराजांनी आनंदराव नामक मुलास दत्तक घेतल्याबद्दलचा सविस्तर हकिकतीचा एक खलिता सदर तारखेस मजकडे पाठविला आहे तोही सोबतच्या कागदाबरोबर पाठविला आहे.

४. झाशी संस्थानिकांनी मृत्यूसमयी दत्तक घेण्याचा एकाएकी विचार केल्यामुळे झाशी दरबारातील प्रत्येक मनुष्यास आश्चर्य वाटत असेल असे मला वाटते. कारण बहुतकरून, सर्व संस्थानची मालमत्ता राणीच्या हयातीपर्यंत तिच्याकडे ठेवण्याबद्दल ते इंग्रज सरकारास विनंती करतील असा सर्वांचा समज होता. परंतु ब्रिटिश सरकारचा ज्यांच्या बरोबर प्रथम तह झाला ते झाशीचे सुभेदार शिवरावभाऊ ह्यांच्या सरळ वंशामध्ये कोणी वारस पुरुष नाही व जवळचा कोणी नातेवाईकही नाही, म्हणून कधीही घडून न येणारा दत्तकाचा बूट विचारात आला असावा असे दिसते.

५. हिंदुस्थान सरकारच्या माहितीसाठी मी एक झाशी संस्थानिकांचा साधारण वंशवृक्ष सोबत पाठविला आहे. तो बरोबर असावा असा माझा भरवसा आहे. ह्या वंशवृक्षावरून असे दिसून येईल की जो मुलगा आता दत्तक घेतला आहे तो महाराज गंगाधरराव ह्यांचे पूर्वज रघुनाथराव (पहिले) ह्यांच्या वंशातील आहे.

६. मेजर एलिस ह्यांना मी ता. २ रोजी जे एक सूचनापत्र पाठविले होते व ज्याची प्रत हिंदुस्थान सरकाराकडे ता. ३ रोजी रवाना केली आहे, त्यातील सूचनांप्रमाणे मेजर एलिस साहेब वागत आहेत आणि सरकारचा झाशी संस्थानच्या व्यवस्थेबद्दल शेवटचा हुकूम येईतोपर्यंत ते मरहुम राजेसाहेबांनी केलेल्या दत्तविधानाकडे बिलकुल लक्ष देणार नाहीत.

७. झाशी संस्थानिकांशी ब्रिटिश सरकारचा संबंध कसा आहे ह्याची संक्षिप्त माहिती येथे दिली असता ती सरकारास ग्राह्य होईल व त्या योगाने झाशीच्या राजास, आपल्या संस्थानास मालक करण्याकरिता दत्तक घेण्याचा अधिकार आहे किंवा नाही- ज्याबद्दल मला फार संशय वाटतो, त्याबद्दल निश्चयात्मक अभिप्राय देण्यास ठीक पडेल.

८. सन १८०४ साली बुंदेलखंडाशी आमचा संबंध जडताच आम्ही

शिवरावभाऊंबरोबर पेशव्यांचे नोकर व मांडलिक ह्या नात्याने तह केला व सन १८१७ साली ज्या वेळी झाशी संस्थानावरील सर्व हक्क पेशवे सरकारांनी ब्रिटिश सरकारास दिले, त्या वेळी आम्ही शिवरावभाऊंचे नातू रामचंद्रराव ह्यास झाशी संस्थानचे वंशपरंपरेचे मालक कबूल केले आणि त्याप्रमाणे सन १८३२ साली आम्ही त्यास सुभेदाराच्या ऐवजी राजा हा किताब समर्पण केला.

९. रावरामचंद्र हे सन १८३५ साली मृत्यू पावले. ते निपुत्रिक असल्यामुळे संस्थान पुढे खालसा करावे किंवा नाही ह्या प्रश्नाची भवति न भवति झाली होती असे मला वाटते. परंतु त्या वेळी शिवरावभाऊंचे रघुनाथराव व गंगाधरराव असे दोन औरस पुत्र हयात आहेत असे दिसून आल्यावरून त्यांच्याकडे संस्थान चालवावे असे ठरविण्यात आले. परंतु आता गंगाधररावांच्या मृत्यूने त्यांच्या वंशाचा शेवट झाला आहे.

१०. मला येथे असेही कळविणे आवश्यक आहे की सन १८३५ साली ज्या वेळी रावरामचंद्र मृत्यू पावले त्या वेळी संस्थानावर, एक त्यांचा दत्तक व एक त्यांच्या बायकोचा दत्तक असे दोन इसम हक्क सांगू लागले; परंतु त्या वेळी तो हक्क नामंजूर करण्यात आला. त्या वेळचे कागदपत्र सध्या मजजवळ नाहीत. परंतु त्या वेळी जो पत्रव्यवहार झाला आहे तो आपल्या दप्तरी सापडेल. त्यावरून असे दिसून येईल की, झाशी संस्थान ज्या शर्तीवर इंग्रज सरकाराच्या हुकमतीखाली चालत आहे, त्या शर्तीने राजास किंवा त्याच्या विधवा राणीस सार्वभौम सरकारच्या परवानगीवाचून दत्तक घेण्याचा हक्क पोचत नाही.

११. कै. महाराज गंगाधरराव ह्यांनी आपल्या पश्चात सर्व राज्यव्यवस्था ज्या स्त्रीच्या हातात देण्याबद्दल आपली इच्छा दर्शवली आहे ती स्त्री फार सन्मान्य आणि लोकप्रिय असून संस्थानचा अधिकार उत्तम प्रकारे चालविण्यास पूर्ण समर्थ आहे. परंतु प्रस्तुतच्या स्थितिमानावरून ज्या अर्थी सरकार हे संस्थान खालसा करण्याचा आपला हक्क लांबणीवर टाकील असे मला वाटत नाही, या अर्थी माझा असा भरवसा आहे, सरकाराकडून राणीसाहेबास त्यांच्या मृतपतीची सर्व खाजगी मालमत्ता, व झाशीतील राजवाडा ही देण्यात येऊन, त्यांच्या शानशौकतीकरिता व त्यांच्या या कुटुंबीय माणसाकरिता, योग्यतेने व सुखाने राहता येईल

अशा प्रकारची नेमणूक देण्यात येईल असे त्यास आश्वासन देण्याची मला परवानगी मिळावी.

१२. राणीसाहेबांच्या खर्चास पुरेशी रक्कम ठरविणे हे काम फार कठीण आहे. तथापि ज्या अर्थी बुंदेलखंडामध्ये संस्थापित झालेले मराठ्यांचे शेवटचे घराणे एवढेच आहे, आणि ज्या अर्थी पेशवे सरकारांकडून व विनायकरावांकडून धर्मार्थ द्रव्य मिळण्याची आता आशा राहिली नाही त्या अर्थी ह्या राजांचे आश्रित उदरभरणार्थ राणीसाहेबांकडे येतील. तेव्हा सरकार ह्या गोष्टी ध्यानात घेऊन राणीसाहेबांस भरपूर तनखा देण्याची इच्छा बहुतकरून दर्शवील त्या अर्थी तो तनखा दरमहा ५००० रुपयांपेक्षा कमी नसावा असे मी नम्रपणाने सुचवितो.

१३. ज्या अर्थी झाशीसंस्थान पुष्कळ दिवस आपल्या अधिकाराखाली होते व त्याची मेजर रॉस ह्यांनी जी व्यवस्था केली होती ती सुरळीतपणे चालली, त्या अर्थी मला वाटते की जर सरकार हे संस्थान खालसा करण्याचा विचार करील तर त्याची व्यवस्था त्याच्यात सभोवतीच्या शिंदेसरकारच्या प्रांताप्रमाणे करण्यास आपणास मुळीच अडचण पडणार नाही.

१४. सरकारास हे संस्थान मी आपल्या ताब्यामध्ये घ्यावे असे युक्त वाटत असेल तर मी तयारच आहे. परंतु ज्या अर्थी मला किंवा माझे मदतनीस मेजर एलिस ह्यांना वसुलाच्या बाबतीत मुळीच अनुभव नाही व आम्हास ग्वाल्हेर व बुंदेलखंड येथे राज्य प्रकर्णी कामे फार असून त्या करिता आम्हास दूरच्या प्रांतांमध्ये वारंवार जावे लागणार आहे, त्या अर्थी मी विनयपूर्वक सुचवितो बुंदेलखंडांतील जे जिल्हे जबलपूरचे कमिशनर कॅप्टन अर्स्किन ह्यांच्याकडे दिले आहेत त्यात हे संस्थान सामील करावे.

पोलिटिकल एजन्सी ऑफीस,
कँप पन्ना. (सही इंग्रजी) डी. ए. माल्कम ग्वाल्हेर,
२५ नोव्हेंबर १८५३ पोलिटिकल एजंट, बुंदेलखंड आणि रीवा.

पोलिटिकल एजंट साहेबांचा हा रिपोर्ट सरकारमध्ये दाखल झाला, त्यावरून झाशी संस्थानची व्यवस्था पुढे काय होणार ह्याचे भविष्य दिसू लागले. खुद्द पोलिटिकल एजंट साहेबांचा झाशी संस्थान ब्रिटिश सरकारच्या घरांत ओढण्याचा हेतू जेथे व्यक्त केला आहे तेथे इतर आशेचा काय उपयोग

होणार? लॉर्ड डलहौसी साहेबांच्या अनुज्ञेप्रमाणे सातारा, नागपूर व तंजावर ही तीन मोठी संस्थाने तेथील रेसिडेंटांनी बिनवारस ठरवून कंपनी सरकाराच्या राज्यात सामील केली, तेव्हा त्यांचेच अनुकरण करण्याची उत्कट इच्छा मेजर माल्कमसारख्या विश्वासू व कर्तव्यदक्ष सेवकास अवश्य व्हावी हे साहजिकच आहे!! मालकम साहेबांचा हा रिपोर्ट सरकारांत रवाना होताच झाशीच्या बंदोबस्ताची कडेकोट तयारी करण्यात आली. झाशी येथे शिंदेसरकारच्या कॉंटिन्जंट व फौजेच्या ६ व्या पलटणीचा एक भाग आणि बंगाल नेटिव्ह इन्फंट्रीत एक पलटण ठेवण्याचा विचार होऊन, झाशी व करेरा ह्या किल्ल्यांच्या बंदोबस्ताकरिता ब्रिगेडियर पार्सन्स ह्यांच्याकडून आणखी चार पलटणी येतील अशी व्यवस्था करण्यात आली.

इकडे झाशी संस्थान दामोदररावांच्या नावाने चालणार अशी बाईसाहेबांची व सर्व दरबारी मंडळीची खात्री होती. कारण महाराज गंगाधरराव ह्यांनी मरणाचे पूर्वी पोलिटिकल एजंटास एक खलिता दिला होता. त्याप्रमाणे ब्रिटिश सरकार सर्व व्यवस्था करील अशी प्रत्येकाची कल्पना होती. सन १८१७ साली रामचंद्ररावांबरोबर केलेल्या तहात झाशी संस्थान 'वंशपरंपरा' चालविण्याबद्दल दिलेले आश्वासन, व सदोदित झाशी संस्थानिकांनी व्यक्त केलेली कृतज्ञता, ब्रिटिश सरकार कधीही विसरणार नाही अशी त्यांची समजूत होती. परंतु राज्यलोभाने अंध झालेल्या त्यांच्या मुख्य प्रतिनिधीस पूर्वीचा तह व पूर्वीचे आश्वासन दिसण्याचा संभव मुळीच राहिला नाही हे त्यास कशाने समजणार? माल्कम साहेबांचा रिपोर्ट कौन्सिल ऑफ इंडियाच्या हातात जाताच ऑनरेबल जे. डोरीन व त्याचे कौन्सिलर जे. लो व फ्रेडरिक जे. हॉलिडे ह्यांनी असे ठरविले की, गव्हर्नर जनलर कलकत्त्यास येईतोपर्यंत (ह्या वेळी लॉर्ड डलहौसी साहेब अयोध्या संस्थानात गेले होते.) हा झाशीच्या दत्तकाचा प्रश्न तसाच ठेवावा; व राज्यकारभारात कोणत्याही प्रकारे फेरबदल करू नये; पोलिटिकल एजंटने संस्थानामध्ये शांतता ठेवण्याबद्दल विशेष काळजी घ्यावी, आणि सैन्याची मदत लागल्यास ब्रिगेडियर पार्सन्स ह्यांच्याकडून ती अवश्य मागवावी. ह्याप्रमाणे झाशीचे पोलिटिकल एजंट ह्यास कळविण्यास आले[१] व तूर्तातूर्त जिकडे तिकडे सामसूम करण्यात आली.

◆◆

१. पत्र क्र. ५३०५ (परराज्यव्यवहार विभाग) जे. डब्ल्यू. दलमप्ले (स्वाडर्न) अंडर सेक्रेटरी भारत सरकार यांचे मेजर डी. ए. माल्कम यास पत्र.

प्रकरण ४ थे

झाशी संस्थान खालसा केले तो वृत्तांत

"नीचैर्गच्छत्युपरि च दशा चक्रनेमिक्रमेण.'

मनुष्यास किंवा राष्ट्रास उन्नातावस्था किंवा विपदावस्था केव्हा व कशी प्राप्त होईल ह्याचा नियम नाही. कालचक्राच्या विचित्र गतीमुळे जी राष्ट्रे वैभवाच्या अत्युच्च शिखरास पोहोचलेली असतात ती अल्पावकाशात नष्टप्राय होतात, व जी दुर्दैवग्रस्त असतात ती क्षणार्धात उन्नतस्थिती पावतात; अशी ह्या जगामध्ये एकसारखी घडामोड चालली आहे. ह्याचा प्रत्यक्ष अनुभव ब्रिटिश सरकारच्या राज्यविस्तारावरून सहज कळून येतो. सन १७१२ मध्ये दिल्लीच्या बादशाहाकडे संधान बांधून मोठ्या मिनतवारीने हिंदुस्थानामध्ये व्यापार करण्याची परवानगी मिळविण्यास ज्यास भगीरथ प्रयत्न करावा लागला[१], व सन १७५२ साली

---

१. ह्या वेळी बंगालच्या गव्हर्नरने दिल्लीच्या बादशाहास जे पत्र पाठविले होते, ते एके ठिकाणी आमच्या वाचण्यात आले आहे, ते असे:-

जॉन रुसेल जो अगदी वाळूच्या एका कणाएवढा क्षुद्र आहे, ज्याचे मस्तक नेहमी तुमच्यासमोर झुकलेले आहे, जो अनियंत्रित राजा आणि साऱ्या विश्वाचा आधार आहे. ज्याच्या सिंहासनाची तुलना कदाचित सॉलोमनशीच करता येईल.

ज्याची कीर्ती ज्युलियस सीझरच्याच तोडीची आहे... इंग्रज लोकांना आता बंगाल, ओरिसा आणि बिहार जकातमुक्त व्यापारास (सुरतेचा अपवाद) परवानगी बादशाहानी कृपाळू होऊन अत्यंत एकनिष्ठ गुलामास (इंग्रजास) दिलेली आहे असे आम्ही सदैव तुमच्या आज्ञेत आहोत. आम्हास नुकतीच पवित्र अशी आज्ञा प्राप्त झालेली आहे. तशीच आपली कृपाही प्राप्त झालेली आहे. तुमचे विश्वासू नोकर या नात्याने तुमच्या ताब्यातील समुद्राचे रक्षण आम्ही करू... वर उल्लेख केलेल्या भागात पूर्वीप्रमाणेच मुक्त व्यापार करण्याची परवानगी इच्छितो. आम्ही आमचा व्यापार कुणालाही त्रास न होईल अशा पद्धतीने करू.....

ज्यांच्या ताब्यात फक्त तीन वखारी व २० चौरस मैल मुलूख होता त्यांचे राज्यछत्र आता (सन १८५७) ६५०००० चौरस मैलांवर फडकू लागावे ही केवढी सुदैवाची गोष्ट आहे? रोमन लोकांना युरोपखंड पादाक्रांत करण्यास ३०० वर्षेही पुरली नाहीत पण त्यांच्या अर्ध्या मुदतीत ब्रिटिश लोकांनी सर्व हिंदुस्थान पादाक्रांत केले. वस्तुत: हिंदुस्थानामध्ये आपली राज्यसत्ता सर्वत्र व्हावी असा त्यांचा हेतू मुळीच नव्हता! सन १७८२ साली, वॉरन हेस्टिंग्ज साहेबांनी हिंदुस्थानात जे धुमश्चक्र माजविले होते त्याबद्दल जेव्हा हाऊस ऑफ कॉमन्सपुढे वादविवाद झाला, त्या वेळी असे ठरले की, ''हिंदुस्थानामध्ये आमच्या राज्याचा विस्तार करण्यासाठी व मुलूख काबीज करण्यासाठी प्रयत्न करणे हे ब्रिटिश राष्ट्राची राजनीती, इभ्रत व इच्छा ह्यांच्या अगदी विरुद्ध आहे.'' पण हा ठराव सहा वर्षांपेक्षा जास्त दिवस टिकला नाही. सन १७९० मध्ये टिपू सुलतान ह्याने इंग्रजांचा मित्र जो त्रावणकोरचा राजा त्यावर स्वारी केली असा समय पाहून लॉर्ड कॉर्नवालिस साहेबांनी त्यावर मोहीम करून त्याचे अर्धे राज्य मिळविले! ह्या वेळी ''राजनीती, इभ्रत व इच्छा'' ही राखण्यासाठी झालेला ठराव दप्तरामध्ये गुंडाळून ठेवून, हाऊस ऑफ कॉमन्स व हाऊस ऑफ लॉर्ड्स ह्यांनी ह्या न्याय्य युद्धाबद्दल आभार प्रदर्शित केले! पुढे १७९९ मध्ये वेलस्ली साहेबांनी त्या युद्धाची परिसमाप्ती करून टिपू सुलतानाचा सर्व प्रांत खालसा केला! आणि लौकरच कर्नाटक प्रांत ताब्यात आल्यानंतर दुआब व अयोध्येच्या नबाबाकडून मिळालेला प्रांत एकत्र करून हिंदुस्थानातले ब्रिटिश राज्य त्यांनी दुप्पट वाढविले असे पाहून कोर्ट ऑफ डायरेक्टर्सना फार समाधान झाले व त्यांनी असा निश्चय केला की आता मात्र पुन: जास्त प्रांत घ्यावयाचा नाही¹! परंतु पुन्हा आणखी निरुपायाचा प्रसंग आला! अर्ल ऑफ मोइरा हे गव्हरनर जनरल होताच नेपाळची लढाई सुरू होऊन तीत बराच प्रांत मिळाला. पुढे दोन वर्षांनी पेंढारी लोकांशी युद्ध झाले व पुणे, नागपूर, इंदूर

---

१. अलीकडेच झालेल्या वेगवेगळ्या तहान्वये जो प्रदेश या ना त्या कारणाने आम्ही (इंग्रजांनी) संपादन केला तो आणि काही प्रदेश स्वारी करून जिंकून घेतला तो सर्वच प्रदेश अत्यंत विस्तृत आणि विविधतापूर्ण निसर्गाचा आहे. जोपर्यंत आम्ही अत्यंत गंभीरपणे या सर्व परिस्थितीचे परीक्षण करीत नाही तोपर्यंत भारतीय प्रदेशात मोहिमा राबविण्याचे कायदे कौन्सिलात गंभीरपणे, विधीयुक्त बंद करणे आवश्यक आहे. अन्यथा, इंग्रजांची इच्छा, प्रतिष्ठा आणि राजनीती यांच्या विरोधीच ते होईल.

आणि ग्वाल्हेर ह्या ठिकाणच्या चार मराठे राजांबरोबर कुरापती होऊन पुष्कळ मुलूख ब्रिटिश सरकारच्या अमलात आला! ह्या वेळी गव्हरनर जनरल साहेबांनी निश्चय केला की आता मात्र सिंधू नदीच्या पलीकडे आपल्या राज्याची हद्द न्यावयाची नाही! त्यांच्यामागून लॉर्ड अमहर्स्ट ह्यांनी गव्हरनर जनरलची वस्त्रे घेऊन हिंदुस्थानच्या किनाऱ्यावर पाय ठेविला, तोच ब्रह्मदेशाशी युद्ध सुरू झाले आणि आसाम, तेनासरीम व अराकान हे प्रांत ब्रिटिश अमलाचा सुखोपभोग घेण्याकरिता त्यांच्याकडे आले! पुढे लॉर्ड बेंटिक साहेबांची कारकीर्द सुरू झाली व त्यांनाही इच्छा नसता कुर्गप्रांत घेणे भाग पडले! तदनंतर लॉर्ड आक्लंड ह्यांनी सिंधुनदापार सैन्य नेऊन रशियन राक्षसाप्रीत्यर्थ तेरा हजार लोक आफगाणिस्थानातील बर्फामध्ये बळी दिले व त्यांच्यामागून लॉर्ड एलिनबरो अधिकारारूढ होऊन त्यांनी "सिंधुनदाच्या दोन्ही किनाऱ्यांवर शांतता उत्पन्न करण्याकरिता– किंबहुना एका शब्दामध्ये आशियाखंड 'आबादी आबाद' करण्याकरिता आणि मोगल बादशाहांच्या औदार्यगुणावर लोकसुधारणेत ताण करण्याकरिता."

हिंदुस्थानात प्रवेश केला, परंतु त्यास सिंधप्रांत खालसा केल्यावाचून व शिंद्याची सत्ता मर्यादित केल्यावाचून हिंदुस्थानात शांतता करिता आली नाही! म्हणून त्यांच्यामागून सर हेन्री हार्डिंग, ह्यांची योजना झाली व त्यांनी युद्ध करण्याचा व नवीन प्रांत खालसा करण्याचा प्रसंग बिलकुल आणू नये अशी सक्त ताकीद झाली. पण त्यांना सोळा महिन्यांपेक्षा जास्त दिवस आपली तलवार म्यानात ठेविता आली नाही! तिकडे पंजाबप्रांतामध्ये धुमाकूळ उडून ६०००० शीख योद्धे सतलजनदीवर येऊन उभे राहिले. तेव्हा पुन: त्यांच्या बरोबर चार हात करून जालंधर प्रांतासह सतलजनदीच्या दक्षिणेकडील सर्व प्रांत घेणे भाग पडले! तथापि आता पुढे सर्वत्र स्वस्थता होईल अशी बरीच आशा होती. सन १८४८ मध्ये लॉर्ड डलहौसी कलकत्त्यास येऊन त्यांनी हिंदुस्थानचे प्रतिनिधिपद धारण केले तो तीन महिन्यांच्या आत पंजाब प्रांतामध्ये चकमक सुरू झाली आणि थोड्याच अवकाशात तो सर्व प्रांत ब्रिटिश सरकारच्या ताब्यात झाला! तात्पर्य, अशा रीतीने हळूहळू सर्व हिंदुस्थानदेश ब्रिटिश सरकारच्या अमलाखाली येऊन त्यांचा विजयध्वज चोहोकडे चमकू लागला!

लॉर्ड डलहौसी साहेबांनी हिंदुस्थानची एकंदर स्थिती ध्यानात घेऊन त्याचे सूक्ष्मदृष्टीने निरीक्षण केले तो त्यास अनेक एतद्देशीय राज्ये, संस्थाने व

जहागिरी अद्यापि पुष्कळ शिल्लक आहेत असे दिसू लागले. ज्या राष्ट्राच्या ताब्यात पूर्वी तीन वखारी होत्या त्यांच्या ताब्यात सर्व हिंदुस्थान आले, तरी तेवढ्याने त्यांची तृप्ती न होता त्यांनी राज्यलोभ धारण करून एतद्देशीय संस्थाने खालसा करण्याचा निश्चय केला! एतद्देशीय संस्थाने खालसा केली तर त्या योगाने ब्रिटिशराज्यसत्तेचा पाया डळमळीत होऊन, त्यांच्याशी केलेले तह व करारनामे आपण होऊन मोडल्यासारखे होईल व ब्रिटिश राष्ट्राच्या शुभ्र कीर्तीस वचनभंगाचे महत्पातक लागेल असे[१] ड्यूक ऑफ वेलिंग्टन, सर थॉमस मन्रो, सर जॉन माल्कम, व माऊंट स्टुअर्ट एल्फिन्स्टन इत्यादी राज्यकारस्थानपटू व विचारशील पुरुषांनी अनेक वेळा प्रतिपादन केले होते परंतु त्याकडे दुर्लक्ष करून डलहौसी साहेबांनी आपल्या राजनीतीस निराळ्या तऱ्हेचे वळण दिले. त्यांचे असे ठाम मत झाले की, ब्रिटिश मुलुखालगत असणारी लहान लहान संस्थाने कायम ठेवण्यात काही अर्थ नाही. त्यापासून कधी उपयोग होण्याची आशा नाही मग त्यांचा त्रास तरी कशास पाहिजे? ह्या करिता ती ब्रिटिश प्रांतामध्ये सामील करून टाकावी म्हणजे ब्रिटिश राज्यरीतीच्या योगाने त्यांचे फार हित होईल. त्याप्रमाणे त्यांनी असा निश्चय केला की, ज्या संस्थानाचा औरस किंवा कोणत्याही प्रकारचा वारस राहिला नसेल व ज्यास हिंदुशास्त्राप्रमाणे दत्तक घेण्याकरिता सरकारची मंजुरी घ्यावी लागत असेल अशी संस्थाने बिनवारस ठरवून ती खालसा करण्याचा प्रसंग कधीही दवडू नये.[२]

---

१. ह्या संबंधाने "आमच्याच करारनाम्याने आम्ही आमचे हात बांधून घेतले आहेत काय?" ह्या नावाचे एक पुस्तक सन १८५३ साली लंडन येथे प्रसिद्ध झाले आहे. त्यात ह्या गृहस्थांची मते खुलासेवार दिली आहेत.

२. ह्या संबंधाने लॉर्ड डलहौसी साहेबांनी असे म्हटले आहे. –

जो प्रदेश एकदा आपल्या ताब्यात आलेला आहे, तो कोणत्याही कारणाने परत करावा लागण्याची मी कल्पना करू शकत नाही. आजवर आपण जो प्रदेश संपादन केला आहे, तो सुसंघटित राखण्याची एकही संधी आपण सोडता उपयोगी नाही. आपण खालसा केलेली राज्ये काळाच्या ओघात नष्ट होऊ शकली असती. या छोट्या छोट्या संस्थानांना प्रसंगी बळाचाही वापर करूनही ते आवश्यकच आहे असे मी बोलण्याचे धाडस करतो. कारण तसे केल्यानेच इंग्रजी साम्राज्याचे सामर्थ्य आणि राज्याच्या तिजोरीत भर टाकणारेच ठरेल. आपल्या सरकारची इभ्रत जगात वाढवणारे ठरेल. त्यामुळे मला

लॉर्ड डलहौसी साहेबांचा असा निश्चय झाला नाही तोच आमच्या दुर्दैवाने सातारा, नागपूर, झाशी, तंजावर, इत्यादी महाराष्ट्रराज्यांचे अधिपती एका काळीच मृत्युमुखी पडले व त्यांना औरस पुत्र नसल्यामुळे त्यांची संस्थाने क्रमाक्रमाने खालसा होण्यास आरंभ झाला. हिंदुपदपादशाहीच्या तक्ताचे आदिस्थान जे सातारा तेच प्रथम खालसा करण्याचा ठराव झाला. सातारचे शेवटचे छत्रपती शहाजी महाराज ऊर्फ आप्पासाहेब हे कैलासवासी झाले. त्यांना औरस संतती नसल्यामुळे त्यांनी एक मुलगा मृत्यूचे पूर्वी दत्तक घेतला होता, परंतु तो डलहौसी साहेबांनी नामंजूर केला व छत्रपतींची गादी नष्ट केली! नागपूर व तंजावर ह्यांची तीच स्थिती झाली, आणि बुंदेलखंडातील लहानशा झाशी संस्थानावरही लॉर्ड डलहौसी ह्यांची गदा येऊन पडली! ह्या गदेच्या तीक्ष्ण आघाताने हे संस्थान अगदी चूर होऊन गेले ही मोठी दुःखदायक गोष्ट आहे!

तिसऱ्या प्रकरणात सांगितल्याप्रमाणे बुंदेलखंडचे पोलिटिकल एजंट मेजर माल्कम ह्यांचा रिपोर्ट हिंदुस्थान सरकाराकडे रवाना झाला; परंतु, त्या वेळी गव्हर्नर जनरल लॉर्ड डलहौसी अयोध्यासंस्थानात फिरावयास गेले असल्यामुळे त्याबद्दल काहीच विचार न होता सहा महिनेपर्यंत ते काम तहकूब पडले होते व पोलिटिकल एजंटास लिहून आल्याप्रमाणे झाशीची राज्यव्यवस्था चालली होती. महाराणी लक्ष्मीबाईसाहेब ह्यांस श्रीमंत दामोदरराव ह्यांचे दत्तविधान कृपाळू ब्रिटिश सरकार मंजूर करून, त्यास झाशीच्या गादीवर विराजमान करील अशी फार फार आशा होती. म्हणून त्यांनी स्वत: लॉर्ड डलहौसी साहेबांच्या नावाचा एक खलिता झाशीचे पोलिटिकल एजंट मेजर एलिस ह्यांच्या मार्फत रवाना केला त्याचा योग्य विचार लॉर्डसाहेब करतील असा त्यांचा पूर्ण समज होता! ह्या खलित्याचा सारांश येणेप्रमाणे–

"आमचे सासरे शिवरावभाऊ ह्यांनी ह्या प्रांतामध्ये ब्रिटिश सरकारचा

अगदी मनापासून असे वाटते की इंग्रजांचे हितसंबंध जपण्यास हेच धोरण योग्य ठरेल. माझे असे ठाम मत आणि असा दृढ विश्वास आहे की आपल्या सरकारने हेच धोरण नेटाने राबवण्यास, तसेच इंग्रजी सरकार अशा तऱ्हेच्या राज्यविस्ताराची आणि राज्याच्या तिजोरीत मोलाची भर टाकण्याची संपूर्ण कायदेशीर सुवर्णसंधी सोडण्यास किंवा दुर्लक्षित करण्यास बांधील नाही. ज्या संस्थानांचा कायदेशीर प्रत्यक्ष वारस आता अस्तित्वास उरलेला नाही, अशा संस्थानांचा वारस हिंदू कायद्याप्रमाणे विधियुक्त समारंभाने दत्तकविधी करून केवळ इंग्रज सरकारच्याच मर्जीने कायम केला जाऊ शकतो.

अमल होण्याचे पूर्वी त्यास जी मदत दिली आहे ती संस्थानच्या कागदपत्रांमध्ये नमूद झालेली आहे. ह्या मदतीबद्दल प्रबल ब्रिटिश सरकारने आमच्या घराण्यावर जी मेहेरबानी दाखविली व आम्हास जो आश्रय दिला, त्या योगाने आमचे निरंतर कल्याण झाले आहे.''

''कर्नल स्लीमन ह्यांनी सन १८४२ मध्ये आमचे भ्रतार महाराज गंगाधरराव ह्यांच्याबरोबर जो तह केला आहे त्या तहाच्या योगाने, पूर्वी सन १८१७ मध्ये रामचंद्रराव ह्यांशी केलेल्या तहातील सर्व कलमे रद्द न होता, ती पूर्ववत् पाळण्यात येऊन त्या योगाने प्राप्त होणारे सर्व फायदे झाशी सरकारास देण्यात येतील असे आश्वासन मिळाले आहे.''

''शिवरावभाऊंचे सन्मान्य वर्तन व ब्रिटिशसरकाराविषयीचे अंत:करणपूर्वक अचल प्रेम ह्यांकडे लक्ष देऊन व त्यांनी मृत्यूपूर्वी झाशी संस्थान वंशपरंपरा रामचंद्ररावांकडे चालवावे अशी जी इच्छा प्रदर्शित केली होती ती मान्य करून, हा तह करण्यात आला आहे.''

''झाशी सरकारचा प्रेमभाव व विश्वासूपणा दृढ करण्याकरिता ह्या तहाच्या योगाने असे ठरविण्यात आले आहे की, रावरामचंद्र, त्यांचे वारस व गादीनशीन हे शिवरावभाऊंच्या प्रांताचे वंशपरंपरेचे मालक आहेत. त्यावरून असा अर्थ होतो की, स्वर्गामध्ये मोक्ष प्राप्त होण्यासाठी आपल्या पश्चात उत्तरक्रिया करण्याकरिता ते जो पुत्र दत्तक घेतील त्यास ब्रिटिश सरकार मान्यता देईल व त्याच्याकडून घराण्याचे नाव पुढे चालू राहील.''

''हिंदुशास्त्रामध्ये सांगितल्याप्रमाणे मृत पित्यास पिंडदान देण्यास किंवा त्याचे श्राद्धसंस्कारादी विधी करण्यास औरस मुलाप्रमाणे दत्तक मुलासही पूर्ण अधिकार असून त्या योगाने मृताच्या आत्म्यास सारखीच शांतता प्राप्त होते. म्हणून ही दत्तविधानाची चाल सर्व हिंदुस्थानामध्ये प्रचलित झाली आहे. ह्या चालीप्रमाणे आमच्या भ्रतारांनी ता. १९ नोव्हेंबर रोजी सायंकाळी, दिवाण नरसिंहरावआप्पा, लाला लाहोरीमल्ल व लाला तट्टिचंद प्रभृती मुख्य मुख्य मुत्सद्दी मंडळीस व मला जवळ बोलावून असे सांगितले की, माझी प्रकृती आता अगदी अस्वस्थ झाली आहे व औषधापासून काही गुण येत नाही. ह्याकरिता हिंदुशास्त्राप्रमाणे गादीचा वारस होण्यास योग्य अशा, आपल्या गोत्रातील एका हुशारमुलास माझ्या मांडीवर दत्तक द्यावे.''

''त्याप्रमाणे रामचंद्र बाबास बोलावून आणून आमच्या गोत्रातील अनेक

मुलांपैकी वासुदेवरावांच्या आनंदराव नामक पाच वर्षांच्या मुलास त्यांच्या शिफारसीवरून पसंत केले व नंतर आमच्या भ्रतारांनी शास्त्रीमंडळीस बोलावून आणून त्यांच्या करवी दत्तविधान करविले. दुसरे दिवशी सकाळी पंडित विनायकराव ह्यांनी संकल्प सांगितला व आनंदरावांचे वडील वासुदेवराव ह्यांनी यथाविधी पुत्रदान केले. ह्या मुलांचे नाव दामोदरराव गंगाधर असे ठेवण्यात येऊन दत्तविधानविधी समाप्त करण्यात आला.''

''कारभारी मंडळीने महाराजांच्या आज्ञेवरून मेजर एलिस व कॅप्टन मार्टिन ह्यांस राजवाड्यात दत्तविधानसमारंभास येण्याबद्दल निमंत्रणयादी पाठविल्या होत्या. त्याप्रमाणे ते दोघे अधिकारी ता. २० रोजी १० वाजता राजवाड्यात आले होते. त्या वेळी आमच्या भ्रतारांनी दत्तविधानास सरकारची परवानगी मिळविण्याबद्दल एक खलिता दिला. एवढेच नव्हे, पण तो खलिता महाराजांच्या समक्ष त्यास वाचूनही दाखविण्यात आला असून, मेजर एलिस ह्यांनी नामदार साहेबास आपल्या इच्छेप्रमाणे सर्व हकिकत कळवितो असे अभिवचनही दिले आहे.''

''दुसरे दिवशी म्हणजे सोमवार ता. २१ नोव्हेंबर रोजी आमच्या भ्रतारास देवाज्ञा झाली व त्यांचे सर्व उत्तरविधी औरस पुत्राप्रमाणे दामोदरराव गंगाधर ह्यांनी केले आहेत.''

''आमच्या भ्रतारांनी मृत्यूपूर्वी ह्या मुलास ब्रिटिश सरकाराच्या पदरात घातले आहे. आता त्याचे संरक्षण करणे व त्यावर मेहेरबानी ठेवणे हे सर्व त्यांच्याकडेस आहे. शेवटी आमची अशी विनंती आहे की, ज्याप्रमाणे दतियाचा माजी राजा परीक्षित, किंवा जालवणचे संस्थानिक बाळाराव, अथवा वोरछाचा राजा तेजसिंग ह्यांनी घेतलेले दत्तक सरकारने मान्य केले आहेत त्याप्रमाणे प्रस्तुतचे दत्तविधान सरकाराने मान्य करावे. कारण, झाशीच्या तहामध्ये ज्याप्रमाणे (Dawana) ''सतत'' म्हणून शब्द घातले आहेत त्याप्रमाणे त्या संस्थानिकांच्या तहामध्ये नाहीत, त्या अर्थी त्यांच्यापेक्षाही ह्या संस्थानास दत्तकाचा हक्क अधिक जास्त आहे.''

हा राणीसाहेबांचा खलिता गव्हर्नर जनरल साहेबांकडे रवाना झाला. झाशीची गादी रिकामी झाली असे पाहून कै. महाराज गंगाधरराव ह्यांचे खानदेशात पारोळे गावी राहणारे भाऊबंदांपैकी कोणी सदाशिवराव नारायण ह्या नावाचे गृहस्थ झाशी येथे आले व त्यांनी पोलिटिकल एजंट मेजर माल्कम ह्यांच्याकडे

आपणास गादी मिळण्याबद्दल अर्ज केला.[१] त्याप्रमाणे कै. रामचंद्ररावांचे नामंजूर ठरलेले दत्तकपुत्र कृष्णराव ह्यानीही आपला हक्क शाबीद करण्याकरिता हिंदुस्थान सरकाराकडे अपील केले. ह्या दोघांचाही झाशी संस्थानच्या गादीवर काहीएक हक्क पोहोचत नव्हता. परंतु राज्यलोभ कोणास सुटला आहे?

महाराणी लक्ष्मीबाईसाहेब ह्यांची विनंती मान्य करण्याबद्दल झाशीचे पोलिटिकल एजंट मेजर एलिस ह्यांनी ता. २४ डिसेंबर १८५३ रोजी एक पत्र पाठविले असून, त्यात त्यांनी स्पष्टपणे म्हटले आहे की, "वोरछा संस्थानाप्रमाणे झाशी संस्थानाबरोबर आपला सख्यत्वाचा व दोस्तीचा तह झाला आहे व त्या दोन्ही तहांतील कलमे अगदी एकसारखी आहेत, त्या अर्थी एका संस्थानास दत्तकाचा हक्क मिळावा व दुसऱ्यास मिळू नये असा वर्तनभेद ठेवण्यास काही कारण नाही. कोर्ट ऑफ् डायरेक्टर्स ह्यांनी ता. २७ मार्च सन १८३९ मध्ये पाठविलेल्या यादीतील १६ व १७ कलमांमध्ये एतद्देशीय संस्थानिकास दत्तक घेण्याचा पूर्ण हक्क आहे असे मान्य केले आहे. तेव्हा, ज्या घराण्यास त्यांच्या पूर्वीच्या मदतीबद्दल ब्रिटिश सरकाराने संस्थानिक केले आहे, ती घराणी इतरांप्रमाणे प्राचीन नाहीत अशी सबब सांगून त्यांना हक्क नाकबूल करणे ही गोष्ट डायरेक्टर्सच्या हुकुमाविरुद्ध असून, त्या योगाने त्यांच्या औदार्याचा भंग केल्यासारखे होईल असे माझे मत आहे." हे पत्र चुकून बुंदेलखंडच्या पोलिटिकल एजंटच्या दप्तरात तसेच पडून राहिले होते. पुढे ते काही दिवसांनी कलकत्त्यास रवाना झाले पण त्याचा उल्लेख गव्हर्नर जनरल किंवा त्यांचे सेक्रेटरी ह्यांच्या लेखात कोठेही आलेला दिसत नाही!

असो. सन १८५४ च्या फेब्रुवारीमध्ये लार्ड डलहौसी कलकत्त्यास

---

१. हा अर्ज गव्हर्नर जनरल यांच्याकडे पाठवितेवेळी कर्नल माल्कम ह्यांनी आपल्या रिपोर्टात असे लिहिले की –

या गादीवर अधिकार सांगणारी दुसरी व्यक्ती सदाशिव नारायण म्हणून असून ती आता दक्षिण भारतात आहे. मेजर एलिसच्या सोबत जोडलेल्या पत्रावरून असे दिसून येईल की त्याचा वारस ग्राह्य मानता येणार नाही. सोबत जोडलेल्या वंशवृक्षावरून असे स्पष्टपणे दिसून येते की झाशीच्या राजाचे जवळचे वारस म्हणून हक्क सांगणारे हे सारे पुरुष प्रत्यक्षात दूरचे नातेवाईक ठरतात. सबब त्यांचा या कारणाखाली गादीवरील हक्क नामंजूर करण्यात यावा.

मेजर डी. ए. माल्कमचे पत्र क्रमांक ३४, दि. ३१-१२-१८५३.

परत आले व झाशी संस्थानच्या कामास सुरुवात झाली. हिंदुस्थान सरकारचे परराज्यसंबंधी सेक्रेटरी जे. पी. ग्रांट ह्यांनी झाशी संस्थानच्या माहितीचा एक खर्डा तयार केला व त्यामध्ये संस्थानचा व ब्रिटिश सरकारचा संबंध कसा आहे त्याचा संक्षिप्त इतिहास सादर केला. ह्या त्यांच्या लेखाचा सर्व रोख झाशी संस्थान खालसा करण्याकडे विशेष होता असे म्हटले तरी चालेल. ह्याच माहितीवरून लॉर्ड डलहौसी व त्यांचे कौन्सिलर ह्यांनी जो ठराव केला तो येणेप्रमाणे :–

हिंदुस्थानचे गव्हर्नर जनरल लॉर्ड डलहौसी यांचा ठराव

१. झाशीचे राजे महाराज गंगाधरराव हे सन १८५३ साली नोव्हेंबर महिन्याचे अखेरीस परलोकवासी झाले. त्यास पुत्रसंतान नसल्यामुळे त्यांनी मरणाचे आदले दिवशी एका मुलास दत्तक घेतले व त्या मुलास हिंदुस्थान सरकाराने झाशीच्या गादीचे वारस कबूल करावे अशी कै. महाराजांच्या राणी लक्ष्मीबाईसाहेब या विनंती करीत आहेत.

२. सेक्रेटरींनी झाशी संस्थानची जी संक्षिप्त माहिती (नोट) तयार केली आहे, तिच्यावरून ब्रिटिश सरकार आणि झाशी संस्थान ह्यामध्ये कोणत्या प्रकारचा संबंध आहे त्याचा पूर्ण व स्पष्ट खुलासा होत आहे. ह्या गोष्टींचा लक्षपूर्वक विचार करिता आणि झाशी संस्थानाबरोबर आमचा अगदी प्रथमपासून जो पत्रव्यवहार झालेला आहे त्याचे अवलोकन करिता, झाशीच्या राजेसाहेबांच्या ताब्यामध्ये नुकताच जो प्रांत होता त्याची योग्य व्यवस्था कशी करावी ह्या संबंधाने माझे जे काय मत झाले आहे ते मी येथे सादर करितो.

३. माझ्या मताने ह्या प्रांताची सत्ता ब्रिटिश सरकाराकडे आली आहे. ती हक्काने व राजनीती दृष्टीने त्या सरकाराकडेसच ठेवणे योग्य आहे.

४. ज्या तत्त्वास अनुसरून झाशी संस्थानची व्यवस्था केली पाहिजे त्या तत्त्वांचा नुकताच नागपूर व तेहेरी ह्या संस्थानांच्या बाबतीत वादविवाद होऊन पूर्णपणे विचार झाला आहे. बुंदेलखंडातील छोट्या संस्थानांसंबंधाने ले. गव्हर्नर सर चार्लस् मेटकाफ् ह्यांनी जे विशेष तत्त्व लागू केले व जे मुख्य सरकाराने सन १८३७ साली मान्य केले त्याचा व मांडलिक संस्थानासंबंधाने सन १८४९ साली ऑनरेबल कोर्टाने जे सर्वसाधारण तत्त्व लागू केले त्याचा विचार करिता, झाशी संस्थान बेवारस समजून ते ब्रिटिश सरकारास आपले

ताब्यात घेण्यास पूर्णपणे हक्क आहे असे म्हणण्यास काही हरकत नाही.

५. वर सांगितलेल्या तत्त्वांचा ज्यात समावेश आहे त्या गोष्टींचा खुलाशाकरिता पुन: उल्लेख करितो.

ऑनरेबल कोर्ट ऑफ डायरेक्टर्स ह्यांनी स्पष्टपणे असे म्हटले आहे की, ''हिंदुस्थानातील सर्वसाधारण कायद्याप्रमाणे व रूढीप्रमाणे, सातार्‍यासारखी जी स्वतंत्र नव्हेत अशी काही संस्थाने आहेत, त्यांची मालकी सार्वभौम सरकारच्या मान्यतेशिवाय दत्तक वारसांकडे कधीही जावयाची नाही व अशी मान्यता देण्यास साक्षात किंवा परंपरेने आम्ही कोणत्याही प्रकारच्या वचनाने बांधले गेलो नाही आणि तशी मान्यता दिली नाही; तरच आमच्या ताब्यात आलेल्या प्रांताच्या हिताकडे आम्ही योग्य दृष्टी पोचविल्यासारखे होणार आहे.''[१]

बुंदेलखंडातील संस्थानिकांच्या संबंधाने सर चार्लस् मेटकाफ् असे लिहितात; – ''ज्या संस्थानिकांना व राजे लोकांना औरस संतती नाही त्यांना, दत्तक घेऊन, इतरतेढे वारसांचा किंवा कोणीही वारस नसता सार्वभौम सरकारकडे येणारा हक्क बुडविता येईल की काय? आणि ते दत्तविधान कबूल करण्यास ब्रिटिश सरकार बांधले गेले आहे की काय? असा प्रश्न आहे.''

''या प्रश्नाचा उलगडा करिताना वंशपरंपरेने मिळालेल्या गादीचे हक्कदार राजे आणि अशा राजांकडून किंवा सार्वभौम सरकारकडून ज्यांना जहागिरी किंवा सरंजाम मिळाले आहेत असे जहागीरदार यांमध्ये जो मोठा फरक आहे त्याकडे एस्. फ्रेजर यांचे लक्ष गेले नाही.''

''ह्याकरिता मी असे म्हणतो की, हिंदुराजांना जर औरस संतती नसेल, तर तेढेवारस एकीकडे ठेवून, दत्तक घेण्याचा त्यांस हक्क आहे आणि ब्रिटिश सरकाराने असे झालेले दत्तविधान हिंदुधर्मशास्त्राप्रमाणे सशास्त्र व कायदेशीर असल्यास कबूल केले पाहिजे.''

''आता वर सांगितल्याप्रमाणे, ज्यांस जहागिरी किंवा सरंजाम ह्यांची देणगी राजाकडून मिळाली आहे अशा जहागीरदारांच्या संबंधाने वारसाची व्यवस्था करण्याचा अधिकार, ज्या राजांनी त्यांस देणगी दिली किंवा त्या जहागीरदारांचा हक्क ज्यास युद्ध करून किंवा इतर प्रकाराने मिळाला आहे, त्यांना देणगीतील शर्तीप्रमाणे नि:संशय आहे आणि त्यात बहुतकरून औरस

---

१. भारत सरकारच्या संचालक मंडळ क्र. ४
ता. २४-१-१८४९, परिच्छेद ८.

संततीला वारसा मिळावा व दत्तविधान चालू नये असा हेतू असतो. म्हणून अशा गोष्टीसंबंधाने ज्या राजाने देणग्या दिल्या आहेत त्याला किंवा त्याच्या जागी आलेल्या दुसऱ्या सत्ताधीशांना त्या जहागिरी औरस संतती नष्ट झाली म्हणजे परत घेण्याचा हक्क आहे.''

६. साताऱ्याप्रमाणे–किंबहुना–त्यापेक्षाही अधिक अर्थी, झाशी संस्थान ''मांडलिक'' आहे; व ते सार्वभौमत्वाच्या नात्याने ब्रिटिश सरकारांनी दिलेली देणगी म्हणून एका संस्थानिकाकडे चालत होते. सबब ते औरस संततीचा नष्टांश झाल्यामुळे ब्रिटिश सरकारास परत घेण्याचा हक्क पोहोचतो.

७. झाशी संस्थान मांडलिक आहे ह्याबद्दल वादच नाही. ते स्वतंत्र संस्थान कधीही नव्हते, इतकेच नव्हे, तर तेहेरी संस्थान ज्या अर्थाने स्वतंत्र मानले जाते तितक्या अर्थानेही स्वतंत्र नाही. वस्तुत: झाशी हा तेहेरीचाच एक भाग असून तो तेहेरीचे मुख्य मालक जे पेशवे त्यांनी दुसऱ्या एका सुभेदाराच्या देखरेखीखाली दिला होता.

सन १८०४ मध्ये शिवरावभाऊंशी ब्रिटिश सरकाराने जो तह केला आहे त्यातही ''झाशीचे सुभेदार पेशव्यांचे मांडलिक आहेत'' असेच म्हटले आहे. पुढे एका प्रसंगी ब्रिटिश सरकाराने ह्या तहाच्या संबंधाने असे म्हटले आहे की, ज्यांनी सन १८०३ मध्ये कमांडर-इन-चीफ लॉर्ड लेक ह्यांना 'वजिब–उल–अर्ज' दिला व जो प्रस्तुतच्या तहाचे मूळ कारण झाला– ते खुद्द शिवरावभाऊ स्पष्टपणे असे कबूल करितात की, ''पेशव्यांच्या हुकुमावरून ते त्या प्रांताचा कारभार पाहात होते'' व त्यांच्याशी ब्रिटिश सरकाराने जो तह केला तो प्रस्तावनेत म्हटल्याप्रमाणे 'पेशव्यांकरिताच' केला आहे.

त्याचप्रमाणे, शिवरावभाऊंनी हिंदुस्थान सरकाराकडे आपल्या नातवाला तहाप्रमाणे गादी मिळावी म्हणून जो अर्ज केला होता, त्याचे उत्तर देताना त्यांनीही असेच म्हटले आहे की, ''आम्हाला पेशव्यांच्या संमतीशिवाय झाशी संस्थान वंशपरंपरेने चालविता येईल असे म्हणण्याचा अधिकार नाही.''

हा पत्रव्यवहार चालू असता झाशीच्या सुभेदारांचा खरा दर्जा काय आहे तो स्पष्टपणे ठरल्यासारखे झाले आहे.

बुंदेलखंडांतील गव्हर्नर जनरलचे एजंट ह्यांनी म्हटले आहे – ''कागदपत्रांवरून असे दिसून येते की, भाऊ झाशी प्रांताचा जो कारभार पाहतात तो झाशीच्या सुभेदारीचे स्वतंत्र मालक ह्या नात्याने पाहात नसून,

'आमिल' अथवा सुभेदार अशा नात्याने पाहात आहेत आणि त्यांचा कारभारीपणा अथवा सुभेदारी पुढे कायम ठेवण्याचा जो हक्क आहे तो पुणेदरबारच्या हुकुमावर अवलंबून आहे."

गव्हर्नर जनरल इन कौन्सिल, हे वरील म्हणणे 'बुंदेलखंडाच्या माहितीशी' अगदी सयुक्तिक जुळते असे पाहून, झाशीच्या सुभेदाराच्या दर्जासंबंधाने पोलिटिकल एजंटने जी व्याख्या केली आहे ती येथे नमूद करतात. "शिवरावभाऊंनी दिलेल्या पुष्कळ कागदपत्रांमध्ये झाशीप्रांताचा कारभार पाहणारास 'कलेक्टर' अशी संज्ञा दिली आहे आणि त्यांनी जमाखर्चाच्या ज्या यादी पाठविल्या आहेत, त्यावरूनही तसेच दिसून येते."

ह्या सर्व कागदपत्रांमध्ये झाशीची सुभेदारी ही पेशव्यांच्या ताब्यातील एक मांडलिक जहागीर आहे असे मानून, ती भाऊंच्या वंशाकडे चालविण्याचा सर्व अधिकार पेशव्यांकडे आहे असे दिसून येते. ह्याच तत्त्वाचे अवलंबन करून इंग्रज सरकारने सन १८१५ मध्ये रामचंद्रराव ह्यांस सुभेदारीची वस्त्रे देण्याचे नाकारले. ह्याचे कारण कदाचित "आपण त्यांना गादीवर बसवले तर पेशव्यांचे त्यांजवरील स्वामित्व आपल्याकडे घेतल्यासारखे होऊन पेशव्यांची मर्जी दुखविल्यासारखे होईल व रामचंद्ररावांचा हक्क ब्रिटिश सरकाराने कबूल केल्याप्रमाणे होईल."

सन १८१७ मध्ये झाशी संस्थानावरील पेशव्यांचे सर्व स्वामित्व तहाअन्वये ब्रिटिश सरकाराकडे आले. तथापि सरकाराने सुभेदार रामचंद्रराव यांचा झाशी संस्थानावर वंशपरंपरेचा हक्क आहे असे कबूल केले नाही. परंतु ब्रिटिश सरकाराबरोबर कै. शिवरावभाऊंचा चांगला स्नेह असल्यामुळे त्यांच्या इच्छेप्रमाणे, काही अटींवर बुंदेलखंडात ब्रिटिश अंमल होण्याचे प्रारंभी शिवरावभाऊंकडे जो प्रांत होता व सांप्रत जो झाशी सरकारच्या ताब्यामध्ये आहे त्याचे स्वामित्व सरकाराने रामचंद्रराव ह्यांस वंशपरंपरेने दिले. सबब सन १८१७ च्या तहांतील दुसऱ्या कलमाप्रमाणे "रावरामचंद्र व त्यांचे वारस व गादीनशीन हे, शिवरावभाऊ ज्या प्रांताचा उपभोग घेत होते त्या प्रांताचे वंशपरंपरा मालक झाले."

ह्याप्रमाणे जरी झाशीच्या सुभेदारास वंशपरंपरा गादी मिळाली तरी त्यांचा कनिष्ठ दर्जा कायम राहिला होता व त्यास सन १८३२ पर्यंत राजा हा किताब मिळाला नव्हता.

सन १८३५ मध्ये रावरामचंद्र निवर्तले. त्यांनी मरणाचे पूर्वी एक

दिवस गादीचा वारस करण्याकरिता एका मुलास दत्तक घेतले, परंतु त्यास सरकारची मान्यता मिळाली नाही आणि त्यांचे चुलते रघुनाथराव ह्यांस गादीचा हक्क मिळाला. सन १८३८ साली रघुनाथराव मृत्यू पावले व त्यांची गादी त्यांचे बंधू गंगाधरराव ह्यांस देण्यात आली. ते गंगाधरराव नुकतेच निवर्तले आहेत.

८. गंगाधररावांस औरस संतती मुळीच नाही. तसेच ज्यास झाशीची गादी वंशपरंपरेने देण्यात आली त्या रामचंद्ररावांचाही औरस पुत्र नाही. झाशी संस्थानाबरोबर ब्रिटिश सरकारचा संबंध झाल्यापासून ज्या सुभेदारांनी अथवा राजांनी तेथे राज्य केले त्यापैकी कोणाचाही औरस पुत्र नाही. म्हणून वंशपरंपरा चालणाऱ्या झाशी संस्थानिकाच्या गादीस कोणीही वारस राहिला नाही.

९. नुकत्याच निवर्तलेल्या राजेसाहेबांनी (गंगाधरराव ह्यांनी) आपल्या मरणाच्या आदले दिवशी ज्या मुलास दत्तक घेतले आहे तो मुलगा, वंशवृक्षावरून पाहता फार लांबचा संबंधी आहे असे दिसून येते. आसन्न स्थितीमध्ये असलेल्या मनुष्याने केलेले दत्तविधान संशययुक्त असते आणि चालू प्रकरणात तर संशयास विशेष जागा आहे. कारण मरहुम राजेसाहेबांनी दत्तक घेण्याचा विचार पूर्वी कधीही मनात आणला नव्हता. ही गोष्ट अगोदरपासून सर्वप्रसिद्ध आहे. पोलिटिकल एजंट ह्यांनी राजेसाहेबांचे मृत्युवृत्त व दत्तक प्रकरण ह्या संबंधाने जो रिपोर्ट केला आहे त्यामध्ये असे ध्वनित केले आहे की, ''झाशी संस्थानिकांनी मृत्यूसमयी दत्तक घेण्याचा एकाएकी विचार केल्यामुळे झाशी दरबारातील प्रत्येक मनुष्यास आश्चर्य वाटत असेल असे मला वाटते. कारण बहुत करून, सर्व संस्थानची मालमत्ता राणीच्या हयातीपर्यंत तिच्याकडे ठेवण्याबद्दल ते इंग्रज सरकारास विनंती करतील असा सर्वांचा समज होता. परंतु ब्रिटिश सरकाराचा ज्यांच्या बरोबर प्रथम तह झाला ते झाशीचे सुभेदार शिवरावभाऊ ह्यांच्या सरळ वंशामध्ये कोणी वारस पुरुष नाही व जवळचा कोणी नातेवाईकही नाही. म्हणून कधीही घडून न येणारा दत्तकाचा बूट विचारात आला असावा असे दिसते.''

१०. महाराणी लक्ष्मीबाईसाहेब ह्यांनी गव्हर्नर जनरल साहेबास जो खलिता पाठविला आहे त्यांत अशी विनंती केली आहे की, बुंदेलखंडातील तेहेरी, दतिया व जालवण ह्या संस्थानांचा दत्तकाचा हक्क जसा मान्य करण्यात आला आहे त्याप्रमाणे झाशीचे दत्तविधान मान्य करावे.

तेहेरी आणि दतिया ही स्वतंत्र संस्थाने आहेत, तेव्हा त्यांच्या वारसाचा नियम झाशीसारख्या मांडलिक संस्थानाला लागू पडत नाही. आता जालवण हे मांडलिक संस्थान असता त्यास दत्तकाचा हक्क दिला होता. तथापि हे लक्षात घेतले पाहिजे की, ब्रिटिश सरकाराने एखाद्या प्रसंगी स्नेहसंबंध किंवा राजधोरण मनात आणून एखाद्या संस्थानिकास दत्तक घेण्याची मान्यता दिली; तर तेवढ्यावरून त्या किंवा तदितर संस्थानिकास दत्तक घेण्याचा हक्क आहे ही गोष्ट कबूल केली असे होत नाही. खुद्द जालवण संस्थानासंबंधाने देखील हा हक्क मिळाला असे मानण्यास आधार नाही. कारण, हे दत्तविधान जाल्यापासून जालवण संस्थान खालसा केल्याप्रमाणेच समजले जात आहे.

११. हल्लीचा दत्तक कबूल करावा म्हणून राणीसाहेबांकडून दुसरे एक असे कारण दाखविण्यात आले आहे की, सन १८१७ च्या तहातील दुसऱ्या कलमाप्रमाणे, रावरामचंद्र, त्यांचे वारस, आणि त्यांचे पाठीमागून गादीवर बसणारे हे झाशीचे वंशपरंपरा जहागीरदार आहेत असे ब्रिटिश सरकाराने कबूल केले आहे. यावरून "त्यांनी कोणत्याही मुलास दत्तक घेतले तर त्यास ब्रिटिश सरकार वारस ठरवील" असा त्यांचा समज होता, ही गोष्ट मुळीच कबूल करिता येत नाही.

ह्या मुद्द्यासंबंधाने जास्त विवाद करण्यास जागा नाही व आवश्यकताही नाही. कागदपत्रातील ऐतिहासिक पुराव्यांवरून राणीसाहेबांच्या म्हणण्याचा पूर्णपणे निकाल लागतो. कारण रामचंद्रराव ह्यांनी मागे दत्तक घेतला होता परंतु त्यास ब्रिटिश सरकाराने नाकबूल करून दुसऱ्या मनुष्यास राजपद दिले, हे प्रसिद्ध आहे.

१२. वरील कलमांमध्ये दाखविल्याप्रमाणे हे सिद्ध आहे की, झाशी हे एक मांडलिक संस्थान आहे आणि येथील अधिकारी हे "सार्वभौम सरकारने प्रजेला दिलेल्या सनदांन्वये जहागिरी किंवा सरंजाम मिळालेल्या" बुंदेलखंडातील इतर मांडलिक जहागीरदारांपैकीच एक आहेत. म्हणून "ज्यांनी ती देणगी दिली, अथवा देणगी देणाराचा हक्क युद्धाने अथवा इतर उपायांनी संपादन केला त्यास देणगीच्या शर्तीप्रमाणे वारसा मर्यादित करण्याचा पूर्ण हक्क आहे व त्यात बहुत करून औरस संततीला वारसा मिळावा व दत्त विधान चालू नये असा हेतू असतो." त्याचप्रमाणे हे सिद्ध झाले आहे की, मरहुम राजाला औरस पुत्र नाही व ब्रिटिश सरकाराचा ज्याच्याशी काही वेळ तरी संबंध होता

अशापैकी झाशीच्या कोणत्याही सुभेदारास अथवा राजास वारस राहिला नाही आणि शेवटी असेही व्यक्त झाले आहे की, शेवटचा राजा दत्तक घेणार होता. ही गोष्ट त्याच्या खुद्द प्रजेच्या स्वप्नीही नव्हती व मागे ज्या राजास ब्रिटिश सरकाराकडून झाशीची वंशपरंपरा मालकी मिळाली त्याने घेतलेला दत्तकही ब्रिटिश सरकाराने मान्य केला नाही.

ह्या सर्व गोष्टींवरून असे स्पष्ट होते की, मयत राजे गंगाधरराव ह्यांनी घेतलेला हल्लीचा दत्तक नाकबूल करण्याचा हक्क सरकारास निर्विवाद आहे. ही गोष्ट पूर्वीच्या उदाहरणांवरून, कोर्ट ऑफ डायरेक्टर्स ह्यांनी केलेल्या साधारण नियमांवरून, व हिंदुराजे दत्तविधानाच्या प्रश्नासंबंधाने ज्यांचा अनुकूल अभिप्राय दाखवितात, त्या सर चार्लस् मेटकाफ् साहेबांनी बुंदेलखंडांतील वारसासंबंधाने केलेल्या विशेष नियमांवरून निःसंशयपणे सिद्ध होते.

१३. औरस पुत्रसंतती नसल्यामुळे झाशीसंस्थान खालसा करण्याचा सरकारचा हक्क आणि असा वारस नसल्यामुळे ते संस्थान खालसा झाले असे म्हणण्यातील योग्य राजधोरण ह्या दोन्ही गोष्टी एकसारख्याच स्पष्ट आहेत.

हा प्रांत इंग्रज सरकारास मिळाल्यापासून त्यांना वस्तुतः बिलकुल फायदा नाही. कारण ते फार विस्तृत संस्थान नसून त्याचा वसूलही फार अल्प आहे. परंतु ज्याअर्थी ते ब्रिटिश मुलखामध्ये आहे त्याअर्थी त्याचा कबजा ब्रिटिश सरकारास मिळाला तर बुंदेलखंडातील आमच्या सर्व प्रांताची अंतस्थ राज्यव्यवस्था सुधारण्यास बरे पडेल. झाशी संस्थान आमच्या ताब्यात आल्याने त्या संस्थानातील प्रजेचे अतिशय कल्याण होईल. ही गोष्ट दाखविण्यास थोडीशी अनुभवशीर माहिती सांगितली म्हणजे पुरे आहे.

१४. रामचंद्रराव यांस झाशीची वंशपरंपरा देणगी मिळाल्यापासून त्यांच्या मागून दोन असामी गादीचे मालक करण्यात आले. पहिले रघुनाथराव. ह्यास कुष्ठरोग असून त्यांच्या १८३५ ते १८३८ पर्यंतच्या तीन वर्षांच्या कारकिर्दीवरून ते राज्य करण्यास अगदी नालायक आहेत असे ठरले. झाशीचा वसूल जो एक वेळ १८ लक्ष रुपये होता व रामचंद्ररावांच्या वेळी थोडा कमी झाला तरी रघुनाथराव मेले तेव्हा तीन लक्षांपेक्षा जास्त होत नव्हता. ह्यानंतर ब्रिटिश सरकाराने गंगाधररावांस गादीवर बसविले. परंतु तेही राज्य करण्यास अगदी नालायक असल्यामुळे कित्येक वर्षेपर्यंत राज्यसूत्रे आम्हांस आपल्या हाती घेणे भाग पडले व ती बरीच वर्षे त्यांस देण्यात आली नव्हती.

१५. राणीसाहेब ज्या संस्थानाचे उदाहरण दाखवून दत्तविधान मंजूर करण्याबद्दल विनंती करीत आहेत, या जालवण संस्थानाला दत्तकाची मान्यता दिल्यापासून जे परिणाम आमच्या अनुभवास आले ते विशेष अनुकूल असे नाहीत. सन १८३२ मध्ये ज्या वर्षी त्या संस्थानास दत्तक घेण्याची आम्ही परवानगी दिली त्यावेळी त्याचा वसूल १५ लक्ष रुपये होता. पुढे आठ वर्षांनी तो अर्ध्या लक्षापेक्षाही कमी झाला. त्या वेळच्या गव्हरनर जनरलनी त्या संस्थानची जी स्थिती वर्णन केली आहे ती सेक्रेटरी आपल्या मिनिटामध्ये पुढे लिहिल्याप्रमाणे देतात; "त्या संस्थानचा राजा ११ वर्षाचा असून त्याचे पालकत्व त्याची बहीण व तिचा कारभारी ह्यांच्याकडे होते. ९/१० वर्षांमध्ये सर्व राज्याची सढळ हाताने वासलात लागून, ३० लक्ष रुपयांचे कर्ज झाले व त्याच्या तारणाकरिता सर्व उत्पन्न खर्ची पडले; राज्यामध्ये जिकडे-तिकडे झोटिंगपादशाही झाली; गावोगाव लुटारू लोक हल्ले करू लागले; शेती बंद झाली; जमिनी ओसाड पडल्या व अखेर जो प्रदेश एक वेळ सुपीक व आबादीआबाद होता तो हळूहळू उद्ध्वस्त होत चालला."

१६. अशा प्रकारे झाशी व जालवण संस्थानात दत्तक व बेकायदेशीर वारस कबूल केल्यामुळे परिणाम घडून आले. त्या योगाने सावध होऊन मी असा ठराव करितो की, ब्रिटिश सरकाराने राजधोरण व कर्तव्यकर्म ह्यांच्याकडे लक्ष देऊन झाशी संस्थानासंबंधाने आपला हक्क पूर्णपणे अमलात आणावा, व गंगाधररावांनी घेतलेला दत्तक नामंजूर करून, झाशी संस्थान बेवारस आहे असे समजून खालसा करावे.

पोलिटिकल एजंट ह्यांनी सूचना केल्याप्रमाणे राणीसाहेबांस भरपूर तनखा द्यावा आणि त्या प्रांताची राज्यव्यवस्था नुकत्याच दिलेल्या इतर प्रांतांप्रमाणे लेफ्टनंट गव्हरनर ह्यांच्याकडे सोपवावी.[१]

हा लॉर्ड डलहौसी साहेबांचा झाशी संस्थान खालसा करण्याबद्दल जो ठराव झाला, त्यांस त्यांचे कौन्सिलर नामदार डोरिन, कर्नल लो व हॉलिडे ह्यांचेही पूर्ण अनुमोदन मिळाले. नामदार डोरिन ह्यांनी, गव्हरनर जनरल ह्यांचा ठराव अगदी योग्य असून त्याप्रमाणे झाशी संस्थान खालसा करणे अगदी

---

१. भारताचा सर्वांत श्रेष्ठ ग. ज. याच्या भाषणाचा वृत्तांत. २७ फेब्रुवारी १८५४.
२. आदरणीय जे. अे. डोरीन याच्या भाषणाचा वृत्तांत. २८ फेब्रुवारी १८५४.

न्याय्य आहे असेच मत[२] दिले. दुसरे कौन्सिलर नामदार लो व हॉलिडे ह्यांनी प्रथमत: असे दर्शविले[१] की, ज्या अर्थी झाशी, चित्रकोट वगैरे बुंदेलखंडातील लहान लहान संस्थाने आणि राजपुतान्यातील किरवली व सिरोई इत्यादी संस्थाने ह्यांचे हक्क सारखेच आहेत त्या अर्थी झाशी संस्थानची राज्यव्यवस्था सुरळीत चालेल अशा प्रकारचा तहनाम्यात काही फेरफार करून, ते संस्थान, किरवली व चित्रकोट ह्यांच्याप्रमाणे कायम ठेवले असते तर चांगले झाले असते! तथापि, पुन: त्यांनी गव्हरनर जनरल साहेबांचा ठराव वाचून असे मत दिले की, झाशी संस्थानिक कधीही स्वतंत्र नसून ते पेशवे सरकारचे आणि नंतर ब्रिटिश सरकारचे नोकर होते. त्याअर्थी ते संस्थान खालसा करण्याचा त्या सरकारास पूर्ण अधिकार आहे. तो अधिकार ते अमलात आणण्याचा विचार करतील तर त्याबद्दल आमचे काहीएक म्हणणे नाही! असो. अशा प्रकारे गव्हरनर जनरल साहेबांच्या ठरावास त्यांच्या तिन्ही कौन्सिलर्सची संमती मिळून, झाशी संस्थान ब्रिटिश राज्यात सामील करण्यात आले आणि त्या संस्थानची दोस्ती, सख्यत्व, प्रेमभाव आणि उपकार ह्यांची अशा रीतीने परिसमाप्ती झाली!

लॉर्ड डलहौसी साहेबांनी झाशी संस्थान खालसा करण्याकरिता जी कारणे लढविली, ती किती सत्य व न्याय्य होती ह्याचे निराळे स्पष्टीकरण करण्याचे मुळीच कारण नाही[२]. झाशी संस्थानिकांचा ब्रिटिश सरकाराशी कसा संबंध जडला व त्यांच्याशी 'दोस्त सरकार' ह्या नात्याने 'वंशपरंपरा' चालणारे किती महत्त्वाचे तह करण्यात आले, हे त्याच्या अल्प इतिहासावरून चांगले व्यक्त होते. ह्या तहांचा वास्तविक उद्देश लक्षात न घेता त्यांचा भलताच अर्थ[३] करून संस्थानचा सर्व मालकी हक्क आपणांकडे घेणे; हिंदुशास्त्राप्रमाणे प्रत्येक

---

१. आदरणीय, कर्नल जे. लो. सी. बी.

आदरणीय एक. जे. हॉलिडे यांच्याशी मिळता जुळता. ता. १ मार्च १८५४.

२. मेजर इन्हान्स बेल ह्यांनी ''इंडियन एम्पायर' नामक पुस्तकामध्ये, झाशी संस्थानासंबंधाने लार्ड डलहौसी ह्यांनी जो ठराव केला आहे, त्यावर उत्कृष्ट टीका केली आहे ती वाचकांनी अवश्य वाचावी.

३. ब्रिटिश सरकाराने जे तह केले त्यांच्याबद्दल डब्ल्यू. एम्. टॉरेन्स एम. पी. ह्यांनी असे उद्गार काढले आहेत.

या सर्व काळात झालेले करारनामे मोघम भाषेतीलच होते. नोकर मालक संबंधातील किंवा अपराधी भाव व्यक्त करणारी कलमे होती. पण विस्तृत अर्थाने आणि सर्व काल्पनिक संभाव्यता लक्षात घेऊन त्यांची रचना झालेली नव्हती. तशी अपेक्षाही नव्हती.

संस्थानिकास दत्तक घेण्याचा पूर्ण अधिकार असता व त्यात कधीही हात घालणार नाही असे अभिवचन[१] दिले असता, दत्तक नामंजूर करणे; दत्तविधानासंबंधाने संस्थानच्या प्रजेचे कधीही प्रतिकूल मत नसताना फक्त पोलिटिकल एजंटच्या रिपोर्टवरून ते संशयात्मक मानणे; संस्थानचा दर्जा व अधिकार बरोबरीचा असताना एकदम त्याची कनिष्ठ प्रतीमध्ये गणना करणे; संस्थानातील जुन्या भानगडीचा बादरायण संबंध नवीन गोष्टीशी जुळवून त्यावर आपला शह चालू करणे; आणि शेवटी, इतके करूनही संस्थानापासून आमचा काहीएक फायदा नसून, त्याच्या हिताकरिता ते खालसा केले, असा बाणा मिरवून मानसिक औदार्य दाखविणे; ही अप्रतिम राजनीती लॉर्ड डलहौसी साहेबांप्रमाणे इतरास क्वचितच साधेल! खरोखर, वामन पंडितांनी ह्या कुटिल राजनीतीचे जे वर्णन केले आहे ते ह्या प्रसंगी कसे यथार्थ अनुभवास येते हे सुज्ञ वाचकांस सांगावयास नकोच!

श्लोक

केव्हां सत्य वदे वदे अनृतही केव्हां वदे गोडही।।
केव्हां अप्रियही दयालुहि असे केव्हां करी घातही।।
जोडी अर्थहि जे यथेष्ट समयीं की वेंचही आदरी।।
ऐशी हे नृपनीति भासत असे वारांगनेचे परी।।१।।

◆◆

अगदी साध्या भाषेत सांगायचे तर शांतता आणि दोस्ती उभय पक्षी निर्माण करावी या हेतूनेच ही कलमे ठरविली गेली होती आणि जर काही मतभेद निर्माण झालेच तर उभयतांनी समजुतीने उलगडा करावा हेही उभयपक्षी मान्य झालेले होते किंवा सरकारी पंचांचा निर्णय बंधनकारक मानावा. आंतरराष्ट्रीय कायद्याला धरूनच ही योजना होती. राज्याच्या वारसदारांना त्यायोगे निश्चितच अभिवचन मिळाले होते. वारसा, हक्क, किताब, पदव्या, प्रतिष्ठा, सत्ता सर्व काही जे कुणी वारसदार असतील त्यांचे वेळोवेळी संमत केले जाणार होते. परकीय सत्तेच्या मर्जीने त्यात काहीही बदल होऊ शकत नव्हता. पण राज्याच्या घटनेनुसार तिची सार्वभौमत्व, स्वायत्तता ध्यानी ठेवून या करारांची रचना करण्यात आली होती.

१. ईस्ट इंडिया कंपनीस तिसऱ्या जॉर्जराजांकडून मिळालेली सनद पाहा.

भारतीयांच्या सामाजिक आणि धार्मिक बाबतीत सर्व हक्क, अधिकार हे हिंदू आणि मुसलमान धर्मकल्पनेप्रमाणे कुटुंबप्रमुख यांचा अधिकार अखेरचा मानून त्याला सरकारतर्फे संरक्षण दिले जाईल. त्याचा आदर राखला जाईल.

जॉर्ज तिसरा ३. कॅप. ४२. ५२

प्रकरण ५ वे
झाशी येथे ब्रिटिश सरकारचा अंमल

महाराज गंगाधरराव निवर्तल्यामुळे महाराणी लक्ष्मीबाईसाहेब ह्या अत्यंत शोकाकुल होऊन मोठ्या दु:खद स्थितीमध्ये काल क्रमीत असता, झाशी संस्थानासंबंधाने अतिशय चिंता बाळगण्याचा त्यांस प्रसंग आला. तथापि त्यांनी 'आलिया भोगासी असावे सादर, देवावरी भार घालूनियां' ह्या साधुवचनाप्रमाणे परमेश्वरावर भरवसा ठेवून व मोठ्या धैर्याने पतिनिधनाचे प्रचंड दु:ख कसे तरी सहन करून, झाशी संस्थानाबद्दल योग्य प्रयत्न चालविला. कै. महाराज गंगाधरराव ह्यांनी आपल्या पश्चात झाशी संस्थान कायम ठेवण्याबद्दल ब्रिटिश सरकाराकडे जो खलिता पाठविला होता व खुद्द पोलिटिकल एजंट मेजर एलिस ह्यांच्याजवळ जी इच्छा प्रदर्शित केली होती, ती परिपूर्ण होण्याची चिन्हे कमी दिसू लागल्यामुळे, झाशी दरबारातले मुत्सद्दी व संस्थानचे दिवाण ह्यांच्या विचाराने राणीसाहेबांनी ता. ३ डिसेंबर रोजी परमोदार नामदार गव्हर्नर जनरल ह्यांच्याकडे एक खलिता पाठविला त्याची हकिकत मागील प्रकरणात दिलीच आहे. ह्यासंबंधाने सरकारकडून दोन महिन्यांमध्ये काहीच जबाब न आल्यामुळे राणीसाहेबांनी पुन्हा एक विस्तृत खलिता तयार करविला. त्यामध्ये झाशी संस्थानचा ब्रिटिश सरकारशी कोणत्या प्रकारचा संबंध आहे व त्याकडून त्यास वेळोवेळी कशी मदत झाली आहे ह्याची साद्यंत हकिकत सादर करून, अशा राजनिष्ठ व अभिष्टचिंतक संस्थानचे शेवटचे पुरुष महाराज गंगाधरराव ह्यांनी भरदरबारामध्ये ब्रिटिश सरकारच्या कृपाछत्राखाली दिलेल्या दत्तक पुत्रास संस्थानचा मालक करणे किती आवश्यक आहे हे उत्तम प्रकारे व्यक्त केले. दतियाच्या परीक्षित राजाने रस्त्यावर सापडलेला अन्य जातीचा मुलगा दत्तक घेतला व त्यास विजयबहादूर हे नाव देऊन संस्थानचा अधिपती केले, जालवणचे

संस्थानिक बाळाराव ह्यांच्या विधवा स्त्रीने आपल्या भावाचा मुलगा दत्तक घेऊन त्यास गादीवर बसविले. वोरछाचा राजा तेजसिंग ह्याने सुजनसिंग नामक मुलास दत्तक घेऊन त्यास संस्थानचा मालक केले आणि ह्या सर्व दत्तकांस ब्रिटिश सरकाराने आपली मंजुरी दिली; त्या अर्थी झाशी संस्थानच्या बाबतीत त्यांनी तसेच वर्तन करावे अशी राणीसाहेबांची उत्कट इच्छा होती. एवढेच नव्हे, पण त्यांनी अत्यंत नम्रतेने ह्या खलित्यामध्ये आपली अशी प्रबल आशा दर्शविली होती की, "झाशी संस्थानिकांच्या बरोबरीचे जे राजे, ब्रिटिश सरकारचा प्रामाणिकपणा आणि न्यायीपणा ह्यांवर पूर्ण विश्वास ठेवून, जसे सुखाने व शांततेने आपला राज्यकारभार चालवीत आहेत; व त्यांस ब्रिटिश सरकाराविषयी आपली राजनिष्ठा कशी व्यक्त करावी ह्यावाचून दुसरी कोणतीच काळजी राहिली नाही; त्या राजेलोकांप्रमाणे 'शिवरावभाऊंची सून', ब्रिटिश सरकारच्या कृपेस व दयेस पूर्णपणे पात्र होईल ह्यांत काही शंका नाही!"[१]

हा खलिता व महाराज रामचंद्रराव ह्यांस आलेली ब्रिटिश सरकारची आभारप्रदर्शक पत्रे, राणीसाहेबांनी ता. १६ फेब्रुवारी सन १८५४ रोजी बुंदेलखंडचे पोलिटिकल एजंट मेजर माल्कम ह्यांच्या मार्फत लॉर्ड डलहौसी साहेबांकडे रवाना केली. मेजर माल्कम साहेबांनी ह्या वेळी राणीसाहेबांच्या खलित्यावर आपला अनुकूल अभिप्राय देण्याची मेहेरबानी करून, तो खलिता ता. २८ फेब्रुवारी सन १८५४ रोजी कलकत्त्यास पाठविला! पहिल्याने झाशी संस्थानासंबंधाने ह्या दयाळू अंत:करणाच्या पोलिटिकल एजंट साहेबांनी जो रिपोर्ट केला, तो संस्थानच्या अगदी विरुद्ध असून, त्यांत दामोदररावांचे दत्तविधान नामंजूर करून संस्थान खालसा करावे असे स्पष्टपणे ध्वनित केले होते. परंतु ह्या वेळी साहेबबहादुरांस पुन्हा काय सुविचार उत्पन्न झाला असेल तो असो, त्यांनी ग्वाल्हेर मुक्कामाहून ता. २८ फेब्रुवारी सन १८५४ रोजी गव्हर्नर जनरल साहेबांस एक पत्र लिहिले व त्यांत झाशी संस्थानचा आजपर्यंत व्यक्त झालेला प्रामाणिकपणा व राजनिष्ठा ह्यांच्याकडे लक्ष पुरवून राणीसाहेबांच्या म्हणण्याचा योग्य विचार व्हावा अशी आपली संमती दर्शविली!! परंतु झाशी संस्थानच्या दुर्दैवाचा प्रभाव काही विचित्र असल्यामुळे, ते संस्थान खालसा

---

१. हा खलिता फार महत्त्वाचा असल्यामुळे तो जशाच्या तसाच पुस्तकाच्या शेवटी दिला आहे.

केल्याबद्दलचा ठराव गव्हर्नर जनरल लॉर्ड डलहौसी ह्यांनी हे पत्र रवाना होण्याच्या पूर्वी एकच दिवस लिहून ठेवला होता!! ता. २८ फेब्रुवारी रोजी, राणीसाहेबांचा हा अत्यंत महत्त्वाचा खलिता व मेजर माल्कम साहेबांचे सयुक्तिक व अनुकूल पत्र[१] कलकत्त्यास रवाना झाले, व ता. २७ फेब्रुवारी रोजी लॉर्ड डलहौसी साहेबांनी झाशी संस्थान खालसा करण्याचा हुकूम लिहिला!! तात्पर्य, दैवगती फार विचित्र आहे!

झाशी संस्थान खालसा करण्याबद्दलचा गव्हर्नर जनरलचा ठराव बुंदेलखंडचे पोलिटिकल एजंट ह्यांच्याकडे लिहून आला; त्याप्रमाणे त्यांनी ता. १५ मार्च सन १८५४ रोजी झाशीचे असिस्टंट पोलिटिकल एजंट मेजर एलिस ह्यास हुकूम लिहिला, व संस्थान खालसा केल्याबद्दलचा जाहीरनामा आपल्या सहीशिक्क्यानिशी त्यांच्याकडे पाठविला. तो येणेप्रमाणे:-

---

१. ज्या सद्गृहस्थांनी ता. २५ नोव्हेंबर सन १८५३ रोजी ह्या पुस्तकांच्या तिसऱ्या प्रकरणांमध्ये दिलेला रिपोर्ट लिहिला, त्यांच्याच लेखणीतून हे पत्र लिहिले गेले हे ऐकून ते वाचण्याची कोणास उत्सुकता होणार नाही? ते पत्र येणेप्रमाणे –

लक्ष्मीबाई हिच्या पतीला आपल्या मागे झाशी राज्याला वारस नेमण्याचा कायदेशीर हक्क १८१७ च्या करारान्वये प्राप्त होत होता. 'जोह नाशीनान' किंवा कायदेशीर वारस नेमण्यास परवानगी होती. पण गेल्या काही वर्षांपासून झाशी संस्थानच्या प्रमुखाचे वर्तन लक्षात घेऊनच झाशी संस्थानचे अंतिम भवितव्य ठरवले जाणार होते.

बाईने उल्लेखिलेली वरील अट ही १८१७ च्या करारातीलच दुसरे कलम होते. पण ठरावात मूळ शब्द 'नुसलून बाद नुसलून' असे शब्द वापरलेले होते आणि राज्याचा वारस हा आमच्या (इंग्रज) सरकारच्या संमतीने घेतला जावा असा अर्थ होता. 'जो. नाशीनान' करारनाम्यातील शब्दप्रयोग निःसंशयरीत्या सामान्यतः राज्याचा वारस या अर्थाने होता.

पण 'बिलीर्स' हा शब्द पूर्वी 'वारसा वो जो नाझीनान' शब्दाऐवजी वापरला होता. हा सरकारला प्रश्नच होता की जर हा नंतरचा शब्दप्रयोग आमचे सरकार राजाला त्याच्या मर्जीप्रमाणे वारसा नेमण्यास परवानगी देत आहे काय? किंवा 'बिलीर्स' हा शब्दप्रयोग तशी परवानगी देत नाही एवढ्या मर्यादित अर्थाची आहे.

बाईने आपल्या खलित्यात म्हटले आहे की आजपर्यंत झाशी संस्थानाने इंग्रजांशी जो इमानदारपणा, एकनिष्ठपणा दाखविला आहे, त्याच्या बाबतीत शंका घेतलेली आपण सहन करणार नाही.

जाहीरनामा

"मेजर डी. ए. माल्कम पोलिटिकल एजंट, ग्वाल्हेर, बुंदेलखंड व रीवा ह्यांच्याकडून प्रसिद्ध केला जातो ऐसाजे:-

झाशीचे महाराज गंगाधरराव हे ता. २१ नोव्हेंबर सन १८५३ रोजी कैलासवासी झाले. त्यांनी मरणापूर्वी दामोदरराव ह्यास दत्तक घेतले आहे, परंतु नामदार गव्हर्नर जनरल ह्यांनी ते दत्तविधान नामंजूर केल्यामुळे, हिंदुस्थान सरकारचे सेक्रेटरी ह्यांच्याकडून ता. ७ मार्च सन १८५४ चा हुकूम आल्याप्रमाणे, झाशी संस्थान ब्रिटिश सरकारचे अमलात सामील करण्यात आले आहे. त्याप्रमाणे ह्या जाहीरनाम्याचे द्वारे तमाम लोकांस कळविण्यात येत आहे की, झाशी प्रांत तूर्त बुंदेलखंडचे पोलिटिकल एजंट मेजर एलिस ह्यांच्या ताब्यात दिला आहे. ह्याकरिता झाशी प्रांतातील सर्व प्रजेने आपण ब्रिटिश सरकारचे अंमलाखाली आहो असे समजून मेजर एलिस साहेबांस वसूल देत जावा आणि सुखी व संतुष्ट असावे. कळावे. ता. १३ मार्च सन १८५४."

(सही.) डी. ए. माल्कम

हा जाहीरनामा[१] प्रसिद्ध होताच, झाशी येथील इतिहासप्रसिद्ध शिवरावभाऊंच्या घराण्याची राज्यसत्ता नष्ट होऊन ते नामांकित घराणे आता लयास गेले, असे पाहून झाशी संस्थानातील स्वराज्यसुखोपभोग घेणाऱ्या सर्व प्रजाजनांस फार वाईट वाटले; आणि संस्थानची सेवा करण्यात ज्याचे बहुतेक आयुष्य केले अशा स्वामिनिष्ठ व स्वराज्यहितचिंतक मुत्सद्दी मंडळीस ही बातमी ऐकून अत्यंत खेद झाला! कारण, कृपाळू ब्रिटिश सरकाराशी ज्या संस्थानिकांनी फार दिवसांपासून अत्यंत मित्रभावाने वर्तन ठेविले व त्यास वारंवार अप्रतिम साहाय्य केले, त्याचा मोबदला त्यांच्याकडून अशा रीतीने मिळेल असे कोणाच्या स्वप्नीही आले नव्हते! ह्यामुळे सर्व प्रजेस स्वराज्यसुखाचा लाभ इत:पर अंतरला ही गोष्ट दु:खदायक वाटावी हे अगदी साहजिकच आहे!! तथापि लॉर्ड डलहौसी साहेबांनी म्हटल्याप्रमाणे, 'झाशी संस्थानांतील लोकांच्या हिताकरिताच ते संस्थान खालसा केले आहे' ही गोष्ट तेथील

---

१. मेजर डी. अे. माल्कम याने जाहीर केलेला झाशी संस्थानातील अराजकासंबंधीचा सामान्य जाहीरनामा.

ता. १३ मार्च १८५४

प्रजाजनांनी लक्षात घेतली असती तर त्यांना वाईट वाटण्याचे काही एक कारण नव्हते! पण त्या वेळच्या अज्ञान प्रजेस न्यायी ब्रिटिश राष्ट्राच्या राज्यरीतीचे महत्त्व कशाने कळणार? असो.

झाशी संस्थान खालसा केल्याबद्दलचा जाहीरनामा प्रसिद्ध करून मेजर एलिस साहेब, पोलिटिकल एजंटचा खलिता[२] राणीसाहेबास देण्याकरिता राजवाड्यात गेले. तेथे गेल्यानंतर दैवदुर्विपाकाने त्रस्त झालेल्या महाराणी लक्ष्मीबाईसाहेब ह्यांची व मेजर एलिस ह्यांची रीतीप्रमाणे चिकाच्या पडद्यातून दरबारमहालामध्ये भेट झाली. मेजर एलिस ह्यांनी कारभारीमंडळीच्या मार्फत दत्तकासंबंधाने गव्हर्नर जनरल ह्यांनी केलेला ठराव राणीसाहेबास वाचून दाखविला व झाशी संस्थान खालसा करण्यात आले आहे असे जाहीर केले; आणि पोलिटिकल एजंटच्या हुकुमाप्रमाणे[३] "आपणास भरपूर तनखा देण्यात येऊन आपला मानमरातब योग्य रीतीप्रमाणे पाळण्यात येईल" असे आश्वासन दिले. झाशी संस्थान खालसा केल्याचे दुस्सह वृत्त राणीसाहेबांच्या श्रवणी पडताच त्यास अनावर शोक उत्पन्न होऊन त्या अत्यंत कष्टी झाल्या. हे पाहून मेजर एलिस ह्यांनी त्याचे पुष्कळ प्रकारे समाधान करण्याचा प्रयत्न केला व शेवटी त्यांची परवानगी मागितली. त्या वेळी राणीसाहेबांचा कंठ दाटून येऊन त्यांच्या मुखातून "मेरा झाशी देएंगा नहीं" असे करुणोद्गार निघाले[१]!! ह्या शब्दांचा इतकाच अर्थ होता की "झाशी संस्थान ब्रिटिश सरकारास देण्याची माझी इच्छा नाही." परंतु पडद्यात राहणाऱ्या ब्राह्मणी अबलेची ही दीन वाणी ऐकतो

---

१. ह्या समयाचे वर्णन एके ठिकाणी पुढे लिहिल्याप्रमाणे केले आहे.

राणीच्या दरबारातील प्रतिनिधीकडे ग. ज. लॉर्ड साहेबांनी झाशीच्या खालसातीची नोटीस दिली. लॉर्ड डलहौसी यांच्या प्रतिनिधीची भेट राणीने पडद्याआड बसून स्वीकारली. जेव्हा इंग्रज प्रतिनिधीने हृदयाचा ठाव सोडणारी ती दुष्ट बातमी (झाशीचे खालसाकरण) सांगितली आणि आता झाशी बलाढ्य इंग्रजी साम्राज्याचा भाग झाली म्हणून सांगितले. झाशीच्या राणीने मोठ्याने पण दाटलेल्या गळ्याने ते सुप्रसिद्ध शब्द उच्चारले. मेरा झाशी देंगा नहि! (मी माझी झाशी देणार नाही).

ब्रिटिश भारताचे प्रशासन - डलहौसी

२. क्र. ६७ सन १८५४ - मेजर माल्कमचे मेजर इलिसला पत्र.

३. राणीला असे आश्वासन देण्यात आले की अत्यंत उदार अटी लादण्यात येतील आणि तिच्या मानमरातबाजोगा सन्मान ठेवला जाईल.

- अबीड

कोण? एलिस साहेबांनी पुन: एक वेळ झाशी संस्थान खालसा केले असे राणीसाहेबांस जाहीर करून त्यांचा निरोप घेतला. ह्या वेळी राणीसाहेबांच्या कोमल मनाची स्थिती काय झाली असेल बरे? आता दामोदररावांच्या दत्तविधानाची मंजुरी येईल, मग त्यांना संस्थानची वस्त्रे देण्याचा प्रचंड समारंभ करण्यात येईल, आणि त्यांच्या नावाने राज्यचक्र चालवून ब्रिटिश सरकाराविषयीचा पूर्वापार चालत आलेला प्रेमभाव उत्तम रीतीने व्यक्त करिता येईल, असे जे आशातरंग त्यांच्या हृदयात वसत होते, ते ह्या क्षणी सर्व लयास जाऊन त्या दुःखसागरात बुडून गेल्या!!

बुंदेलखंडचे पोलिटिकल एजंट मेजर माल्कम ह्यांनी संस्थान खालसा करून, "झाशीतील प्रत्येक मनुष्यास पूज्य व सुशील[२]" अशा राणीसाहेबांसंबंधाने पुढील कलमे हिंदुस्थान सरकारचे फॉरिन सेक्रेटरी ह्यास कळविली.

१. राणीसाहेबांस झाशी येथील खजिन्यातून अथवा त्या पसंत करतील तेथून, दरमहा कंपनी शिक्का ५००० रुपये जन्मपर्यंत पेनशन द्यावे.
२. झाशीतील राजवाडा राणीसाहेबास राहण्याकरिता त्यांच्या हवाली करावा व ती त्यांची खासगत मालमत्ता आहे असे समजावे.
३. राणीसाहेब जिवंत आहेत तोपर्यंत त्यांच्यावर किंवा त्यांच्या नोकरमाणसांवर इंग्रज सरकारच्या कोर्टाचा अंमल चालू नये.
४. कै. महाराज गंगाधरराव ह्यांच्या इच्छेप्रमाणे, संस्थानचे सर्व जवाहीर व खासगी शिलक, आणि संस्थानचा हिशेब होऊन राहणारा सरकारी खजिन्यातील ऐवज राणीसाहेबांस देण्यात यावा; आणि शेवटी, त्यांच्या नातेवाईकांची एक यादी करून त्यांचा चरितार्थ चालण्यासाठी त्यास

---

२. खुद्द मेजर माल्कमचे राणीसाहेबांसंबंधाचे पुढील शब्द रिपोर्टात दाखल झाले आहेत.

दिमाखदार फुशारकीत सांगितले की झाशी संस्थान आता खालसा झालेले आहे. आनंदराव बालकाचा झाशीवरील हक्क साफ नामंजूर करण्यात आला.

या बाईबाबत आदर बाळगून असे म्हणावे लागते की तिचे चारित्र्य अत्यंत उच्च दर्जाचे होते. आणि झाशीतील प्रत्येक प्रजाजनाच्या आदरास ती पात्र होती.

मेजर डी. ए. माल्कमचे भारत सरकारच्या परराष्ट्र खात्याच्या सचिवास पत्र.

दि. १६ मार्च १८५४

काही नेमणुका देण्याकरिता ती हिंदुस्थान सरकाराकडे पाठविण्यात यावी.[१]

ह्या पत्राप्रमाणे लॉर्ड डलहौसी साहेबांनी पोलिटिकल एजंट ह्यांच्याकडे ता. २५ मार्च सन १८५४ रोजी एक मिनिट लिहून पाठविले, व त्यात पोलिटिकल एजंटच्या ह्या व इतर सर्व कलमांचा विचार करून ती मान्य केली. परंतु संस्थानचे जवाहीर व सर्व खासगी मिळकत ह्यावरील मालकी हक्क कै. महाराज गंगाधरराव ह्यांनी दत्तक घेतलेल्या मुलाचा असल्यामुळे, ती मिळकत राणीसाहेबास देता येणार नाही; कारण, कायद्याप्रमाणे ते दत्तविधान जरी संस्थान चालविण्यास योग्य होत नाही तरी खासगी मिळकतीवर त्याचा हक्क चालण्यास ते मान्य आहे, असे ठरविले.[२]

त्याप्रमाणे, झाशीचे पोलिटिकल एजंट ह्यांनी झाशीचे खजिन्यात कंपनी शिक्का सहा लक्ष रुपये शिल्लक होते ते, दत्तक पुत्र दामोदरराव ह्यांच्या नावाने इंग्रजी खजिन्यात ठेवले, व असा ठराव केला की दामोदरराव वयात आल्यानंतर त्यास व्याजसुद्धा ही सर्व रक्कम द्यावी. ह्याशिवाय संस्थानचे सर्व जवाहीर व सोन्यारुप्याचे सामान 'दामोदररावांकरिता' म्हणून पोलिटिकल एजंट ह्यांनी राणीसाहेबांच्या स्वाधीन केले, आणि शहरातील थोरला राजवाडा त्यांच्याकडे देऊन, सर्व सामान त्यांनी किल्ल्यातून त्या वाड्यात आणावे अशी परवानगी

---

१. श्रीमंत दामोदरराव ह्यांनी जी कलमे कळवली आहेत, त्यात पुढील कलमे जास्त आहेत. (१) झाशीस जे बगीचे आहेत त्यांपैकी काही राणीसाहेबांकडे राहावे. (२) झाशीशिवाय बाहेरगावी पुणे वगैरे ठिकाणी जे वाडे आहेत ते व खानदेशांत पारोळे वगैरे जे गाव जहागीर आहेत ते व काही गावी पाटीलकीची वतने आहेत ती व तेथील वाडे वगैरे इस्टेट आहे ती सर्व राणीसाहेबांकडे राहावी.

इंदूरप्रत

२. लक्ष्मीबाई आणि झाशीबाबत मेजर माल्कमने मांडलेले सर्वच ठराव अत्यंत योग्य असेच होते. केवळ एक वगळता. तो ठराव असा होता की स्वर्गीय राजेसाहेबांची सर्व मालमत्ता राणीस देण्यात यावी. पण मला अशी भीती वाटते की इंग्रज सरकारच्या अधिकाराबाहेरची ही गोष्ट आहे. जी संपत्ती राजाच्या पश्चात त्याच्या दत्तक मुलाकडे कायद्याने येणार आहे, ती इस्टेट राणी लक्ष्मीबाईस कशी देता येईल? दत्तक विधान ही गोष्ट खाजगी इस्टेटीबाबत अत्यंत उपयुक्त तोड असली तरी एखादे राज्य कुणासही दत्तक देणे शक्य नाही.

भारताच्या सर्व श्रेष्ठ ग. ज. याच्या भाषणातून. २५ मार्च १८५४.

दिली. महाराज रामचंद्रराव वारल्यापासून झाशीचे सर्व राजे किल्ल्यातील राजवाड्यात राहात असत, त्यामुळे सर्व राजवैभव तेथेच होते. ते पोलिटिकल एजंटांच्या हुकूमाप्रमाणे राणीसाहेबांनी शहरातील राजवाड्यात आणले आणि झाशीचा किल्ला इंग्रज सरकारच्या स्वाधीन केला.

इंग्रज सरकारानी झाशी आपल्या ताब्यात येताच संस्थानच्या फौजेस सहा महिन्यांचा पगार बक्षीस देऊन कायमची विश्रांती दिली, आणि तिच्याऐवजी इंग्रजी सैन्य भरतीस घेतले. बंगाल नेटिव्ह इन्फंट्रीची बारावी पलटण झाशी येथे आणवून किल्ल्याचा कडेकोट बंदोबस्त केला. ह्याशिवाय कमीजास्त मदत लागल्यास ती सिप्रीच्या छावणीतून कॅप्टन हेनेसे अथवा ब्रिगेडियर हिल्ल यांच्याकडून घ्यावी असे ठरविले. ह्याच वेळी झाशीच्या लष्करी अधिकाऱ्यांनी किल्ल्यावरील पूर्वीच्या युद्धसामग्रीचा फार नाश केला. त्यांनी तेथील सर्व दारूगोळा तलावात फेकून दिला आणि पेशव्यांच्या वेळच्या मोठमोठ्या जुन्या तोफा निरुपयोगी करून टाकिल्या. अर्थात त्यांना त्यांचा पुन: उपयोग होईल अशी मुळीच कल्पना नव्हती.

महाराणी लक्ष्मीबाईसाहेब ह्यांना ५००० रुपये दरमहा पेनशन व खाजगी मिळकत- मुलाकरिता - द्यावी म्हणून हिंदुस्थान सरकारकडून लिहून आले, परंतु ब्रिटिश राष्ट्राच्या न्यायीपणाबद्दल त्यांचा अद्यापि भरवसा असल्यामुळे त्यांनी ही लहानशी नेमणूक घेण्याचे नाकारले; आणि पुन्हा झाशी संस्थानासंबंधाने विलायत सरकारकडे प्रयत्न चालविला. कारण ते सरकार तरी आपल्या योग्य हक्कांचा विचार करून झाशी संस्थान परत देईल अशी त्यांना अद्यापि अशा होती! त्यांनी उमेशचंद्र बॅनर्जी नामक एका बंगाली बाबूस व दुसऱ्या एका युरोपियन गृहस्थास ६०००० रुपये देऊन, त्यांना विलायततेतील कोर्ट ऑफ डायरेक्टर्स ह्यांच्याकडे पाठविले, व त्यांच्याबरोबर एक खलिता लिहून देऊन त्यात संस्थान अन्यायाने खालसा न करण्याबद्दल त्यांची प्रार्थना केली. ह्या खलित्यामध्ये लॉर्ड डलहौसी साहेबांच्या ठरावातील मुख्य मुख्य मुद्द्यांची असत्यता सप्रमाण सिद्ध करून दाखवली होती. त्यातील मुख्य मुद्द्यांचा सारांश असा होता:- "पूर्वी रामचंद्ररावांनी घेतलेला दत्तक इंग्रज सरकारनी मंजूर केला नाही सबब हल्ली गंगाधरराव ह्यांनी घेतलेला दत्तकही इंग्रज सरकारास मंजूर करता येत नाही असे गव्हर्नर जनरल म्हणतात. परंतु रामचंद्ररावांनी दत्तक घेतला त्या वेळेस त्यांचे सख्खे चुलते रघुनाथराव व गंगाधरराव हे

गादीचे वारस हयात होते व त्यांच्याच तक्रारीवरून, रामचंद्ररावांनी परगोत्रांतील म्हणजे आपल्या कुटुंबाचे बहिणीचा-घेतलेला दत्तक इंग्रज सरकारने त्या वेळी नामंजूर केला. परंतु ती सबब आता गंगाधररावांनी घेतलेल्या दत्तकास लागू पडत नाही. हिंदुधर्मशास्त्राप्रमाणे गंगाधररावांस दत्तक घेण्याचा पूर्ण अधिकार असून त्यांनी आपल्या स्वगोत्रातील मुलगा दत्तक घेतला आहे; त्या अर्थी तो मान्य करून, हिंदुस्थान सरकारने काही तरी कारणे दाखवून अन्यायाने खालसा केलेले आमचे संस्थान दत्तक मुलाच्या नावाने पूर्ववत् चालवावे. झाशी संस्थान आम्हास देहनगी दाखल मिळाले आहे असे हिंदुस्थान सरकारने म्हटले आहे; पण ते आम्हास इंग्रज सरकारनी किंवा अन्य कोणी देहनगी दिले नसून आमचे पूर्वजांनी पेशवे सरकारचे वेळी मोठमोठी पराक्रमांची कामे केली असल्यामुळे त्यांच्या बहादुरीबद्दल मिळाले आहे. म्हणून ते ब्रिटिश सरकारास खालसा करण्याचा अधिकार पोहोचत नाही.''१ इ. इ. इ.

ह्या आशयाचा खलिता घेऊन वर सांगितलेले दोन वकील हिंदुस्थानातून विलायतेस गेले. परंतु येथे जाऊन त्यांनी काय कामगिरी केली ह्याची बिलकुल माहिती मिळत नाही! श्रीमंत नानासाहेब पेशव्यांचे वकील अझीमुल्लाखां हे विलायतेस गेले होते, तेथे त्यांनी मजा उडविली व रशियन फौजेत सामील होऊन सबास्टपूलच्या लढाईत चैनीने तमाशा पाहिला इतकी तरी खबर लागली, परंतु राणीसाहेबांनी पाठविलेल्या वकिलांचा काहीच पत्ता लागला नाही! ते ६०,००० रुपये घेऊन जे गेले ते पुन्हा परत आले नाहीत!!

इकडे कोर्ट ऑफ डायरेक्टर्स ह्यांनी, ता. २ ऑगस्ट सन १८५४ रोजी, हिंदुस्थान सरकारनी पाठविलेल्या कागदपत्रावरून व राणीसाहेबांच्या खलित्यावरून, झाशी संस्थान खालसा केले ते अगदी योग्य केले असाच अखेरचा ठराव१ करून तो हिंदुस्थान सरकारकडे पाठविला, व त्यात पूर्वीचा सन १८०४ मध्ये शिवरावभाऊंबरोबर केलेला तह व्यक्तिविषयक होता असे स्पष्ट समजून, आता बेवारस झालेले झाशी संस्थान खालसा करावे, त्यास आमची काही हरकत नाही असे कळविले! ही कोर्ट ऑफ डायरेक्टर्सची

---

१. मेजर इव्हान्स बेल ह्यांनी लॉर्ड डलहौसी ह्यांच्या ठरावावर जी टीका केली आहे, त्यात ह्या गोष्टी पूर्णपणे सिद्ध केल्या आहेत व त्यावरून राणीसाहेबांचे म्हणणे इंग्रजांच्या दृष्टीनेही चुकीचे होते, असे क्वचितच म्हणता येईल!

१. भारताचा राजकीय पत्रव्यवहार दि. २ ऑगस्ट (नं. ३४) १८५४.

हिंदुस्थान सरकारच्या ठरावास पूर्ण संमती येताच झाशी संस्थान परत मिळणार नाही हे भविष्य वज्रलेपाप्रमाणे कायम झाले! पण विलायतेस गेलेले आपले वकील काही तरी खटपट करतील अशी महाराणी लक्ष्मीबाईसाहेब ह्यास अद्यापि आशा होती!! खरोखर आता व्यर्थ आशा करण्यात काही उपयोग नाही असे त्या अंत:पुरात वास करणाऱ्या राजस्त्रियेस कशाने कळणार?[२]

असो, शेवटी लॉर्ड डलहौसी साहेबाच्या सद्हेतूप्रमाणे बुंदेलखंडांतील केवळ सोन्याचा तुकडा असे झाशी संस्थान ब्रिटिश सरकारच्या अमलाखाली येऊन, बुंदेलखंडचे पोलिटिकल एजंट मेजर माल्कम ह्यांच्या सूचनेप्रमाणे, ते वायव्य प्रांताच्या गव्हर्नरकडे सोपविण्यात आले. सन १८५४ सालच्या मे महिन्यात झाशी संस्थान खालसा करण्याचे कामी अत्यंत परिश्रम केलेले पोलिटिकल एजंट मेजर माल्कम ह्यांची, बडोद्याच्या रेसिडेन्सीवर कर्नल औटराम ह्यांच्या जागी नेमणूक झाली व त्यांचे जागी कॅप्टन मॅक्फर्सन हे ग्वाल्हेर संस्थानचे पोलिटिकल एजंट होऊन आले; त्यांचा झाशीशी काहीएक संबंध राहिला नाही. झाशी येथे लवकरच कमिशनरी अंमल सुरू होऊन, मेजर स्कीन ह्यांची त्या जागेवर नेमणूक झाली. अशा प्रकारे ब्रिटिश सरकारचे दोस्त शिवरावभाऊ ह्यांच्या झाशी संस्थानचा शेवट झाला!! लॉर्ड डलहौसी

---

२. ह्या संबंधाने लिहिताना सर जॉन के ह्यांनी फारच हृदयद्रावक उद्गार काढले आहेत. ते म्हणतात –

झाशीच्या राजाची ती दुर्दैवी राणी जिचे वर्णन तिच्या दरबारातील इंग्रज प्रतिनिधी असे वर्णन करतो. की तिचे चारित्र्य अत्यंत उच्च श्रेणीचे होते आणि झाशीत तिला अत्यंत आदर-मान दिला जात असे. अशा स्त्रीने आपले म्हणणे मांडले की माझ्या पतीच्या वेळेपासून माझे घराणे ब्रिटिशांशी एकनिष्ठ आहे, विश्वासू आहे. ती व्यर्थपणे आठवण करून देते की गेल्या काही वर्षांत तिच्या घराण्याने इंग्रजांची सेवा कशा प्रकारे केली. तसेच ती व्यर्थपणे करारातील कलमांचीही आठवण करून देते. कायद्याला धरून असलेला वारस मान्य केला जाईल या कलमाचा अर्थ तिच्या लक्षात येताच तिने संचालक मंडळाच्या लक्षात तिने आणून दिले. इतर भारतीय संस्थानांप्रमाणे झाशीवर इंग्रजांची कृपा-संरक्षण असावे. पण झाशीचे भवितव्य वज्रलेप झालेले होते. झाशी आणि इंग्रज सरकार या दोघांच्याही ते हिताचेच होते. इंग्रज सरकारने खालसातीचा एकतर्फी निर्णय घेऊन टाकला होता. झाशी हा जिल्हा सभोवताली इंग्रजी सरकारच्या ताब्यातील प्रदेशाने वेढलेला होता. लॉर्ड डलहौसी म्हणतो झाशी ताब्यात घेतल्याने अंतर्गत प्रशासन आणि बुंदेल-खंडातील आमच्या ताब्यातील इतर प्रदेशासाठी ते आवश्यक

राजकारणामध्ये पूर्ण निष्णात होते. परंतु मनूने सांगितल्याप्रमाणे:-

इदमेव नरेंद्राणां स्वर्गद्वारमनर्गलम्।
यदात्मनः प्रतिज्ञा च प्रजा च परिपाल्यते।।१।।

अशा राजनीतीच्या मुख्य तत्त्वांपैकी जे प्रतिज्ञापालन त्याचा त्यांनी अंगीकार केला नाही, त्यामुळे त्यांच्या कृतीची कटुर फळे सर्व ब्रिटिश राष्ट्रास भोगावी लागली, ही अत्यंत दुःखाची गोष्ट आहे!![1]

झाशी संस्थानची व्यवस्था अशा प्रकारे झाल्यानंतर राणीसाहेबांनी, 'आराधिलेचि असते तरी प्राप्त होते' ह्या श्रीरामदासोक्तीप्रमाणे समाधान मानून, ईश्वरचिंतनामध्ये आपल्या आयुष्याचे दुर्दिन घालविण्यास प्रारंभ केला. पतिनिधनानंतर त्यांचा कालक्रम काही दिवस अगदी उदासीन होता. त्या पहाटेच्या चार वाजता उठून प्रातर्विधी उरकून स्नान करीत, व आठ वाजेपर्यंत पार्थिवपूजा करीत असत; नंतर पोषाख करून राजवाड्यांतील चौकात चार-पाच घोडे फिरवत; अकरा वाजता पुन्हा स्नान करून नित्यदाने देऊन भोजन करीत; भोजन झाल्यानंतर तीन वाजेपर्यंत, ११०० रामनाम अष्टगंधाने कागदावर लिहून माशांस टाकीत. सायंकाळपासून रात्रीचे आठ वाजेपर्यंत पुराण श्रवण करीत व कोणाची भेट घेणे असल्यास ह्याच वेळी घेत. पुराण संपल्यानंतर पुन्हा स्नान करून देवाची पूजा करीत व नंतर भोजन करून शयन करीत. बाईसाहेबांना

होते. झाशीच्या रहिवाशांच्या मदतीनेच ते सुकर होईल. ही प्रशासकीय सोय झाशीचे लोक केवढ्या लष्कर स्वीकारतात, त्याला सहकार्य देतात. त्यावर त्याचे फलित अवलंबून आहे.

शिपायांच्या युद्धाचा इतिहास, पृष्ठ ९२, खंड १

१. झाशी संस्थान खालसा केले त्या योगाने एतद्देशीय संस्थानिकांना काय वाटले त्याबद्दल मेजर इव्हान्स बेल ह्यांनी पुढील उद्‌गार काढले आहेत!

झाशीचे छोटे राज्य इंग्रज निष्ठा - प्रामाणिकपणे व्यक्त करीत होते. इंग्रजी सरकारची उपयुक्त चाकरीही करत होते. इंग्रजांच्या सार्वभौम सत्तेने तिला विलीनीकरणाच्या गोंडस नावाखाली गिळून टाकले ही गोष्ट केवळ झाशीच्याच दृष्टीने नव्हे तर इतर भारतीय राजांच्या आणि त्यांच्या मंत्र्यांच्या दृष्टीने अत्यंत विचार करायला लावणारी होती. पण अत्यंत विश्वासू, राजनिष्ठ राज्याबाबत हे घडू शकते ही गोष्ट त्यांच्या बुद्धीला पेलवणारी नव्हती.

रिट्रोस्पेक्टर ॲण्ड प्रोस्पेक्टर ऑफ इंडियन पॉलिसी, पृ. २८६.

श्रीमहालक्ष्मीची भक्ती फार असून दर शुक्रवारी त्या निरशन करीत, व अस्तमानाचे वेळी तलावातील श्रीमहालक्ष्मीचे दर्शनास जात असत.

संस्थान खालसा झाल्यामुळे सर्व दरबारी लोकांस रजा देण्यात आली होती, त्यामुळे राणीसाहेबांचा कारभार त्यांचे वडील मोरोपंत तांबे व लक्ष्मणराव बांडे हे दोन गृहस्थ पाहात असत. राजवाड्यात सर्वत्र वैभवशून्यता प्राप्त होऊन राणीसाहेब आपला काल दैन्यावस्थेत क्रमीत होत्या. अशी स्थितीत त्यांच्या दुःखावर डाग देण्याकरिताच की काय नकळे, अशी एक हृदयद्रावक गोष्ट घडून आली. ती याप्रमाणे:-

राणीसाहेबांची दत्तक पुत्र दामोदरराव ऊर्फ रावसाहेब ह्यांच्यावर फार प्रीती असे. दामोदरराव ह्यास सन १८५५ साली सप्तम संवत्सर लागले म्हणून बाईसाहेबांनी माघमाशी त्यांचा व्रतबंध करण्याचा विचार केला. परंतु ह्या वेळी बाईसाहेबांजवळ खर्चापुरते पैसे नव्हते. म्हणून त्यांनी, महाराज गंगाधरराव यांच्या शिलकेपैकी जे ६ लक्ष रुपये दामोदररावांच्या नावाने सरकारी खजिन्यात ठेविले होते, त्यापैकी एक लक्ष रुपये मौजिबंधनाचे खर्चासाठी मिळावे म्हणून झाशीचे कमिशनर ह्यास एक यादी पाठविली. त्यांनी त्याबद्दल

झाशी संस्थान खालसा केल्यामुळे इतर राजेरजवाड्यांच्या मनाची अशी स्थिती झाली, मग खुद्द झाशी येथील प्रजेची काय स्थिती व्हावी, ह्याची कल्पना वाचकांना सहज करता येईल. संस्थान जरी 'तेथील लोकांच्या कल्याणकरिता' खालसा करण्यात आले तरी इंग्रजी अमलात त्याची काय स्थिती होते ह्याबद्दल एका इंग्रज ग्रंथकाराने लिहिले आहे.

देशी संस्थानाचा पूर्ण विनाश झालेला होता. इंग्रजी कमिशनरच्या नावाने तेथील इंग्रजी सत्ता सुरू झाली. त्याचे तीन-चार सहकारी कित्येक डझन संस्थांनी अधिकाऱ्यांच्या डोक्यावर आणून ठेवण्यात आले. देशी अधिकाऱ्यांच्या ताब्यात असणारी हजारोंच्या संख्येतील पथके केवळ काही शेकड्यांवर आली होती. छोटा दरबार आता नष्ट झालेला होता. व्यापार ठप्प झाला. राजधानीचा विंध्वंस झालेला, प्रजा भिकेस लागलेली आणि सर्वत्र इंग्रजी माणसांची चालती भरभराहट होती. गंगेच्या किनाऱ्यावरील श्रीमंती थेम्सच्या किनाऱ्यावर आणून ओतली जात होती.

ए प्लीआ फॉर दी प्रिन्सेस ऑफ इंडिया, पृ. ६७

ही वस्तुस्थिती मद्रास सरकारचे माजी कौन्सिलर जॉन सलिव्हन नामक एका युरोपियन गृहस्थांनी सन १८५३ साली वर्णन केली आहे. ती झाशी संस्थानासंबंधात किती लागू पडते हे पाहणे वाचकांकडे आहे!

सरकारास विचारले. त्यावर सरकारकडून उत्तर आले की, हे रुपये दत्तक मुलाचे नावाने जमा आहेत, सबब तुम्हास मिळणार नाहीत; कारण पुढे मुलगा मोठा झाल्यावर त्याने ह्या रुपयाबद्दल इंग्रज सरकारवर दावा केल्यास सरकारला ते रुपये देणे भाग पडेल. ह्याकरिता जर तुम्हास जरूरच असेल तर चार प्रतिष्ठित लोकांची जमानत लिहून द्यावी की, मुलगा मोठा झाला व त्याने ह्या रुपयाबद्दल मागणे केले तर आम्ही हे रुपये सरकारात भरू. पाहा, कालगती किती विचित्र आहे? खुद्द झाशी संस्थानच्या स्वामिणीस स्वपुत्राच्या व्रतबंधसमारंभाकरता रुपये पाहिजेत-तेही स्वत:चे-तर त्याबद्दल जामीन देण्याचा प्रसंग यावा काय? परंतु उपाय नाही! 'भवितव्य भवत्येव कर्मणामीदृशी गति:' हे जे साधुवचन आहे ते अगदी सत्य आहे. असो. राणीसाहेबांनी दैवगतीवर दृष्टी देऊन, मोरोपंत तांबे, शेट लक्ष्मीचंद जयपूरवाला व आणखी दोघे श्रीमान गृहस्थ असे मिळून चार जामीन देऊन इंग्रज सरकारकडून एक लक्ष रुपये घेतले व दामोदररावांचा व्रतबंध मोठ्या समारंभाने केला!

असो. अशाप्रकारे राणीसाहेबांचे कालक्रमण चालले असता हिंदुस्थानच्या इतिहासात अजरामर झालेले सन १८५७ साल उजाडले आणि राणीसाहेबांवर फार दु:खद प्रसंग आला. ह्या संबंधाने श्रीमंत दामोदररावसाहेबांनी जे उद्गार काढले आहेत ते अत्यंत हृदयद्रावक असल्यामुळे ते येथे सादर केल्यावाचून आमच्याने राहावत नाही. ते म्हणतात:[१] – "ह्याप्रमाणे राणी लक्ष्मीबाईसाहेब ह्या सर्वसंगपरित्याग करून व राज्याचीही आशा सोडून, ईश्वरचिंतनात आपल्या आयुष्यातील नष्टचर्येचे दिवस काढीत असता, ते नष्टचर्य कमी न होता, त्यांचे मागे हात धुऊन पुरे पाठीस लागले. ध्यानी, मनी, किंवा स्वप्नीही नाही असे घरबसल्या महत् संकट प्राप्त होऊन, त्याने त्यांचे व त्याजबरोबर आमचेही

---

१. राणीसाहेब अशारीतीने आपला काल क्रमण करत असता, इंग्रज इतिहासकार ह्याच संबंधाने काय लिहितात ते पाहा –

झाशीच्या खालसाचे प्रकरण १८५४ मध्ये झाले आणि अवघ्या तीनच वर्षांत ज्या काळात आता मी लिहीत आहे त्यात आपल्यावर अन्याय झाल्याची राणीची जी भावना होती, ती नष्ट होऊ शकली नाही. तसेच आपल्या स्वर्गवासी पतीच्या घराण्याचा फार मोठा अपमान झाल्याची तिची भावना झाली. उलटपक्षी १८५७ या वर्षी तिच्या मनात सूडाची भावना निर्माण झाली.

मॅलिसन - हिस्ट्री ऑफ इंडियन म्युनिटी

सर्वस्वाचा आणि सुखाचा नाश केला, व अखेरीस त्यांचे देहाची आहुती घेऊन आम्हास त्या अज्ञानदशेत या जगतीतलावर कोणाचाच आधार ठेविला नाही!''

असो, हे उद्गार वाचून कोणास बरे द्रव येणार नाही; व असा वृत्तांत लिहिताना कोणाच्या नेत्रांतून अश्रू वाहणार नाहीत? परंतु आम्हास कठोर हृदय करून पुढील वृत्तांत लिहिणे भाग पडत आहे; त्यास उपाय नाही.

◆ ◆

प्रकरण ६ वे

झाशी येथील बंड

(जून सन १८५७)

लॉर्ड डलहौसी ह्यांनी सातारा, झाशी, तंजावर, नागपूर, अयोध्या वगैरे अनेक संस्थाने खालसा केली आणि उत्तर हिंदुस्थानातील तालुकदार व दक्षिणेतील जहागीरदार आणि इनामदार ह्यांच्या उत्पन्नावरही गदा आणण्याचा प्रयत्न केला, त्यामुळे स्वराज्यसुखाचा उपभोग घेतलेल्या सर्व लोकांस फार वाईट वाटले आणि हिंदुधर्मशास्त्राप्रमाणे दत्तक घेतल्यास सरकार पसंत करीत नाही– म्हणजे पर्यायेकरून आमच्या धर्मावर सरकारचा कटाक्ष आहे असा त्यांचा समज झाला[१]. ह्यामुळे सर्व देशभर ब्रिटिश राज्यरीती असमाधानकारक होऊन, राजा व प्रजा ह्यांच्यामधील प्रेमभाव कमी होत चालला. अशा स्थितीमध्ये लोकदृष्टीने पूज्य असलेल्या राजघराण्यांची अमर्यादा व अपमान होण्यासारख्या बऱ्याच गोष्टी[२] सरकारी अधिकाऱ्यांच्या हातून आकस्मिक घडून आल्या. त्यामुळे

---

१. सातारा, झाशी व नागपूर ही संस्थाने खालसा केल्यामुळे काय परिणाम झाला तो एका इंग्रज इतिहासकाराने लिहिला आहे–

सातारा-नागपूर आणि झाशी या तीन संस्थानांच्या उदाहरणांवरून भारताचा ग. ज. भारतातील देशी राज्यकर्त्या वर्गाबाबत अत्यंत भयाकूल झाला आणि त्यांचे विरोध रहित एकत्रीकरण धोरण ठेवू लागला. हिंदू धर्माच्या मुळालाच त्याने धक्का दिला आणि हिंदू कायदा आणि हिंदू धर्म याची त्याने फारकत केली.

डलहौसीचे भारतातील प्रशासन खंड २ पृ. १०८

२. ह्या गोष्टी सुप्रसिद्धच आहेत. नागपूरच्या राजघराण्यातील महाराणी बांकीबाई व अन्नपूर्णाबाई इत्यादी राजस्त्रियांस तेथील इंग्रज अधिकाऱ्यांनी कोणत्या रीतीने वागविले; तेथील राजाच्या जिनगीचा भरबाजारामध्ये कसा लिलाव मांडला आणि तेथील अमूल्य

सर्व लोकांची मने क्षुब्ध होण्यास प्रारंभ झाला व त्यात राज्यपद्धतीतील इतर दोषांची भर पडून ती क्षुब्धता गुप्तपणे वाढत चालली. लॉर्ड डलहौसी साहेबांनी सन १८५६ साली हिंदुस्थानची राज्यसूत्रे नवीन गव्हर्नर जनरल लॉर्ड कॅनिंग ह्यांच्या हातांमध्ये देऊन स्वदेशास प्रयाण केले. त्या वेळी त्यांना देखील सर्वत्र शांतता वाटत असून, कोणत्याही दिशेकडून नवीन शत्रू उत्पन्न होऊन युद्धाचा प्रसंग येईल अशी कल्पना नव्हती. परंतु, लॉर्ड कॅनिंग ह्यास मात्र, लॉर्ड डलहौसी साहेबांनी हिंदुस्थानामध्ये गाजविलेल्या प्रतापाचे फळ सुखदायक होईल अशी फारशी आशा नव्हती. ज्या वेळी त्यांनी हिंदुस्थानच्या प्रतिनिधिपदाचा स्वीकार करण्याकरिता कोर्ट ऑफ डायरेक्टर्स ह्यांचा निरोप घेतला, त्या वेळेसच त्यांनी असे उद्‌गार काढले की, ''हिंदुस्थानातील माझी कारकीर्द शांततेची व्हावी अशी माझी इच्छा आहे. तथापि, तेथील स्वच्छ आकाशामध्ये तळहाताएवढा लहानसा ढग उत्पन्न होऊन तो एकाएकी सर्व आकाशमंडळ व्यापून टाकील, आणि एकदम फुटून जाऊन आपल्या वर्षावाने आमची दुर्दशा करून सोडील हे मला लक्षात ठेविले पाहिजे.'' हे उद्‌गार खरे होण्याचा लौकर प्रसंग आला ही मोठी दुःखाची गोष्ट आहे.

सन १८५७ सालास प्रारंभ झाला. हिंदुस्थानामध्ये उत्पन्न झालेली अस्वस्थता जास्त जास्त वाढत चालली. अशा स्थितीमध्ये ब्रिटिश सैन्यामध्ये गाईची व डुकरांची चरबी लावून तयार केलेली नवीन काडतुसे उपयोगात आणण्याचा हुकूम सुटला अशी बातमी पसरली! ही गोष्ट डमडम येथे प्रथम प्रसिद्ध झाली. त्यामुळे ब्रिटिश सैन्यातील हिंदू व मुसलमान लोकांस मनस्वी संताप येऊन, इंग्रज सरकार आपणास धर्मभ्रष्ट करण्याचा प्रयत्न करीत आहे, अशी त्यांची पक्की समजूत झाली. ह्या समजुतीच्या प्रतिकारार्थ ब्रिटिश अधिकाऱ्यांनी

जवाहिरांची विक्री करण्याकरिता कलकत्त्याच्या हॅमिल्टन आणि कंपनीकडून 'सरकारहुकुमाने' ता. १२ आक्टोबर सन १८५५ रोजी 'मार्निंग क्रॉनिकल' पत्रामध्ये कशी जाहिरात दिली ह्या गोष्टी नवीन सांगावयास नकोच आहेत! तंजावरच्या राजाच्या संपत्तीचा निकाल करताना तेथील राणीबरोबर मद्रास सरकारने जे वर्तन केले ते मि. हिकी ह्यांनी वर्णन केलेच आहे – "The acts of the Madras Government on this occasion might be declared to be, to use the mildest expression, shameful." अयोध्याप्रांत खालसा केल्यानंतर तेथे नेमलेले चीफ कमिशनर काव्हले जॅक्सन ह्यांनी राजघराण्यातील लोकांशी जे वर्तन केले, त्याचा प्रत्यक्ष पुरावा लॉर्ड कॅनिंग ह्यांनी ता. १९ ऑक्टोबर १८५६ रोजी त्यास पाठविलेल्या खरमरीत पत्रावरून व्यक्त होत आहे!

जे प्रयत्न केले, त्यांचा काहीएक उपयोग न होता, उलट ते हिंदू व मुसलमानांच्या मनातील सरकाराविषयींची द्वेषबुद्धी प्रज्वलित करण्यास कारण झाले. अनेक संस्थाने व जहागिरी खालसा केल्यामुळे तेथील लोकांची मने अस्वस्थ झाली होती आणि त्याच संधीस सर्व ठिकाणच्या सैन्यामध्ये राजद्रोहाचे वारे हळूहळू पसरत जाऊन ते उघड रीतीने बंड करण्यास प्रवृत्त झाले ही गोष्ट त्यांच्या चांगलीच पथ्यावर पडली. प्रथमतः बऱ्हामपूर येथील १९ व्या काळ्या पायदळ पलटणीने आपले खरे स्वरूप व्यक्त केले! हे वृत्त चोहीकडे प्रसिद्ध होताच सर्व ठिकाणी धुमसत असलेला द्वेषाग्नी एकदम भडकून जाऊन त्याच्या प्रखर ज्वाळा प्रकाशित होऊ लागल्या! ता. २४ एप्रिल सन १८५७ रोजी मीरत येथील तिसरी नेटिव क्याव्हल्री, सरकारच्या विरुद्ध होऊन तिने काडतुसे वापरण्याचे नाकबूल केले. त्यामुळे तेथे बरीच चकमक उडाली आणि तेथील सर्व सैन्य एकत्र होऊन त्यातील पुढारी लोकांनी बंडाचा झेंडा उभारला! ह्या सैन्याने मीरत येथे मे महिन्यामध्ये भयंकर कृत्ये करून ब्रिटिश राजसत्ता झुगारून दिली आणि दिल्लीकडे चाल केली. तेथेही त्यास सर्व गोष्टी अनुकूल झाल्या!

मीरत व दिल्ली येथील बंडाचा वृत्तांत सर्व ठिकाणच्या सैन्यामध्ये हालोहाल पसरला जाऊन जिकडे तिकडे भयंकर चिन्हे दिसू लागली आणि सर्व सैन्य तेव्हाच बिथरले जाऊन चोहीकडून युद्धवार्ता येऊ लागल्या. फिरोजपूर, बरेली, मुरादाबाद, शहाजहानपूर, कानपूर, लखनौ इत्यादी ठिकाणी बंडास प्रारंभ झाला. इंग्रज सरकारच्या अवकृपेमुळे त्रासून गेलेले श्रीमंत नानासाहेब पेशव्यांसारखे राजपुरुष, दिल्लीचा बादशहा, अयोध्येचा नबाब वगैरे मंडळी तेव्हाच बंडवाल्यास अनुकूल होऊन त्यांनी त्यांचा पुढारीपणा स्वीकारला. वस्तुतः हे 'शिपायांचे बंड' असून त्यास एवढे महत्त्व येईल अशी कोणाची कल्पनाही नव्हती. परंतु त्यास राजघराण्यातील दीनस्थितीप्रत पोहोचलेल्या अनेक लोकांचे साहाय्य मिळाल्यामुळे एकदम राजकीय स्वरूप प्राप्त झाले व त्यामुळे ते फार भयंकर व इतिहासप्रसिद्ध झाले असे म्हटल्यास फारसा बाध येणार नाही[१]?

---

१. सर ह्यू रोज ह्यांनी आक्टोबर सन १८५७ मध्ये बंडासंबंधाने लिहिताना असे म्हटले आहे की –

घडणाऱ्या विविध घटनांनी हे सिद्धच केले की भारतातील उठाव हा केवळ लष्करी

असो, मीरत व दिल्ली येथील बंडाची भयंकर बातमी झाशी येथे येऊन पोहोचली. ह्या वेळी झाशी येथे बंगाल नेटिव्ह इन्फट्रीची १२ वी पलटण, १४ वी इरेग्युलर क्याव्हल्री व एक तोफखाना इतके सैन्य होते.[१] ह्या सैन्यावरील मुख्य अधिकारी कॅप्टन डन्लॉप हे होते[२]. झाशीचे कमिशनर व सर्व राजकीय खात्याचे अधिकारी कॅप्टन अलेक्झांडर स्कीन हे होते. मे महिन्यामध्ये झाशी येथील सैन्यामध्ये गुप्त रीतीने काही बेत चालले होते. परंतु त्याबद्दल बिलकुल फूट झाली नाही. सर्व ठिकाणचे सैन्य बिथरले होते तरी झाशीचे सैन्य कधीही बिथरणार नाही असा तेथील युरोपियन अधिकाऱ्यास पूर्ण भरवसा होता. झाशीपासून काही अंतरावर नौगांग नावाचे एक लष्करी ठिकाण आहे. तेथील सैन्यामध्ये काडतुसांची गोष्ट प्रसिद्ध होऊन काही चलबिचल दिसू लागली. त्यामुळे तेथील लष्करी अधिकारी विशेष बंदोबस्त करू लागले. हे पाहून झाशीच्या अधिकाऱ्यास फार आश्चर्य वाटले! ह्याचे कारण इतकेच की झाशी येथील सर्व सैन्य आपल्या हुकुमात आहे, त्या अर्थी कोणत्याही प्रकारचा विशेष बंदोबस्त करण्याची आवश्यकता नाही अशी त्यांची पक्की समजूत होती. झाशीचे कमिशनर कॅप्टन स्कीन, डेप्युटी कमिशनर कॅप्टन गॉर्डन, आणि कमांडिंग ऑफिसर कॅप्टन डन्लॉप हे तिघेही एका विचाराने चालत असून, त्यांपैकी कोणासही सैन्यातील कृष्णकारस्थानाबद्दल बिलकुल संशय आला नाही! कॅप्टन स्कीन ह्यांनी ता. १८ मे रोजी सरकारकडे जो रिपोर्ट केला, त्यात असे लिहून पाठविले की, "झाशीच्या संबंधाने भीती बाळगण्याचे बिलकूल कारण दिसत नाही. मला कळविण्यास मोठा आनंद वाटतो की, तेथील सैन्य दृढमानसाचे असून त्यास मीरत व दिल्ली येथे घडलेल्या भयंकर प्रलयाबद्दल अपरिमित राग आला आहे. येथील सैन्यावर कॅप्टन डन्लॉप हे योग्य अधिकारी असून त्यांना शिपाई लोक कसे वागवावेत हे चांगले कळत

नव्हता. तर काही प्रमाणात जी राजकीय अशांतता निर्माण झालेली होती, त्यात याचे खरे मूळ होते. त्याच्या नेतृत्वस्थानी दिल्लीचा बादशहा, अवधचा राजा आणि नानासाहेब हे होते आणि ते आपापल्या राज्यात कार्यरत होते.

१. ह्या सैन्याची बरोबर संख्या येणेप्रमाणे –

२. पायदळ तोफखाना युरोपियन कुणीही नाही. भारतीय २७१२ वी एन १ युरोपियन ६, देशी ५२२, लष्करी मुख्यालयात आणि हंगामी घोडदळात - युरोपियन ५ देशी ३३२ सगळे मिळून केवळ अकरा युरोपियन आणि देशी सैनिक ८८१ होते.

आहे. त्यामुळे ह्या सैन्यामध्ये काही चलबिचल होईल असे मला मुळीच संभवनीय दिसत नाही. आता बुंदेलखंडातील लहान लहान राजे व संस्थानिक ह्यांच्या संबंधाने विचार केला तर असे दिसून येईल की, चौदा वर्षांपूर्वी त्यांची बंडामध्ये खोडच मोडली आहे व आता बंड म्हणताच त्यांच्या अंगावर काटा उभा राहतो! वोरछा, छत्रपूर, व अजयगड येथील राजे केवळ लहान मुले आहेत. दुभाचा राजा मोठ्या बंदोबस्ताने ब्रह्मावर्तास पाठवला आहे. सीमथरच्या राजास वेड लागले असून तो तेथील किल्ल्यात कैदेमध्ये पडला आहे. बाकी काय ते पन्ना व चरखारी येथील राजे राहिले. ते साधारण नाव घेण्यासारखे आहेत; परंतु असल्या पंचायतीपासून ते मुळीच अलग आहेत! ह्याप्रमाणे येथे सर्व काही सुरक्षित आहे असा मला पूर्ण भरवसा वाटतो. मी येथील लोकांवर विश्वास ठेवून वागत असतो व ते माझे करणे अगदी बरोबर आहे असे मला वाटते.'' ता. ३० मे रोजी त्यांनी पुन्हा खात्रीने लिहिले की, ''येथे सर्वत्र शांतता आहे. सैन्य अगदी दृढनिश्चयी आहे; परंतु शहरचे कित्येक धनवान ठाकूर वगैरे लोक– जे कधी कोणत्याही सरकारबरोबर नीट रीतीने वागले नाहीत ते सध्या नाखूष झाले असून काही गडबड करू असे बडबडत आहेत, परंतु तिकडील विजयाची वार्ता येथे आली म्हणजे ही सर्व बडबड अगदी बंद होईल अशी मला पूर्ण खात्री आहे.'' ता. ३ जून रोजी त्यांनी पुन्हा असे लिहिले की, ''अद्यापि आम्ही सर्व सुरक्षित आहो. सोमवारी रात्री मी असे ऐकले की, पान ठाकूर लोक कुचगावावर हल्ला करणार आहेत. तेव्हा मी मध्यरात्री लागलीच डन्लॉप साहेबास बोलावून आणवून त्या गावाचे संरक्षणाकरता शिपायांची एक टोळी पाठवण्याबद्दल सांगितले. त्याप्रमाणे सकाळी आठ वाजता पायदळ व घोडेस्वार ह्यांची एक पलटण मोठ्या उत्सुकतेने रवाना झाली, व ती तेथे रात्री सात वाजता पोहोचली. परंतु ही नुसती बातमी तेथील ठाकूर लोकास कळताच त्यांचा बेत रहित झाला! आता हे बंड सर्वत्र पसरले आहे असे जे लोकमत आहे, त्याबद्दल मी इतकेच म्हणतो की, झाशी येथील लोक खंबीर मनाचे आहेत, ते कधीही बिघडणार नाहीत!'' ही स्कीन साहेबांची पत्रे[१] वाचून पाहिली, म्हणजे झाशी येथे बंडाची चिन्हे प्रादुर्भूत झाली होती असे अनुमानही करता येणार नाही! ह्यांचे कारण खुद्द झाशी संस्थानच्या राणीसाहेब 'अबला' असून त्या दुर्दैवामध्ये आपला काल क्रमीत होत्या. ज्या वेळी इंग्रज

---

१. 'के' चे सीपायांचे युद्ध

अधिकाऱ्यांनी झाशी संस्थान खालसा केले त्या वेळी त्यांनी बिलकुल दुराग्रह धरिला नाही. मग मागाहून त्या कोणत्याही प्रकारे अविचाराचा बेत करतील असे मुळीच संभवनीय दिसत नव्हते. त्यातून बाईसाहेब फार सहनशील, उदारबुद्धी, व राजनिष्ठ असल्याबद्दल स्कीन साहेबांची पूर्ण खात्री होती! असो.

झाशीचे इंग्रज अधिकारी अगदी बेसावध असता तेथील सैन्याने आपले खरे स्वरूप ता. १ जून रोजी प्रकट करण्यास प्रारंभ केला. त्या दिवशी प्रथम एका बंगल्यास आग लागली. परंतु ती आकस्मिक असावी असे वाटले व त्याबद्दल विशेष चर्चा झाली नाही. नंतर दोन-तीन दिवस जिकडे तिकडे स्वस्थता दिसू लागली. परंतु पुन्हा ता. ४ रोजी, काळ्या पायदळ पलटणीच्या ७ व्या तुकडीने बंडास प्रारंभ केला. ह्या पलटणीच्या गुरबक्ष नामक हवालदाराने काही लोक बरोबर घेऊन 'स्टार फोर्ट' मध्ये प्रवेश केला. ही इमारत लहानशी असून येथे बंदुकी, दारूगोळा व खजिना ठेवीत असत. तेथे पोहोचताच त्यांनी एकच हाहाकार उडवून दिला. हे वृत्त कॅप्टन डन्लॉप साहेबास समजताच त्यांनी १२ व्या पलटणीचे बाकीचे लोक व रिसाला एकत्र जमवून त्यांच्याकडून कवायत घेतली, व त्यांना ताळ्यावर आणण्याचा प्रयत्न केला. स्टार फोर्टमध्ये असलेले पहारेवाले बिघडले जाऊन, ते स्वत:च आतील दारूगोळा व खजिना बळकावून बसले, व आतून बंदुकीचे आवाज काढू लागले! हे भयचिन्ह पाहताच सर्व युरोपियन छावणीतून निघून शहरात आले. कॅप्टन स्कीन व गॉर्डन ह्यांनी सर्व युरोपियन लोकास किल्ल्यात जाण्याबद्दल गुप्त रीतीने सूचना केली आणि कॅप्टन डन्लॉप ह्यांनी झाशीतील सर्व फौज एकाएकी बिघडली असे पाहून, नौगांग येथील लष्करी अधिकाऱ्यास कुमक पाठविण्याबद्दल ताबडतोब पत्र पाठविले.[१]

---

१. हेच पत्र झांशी येथील बंडाच्या पुराव्यामध्ये नमूद झालेले आहे. ह्याखेरीज तेथील युरोपियन लोकांचा पुरावा बिलकूल नाही! हे पत्र येणेप्रमाणे :

नौगांग येथील मुख्य सेनापतीस झाशीहून ४ जाने. १८५७ दु. ४ वाजता पाठविलेले पत्र.

सर ...... तोफखाना आणि पायदळ यांच्यात बंडाची फितुरी झालेली आहे आणि त्यांनी स्टार किल्यात प्रवेश केलेला आहे. अजून पर्यंत कुणास इजा झालेली नाही. तुमच्या सूचनेची वाट पाहात आहे.

कॅप्टन जे. डनलोप.

दुसरे दिवशी सकाळी कॅप्टन स्कीन व गॉर्डन हे डन्लॉप साहेबांस भेटण्याकरिता छावणीत आले. त्यांची गुप्त भेट होऊन पुढील व्यवस्थेबद्दल काही विचार ठरला व स्कीन साहेब परत किल्ल्यामध्ये गेले. गॉर्डन साहेबांनी आपल्या बंगल्यांत 'छोटी हाजरी' घेऊन, आसपासच्या राजे लोकांस सैन्याची मदत पाठविण्याबद्दल पत्रे लिहिली व ते पुन: किल्ल्यामध्ये आले. कॅप्टन डन्लॉप ह्यांनी दारूगोळ्याची चांगली तयारी केली व ते पत्रे रवाना करण्याकरिता पोस्ट ऑफिसमध्ये गेले. तेथून ते एनसाईन टेलर ह्यांस आपल्या बरोबर घेऊन परत कवायतीच्या जागी आले. तेथे येताच बंडात सामील झालेल्या १२ व्या पायदळ पलटणीच्या लोकांनी त्या दोघांवर गोळ्या सोडल्या व त्यास ठार मारले!! कॅप्टन डन्लॉप हे हिय्याचे अधिकारी असून आणीबाणीच्या प्रसंगास फार उपयोगी पडण्यासारखे होते! असो.

झाशी येथील मुख्य सेनापती कॅप्टन डन्लॉप ह्यांचा बंडवाल्यास प्रथम बळी सापडल्यामुळे ते विजयानंदाने तेव्हाच फुगून गेले, व त्यांनी छावणीतील दुसऱ्या युरोपियन लोकांस यमसदनास पाठविण्याचा क्रम आरंभला! सार्जंट मेजर न्यूटन व सर्व्हे खात्याचे अधिकारी लेफ्टनंट टर्नबुल्ल ह्यांचा त्या दुष्टांनी वध केला!! १५ व्या नेटिव्ह इंन्फंट्रीचे लेफ्टनंट कॅम्बेल साहेब हे १४ व्या इरेग्युलर पलटणीवर एक अधिकारी होते, त्यांच्यावर बंडवाल्यांनी हल्ला केला. परंतु ते मोठ्या शर्थीने त्यांच्या सपाट्यातून सुटून किल्ल्यामध्ये जाऊन पोहोचले. कॅप्टन स्कीन, त्यांची बायको व दोन मुले ही तेथेच होती. ह्याशिवाय तेथे जे दुसरे युरोपियन लोक होते, त्यातील मुख्यांची नावे पुढे लिहिल्याप्रमाणे होती. कॅप्टन गॉर्डन झाशीचे डेप्युटी कमिशनर; सर्व्हे खात्यातील लेफ्टनंट बर्गेस[१]; १२ व्या पलटणीचे डा. मॅक्इगन व त्यांची बायको; धरणखात्याचे अधिकारी लेफ्टनंट पॉविस, त्यांची बायको व लहान मूल; कस्टमचे कलेक्टर डब्ल्यू. एस्. कारशोअर व त्यांचे कुटुंब; टी. अँड्र्यूज; आर अँड्र्यूज व त्यांचे कुटुंब; मिसेस ब्राऊन व मुलगी; स्कॉट आणि त्यांचे कुटुंब; क्रॉफर्ड नावाचे दोन बंधू; पर्सेल नावाचे दोन बंधू; इलियट, फ्लेमिंग, आणि दुसरे लहान लहान युरोपियन व युरेजियन कामदार ह्या सर्वांची संख्या सुमारे ४५ होती.

---

१. लेफ्टनंट बर्गेस व काही युरोपियन आणि युरेजियन कामदार पूर्वी 'पॅलेस फोर्ट'मध्ये आश्रयास जाऊन राहिले होते, असेही म्हणतात.

द इंडियन एम्पायर vol. 11 पृ. ३०५

ह्या सर्व मंडळीस कॅप्टन स्कीन ह्यांनी हत्यारे देऊन मोठ्या बंदोबस्ताने किल्ल्यामध्ये ठेविले. तेथे त्यांनी शत्रूस हार न जाता आपले संरक्षण करण्याचा निश्चय केला. किल्ल्याचे प्रचंड दरवाजे बंद करून व कित्येक ठिकाणी दगडांचे ढीग रचून बंडवाल्यांचा आत प्रवेश होऊ नये अशी तजवीज केली. इकडे बंडवाल्यांनी छावणीमध्ये एकच प्रळय केला व तेथे सापडलेल्या युरोपियन लोकांचा प्राणनाश करून आपला मोहरा किल्ल्याकडे वळविला. किल्ल्यातील लोकांनी निकराने युद्ध करून बंडवाल्यास मागे फिरविण्याचा प्रयत्न केला. परंतु ह्या खवळलेल्या सेनासागरापुढे त्या दीन मीनांचे काय चालणार? त्यांनी दुसरे दिवशी सकाळी, राणीसाहेबांपाशी साहाय्य मागण्याकरिता स्कॉट व पर्सेल बंधू असे तीन इसम राजवाड्यात पाठविले. परंतु बंडवाल्यांनी त्यास मध्यंतरीच पकडून ठार मारिले! झाशीचे सदरअमीन अँड्र्यूज साहेब ह्यांचा बंडखोर लोकांनी राजवाड्यापुढेच खून केला असे म्हणतात!

कॅप्टन स्कीन व गॉर्डन ह्यांनी, नागोड व ग्वाल्हेर येथून कुमक मिळण्याबद्दल निरोप पाठविले. परंतु तिकडून मदत येईतोपर्यंत बंडखोर लोकांनी आपला दुष्ट हेतू सिद्धीस नेण्यास कमी केले नाही! ता. ७ रोजी दुपारी दोन वाजल्यानंतर, बंडवाल्यांनी किल्ल्यावर हल्ला करून तो हस्तगत करण्याचा निश्चय केला व युद्धास सुरुवात केली. आतील युरोपियन लोकांनी ह्या वेळी आपले शौर्य उत्तम प्रकारे व्यक्त करून पुष्कळ वेळपर्यंत बंडवाल्यांस दाद दिली नाही. त्यांनी कित्येक जुन्या तोफा तयार करून किल्ल्यावर मारा करण्यास प्रारंभ केला; परंतु त्याचा काहीएक उपयोग झाला नाही. ह्यांचे कारण, त्या सर्व तोफा नादुरुस्त असून गोलंदाज लोक त्या कामात वाकबगार नसल्यामुळे त्यातील गोळे बरोबर जात नसत! किल्ल्यातील लोकांनी बंदुकीचा एकसारखा सपाटा चालवून शत्रूवर गोळ्यांचा वर्षाव केला, त्यामुळे पुष्कळ बंडवाले मागे हटले! तथापि त्यांचा जमाव मोठा असल्यामुळे ते पुन: पुन: लगट करीत. बंडवाल्या लोकांनी किल्ल्यात शिरण्याकरिता चोरवाटा शोधून काढण्याचाही प्रयत्न चालविला. झाशीचे असिस्टंट सर्व्हेअर लेफ्टनंट पाविस ह्यांनी किल्ल्यामध्ये येताना आपले विश्वासू शिपाई बरोबर घेतले होते. परंतु ते बंडवाल्यास सामील होऊन त्यांना आत येण्याचा मार्ग दाखवू लागले. हे पाविस ह्यांच्या दृष्टीस पडताच त्यांनी त्यास अडथळा केला, म्हणून त्यापैकी एकाने त्यांचा ताबडतोब प्राण घेतला! परंतु कॅप्टन बर्गेस ह्यांनी त्याच्यावर चालून जाऊन त्यास देहान्त शिक्षा दिली.

बंडवाले किल्ला घेण्याच्या हट्टास पेटले. त्यांचा प्रचंड समूह पाहून आतील लोकास निराशा वाटू लागली. बंडवाल्यांनी किल्ल्यांची द्वारे मोकळी करण्याबद्दल अगदी शिकस्त करून सोडली. कॅप्टन स्कीन व गॉर्डन हे क्रुद्ध होऊन मोठ्या त्वेषाने बंडवाल्यांवर आतून गोळी सोडीत, परंतु त्यांच्या गोळ्यांचा यशदायक परिणाम दृष्टीस पडण्याची आशा नाहीशी झाली! बंडवाल्यांनी किल्ल्याची माची सर करून त्यावर चढाव केला. हे पाहून किल्ल्यातील लोक 'मारू किंवा मरू' असा निश्चय करून मोठ्या निकराने लढू लागले. ह्या वेळी युरोपियन लोकांच्या बायकांसही स्फुरण येऊन त्या त्यास मदत करू लागल्या.[१] गॉर्डन साहेब चित्त्यासारखे किल्ल्यामध्ये फिरू लागून त्यातील खिडक्यांमधून शत्रूवर बरोबर निशाण रोखू लागले! परंतु त्याचा चेहरा शत्रूकडील लोकास पूर्ण माहितीचा असल्यामुळे, एका तिरंदाजाने त्यावर नेम धरून त्यांचा प्राण घेतला!

गॉर्डन[२] साहेबांच्या मृत्यूमुळे किल्ल्यातील लोकास मुख्याधार नाहीसा झाला असे वाटून त्यांचे सर्व अवसान खचून गेले. ह्याच समयी किल्ल्यातील सर्व दारूगोळा व इतर सामान संपून गेले. त्यामुळे स्कीन साहेबांचा अगदी निरुपाय झाला! बंडवाल्यांकडील १४ व्या क्याव्हलरीचा रिसालदार कालाखान, व झाशीचा तहसीलदार अहमद हुसेन ह्या दोघांनी मोठ्या शौर्याने युद्ध करून किल्ल्याचा बहुतेक भाग सर केला! असे पाहून हतवीर्य झालेल्या युरोपियन लोकांनी तहाचे निशाण लाविले!

ता. ८ जून रोजी सकाळी, विजयानंदाने फुगून गेलेली शत्रूकडील प्रमुख मंडळी किल्ल्याच्या दरवाजापाशी आली; व त्यांनी सालेमहंमद म्हणून कोणी झाशीतील प्रसिद्ध हकीम होता त्यास आपला वकील नेमून स्कीन साहेबांकडे पाठविले. स्कीन साहेब दरवाजा खुला करून बाहेर आले, व त्यांनी 'आमच्या केसास धक्का न लावता आम्हास सागरास जाऊ द्या' असे बंडवाल्यांपाशी

---

१. कॅप्टन स्कीनची मडम त्यांस बंदूक भरून देत होती असे पुष्कळ इंग्रज इतिहासकारांनी लिहिले आहे, पण के साहेब ती गोष्ट सबळ पुराव्याने सिद्ध होत नाही, असे सांगतात.

कॅप्टन गॉर्डन वर्णन करतो. ते अत्यंत प्रतिष्ठीत, सज्जन आणि उत्कृष्ट अधिकारी होते. आपल्या सैन्याचा आत्मा आणि आयुष्य होते.

'के' चे सीपायांचे युद्ध. पृ. ३०८

अभयवचन मागितले. त्याप्रमाणे सालेमहंमद ह्याने, आपल्या धर्माप्रमाणे कुराणाची शपथ घेऊन असे कबूल केले की, तुम्ही हत्यारे खाली ठेवून किल्ला मोकळा कराल तर तुमच्या केसास देखील आम्ही धक्का लावणार नाही! हे शब्द त्या दुर्दैवी लोकांस खरे वाटले, व त्याप्रमाणे ते आपली हत्यारे किल्ल्यात ठेवून बाहेर निघाले! किल्ल्याचा दरवाजा ओलांडून हे अनाथ लोक बाहेर पडले न पडले, तोच बंडवाल्यांनी आपली सर्व वचने गुंडाळून ठेवून, 'दीन दीन' करत त्यांच्यावर हल्ला केला! आणि 'काफीरको मारो' अशी एकच आरोळी ठोकून त्या दीनांच्या मुसक्या बांधून त्या सर्वांस कैद केले! ह्या वेळी त्यांची बकऱ्याप्रमाणे दुर्बल स्थिती झाल्यामुळे त्यांनी हूं का चूं सुद्धा केले नाही! ह्या सर्व लोकांस बंडवाल्यांनी शहरातून मिरवत मिरवत जोगनबागेकडे नेले. हे बंदिवान लोक शहराचे बाहेर पोहोचतात न पोहोचतात, तो तेथे काही स्वार येऊन त्यांनी, ह्या सर्व लोकांची कत्तल करावी असा रिसालदार साहेबांचा हुकूम आहे, असे सांगितले. त्याप्रमाणे त्या दुष्ट लोकांनी त्यांचा शिरच्छेद करण्याचा निश्चय केला.[१] झाशीच्या जेल दरोग्याने (ह्याचे नाव बक्षिस अल्ली असे होते असे एके ठिकाणी लिहिले आहे.) ह्या दीन लोकांच्या बायका, मुले व पुरुष अशा तीन ओळी केल्या, व आपण स्वत: स्कीन साहेबांचे डोके उडवताच बाकीच्यांची डोकी उडाली पाहिजेत अशी सक्त ताकीद केली! हाय! हाय!! ह्या पाषाणहृदयाने स्कीन साहेबांची गर्दन छाटताच त्याच्या हाताखालच्या लोकांनी बाकीच्या सर्व बायका-मुलांचा मोठ्या क्रौर्याने वध केला![२] ह्या भयंकर प्रसंगाचे वर्णन करण्यास

---

१. ह्या समयी सर्व बंडवाले त्वेषास चढून अगदी विचारशून्य झाले होते. ह्या समयाचे वर्णन एका इंग्रज ग्रंथकाराने फारच सुंदर केले आहे –

नाशाचा कळस, रक्तरंजित उघडे प्रदर्शन, लूटालूट, द्वेषमय वातावरण, सर्रास झालेली कत्तल इ. मुळे वातावरण भरून गेले होते. चांगल्या आत्म्याची शक्ती, परस्पर प्रेम, उदारता, सहानुभूती, मनाची भव्यता, दयाबुद्धी, कर्तव्यपरायणता, एकमेकाला संकटात मदत करण्याची वृत्ती या साऱ्या सद्‌गुणांचा तेथे काही काळ लोप झालेला होता.

असाहाय्य होऊन त्यांनी (युरोपियनांनी) आपले डोळे मिटूनच घेतले होते, ती कत्तल पाहणे नको म्हणून.

परिस्थिती चिघळत होती. पावसाळ्यातील काळ्या ढगांनी जणू भिंतच उभी केली होती. निसर्गाचे रौद्र रूप आणि समोर मृत्यू त्यामध्ये ते होते.

दी रेने पृ. २२३

आमची लेखणी अगदी असमर्थ आहे!

ह्या कत्तलीमध्ये मारलेल्या युरोपियन लोकांची संख्या सुमारे ६० असावी असे इंग्रज इतिहासकार म्हणतात. बाकीचे लोक छावणीमध्ये व वेढ्यामध्ये मारले गेले! त्यांची एकंदर संख्या ६७ होती असे कॅप्टन पिंकने ह्यांच्या रिपोर्टात लिहिले आहे. मेजर अर्स्किन जबलपूरचे कमिशनर हे ७६ होती असे म्हणतात व इंदूरप्रतीमध्ये ७५ साहेब, १९ मडमा व २३ मुले एकंदर मारली गेली असे लिहिले आहे!

ह्या अघोर कृत्यामध्ये महाराणी लक्ष्मीबाईसाहेब ह्या सामील होत्या की काय हा मोठा प्रश्न आहे; व त्याचा निकाल करणे अत्यंत महत्त्वाचे व बिकट काम आहे. चमत्कारिक दैवयोगाने ह्या राणीसाहेब पुढे इंग्रजांच्या विरुद्ध झाल्या, त्यामुळे साहजिकच, सर्व इंग्रज लोकांस व इतिहासलेखकास झाशीच्या बंडामध्ये त्यांचे प्रथमपासून अंग असून, हा पुढील दु:खदायक प्रकार त्यांच्याच हातून झाला असे वाटणे अगदी उघड आहे! राणीसाहेब बंडवाल्यांच्या विरुद्ध असून ह्या आणीबाणीच्या प्रसंगी त्यांनी झाशीतील इंग्रज लोकास चांगले साहाय्य केले हे सिद्ध करण्यास जो पुरावा आहे, त्यापेक्षा राणीसाहेब बंडवाल्यास सामील होत्या असे दाखविण्यास इंग्रज इतिहासकारास पुष्कळ कारणे पुढे करता आली आहेत. त्यांचा विचार करणे अगदी आवश्यक आहे.

झाशी संस्थान लॉर्ड डलहौसी साहेबांनी खालसा केले, त्यामुळे राणीसाहेबांस

---

२. कॅप्टन स्कॉट ह्यांनी जी हकिकत प्रसिद्ध केली त्यात बर्गेस ह्यांचा वध प्रथम झाला, असे म्हटले आहे व त्याचे पुढे लिहिल्याप्रमाणे वर्णन केले आहे.

सर्वात प्रथम वर्गेस याला मारण्यात आले. प्रथम त्याला सर्वांच्या पुढे घेण्यात आले. त्याचे कोपरे मागे बांधलेले होते आणि त्याच्या हातात प्राथेनेचे पुस्तक (बायबल) देण्यात आले होते. अत्यंत नि:स्वार्थी, सज्जन, दयाळू, अशा माणसाचा अशा दुष्टपणे वध व्हावा ही केवढी बरे वाईट गोष्ट. पण मृत्यूला त्याने अत्यंत धीरोदात्तपणे स्वीकारले. उर्वरीत माणसांनाही याच पद्धतीने ठार करण्यात आले. बायका आणि मुलांचे जीव वाचावेत म्हणून त्यांनी जीवाची पराकाष्ठा केली. स्त्रियांना आपापल्या बालकांना हातात घेऊन उभे राहण्यास सांगण्यात आले. मोठी मुले आपापल्या आईच्या झग्यास धरून बावरून उभी होती. त्यांना हा नरसंहार पाहावाच लागत होता. मृत्यूपासून बचाव व्हावा म्हणून त्यांनी शक्य ते सारे प्रयत्न केले.

कॅप्टन स्कॉटचे पत्र - राईम्स, दि. ११ सप्टें. १८५७ दी इंडियन एम्पायर.

क्रोध[1] उत्पन्न होऊन त्यांनी इंग्रज लोकांचा सूड घेतला असे प्रत्येक इतिहासकाराचे म्हणणे आहे, व त्याबद्दल त्यांनी राणीसाहेबांवर पुष्कळ वाक्प्रहार केले आहेत. इंग्रज सरकारने फक्त झाशी संस्थान खालसा करून राणीसाहेबांस असंतुष्ट केले. एवढेच नव्हे, पण त्यांना राग येण्यासारख्या पुष्कळ गोष्टी केल्या असे इंग्रज ग्रंथकार स्पष्ट लिहितात. राणीसाहेबांस मिळत असलेले पेनशन त्यांच्या पतीच्या कर्जाकरता वळवून घेणे, झाशीतील महालक्ष्मीच्या देवस्थानांपैकी दोन

---

१. राणीसाहेबांसंबंधाने रॉबर्ट मॉंटगामरी मार्टिन ह्यांनी म्हटले आहे–

राणी लक्ष्मीबाईसाहेब या अत्यंत निधर्मीवृत्तीच्या होत्या. अपराधाबाबत कुणास क्षमा करणे हे त्यांच्या रक्तातच नव्हते. दत्तक विषयाबाबतीत हिंदू धर्म कायद्याचा अभ्यास करण्यातच ती व्यस्त असे. इंग्रज सरकारच्या सार्वभौमसत्तेविरुद्धच्या लढ्यात तिने आपले वय, स्त्रीत्व, कनवाळूपणा इ. अजिबात लक्षात न घेता स्वत:ला झोकून दिले होते. त्याबद्दल तिला कीर्ती मिळाली पण इंग्रजी माणसांच्या कत्तलीचे मोल म्हणून कदाचित तिला आपल्या प्राणाने चुकवावे लागले असावे.

दी इंडियन एम्पायर. १९५२ खंड २ पृ. ३०३

२. ह्या प्रमाणे इतर अनेक इंग्रज ग्रंथकारांचे म्हणणे आहे!

इंग्रज सरकारने तिच्या रागाचे कारण समजून घेतले. तिची कानउघाडणी केली. त्याने जे काही करणे शक्य होते, तितके सारे त्यांनी केले. झाशी संस्थान खालसा केल्याबद्दल अथवा राणीला त्यांनी दरसाल सहा हजार पौंड पेनशनही मंजूर केली. राणीने प्रथम ते नाकारले पण सरतेशेवटी तिने ते पेनशन स्वीकारले जेव्हा तिला पेनशन स्वीकारण्यास सांगितले तेव्हा तिने ही रक्कम अत्यंत क्षुद्र आहे, नवऱ्याचे कर्ज फेडण्यास ते अपुरे आहेत असेच मानले. त्यावरून तिच्या मनाची बैठक लक्षात येते.

तिची जी कानउघाडणी करण्यात आली होती, त्यापासून बोध न घेता तो आपला अपमानच आहे, आपली फसवणूक आहे असे ती मानू लागली.

मूर्खासारखे ती म्हणू लागली की इंग्रजांनी तिच्या राज्याबरोबरच तिच्या नवऱ्याच्या कर्जाचीही जबाबदारी स्वीकारली आहे.

मि. कॉलव्हीनचा असा आग्रह आहे की तिच्या पेन्शनमधून तिच्या नवऱ्याचे कर्ज फेडून घ्यावे. इतरही अनेक मतभेदाचे मुद्दे होते. हिंदू लोकांची झालेली कत्तल, राजेसाहेबांनी हिंदू देवस्थानास दिलेल्या देणग्या चालू ठेवणे, झाशीतील प्रजेला इंग्रजी सरकार विरुद्ध भडकविणे, पण या उच्चध्येयाने प्रेरीत झालेल्या स्त्रीच्या मनात इंग्रजाविरुद्ध राग खोल रुतून बसलेला होता. १८५७ प्रारंभी देशी सैनिकांच्या मनातील इंग्रज द्वेष हळूहळू बाहेर येऊ लागला होता.

मॅलिसन भारतीय बंडाचा इतिहास

गावांची जप्ती करणे व शहरामध्ये गोवध चालू ठेवणे इत्यादी गोष्टी राणीसाहेबांस क्रोध उत्पन्न होण्यास कारण झाल्या असे त्यांचे म्हणणे आहे[२]. परंतु ह्यापैकी कित्येक गोष्टी खऱ्या आहेत असे मानण्यास आधार नसून त्यांचा झाशी येथील बंडाशी बिलकुल संबंध नाही. राणीसाहेबांनी मरेतोपर्यंत इंग्रज सरकारकडून सुरू झालेले पेनशन कधीही घेतले नाही, आणि त्यांच्या पतीस मुळीच कर्ज नव्हते, तेव्हा पेनशनबद्दलची गोष्ट खरी मानता येत नाही! आता 'काकतालीय' न्यायाने ह्या सर्व गोष्टींचा बंडाशी चांगला संबंध जुळत असल्यामुळे, त्याचा सर्व दोष राणीसाहेबांकडे देण्याचा प्रत्येक इंग्रज ग्रंथकाराने प्रयत्न केला आहे, परंतु तत्संबंधाने साधार पुरावा कोठेही सापडत नाही. त्यावरून राणीसाहेब ह्या भयंकर प्रसंगी बंडवाल्यास अनुकूल नव्हत्या असे सिद्ध होते. त्या संबंधाने आम्हास जी माहिती मिळाली आहे, तिच्यावरून त्यांनी ह्या बंडाचे प्रसंगी इंग्रज लोकांस चांगले साहाय्य केले असेच दिसून येते. ती माहिती आम्ही येथे सादर करतो. दोन्ही बाजूंच्या पुराव्यांवरून सत्यासत्यतेचा विचार करणे हे वाचकांकडे आहे.

जून महिन्याच्या प्रारंभी झाशीच्या सैन्यामध्ये काही चलबिचल होण्याची चिन्हे दिसू लागताच कॅप्टन गॉर्डन साहेब व छावणीतील इतर गोरे लोक बाईसाहेबांच्या भेटीस आले, व त्यांनी विनंती केली की, उद्या आमच्यावर वाईट प्रसंग येईल की काय अशी भीती आहे, ह्याकरिता आपण आमचे रक्षण करावे व झाशीचा २५ लक्षांचा प्रांत सुरक्षित राहण्याबद्दल मदत करावी. ह्या वेळी बाईसाहेबांनी, तुम्हास आश्रय दिल्यास काळ्या पलटणी आम्हास लुटून जाळून फस्त करतील, तथापि आम्ही होईल तितकी मदत करू[१] असे सांगितले. बाईसाहेबांजवळ हुजरे वगैरे अवघे शेदोनशे लोक होते म्हणून आणखी काही मदत लागल्यास नवीन लोक ठेवावे व त्यास हत्यारे द्यावी अशी इंग्रज अधिकाऱ्यांनी त्यांना परवानगी दिली.[२] ह्याप्रमाणे पहिल्या दिवसाची हकिकत

---

१. उज्जनप्रन.

२. ही गोष्ट कर्नल मॅलिसन ह्यांनी निराळ्या शब्दांनी ध्वनित केली आहे 'Gillean' व ह्यांनीही तसेच लिहिले आहे–

ह्या वेळी राणीने कर्नल +++ यास पत्र लिहिले की आपण अजुनी इंग्रजनिष्ठच आहोत. झाशी भागातील अशांततेबाबत व्यवस्था करण्यास त्याची परवानगी मागितली. तिने आपली इस्टेट आणि जीवित रक्षणासाठी फार मोठ्या प्रमाणावर सशस्त्र लोक नेमले.

झाली. दुसरे दिवशी रात्री गॉर्डन साहेब एकटेच राजवाड्यापाशी आले व पहारेवाल्याकडून वर्दी देववून बाईसाहेबांची भेट घेऊन बोलू लागले की, आमचे काही झाले तरी हरकत नाही, परंतु आमच्या बायकांचे संरक्षण आपल्या हातून झालेच पाहिजे. यास्तव आपण त्यांना आपल्या वाड्यात आश्रय देऊन त्यांचे रक्षण करावे हे माझे पदर पसरून मागणे आहे. गॉर्डन साहेबांचा संस्थानावर चांगला लोभ होता, त्यामुळे बाईसाहेबास दया येऊन त्यांनी आम्ही होता होईल तोपर्यंत संरक्षण करू, तुम्ही काळजी करू नये; असे सांगितले. इतके झाल्यावर गॉर्डन साहेब रजा घेऊन उठून गेले. दुसऱ्या दिवशी सकाळी गोऱ्या लोकांच्या बायका बाईसाहेबांच्या वाड्यामध्ये आल्या. त्यांनी एक मोठी प्रशस्त जागा पाहून तेथे सर्वांस ठेवले व वर पहारा ठेवला. पुढे छावणीमध्ये दंगा होऊन बंडवाल्यांनी सरकारी बंगले जाळून टाकले व दारूगोळा आणि खजिना पार केला; त्यावेळी साहेब लोक किल्ल्यामध्ये गेले. त्या समयी त्यांनी आपले जास्त संरक्षण होईल अशा हेतूने राजवाड्यातून सर्व बायका-मुले तिकडे नेली! किल्ल्यात गेल्यावरही राणीसाहेबांनी, सर्व साहेब लोकांस वारंवार धीर दिला, व दोन-तीन दिवसपर्यंत रात्री बंडवाल्यांस चोरून, तीन मण गव्हाच्या रोट्या वगैरे सामान पाठविण्याचा क्रम ठेवून त्यांचा उत्तम बंदोबस्त केला[१]! खरोखर अशाप्रकारे राणीसाहेबांनी इंग्रज लोकांस ह्या बिकट प्रसंगीही

ह्या कर्नलला हे ठाऊक होते की या बाबतीत निर्णय घेण्याचा आपणास फारच थोडा अधिकार आहे. पण जेवढे शक्य आहे तेवढ्या प्रमाणात त्याने तिला संरक्षण देण्याची इच्छा व्यक्त केली.

अर्थात ह्यावरून राणीसाहेब ब्रिटिश सरकारशी स्नेहभावाने वागत होत्या हे सिद्ध आहे. ग्वाल्हेर प्रतीमध्ये असेही म्हटले आहे की राणीसाहेबांनी मुनशी अयुध्याप्रसाद ह्यास किल्ल्यामध्ये पाठवून युरोपियन अधिकाऱ्यांची अशी विनंती केली की, "आम्हांस आपण काही उपयोगाचे ठेविले नाही! आता आपल्यावर प्रसंग आला आहे, तर आज्ञा पाहिजे. ती मिळाल्यास ठाकूर वगैरे लोक जमवून आपणास मदत करू." त्यावर गॉर्डन साहेब डेप्युटी कमिशनर ह्यांनी जाब दिला की, "आम्ही तुमची मदत घेणेची इच्छा करीत नाही. तुम्ही आमची फिकीर न करता आपला मात्र बंदोबस्त करावा." हे ऐकून राणीसाहेबांचा निरुपाय झाला असेल हे साहजिकच आहे!

१. ह्याचा इंग्रजांच्या बाजूचा पुरावा अयाचित सापडला आहे. एका इंग्रज इतिहासकाराने ह्याची किल्ल्यातील स्थिती वर्णन करीत असता, असे म्हटले आहे–

किल्यातील इंग्रजांनी राणीशी काही संपर्क साधला की नाही ठाऊक नाही पण ७ जून

मदत केली असून त्यांच्यावर इंग्रज इतिहासकार शत्रुत्वाचा आरोप करतात त्यास काय म्हणावे? कर्नल मॅलिसन ह्यांनी आणखी असेही म्हटले आहे की, ता. ६ जून रोजी दुपारी "राणीसाहेबांची स्वारी मुख्य मुख्य मंडळींसह दोन निशाणे फडकवीत मोठ्या थाटाने शहरातून छावणीत गेली. तेथे हासनअल्ली नामक एका मुल्लाने सर्व मुसलमान लोकांस नमाज पढण्यास बोलावून त्यांस बंड करण्याबद्दल इशारत दिली. त्यासरशी सर्व लोक हत्यारे उपसून तयार झाले." परंतु ही गोष्ट अगदी गैरसमजुतीची असावी असे कोणास वाटल्यावाचून राहणार नाही? कारण, राणीसाहेब बंडाचे वेळी राजवाड्यातून कधीही बाहेर पडल्या नाहीत असे त्यांच्या मातोश्री कळवितात. तेव्हा कदाचित बंडवाले लोकांनी राणीसाहेब आपणास अनुकूल आहेत असे दाखविण्याकरता हा स्वारीचा खोटा थाट केला असेल असे का न म्हणावे? भयाच्या प्रसंगी दिवसा बारा वाजता, संस्थानिकांची पडदानशीन स्त्री बाहेर निघेल हे संभवते तरी कसे?

राणीसाहेबांचे बंडवाल्यांस बिलकुल साहाय्य नव्हते ह्यात काही शंका नाही. त्यांच्याजवळ ह्या प्रसंगी हुशार कारभारी व थोडेसे चांगले सैन्य असते तर त्यांनी झाशीतील एकाही युरोपियन मनुष्याच्या केसास धक्का पोहोचू दिला नसता. परंतु त्यावेळी त्यांच्याजवळ बिलकुल सैन्य नव्हते व बंडवाले अत्यंत प्रबल झाले होते, त्यामुळे त्यांचा निरुपाय झाला! तथापि त्यांनी बंडवाले दिल्लीकडे निघून गेल्यानंतर रणभूमीवर सर्व युरोपियन लोकांची प्रेते आपल्या लोकांकडून पुरून टाकली! ह्या कत्तलीमधून लपून छपून जे दोन साहेब व एक मॅडम वाचली होती, त्यांचा तपास करून राणीसाहेबांनी त्यांचा चांगला बंदोबस्त केला.[१] ह्यापैकी मार्टिन नामक एक साहेब आग्रा येथे अद्यापि हयात आहेत.

पर्यंततरी ते सुरक्षितच राहिले. दरम्यानच्या काळात त्यांनी माणूसभरती, दारूगोळा इ. साधनसामग्री किल्ल्यात जमा केली.

दी इंडियन एम्पायर पृ. ३०५

ह्यावरून त्यांनी किल्ल्यामध्ये राणीसाहेबांची मदत मिळत होती, असे म्हटल्यास काही हरकत नाही.

१. झाशी येथील कत्तलीमध्ये जे युरोपियन लोक वाचले होते, त्यांची माहिती कमिशनर अर्स्किन ह्यांनी ता. ६ मे सन १८५८ च्या लंडन गॅझेटमध्ये प्रसिद्ध केली आहे. तीत लेफ्टनंट जी ब्रौन डेप्युटी कमिशनर, एनसाईन ब्रौन व ले. लॅंब नावे आहेत. त्यात मार्टिन ह्यांचे नाव दिसत नाही.

त्यांनी राणीसाहेबांचे दत्तक पुत्र श्रीमंत दामोदरराव ह्यांस ता. २० ऑगस्ट सन १८८९ रोजी जे एक पत्र लिहिले आहे, त्यात स्पष्टपणे म्हटले आहे :-

"Your poor Mother was very unjustly and cruelly dealt with and no one knows her true case as I do. The poor thing took no part whatever in the massacre of the European residents of Jhansi in June 1857. On the contrary she supplied them with food for 2 days after they had gone into the Fort-got 100 match-lock men from Kurrura, and sent them to assist us, but after being kept a day in the Fort, they were sent away in the evening. She then advised Major Skene and Captain Gordon to fly at once to Dattia and place themselves under the Raja's protection, but this even they would not do; and finally they were all massacred by our own troops-the Police, Jail & Cas: Este."

"आपल्या मातुश्रीबरोबर एकंदर वर्तन फार अन्यायाचे व निष्ठुरपणाचे झाले. त्यांच्या संबंधाची खरी हकिकत मजवाचून दुसऱ्या कोणास माहीत नाही. झाशी येथे सन १८५७ च्या जून महिन्यात युरोपियन लोकांची जी कत्तल झाली, तीत त्या गरीब बिचारीचा कोणत्याही प्रकारचा संबंध नव्हता. एवढेच नव्हे, पण उलट तिने इंग्रज लोकास किल्ल्यात गेल्यानंतर दोन दिवसपर्यंत अन्नाचा पुरवठा केला, व करेराहून १०० हत्यारी शिपाई आणवून आमच्या मदतीकरिता किल्ल्यात पाठविले. त्यांना आम्ही एक दिवस ठेवून घेऊन संध्याकाळी परत पाठविले! नंतर तिने मेजर स्कीन व कॅप्टन गॉर्डन ह्यांना एकदम दतियास पळून जाऊन तेथील राजाचा आश्रय धरा अशी सूचना केली. परंतु त्यांना तेवढे देखील करण्याची इच्छा झाली नाही!! आणि शेवटी आमच्या सैन्याने (पोलिस, जेलचे अधिकारी वगैरे लोकांनी) त्या सर्वांची कत्तल केली!"[१]

हे शब्द झाशीच्या बंडात प्रत्यक्ष हजर असलेल्या एका युरोपियन गृहस्थाचे आहेत; त्यावरून राणीसाहेबांकडे त्या संबंधाचा बिलकुल दोष येत नाही असे सिद्ध होते. ह्या महत्त्वाच्या पुराव्यापेक्षा आणखी निराळा पुरावा देण्याचे कारण नाही. तथापि त्या संबंधाने सुप्रसिद्ध इतिहासकार के साहेब काय

---

१. हे अस्सल पत्र श्रीमंत दामोदरराव साहेबांनी आमच्याकडे पाठविले होते. ते खुद्द मार्टिन ह्यांनी लिहिले असून त्याच्या शेवटी T. A. Martin अशी सही आहे. हे पत्र श्रीमंतांजवळ आहे.आपले राज्य इंग्रजांनी लुबाडलेले आहे.

म्हणतात तेही कळविणे आवश्यक आहे. ते लिहितात :-

"I have been informed, on good authority, that none of the Ranee's servants were present on the occasion of the massacre. It seems to have been mainly the work of our own old followers. The Irregular Cavalry issued the bloody mandate and our Gaol Darogah was foremost in the butchery (P. 369.)"

"मला अशी साधार माहिती मिळाली आहे की, ह्या कत्तलीत राणीचा एक देखील नोकर सामील नव्हता. हे आमच्याच लोकांचे सर्व काम आहे असे दिसते. इरेग्युलर क्याव्हल्री हा भयंकर हुकूम सोडला व आमच्या जेल दरोग्याने पुढाकार घेऊन ही कत्तल केली!!"

◆◆

प्रकरण ७ वे
पुढील वृत्तांत

झाशी येथील बंडवाल्यांनी युरोपियन लोकांस ठार मारल्यानंतर शहरातील राजवाड्यावर चाल केली व महाराणी लक्ष्मीबाईसाहेब ह्यांच्याकडे असा निरोप पाठविला की, आम्हांस दिल्लीकडे जावयाचे आहे, ह्याकरिता तीन लक्ष रुपये खर्चास द्या, नाहीतर एकदम तोफ सुरू करून राजवाडा उडवून देतो. हे ऐकताच वाड्यातील सर्व मंडळी अगदी भयचकित झाली. मामासाहेब तांबे व दिवाण लक्ष्मणराव अगदी चिंतातुर होऊन राणीसाहेबांजवळ आले व त्यांनी त्यांस ह्या संकटातून मुक्त होण्याचा उपाय विचारिला. बाईसाहेब जरी जातीने अबला होत्या तरी त्यांचे धैर्य व प्रसंगावधान अपूर्व होते. त्यांनी कोणत्याही प्रकारे घाबरून न जाता लीनता स्वीकारून, युक्तीने स्वसंरक्षण करण्याचा निश्चय केला, व बंडवाल्यांच्या पुढारी लोकांस असा जबाब पाठविला की, ''आमचे सर्व राज्य खालसा झाल्यामुळे आमच्याजवळ द्रव्य मुळीच राहिले नाही; प्रस्तुत आमची अगदी दीन स्थिती झाली आहे; तेव्हा अशा वेळी माझ्यासारख्या गरीब अबलेला त्रास देणे हे तुम्हास योग्य नाही.'' अशा आशयाचा निरोप बंडवाल्यांकडे गेला, परंतु त्या उन्मत्त लोकांनी त्याचा काहीएक विचार न करता, राणीसाहेबांस उलट जबाब पाठविला की, ''जर तुमच्याकडून आम्हास खर्चाबद्दल काही रुपये मिळणार नाहीत, तर आम्ही तुमच्या राजवाड्याचा फडशा पाडून, आमच्या ताब्यात आलेला झाशीचा मुलूख तुमचे भाऊबंद सदाशिवराव नारायण ह्यास देऊ.'' ही हकिकत बाईसाहेबांच्या कानावर जाताच त्यांचा निरुपाय झाला व त्यांनी, आता आपला बंडवाल्यांपुढे टिकाव लागत नाही असे पाहून, आपल्या खासगी दौलतीपैकी एक लक्ष रुपये किमतीचा ऐवज त्यांच्या स्वाधीन करून आपले

संरक्षण केले.[१] नंतर बंडवाल्यांनी राजवाड्यासभोवती दिलेला वेढा उठविला आणि मोठ्या विजयानंदाने झाशी येथे आपल्या सर्व फौजेमध्ये "खुल्क खुदाका, मुल्क बादशाहाका, अंमल राणी लक्ष्मीबाईका" अशी द्वाही फिरवून ते दिल्ली, नौगांग वगैरे ठिकाणी चालते झाले![२]

---

१. इंग्रज इतिहासकार कर्नल मॅलिसन ह्यांनी ह्या संबंधाने अगदी गैरसमजूत होऊन की काय नकळे, त्यांनी ह्या गोष्टीस निराळेच रूप दिले आहे. ते म्हणतात–

त्या कत्तलीनंतर राणीने आपल्या भावना काबूत आणल्या. काही काळापुरते असे भासते की तिचे बंडवाल्यांशी कोणतेही शत्रुत्व नव्हते पण त्यांच्या लुटालुटीस त्यांची फूसच होती.

दहशतीच्या जोरावर बंडवाल्यांनी तिला आपल्यात सामील होणे भाग पाडले. तिने यात भाग घेतला नाही तर झाशीच्या गादीवर दुसरा कायदेशीर वारस स्थापू जो तिला नको होता. पण राणी अत्यंत धूर्त होती. शिपायांना पैसे हवे होते तर राणीला आपला राणी किताब हवा होता. त्यासाठी ती पैसे देण्यास तयारही होती. तिने बंडवाल्यांना पैसा दिला आणि बंडवाल्यांनी तिला झाशीची राणी म्हणून मान्यता दिली.

२. मि. थार्नटन नामक बुंदेलखंडांतील कोणी डेप्युटी कलेक्टर ह्यांनी आपल्या ता. १८ ऑगस्टच्या रिपोर्टमध्ये असे म्हटले आहे की, झाशीच्या राणीसाहेब, झाशी येथील कत्तलीत प्रमुख असून त्यांनीच बंडवाल्यास साहाय्य दिले असे सर्व लोकांचे मत आहे! हे साहेब आणखी लिहितात–

राणीने तिच्या समक्ष युरोपियन लोकांची कत्तल करण्यास बंडवाल्यांना झाशीत प्रोत्साहित केले. अत्यंत क्रूरपणे, खाटकालाही किळस वाटावी एवढा निर्घृणपणे बायका - मुले, पुरुष, वय या कशाचाही विचार त्यांनी न करता हे क्रूर कर्म घडविले. असे म्हणतात की या कामापोटी बंडवाल्यास पस्तीस हजार रुपये रोख, दोन हत्ती आणि पाच घोडे राणीकडून मिळाले.

फर्दर पार्लमेंटरी पेपर्स, (क्र.म.) १६९

परंतु राणीसाहेब बंडवाल्यास सामील असत्या तर त्यांना बंडवाल्यांची मनधरणी करण्याचा प्रसंग कधीही आला नसता, ही गोष्ट लहान मूलदेखील कबूल करील; त्या अर्थी राणीसाहेबांसंबंधाने युरोपियन लोकांचा व्यर्थ गैरसमज झाला आहे, असे म्हणणे भाग पडते! ग्वाल्हेर प्रतीमध्ये असे म्हटले आहे की– "बंडवाल्यांनी राणीसाहेबांच्या वाड्यास वेढा घातला, की तुम्ही किल्ल्यात वकील पाठविला (होता) तेव्हा तुम्ही इंग्रजांस मिळून आहा. ते वेळेस राणीसाहेबांनी मोठ्या लाचारीने त्यास नम्र होऊन एक लाख रुपये देऊन आपले प्राण वाचविले. फक्त ते फौजवाले कुल खजिना घेऊन गेले." राणीसाहेबांच्या मातुश्रीकडून त्यांचे बंधु रा. सा. चिंतामणराव तांबे ह्यांनी जी माहिती

झाशी येथून बंडवाले लोक निघून गेल्यांतर राणीसाहेबांनी गोपाळराव लघाटे सागरकर, शिरस्तेदार फौजदारी व अहसान अल्ली शिरस्तेदार माल व शिरस्तेदार कमिशनरी इत्यादी मोठमोठ्या गृहस्थांस बोलावून आणून, पुढे काय करावे ह्याबद्दल त्यांची सल्लामसलत विचारिली. दुर्दैवाने झाशी येथील इंग्रज सरकारची काळी फौज बिघडून तिने जे अघोर कर्म केले, त्याबद्दल राणीसाहेबास अतिशय वाईट वाटत असून त्या संकटसमयी त्यांनी आपल्याकडून झाली तेवढी मदत इंग्रजांस केली होती. तथापि तिचा त्यावेळी काही उपयोग झाला नाही. ह्याकरता आता तरी त्यास योग्य मसलत विचारून त्यांना आणखी साहाय्य करावे असा राणीसाहेबांचा पूर्ण विचार होता. त्याप्रमाणे त्यांनी झाशीतील प्रमुख इंग्रज अधिकाऱ्यांच्या वरील शिरस्तेदारांस पाचारण केले. त्याप्रमाणे ते सर्व गृहस्थ राजवाड्यात आले व त्यांनी राणीसाहेबांस अशी मसलत सांगितली की, सागर येथे अद्यापि फिसाद झाला नाही पण झाशीचा वृत्तांत ऐकून तेथील सैन्य बिघडण्याचा संभव आहे; ह्याकरिता तेथील कमिशनर साहेबास झालेले वर्तमान कळवून झाशी प्रांताची व्यवस्था[१] काय करावयाची ते विचारावे. त्याप्रमाणे गोपाळराव शिरस्तेदार ह्यांनी एक तहरीर (खलिता?) तिकडे लिहून पाठविली. त्या योगाने तेथील अधिकारी सावध होऊन त्यांनी स्वसंरक्षणाचा

पाठविली आहे, त्यातही म्हटले आहे– "इंग्रजी फौज सर्व छावणी लुटून राजवाड्याकडे आली. तिचे ऑफिसर राजवाड्यात बाईसाहेबांच्या भेटीस आले. प्रथमत: त्यांनी आमचे वडिलांस (मोरोपंत तांबे) त्यांची भेट घेण्यास सांगितले. आमचे वडील त्यांचे भेटीस गेले तेव्हा फौजवाल्यांनी त्यास कैद केले , व त्यांनी बाईसाहेबांस वश होण्याबद्दल फार आग्रह केला. बाईसाहेबांनी दुसरा वकील पाठवून असे उत्तर दिले की आमच्या वडिलांस कैद करण्यास तुम्हास काय फायदा आहे? त्यांजला सोडा म्हणजे आम्ही सर्व गोष्टींचा विचार करू. ह्या सर्व गोष्टींची इतल्ला बाईंकडून इंग्रजांस देण्यात आली...... इंग्रजी फौजेने फार तंग केले आणि काही रुपये खर्चास घेऊन ती चालती झाली." ह्यावरून राणीसाहेब बंडवाल्यांशी कोणत्या रीतीने वागत होत्या हे चांगले व्यक्त होते.

१. मॅलिसन साहेब लिहितात की, बंडवाल्यांनी ठिकठिकाणच्या मॅजिस्ट्रिट लोकास लिहून पाठविले की, झाशीच्या राणीस आम्ही गादीवर बसविले आहे. तेव्हा ह्यापुढे सर्व कारभार त्यांच्या नावाने चालवावा. ही गोष्ट नौगांग येथील लष्करी अधिकारी मेजर कर्क ह्यास मौराणीपूरच्या तिवारी हुसेन नामक तहसिलदाराने कळविली. परंतु त्याचा संबंध राणीसाहेबांकडे कसा येतो हे समजत नाही!

चांगला बंदोबस्त केला[1] आणि झांशी प्रांताची एकंदर व्यवस्था दुसरे युरोपियन अधिकारी येईतोपर्यंत राणीसाहेबांकडे सोपविली असे म्हणतात.

ह्यावेळी राणीसाहेबांच्या पदरी चतुर मुत्सद्दी वगैरे कोणीही राहिले नव्हते. राज्य खालसा झाल्यानंतर पुष्कळ लोक निघून गेले व कोणी घरी स्वस्थ बसले. त्यामुळे एखादी राजकारणाची गोष्ट आली म्हणजे राजवाड्यात तिचा योग्य विचार होत नसे. बाईसाहेब कुशाग्रबुद्धी व चतुर होत्या, तरी त्या पडदानशीन असल्यामुळे कारभारी मंडळींतच सर्व गोष्टींचा निकाल होत असे. मामासाहेब तांबे हे खासगीचे दिवाण असून लक्ष्मणराव बांडे हे सर्व कारभार पाहात असत. मामासाहेब राज्यव्यवहारामध्ये पूर्ण निष्णात होते असे मुळीच नाही. लक्ष्मणराव हेही पूर्वीचे खासगीतील एक कारकून असून ते आता राणीसाहेबांच्या कारभारीपदास पोचले होते. त्यांच्या अंगी राज्यसूत्रे चालविण्यास आवश्यक असा एकही गुण वसत नव्हता. त्यांच्या खेरीज, त्यांचे चिरंजीव गंगाधर लक्ष्मण व झाशीकरांचे भाऊबंद काशीनाथ हरी नेवाळकर वगैरे मंडळी बरीच होती. पण राजकीय बाबतीत दूरवर दृष्टी पोहोचवून पोक्त सल्ला देणारे जुने माहीतगार कोणी राहिले नव्हते. त्यामुळे राज्याची व्यवस्था ठेवण्याबद्दल जरी इंग्रजांकडून लिहून आले, तरी याबद्दल त्यांनी पत्रव्यवहार वगैरे व्यवस्थित रीतीने ठेवून राणीसाहेबांचा खरा उद्देश व मित्रभाव त्यास कळवण्याचा प्रयत्न केला नाही. उलट त्यांनी गोपाळराव शिरस्तेदारासारख्या माहीतगार गृहस्थास

---

१. ही हकिकत ग्वाल्हेर प्रतीमध्ये लिहिली आहे व इतर ठिकाणच्या प्रतींमध्ये फक्त ठिकठिकाणच्या साहेब लोकास राणीसाहेबांनी खलिते पाठविले असे लिहिले आहे. त्याबद्दलचा उल्लेख के खेरीज कोणत्याही इंग्रज इतिहासकाराने केला नाही! तथापि राणीसाहेबांनी सागरास जो खलिता पाठविला त्याचा चांगला उपयोग झाला असे म्हणण्यास दुसरा पुरावा आहे. ३१ व ४२ ह्या दोन काळ्या पलटणी व ३ रा रिसाला हे सैन्य सागर येथे होते व त्यावर ब्रिगेडियर सेज हे मुख्य अधिकारी होते. त्याचप्रमाणे तेथे कॅप्टन पिंक्ने (हेच झाशीस पुढे कमिशनर झाले) हे डेप्युटी कमिशनर होते. त्यांच्या अगाऊ बंदोबस्तामुळे सागर येथे बंडवाल्यांचे काहीएक चालले नाही! एवढेच नव्हे, पण ३१ व्या पलटणीने राजनिष्ठ राहून बंडवाल्यांची फारच वाताहत केली. एच्. सी. टक्कर ह्यांनी त्याबद्दल असे लिहिले आहे की,

"३१५१ ने फारच सुंदर कामगिरी बजावली. जगातील सर्वच बंडवाल्यांना चांगला धडा त्यामुळे मिळेल."

राज्यातून घालवून दिले. त्यामुळे इंग्रजी जाणणारा मनुष्य झाशीच्या दरबारात एकही न राहून सर्व अव्यवस्था व गैरसमज झाला. प्रांतानिहाय बंदोबस्त करण्याकरता जे नवीन लोक नेमिले ते सर्व वोरछा वगैरे संस्थानातून आलेले अराजनिष्ठ, अननुभवी होते. त्यामुळे राणीसाहेबांचा खरा हेतू इंग्रज अधिकाऱ्यांस कळण्याचा मार्ग नाहीसा झाला. बाईसाहेबांना आपल्या मनाप्रमाणे इंग्रज अधिकाऱ्यांस पत्रे वगैरे जात आहेत अशी कल्पना होती, परंतु ती अगदी चुकीची असून त्याप्रमाणे कारभारी मंडळीचे वर्तन होत होते असे मानिता येत नाही! तथापि, राणीसाहेबांनी आपल्याकडून इंग्रज अधिकाऱ्यास प्रेमभावाने खलिते पाठविण्याचा व प्रांताच्या बंदोबस्ताची हकिकत त्यास कळविण्याचा प्रयत्न केला होता हे सिद्ध आहे. झाशीचे कमिशनर कॅप्टन पिंक्ने[१] ह्यांनी त्याबद्दल स्पष्ट लिहिले आहे :-

"It is stated on the most trustworthy authority, that at the same time, she endeavoured to keep terms with our Government, by writing to the Commissioner of Jubbulpoor and to others lamenting the massacre of our countrymen; stating she was in no way concerned in it, and declaring that she only held the Jhansi District till our Government could make arrangements to reocoupy it.

''भरवसेशीर पुराव्यावरून असे दिसून येते की, त्या वेळी राणीसाहेबांनी जबलपूरचे कमिशनर व दुसरे साहेब लोक ह्यांस खलिते पाठवून सरकाराशी

---

१. कॅप्टन पिंक्ने ह्यांच्या संबंधाने पुढील माहिती मिळते–

कॅप्टन पिंक्ने हा काही काळ आराकानमध्ये नोकरीस होता. तेथून त्याची बदली १८४९ मध्ये सागर आणि नरबूडा या भागाचा कमिशनर म्हणून झाली. त्याने मध्य भारताच्या विस्तृत भू. प्रदेशावर आदर्श प्रशासन बसवले. पूर्वी त्याने गूमसर येथे ज्या अफाट मेहनतीने काम केले तसेच इथेही चिवटपणे केले. हळूहळू त्याला झाशीच्या कमिशनर पदापर्यंत बढती देण्यात आली. बंडाच्या काळात त्याच्या अंगच्या सद्‌गुणाचा कंपनी सरकारला खूपच फायदा झाला. या अवघड प्रसंगी ज्या युरोपियनांना ब्राह्मणांची मैत्री लाभली त्यात त्याचा समावेश होता. आता तो मृत्यू पावला आहे पण एक अत्यंत धाडशी सैनिक, उत्कृष्ट राजकीय मुत्सदी, अत्यंत प्रामाणिक सद्‌गृहस्थ ही कीर्ती त्याने आपल्या मागे सोडली आहे.

तेव्हा असा मनुष्य असत्य गोष्ट कधीही लिहिणार नाही! असे असून मॅलिसन व अनेक इंग्रज इतिहासकार त्याचा मुळीच उल्लेख करीत नाहीत.

स्नेह ठेवण्याचा प्रयत्न केला; व त्यात असे कळविले, की युरोपियन लोकांची जी कत्तल झाली तिथे आपला यत्किंचितही संबंध नसून, त्या योगाने आपणास फार दु:ख होत आहे. सरकारची राज्यसत्ता झाशी येथे पुन्हा प्रस्थापित होईतोपर्यंत आपण त्याची राज्यव्यवस्था चालविली आहे.''

ह्याशिवाय, हे खलिते आपल्या हाताने प्रत्यक्ष दिले असे सांगणारे गृहस्थ मार्टिन साहेब अद्यापि हयात आहेत. ते श्रीमंत दामोदरराव साहेबांच्या पत्रामध्ये लिहितात :-

"She sent Kharreetas to col. Erksine at Jubbulpore, to Col. Frasor, Chief Commissioner of Agra, which I handed to him with my own hand, to hear her explanation, but-No!-Jhansi had been a byword and was condemned unheard !"

ह्यावरून राणीसाहेब इंग्रजांच्या विरुद्ध बिलकुल नसून, त्यांनी इंग्रज सरकारचे झाशीस कोणी राहिले नसल्यामुळे, त्यांच्या हुकमाप्रमाणे त्या प्रांताची राज्यव्यवस्था करण्यास सुरुवात केली, असे दिसून येते.

असो, झाशी प्रांतावर ब्रिटिश राज्यसत्ता आता बिलकुल राहिली नाही व त्या प्रांताचे स्वामित्व महाराणी लक्ष्मीबाईसाहेब ह्यांच्याकडे आले आहे असे पाहून कित्येक राज्यलोभी पुरुषांनी आपली हाव सैल सोडण्याचा प्रयत्न चालविला. राणीसाहेब ह्या य:कश्चित पडदानशीन अबला आहेत, त्यांचे आपल्यापुढे काय चालणार आहे,असा भ्रममूलक विचार मनात आणून, झाशीच्या राजघराण्यातले भाऊबंद सदाशिवराव नारायण हे, ह्या वेळी सुलभ भासणारे राज्यपद मिळवण्यास उद्युक्त झाले. दुसरे रघुनाथराव ह्यांनी झाशीचे राज्य मिळविले त्यापूर्वीच त्यांचे वडील हरी दामोदर व त्यांचे बंधू सदाशिव दामोदर हे विभक्त झाले होते. त्यामुळे झाशी संस्थानाशी सदाशिव दामोदर ह्यांचा बिलकुल संबंध नसून ते पारोळे येथील अर्ध्या जहागिरीवर आपला निर्वाह करीत असत. त्यांच्या वंशातील हे शेवटचे पुरुष सदाशिवराव नारायण, ह्यांचा झाशीच्या गादीवर बिलकुल हक्क नसता, महाराज गंगाधरराव कैलासवासी झाल्यानंतर, सन १८५५ च्या ऑक्टोबर महिन्यात झाशीस आले व तेव्हापासून त्यांनी झाशी येथील पोलिटिकल एजंटाच्या मार्फत इंग्रज सरकारला बरेच खलिते पाठवून राज्य प्राप्त्यर्थ पुष्कळ प्रयत्न केला. ह्याबद्दलचा उल्लेख मागील प्रकरणामध्ये आलाच आहे. त्यांचा हक्क हिंदुस्थान सरकाराने नाशाबीद ठरवला, त्यामुळे ते इंग्रज सरकारच्या विरुद्ध झाले होते. त्यास अनायासे झाशीतील

प्रलयाची उत्तम संधी प्राप्त होऊन त्यांनी स्वतंत्र झालेला झाशी प्रांत आपल्या ताब्यात घेण्याचा क्रम आरंभिला. प्रथमत: त्यांनी आपल्या पदरी दोन-तीनशे लोक ठेवून झाशीच्या आसपासचा मुलूख बळकाविण्याचा प्रयत्न केला. झाशीपासून तीस मैलांवर करेरा म्हणून एक बळकट किल्ला आहे. तो ता. १३ जून १८५७ रोजी, तेथील इंग्रज सरकारच्या ठाणेदारास व तहसिलदारास हाकलून देऊन आपल्या ताब्यात घेतला, आणि त्यावर नवीन फौज ठेवून त्याचा बंदोबस्त केला. अशाप्रकारे थोडीशी सत्ता हाती येताच, त्यांनी हळूहळू आसमंतातच्या ठाकूर लोकांवर जुलूम करून त्यांच्याकडून धान्य व वसूल घेण्याचा सपाटा चालविला आणि थोड्याच अवकाशात करेरा किल्ल्यावर आपणास झाशीच्या गादीचा राज्याभिषेक करून 'महाराज सदाशिवराव नारायण' अशी पदवी धारण केली.[१] ह्या वेळी त्यांनी आपल्या सहीचे जाहीरनामे प्रसिद्ध करून गावोगावच्या ठाणेदारास आपल्या नावाचे हुकूम पाठविले. राजपूर दिहल्याचा ठाणेदार गुलाम हुसेन ह्यास आषाढ वद्य ८ संवत् १९१४ रोजी आपल्या सही, शिक्क्याचा परवाना पाठवून त्यास असे कळवले की, "तुम्हांस राजपूर दिहल्याचे ठाणेदार कायम केले आहे; तुम्ही ते काम आमच्या नावाने चालवून, तुमच्या ठाण्याखालील सर्व गावांमध्ये महाराज सदाशिवराव नारायण हे झाशीचे राजे झाले आहेत अशी द्वाही फिरवावी." त्या ठाणेदाराने हा हुकूम अमान्य केला. तेव्हा सदाशिवरावांनी आपले सहीशिक्क्याचा दुसरा परवाना आषाढ वद्य १० संवत् १९१४ चा पाठवून, गुलाम हुसेन ह्यास त्या जागेवरून कमी केले आणि त्याचा घोडा व जायदाद लुटली. अशाप्रकारे झाशी प्रांतामध्ये सदाशिवरावाने एकसारखी झोटिंगबादशाही सुरू केली. ही बातमी राणीसाहेबांस

---

१. ह्या संबंधाने के साहेबांनी लिहिले आहे.

या ठिकाणी एका गोष्टीचा उल्लेख केला पाहिजे तो म्हणजे आपला वारसा इंग्रज मान्य करीत नाहीत असे पाहून सदाशिवरावाने तीन हजाराची फौज उभी करून करेरा नावाचा किल्ला आपल्या ताब्यात घेतला आणि स्वत:ला महाराजा सदाशिवराव नारायण झाशीचा राजा म्हणून जाहीर केले. करेरा किल्ल्यावर स्वत:ला राज्याभिषेकही करून घेतला. ठिकठिकाणच्या अमलदारांना ताकिदी पाठविल्या. तथापि त्याचे सिंहासन हे अगदी क्षणभंगुर असेच ठरले. कारण राणीने आपल्या सैन्याची एक तुकडी पाठवून त्याचा सहजी पराभव केला. पराभूत सदाशिवराव शिंद्यांच्या राज्यात पळून गेला.

केचा शिपायांच्या बंडाचा इतिहास, पृ ३७१

समजली, तेव्हा त्यांनी सदाशिवरावाचे पारिपत्य करण्याकरिता आपल्या पदरी एक हजार नवीन लोक ठेवून त्यांस तिकडे पाठविले. त्या सैन्याने करेरा किल्ल्यास वेढा घालून तो सर केला. हे पाहताच महाराज सदाशिवराव हे शिंद्याचे मुलुखात नरवर गावी पळून गेले. तेथे त्यांनी पुन: सैन्य जमवून झाशी घेण्याचा बेत चालविला. ही खबर राणीसाहेबांस कळताच त्यांनी आणखी आपले सैन्य तिकडे पाठवून, ह्या झाशीच्या स्वकृत महाराजांस पकडून झाशीच्या किल्ल्यामध्ये बंदीत ठेविले. तेथे ते पुष्कळ दिवस बंदिवासाचा उपभोग घेत होते! अशा रीतीने राणीसाहेबांनी इंग्रजांच्या एका शत्रूचे पारिपत्य करून मुलुखामध्ये शांतता केली. त्या योगाने बुंदेले, ठाकूर वगैरे लोकांस राणीसाहेबांचा दरारा बसून तेही दंगेधोपे करीनातसे झाले.

एका शत्रूचे पारिपत्य करून राणीसाहेब किंचित स्वस्थ झाल्या न झाल्या, तोच झाशी जवळच्या वोरछा नामक बुंदेल्या संस्थानचा दिवाण नथेखां हा वीस हजार सैन्य जमवून झाशी प्रांतावर चाल करून आला, व त्याने एक एक परगणा हस्तगत करून[१] झाशीजवळ तीन कोसांवर वेत्रवती नदी आहे, तिच्या काठी सैन्याचा तळ दिला. ह्या वेळी राणी लक्ष्मीबाईसाहेब ह्यांच्याजवळ सैन्य फार थोडे होते. तेव्हा त्या सैन्याची आपण हां हां म्हणतां दाणादाण करून सोडू अशी त्यास फार घमेंड होती. म्हणून त्याने राणीसाहेबांस असा निरोप पाठविला की, "इंग्रजांनी तुम्हांस जे पेनशन ठरवले आहे, ते आम्ही देण्यास तयार आहो. तुझी आपला किल्ला व शहर आमच्या स्वाधीन करावे." हे शब्द ऐकताच बाईसाहेबांस मनस्वी संताप उत्पन्न झाला व त्यांनी आपल्या दिवाणजीस व इतर मुत्सद्दी मंडळीस ह्याबद्दल काय मसलत करावी असा प्रश्न केला. तो ऐकून सर्व दरबारी मंडळी भयभीत होऊन, असे म्हणून लागली की, वोरछाची राणी लढय्यी हिच्याकडून आपणांस जर पेनशन मिळत असेल तर आपणास युद्धाची खटपट करण्याचे काही कारण नाही! हे उत्तर ऐकून त्या तेजस्विनीस परमावधीचा खेद उत्पन्न झाला; व तिने हे नामर्दपणाचे उत्तर मान्य न करितां, नथेखांस असा निरोप पाठविला की, "मी शिवरावभाऊंची सून आहे. तुमच्यासारख्या बुंदेले लोकांस बायका करून सोडण्याचे सामर्थ्य माझ्या

१. ह्याबद्दल राणीसाहेबांनी सेंट्रल इंडियाचे पोलिटिकल एजंट हॅमिल्टन साहेब ह्यास पत्रे पाठवली. परंतु ती पत्रे नथेखांने पोहोचू दिली नाहीत, असे श्रीमंत दामोदरराव ह्यांच्याकडून मिळालेल्या माहितीमध्ये लिहिले आहे.

अंगी आहे. ह्याकरिता तुम्ही दूरवर विचार करून युद्धास सिद्ध व्हा.'' हा निरोप नथेखांस पोहोचताच त्याचा क्रोधाग्नी प्रज्वलित झाला व तो झाशीवर चालून आला.

इकडे राणीसाहेबांनी झाशी संस्थानांतील नेकजात ठाकूर व बुंदेल जहागीरदारांस निमंत्रणे पाठवून राजवाड्यामध्ये दरबार भरविला, दिवाण जवाहरसिंग कटिलेवाले पवार, दिवाण दिलीपसिंग, वोरछेवाले राजाचे जामात, दिवाण रघुनाथसिंग, दिवाण दुलाजी कैरनईवाले वगैरे पिढीजाद सरदार जमा केले व त्यांना राणीसाहेबांनी असे सांगितले की, तुम्ही वोरछेवाले राजाचे नातलग असून या गादीचे ताबेदार आहात, त्या अर्थी ह्या प्रसंगी माझी अब्रू संभाळणे तुमच्याकडे आहे. हे राणीसाहेबांचे भाषण ऐकताच सर्व बुंदेले सरदारांनी असे सांगितले की, ''झाशीचे सार्वभौमत्व इंग्रज सरकारकडे आहे. त्याअर्थी सर्व अधिकार त्यांचा आहे. वोरछा हे आपल्या बरोबरीचे संस्थान आहे. त्याला सार्वभौमत्वाचा अधिकार देऊन झाशीचे राज्य त्यांच्याकडे सोपविणे कधीही योग्य होणार नाही. ह्याकरिता जोपर्यंत आमच्या जीवात जीव आहे, तोपर्यंत हे राज्य त्यांस आम्ही घेऊ देणार नाही.'' येणेप्रमाणे सर्व सरदारांचा पण झाला व त्याप्रमाणे त्यांनी पत्र लिहून नथेखांकडे पाठवून दिले; आणि त्याबरोबर पाच गोळ्या व दारू पाठवून असे कळविले की, ''हे आमच्याजवळ आहे; झाशीवर खुशाल चाल करावी.[१]''

नथेखांस युद्धाचे पाचारण पोहोचताच तो तयार झाला. परंतु इकडे राणीसाहेबांच्या सैन्याची तयारी अगदी नव्हती. झाशीतील पूर्वीचे संस्थानचे सैन्य इंग्रज सरकारांनी कमी केले होते आणि किल्ल्यावरील सर्व जुन्या तोफा व दारूगोळा नाहीसा करून टाकिला होता. ह्यामुळे नथेखांच्या सैन्याशी टक्कर देऊन त्यास परत पाठविण्याचा राणीसाहेबांनी जो विचार केला होता तो सिद्धीस जाणे कठीण होते. तथापि राणीसाहेबांची कर्तृत्वशक्ती व युक्तिचातुर्य काही विशेष असल्यामुळे त्यांनी ह्या प्रसंगातून पार पडण्याचा विचार केला. प्रथमतः त्यांनी सदाशिवराव नारायण ह्यांचे बंड मोडण्याकरिता जे सैन्य ठेवले होते त्यात आणखी संस्थानच्या जुन्या लोकांची भर घालून, त्यांची संख्या पाच हजारपर्यंत वाढविली; झाशी येथे दारूगोळा तयार करण्याचा कारखाना सुरू केला; किल्ल्यामध्ये पूर्वीच्या तीन तोफा पुरल्या होत्या व राजवाड्यामध्ये चार

---

१. ग्वाल्हेरप्रत.

तोफा गुप्त रीतीने ठेविल्या होत्या, त्या बाहेर काढून किल्ल्याच्या प्रचंड बुरुजावर चढविल्या; झाशी संस्थानचे सरदार व ठाकूर लोक ह्यांस गावोगाव निमंत्रणे रवाना केली. दिवाण जवाहरसिंग, दिवाण दिलीपसिंग, दिवाण रघुनाथसिंग, दिवाण धीरजसिंग, राव अनिरुद्धसिंग, राव रामचंद्र वगैरे बुंदेले सरदार व ठाकूर आपापली शिबंदी घेऊन झाशी येथे दाखल झाले. रातोरात तोफांच्या मारगिरीची व्यवस्था होऊन त्यावर हुशार गोलंदाजांची नेमणूक झाली. प्रात:काळी दिवाण जवाहरसिंग कटिलेवाले ह्यांस रणकंकण बांधून सेनापती नेमिले. त्यांनी शहरचे तटावर व माऱ्याच्या ठिकाणी सैन्याचे मोर्चे बांधून एक हजार निवडक हत्यारबंद पायदळ मोहऱ्यावर चाल करण्याकरता तयार ठेविले. राणीसाहेबांची स्वारी स्वत: पठाणी वेष धारण करून किल्ल्यांतील मुख्य बुरुजावर हजर झाली; आणि पेशव्यांच्या वेळचे जुने निशाण व इंग्रजांनी दिलेले 'युनियन जॅक' तेथे उभारिले.

इकडे दिवाण नथेखां हा झाशी म्हणजे क:पदार्थ आहे असे समजून भावी विजयाशेने अगदी फुगून गेला होता. आमच्यासारख्या शूर बुंदेल्यांशी झाशी संस्थानिकांची ब्राह्मणी विधवा काय लढणार आहे? आम्ही एका क्षणार्धात झाशी सर करू, अशा आढ्यतेत तो अगदी गर्क झाला होता. अनंत चतुर्दशीच्या दिवशी त्याने मोठ्या थाटाने आपला जरीपटका माहीमरातबसुद्धा सज्ज करून आपल्या स्वारीचा मोहरा झाशीकडे वळविला. वोरछाचे सैन्य झाशीवर चाल करून येत आहे असे पाहताच, राणीसाहेबांनी किल्ल्याचे दक्षिणेकडे त्याचा प्रवेश होऊ दिला; आणि ते तोफांचे अंदाजात येताच, आपला चतुर गोलंदाज गुलाम गोषखां ह्यास त्या सैन्याचा जरीपटका व माहीमरातबचे हत्ती जिंकावे असा हुकूम केला. त्याप्रमाणे गोलंदाजाने तोफांचा भडिमार करण्यास सुरुवात केली. नथेखांच्या सैन्यांतील रणशूर बुंदेले लोकही आपले बाण व बंदुका एकसारखे सोडू लागले. दोन प्रहर मोठे निकराचे युद्ध झाले. परंतु किल्ल्यातील प्रचंड तोफांच्या असह्य माऱ्यापुढे नथेखांच्या सैन्याचा निभाव न लागल्यामुळे त्याने माघार घेऊन किल्ल्यास वेढा घातला. दररोज उभय पक्षांकडील सैन्याचे मुकाबले होत असत. परंतु नथेखांच्या सैन्यास बिलकुल यश येईना. प्रथमारंभीच त्याचा जरीपटका आणि माहीमरातबचे हत्ती पाडाव झाले व पुष्कळ लोक मारले गेले, त्यामुळे त्या सैन्याचे धैर्य अगदी खचून गेले. झाशीची विधवा राणी - एक अबला - आपल्यासारख्या जवानमर्दास मुठीत जीव घेऊन पळावयास लाविते ही मोठी शरमेची गोष्ट आहे असा विचार करून, नथेखां

ह्याने, रात्री झाशीच्या किल्ल्याच्या वोरछा दरवाजावर चार तोफा लाविल्या, आणि सर्व सैन्याचे चार भाग करून झाशीच्या सैन्यावर हल्ला केला. राणीसाहेबांकडील सैन्याची तयारी चांगली होतीच, तथापि ज्या वेळी नथेखांच्या चार तोफांचा वोरछा दरवाजावर एकसारखा मारा होऊ लागला, त्या वेळी त्या दरवाजास किंचित जरब पोहोचून तो शत्रूस साध्य होईल असा रंग दिसू लागला. ही खबर राणीसाहेबांस समजताच त्या तामझामाच्या स्वारीत बसून वोरछा दरवाजावरील मोरच्याजवळ आल्या, आणि मोठ्या प्रेमभावाने तेथील सैन्यास शाबासकी देऊन त्यास आवेश येण्याकरता त्यांनी काही बक्षिसेही दिली. त्यामुळे ते लोक ईर्षेस पेटून त्यांनी त्या तोफांच्या मारगिरीमध्ये टिकाव धरून दरवाजा शत्रूच्या हाती जाऊ दिला नाही. इतक्यात राणीसाहेबांनी, शूर सरदार लाला भाऊ बक्षी ह्यांस हुकूम करून किल्ल्यांतील नामांकित व प्रचंड तोफ 'कडक बिजली' त्या बुरुजावर आणविली; आणि गोलंदाजास सुवर्णवलये बक्षीस देऊन त्यांच्याकडून शर्थीने युद्ध चालवले. ही तोफ सुरू होताच शत्रूकडील सर्व गोलंदाज भयभीत होऊन रण सोडून पळून गेले व त्यांच्या तोफा झाशीच्या सैन्याच्या हस्तगत झाल्या! ह्याप्रमाणे बरेच दिवस उभयपक्षांचे युद्ध चालून शत्रूकडील सैन्याचा मोड झाला व पुष्कळ लोक जाया झाले व मृत्यू पावले. झाशी जवळील पहाडामध्ये ठाकूर रघुनाथसिंग जरैया ह्या शूर सरदाराच्या हाताखालील एका तुकडीने पळून गेलेल्या वोरछाच्या सैन्याचा अगदी पराभव केला व पुष्कळ लोक पाडाव करून झाशीस आणिले. त्याचप्रमाणे दिवाण रघुनाथसिंग[१] जाजेरवाले हे दोनशे लोकांनिशी दुसरे ठिकाणी बंदोबस्तावर असत. त्यांना राणीसाहेबांनी बोलविले आहे अशी खबर शत्रूस लागताच त्यांनी त्यांच्या मार्गावर आपल्या सैन्याची योजना केली. दिवाण रघुनाथसिंग हे त्वरेने येत असता शत्रूची व त्यांची गाठ पडली. उभयपक्षांचे लोक हातघाईवर येऊन तरवारीचे युद्ध सुरू झाले. त्यावेळी दिवाण रघुनाथसिंग ह्यांनी मोठ्या पराक्रमाने शत्रूस पळवून लाविले. ह्या चकमकीमध्ये पन्नास जवान धारातीर्थी पतन पावले! अशाप्रकारे नथेखांचा पूर्ण पराभव झाला. हे वृत्त राणीसाहेबांस कळताच त्यांनी दिवाण रघुनाथसिंग ह्यांच्या शौर्याची तारीफ करून व त्यांस

१. दिवाण रघुनाथसिंग हे फार शूर असून त्यांनी विल्यम हेन्री स्लीमन ह्यांच्या कारकिर्दीत फार महत्त्वाची कामे केली होती. त्याजपाशी असलेले 'खास व्हिक्टोरियाचे सर्टिफिकेट व शस्त्राचे बक्षीस' खुद्द ह्या माहिती देणाऱ्या गृहस्थांनी संवत १९२१ साली पाहिले होते, असे ते कळवितात.

मोठमोठे अलंकार व वस्त्रे बक्षीस देऊन त्यांचा योग्य गौरव केला.

असो, झाशीच्या सैन्यापुढे आता आपला निभाव लागत नाही असे पाहून वोरछेवाल्यांनी तहाचे बोलणे लाविले. महाराणी लक्ष्मीबाईसाहेब ह्यांनी, वोरछा संस्थान फार प्राचीन असून क्षत्रिय कुलामध्ये तेथील राजघराणे सर्ववंद्य असल्यामुळे, मोठ्या उदारबुद्धीने, युद्धाचा खर्च वगैरे त्यासकडून घेऊन त्यासबरोबर सख्यत्वाचा तह केला. झाशीच्या राणी लक्ष्मीबाई आणि वोरछाची राणी लढय्यी 'ह्या सहोदर बहिणींप्रमाणे मिळाल्या[१].' ह्या तहाचेसंबंधाने बाणपूरचा राजा मर्दनसिंग व कलिंजरचा चोबे जहागीरदार ह्यांनी मध्यस्ती केली असे म्हणतात. ह्याप्रमाणे झाशीवर आलेले संकट निवारण करून महाराणी लक्ष्मीबाईसाहेब ह्यांनी झाशी प्रांताचा चांगला बंदोबस्त केला आणि त्याबद्दल हॅमिल्टन साहेबांस खलिते पाठवून एकंदर हकिकत निवेदन करण्याचा प्रयत्न केला. परंतु, "नथेखांने सुराख ठेवून त्याही सांडणीस्वारांस मारून एकही खलिता हॅमिल्टन साहेबांस पोहोचू दिला नाही. इतकेच करून तो थांबला नाही. तर त्याने उलट हॅमिल्टन साहेबांस असेही लिहून पाठविले की, राणी लक्ष्मीबाई ह्या बागी (बंडखोर) लोकांस सामील आहेत. सबब मी त्यांच्याशी लढाई करीत आहे[२]." ह्यामुळे म्हणा किंवा अन्य कारणांमुळे म्हणा, झाशीच्या राणीसाहेबांनी इंग्रजांच्या पश्चात, त्यांच्या तर्फेने झाशी प्रांताची उत्तम व्यवस्था करण्याकरता जे परिश्रम केले. त्याचे योग्य चीज झाले नाही![३]

◆◆

---

१. श्रीमती चिमाबाई साहेब ह्यांची माहिती. २. इंदूरप्रत.

३. नथेखांने रिकामा झालेला झाशी प्रांत घेण्याकरता त्यावर स्वारी केली. परंतु तो प्रांत सार्वभौम इंग्रज सरकारचा असल्यामुळे त्यांच्या तर्फेने राणी लक्ष्मीबाई ह्यांनी त्याचे संरक्षण केले, ह्याबद्दलचा उल्लेख कोणत्याही इंग्रजी इतिहासात दृष्टीस पडत नाही. उलट वोरछाच्या राणीने इंग्रजांकरिता हे युद्ध केले असा इंग्रजांचा समज झालेला दृष्टीस पडतो ही आश्चर्याचीच गोष्ट समजली पाहिजे! ह्याबद्दल सर ह्यू रोज साहेबांच्या फौजेतले डाक्टर लोसाहेब ह्यांनी एके ठिकाणी जो उल्लेख केला आहे, तोही अशाच प्रकारचा आहे! ते म्हणतात–

आम्ही येथे येण्यापूर्वी काही दिवस आधी ओरछाच्या राणीने अगदी थोड्या जमावानिशी केवळ एक बंदूक घेऊन झाशीवर चालून घेतले आणि जाहीर केले की आपण इंग्लंडच्या राणीच्या वतीने लढण्यास आलो आहे. मग त्यांनी काही बंदुकीचे आवाज काढले आणि नाहीसे झाले.

सेंट्रल इंडिया पृ. २३७

प्रकरण ८ वे

महाराणी लक्ष्मीबाईसाहेब यांची कारकीर्द

महाराज गंगाधरराव हयात होते तोपर्यंत महाराणी लक्ष्मीबाईसाहेब यांच्या अंगी वसत असलेल्या कित्येक गुणांचे बिलकुल प्रकाशन झाले नाही, तरी त्या वेळेपासून त्यांच्या तेजस्वितेबद्दल प्रसिद्धी झाली होती. बाईसाहेबांचे दासीजन किंवा इतर नोकरमाणसे त्यांच्यापुढे जाण्यास चळचळा कापत असत. एवढेच नव्हे, पण एक वेळ खुद्द महाराज गंगाधरराव हे देखील त्यांचा तीव्र स्वभाव पाहून 'नाराज' झाले होते असे म्हणतात. महाराज गंगाधरराव परलोकवासी झाल्यानंतर, काही दिवस बाईसाहेबांची चित्तवृत्ती शोकविव्हल झाली होती. तथापि सर्व कृत्यांचा भार त्यांच्याच शिरावर पडल्यामुळे, त्यांनी पतिनिधन दुःखाचे कसे तरी परिमार्जन केले व श्रीमंत दामोदररावांच्या नावाने झाशी संस्थान पूर्ववत् चालू राहावे एतदर्थ योग्य प्रयत्न चालवला. त्यात त्यांची ब्रिटिश सरकाराविषयीची पूज्यबुद्धी आणि राजनिष्ठा, हे दोन गुण उत्तमप्रकारे व्यक्त झाले. त्या प्रयत्नामध्ये त्यांना जरी यश आले नाही, तरी यत्किंचितही क्रुद्ध न होता त्यांनी आपले सुशीलत्व व औदार्यबुद्धी तशीच कायम ठेविली व दुर्दैवाने झाशी येथे झालेल्या भयंकर प्रलयात त्या दोन गुणांचा चांगलाच उपयोग केला, ह्याबद्दल त्यांची स्तुती करणे अगदी योग्य आहे. बंडाची समाप्ती झाल्यानंतर स्वतंत्र झालेल्या झाशी प्रांतांतील प्रजेस बिलकुल त्रास पोहोचू नये म्हणून, राणीसाहेबांनी सर्व राज्यकारभार इंग्रज सरकारच्या तर्फेने आपल्या हाती घेतला आणि सदाशिवराव नारायण व नथेखां ह्यांनी जी गडबड केली होती, ती मोडून टाकून आपल्या प्रजाजनांस निर्भय करण्याचा प्रयत्न केला. इंग्रज सरकारची राज्यसत्ता झाशी प्रांतामध्ये सुमारे नऊ-दहा महिने अगदी नष्ट झाली होती, तितक्या मुदतीमध्ये राणीसाहेबांनी त्यांच्या तर्फेने

राज्यशकट चालवून, राज्यकार्यप्रावीण्य, प्रजावात्सल्य आणि न्यायचातुर्य इत्यादी गुणांनी स्वत:स सर्वप्रिय करून सोडिले असे म्हणण्यास काही हरकत नाही. खरोखर 'पडदानशीन' राजस्त्रियेने आपल्या कोमल व अज्ञान विचारास रजा देऊन, एकदम राज्यकार्यप्रवीण व विचारक्षम व्हावे ही किती आश्चर्यकारक गोष्ट आहे बरे? परंतु त्यात विशेषसे आश्चर्य मानण्याचे काही कारण नाही.

स्त्रियोहि नाम खल्वेता निसर्गादेव पंडिताः।।
पुरुषाणां तु पांडित्यं शास्त्रैरेवोपदिश्यते।।१।।

असो. राणीसाहेबांनी झाशीचा राज्यकारभार फार थोडे दिवस केला तरी त्यांची कारकीर्द तेथील प्रजेस फार अभिनंदनीय व आनंदप्रद झाली. तिचे अल्पसे वर्णन येथे देणे आवश्यक आहे.

महाराणी लक्ष्मीबाईसाहेबांच्या हातात झाशीचा राज्यकारभार येताच तेथील राजदरबारास पूर्वीची शोभा प्राप्त झाली व पूर्वीच्या रियासतीप्रमाणे अठरा कारखाने सुरू होऊन सर्वत्र राजकीय थाट दिसू लागला. ज्या वेळी इंग्रज सरकारांनी संस्थान खालसा केले त्या वेळी तेथील सर्व वैभव राणीसाहेबांच्या स्वाधीन केले होते; तरी राजसत्ता नष्ट झाल्यामुळे ते वैभव निस्तेज दिसत होते. परंतु राजसत्तेचे साहाय्य मिळताच ते अत्यंत शोभादायक दिसू लागले. सुभेदारांच्या कारकिर्दीत झाशी शहरात ज्याप्रमाणे विशेष शोभा दिसत होती व 'दक्षिणेत पुणे व हिंदुस्थानात झाशी' अशी त्याची कीर्ती गाजत होती, त्याप्रमाणे राणीसाहेबांच्या कारकिर्दीतही त्यास एक प्रकारचे विशेष सौंदर्य येऊन ते फार सुरेख व टुमदार शहर दिसू लागले. मुख्य सरकारी वाडा चारमजली व आठचौकी असून फार भव्य होता, परंतु राजसत्तेच्या अभावामुळे तो काही दिवस उदासवाणा दिसत होता; तो ह्या वेळी मनोरम होऊन शिपाईप्यादे वगैरे लोकांनी अगदी गजबजून गेलेला दिसू लागला. तात्पर्य, खुद्द राणीसाहेब वैभवाचा योग्य उपभोग घेणाऱ्या असून त्यास स्वराज्योत्कर्षाची विशेष इच्छा असल्यामुळे झाशीच्या प्रजेची मुखकमले प्रफुल्लित दिसू लागली.

बाईसाहेबांच्या दिनचर्येसंबधाने त्यांच्या पदरच्या एका गृहस्थाने अशी माहिती दिली आहे:- बाईसाहेब प्रात:काली पाच वाजता उठून व नैसर्गिक कर्तव्ये आटोपून, उत्तम सुवासिक द्रव्यांनी मंगलस्नान करीत असत. स्नान झाल्यानंतर स्वच्छ पांढरे चंदेरी पातळ परिधान करून आसनारूढ होत असत. प्रथम, पतिमरणानंतर केश राखण्याबद्दल तीन कृच्छ्रें प्रायश्चित्त आहे त्याचे

उदक सोडून, रुप्याचे तुलशीवृंदावनात श्री तुलशीची पूजा करीत. नंतर पार्थिवपूजेस प्रारंभ होत असे. ते समयी सरकारी गवयी गात असत. पुराणिकांचे पुराणही त्यात सुरू असे. ह्यानंतर सरदार व आश्रित लोकांचे मुजरे होत असत. बाईसाहेबांची दक्षता विशेष असल्यामुळे, जर एखादे दिवशी दीडशे मुजरे करणारांपैकी कोणी आला नाही तर त्याची दुसरे दिवशी 'काल आपण का आला नाही?' ही चौकशी झाल्यावाचून राहात नसे. ह्याप्रमाणे देवार्चन आटोपून भोजन होत असे. भोजनोत्तर काही वेळ वामकुक्षी होत असे किंवा इतर कार्यात जात असे. नंतर सकाळी आलेले नजराणे रुप्यांच्या ताटात रेशमी वस्त्रांनी आच्छादून ठेविलेले असत, ते आपल्यासमोर आणून मनास आवडतील ते पदार्थ त्या ग्रहण करीत असत व बाकीचे पदार्थ आश्रित मंडळीकरिता कोठीवाल्याच्या स्वाधीन करीत असत. नंतर तीन वाजण्याचे सुमारास कचेरीत जात असत. त्या वेळी बहुतकरून पुरुषवेष धारण करीत असत. पायात पायजमा, अंगांत जांभळ्या रंगाच्या आंबव्याचा आंगरखा, डोक्यास टोपी, त्यावर बांधलेली सुंदर बत्ती, कमरेस जरीचा दुपेटा व त्यास लटकावलेली रत्नखचित तरवार, अशा पोषाखाने ती गौरवर्ण मूर्ती गौरीप्रमाणे दिसत असे.[१] कधी कधी बायकांचा पेहराव असे. पतिमरणानंतर नथ वगैरे अलंकार त्यांनी

---

१. महाराणी लक्ष्मीबाईसाहेबांच्या पोषाखासंबंधाने 'Gillean' ह्याने लिहिलेले वर्णन वरील वर्णनाशी अगदी बरोबर लागू पडते. तो म्हणतो–

तिने जरी स्त्रीचा पोषाख केलेला असला तरी तो काही पारंपरिक स्वरूपाचा नसे. साधारणत: तिच्या वयाच्या खानदानी स्त्रिया जो बायकाचा पोषाख करीत तो ती करित असे. डोक्यावर लहान टोपी भडक शेंदरी रंगाची सिल्कची असे. त्यावर रत्न-माणक सभोवार जडावलेली असत. त्याचा झुबका कानावर लोंबता ठेवत असे. गळ्यात रत्नहार असे. त्याची किंमत कमीत कमी एक लाख किंवा त्याहीपेक्षा जास्त असेल. तिच्या शरीराचा पुढील भाग उघडाच असल्याने तिचे सौष्ठव उठून दिसत असे. कमरेला घट्ट शेला बांधलेला असे. त्यावर सुशोभित असा कमरपट्टा असे. कमरेला दमास्कस बनावटीची चांदीने मढविलेली दोन पिस्तुले सहज दिसतील अशी असत. तसेच लहान पण सुरेख आकाराचे खंजिर खोचलेले असत. असे म्हणतात की त्यांना विषाचे पाणी दिलेले असे. ज्याची छोटीशी जखम सुद्धा प्राणघातक ठरू शकली असती. स्त्रियांच्या पारंपरिक पोषाखाऐवजी ती सैलशी विजार वापरत असे. तिची सुंदर उघडी नाजुक पावले तिच्या समोरच्या छोट्या मलमलवेष्टीत चौरंगावर विसावलेली असत.

दी रेने पृ. ४७-४८

बिलकूल घातले नाहीत. हातामध्ये हिऱ्यांच्या बांगड्या, गळ्यामध्ये मोत्यांचे पेंडे, व अनामिकेत एक हिऱ्याची अंगठी यांशिवाय दुसरे अलंकार बाईसाहेबांच्या अंगावर कधीही दृष्टीस पडत नसत. केसांचा नेहमी बुचडा बांधलेला असे, व नेसावयास पांढरा शालू व अंगात स्वच्छ पांढरी चोळी असे. ह्याप्रमाणे कधी पुरुषवेषाने व कधी स्त्रीवेषाने बाईसाहेब दरबारात येत असत. त्या दरबारामध्ये कधी कोणाच्या दृष्टीस पडत नसत. त्यांची बसावयाची खोली स्वतंत्र असून ती दरबारच्या दिवाणखान्यालगत होती. तिच्या द्वारास सोनेरी मेहेरप असून तीवर जरतारी वेलबुट्टीदार चिकाचा पडदा सोडलेला असते. त्याच्या आत बाईसाहेब मश्रूचे गादीवर लोडाशी टेकून बसत असत. द्वाराबाहेर दोन भालदार रुप्याच्या व सोन्याच्या काठ्या घेऊन हजर असत. समोर राजश्री लक्ष्मणराव दिवाणजी कंबर बांधून हातात कागदाचे पुडके घेऊन उभे असत, व पलीकडे हुजूरचे कारकून बसलेले असत. बाईसाहेबांची बुद्धी फार कुशाग्र असल्यामुळे, कोणत्याही कामाची हकिकत ताबडतोब समजून घेऊन त्या तेव्हाच हुकूम सांगत असत व कधी कधी स्वतः हुकूम लिहीत असत. न्यायाच्या कामात त्या फार दक्ष असून फौजदारी व दिवाणी कामे फार चातुर्यपूर्वक चालवीत असत[१].

बाईसाहेबांची श्रीमहालक्ष्मीवर फार भक्ती असे हे मागे सांगितलेच आहे. प्रत्येक शुक्रवारी व मंगळवारी स्वारी तयार करवून व दामोदररावास बरोबर घेऊन, संध्याकाळी तलावातील मंदिरामध्ये महालक्ष्मीचे दर्शनास जाण्याचा त्यांचा नियम होता. हे मंदिर तलावामध्ये असल्यामुळे त्यास तेथील सुंदर सुंदर कमळांनी फारच शोभा आणली होती. त्यामुळे ते फार रमणीय दिसत असे. असो. बाईसाहेबांच्या स्वारीचा थाट अवर्णनीय असे. त्या कधी मेण्यात व कधी घोड्यावर बसून दर्शनास जात असत. ज्या वेळी त्या मेण्यात बसत, त्यावेळी

---

१. राणीसाहेबांचे दरबारातील वर्णन मेडोज टेलर ह्यांनी याप्रमाणे केले आहे.

राणी लक्ष्मीबाई महाराष्ट्रीयन ब्राह्मण अत्यंत गंभीर प्रवृत्तीची होती. ती दररोज तिच्या नवऱ्याच्या राजगादीवर बसत असे. तेथे बसून ती कारभार करी, ठिकठिकाणचे अहवाल पाही, हुकूम देई. अर्ज ऐकी. एखाद्या शूर व्यक्तीला साजेसे वर्तन ठेवी. तसेच तिच्या प्रतिष्ठेला साजेशा स्त्रीसारखी वागत असे. दिसायला ती गौरवर्णी, सुडौल, आकर्षक व्यक्तिमत्त्वाची, दिमाखदार, करारी होती. तिच्या चेहऱ्यावरील कोमलभाव नष्ट झालेले होते. उज्ज्वल भवितव्याचा आत्मविश्वास तिचे ठायी दिसत होता.

सिता, पृ. १४७

त्यावर किनखाबी कापडाचे, जरीने बांधलेले, चिकाचे पडदे सोडिलेले असत. त्यामुळे तो मेणा फार सुशोभित दिसत असे. बाईसाहेबांची स्वारी पुरुषवेषाने जेव्हा घोड्यावर बसत असे, त्या वेळी त्यांच्या झिरझिरीत सुंदर बत्तीचा भरजरी पदर पाठीवर लोळत असे, तो फार मनोहर दिसे. स्वारी मेण्यात असली तर मेण्याचे खूर धरून चार पाच दासी भरभरा चालत असत. ह्या दासींनी जामदारखान्यात जाऊन सुवर्णरत्नांचे अलंकार व जरीकाठी चोळ्या घालाव्या; हिरव्या, तांबड्या अथवा भस्मी रंगाच्या पैठण्या नेसाव्या; पायात मोठमोठे तोडे घालून तांबडेलाल चर्मी जोडे घालावे; कधी लुगड्याची कास मारावी; व एका हातामध्ये रुप्याचे किंवा सोन्याचे दांड्याची चवरी घेऊन, एक हात मेण्याचे दारास लावून त्याबरोबर पळावे असा परिपाठ होता. त्या वेळी ह्या अविवाहित सर्वालंकारयुक्त दासी फार सुंदर दिसत असत. स्वारीपुढे डंका निशाण असून रणवाद्ये, हलके वगैरे वाजत असत. निशाणामागून सुमारे २०० विलायती लोक असत व मागेपुढे सुमारे १०० घोडेस्वार असत. मेण्याबरोबर संस्थानचे कारभारी, मुत्सद्दी, मानकरी व भय्यासाहेब उपासने आदी आश्रित मंडळी घोड्यावर बसत अथवा पायी चालत; व त्यांच्याबरोबर काही शिबंदीचे लोकही असत. याप्रमाणे मोठ्या थाटाने शिंगे व कर्णे वाजत व भालदार चोपदार ललकारत, बाईसाहेबांची स्वारी किल्ल्याचे बाहेर पडली म्हणजे किल्ल्याचे बुरुजावरील चौघडा सुरू होई. तो स्वारी परत येईपर्यंत वाजत असे. त्याचप्रमाणे तलावातील महालक्ष्मीचे नगारखान्यातील चौघडा सुरू होत असे. ज्या वेळी सडी स्वारी घोड्यावरून जात असे, त्या वेळी दासीजन किंवा आश्रितसमूह बरोबर घेत नसत. फक्त घोडेस्वार व विलायती लोक बरोबर असत. श्रीमहालक्ष्मी ही झाशीवाल्यांची कुलस्वामिनी असल्यामुळे देवस्थानाचा बंदोबस्त मोठ्या खर्चाचा ठेविला असे. नंदादीप, पूजा, महानैवेद्य, चौघडा, गायक, नर्तकी व धर्मशाळा यांची व्यवस्था थाटाची होती. ह्यावरून बाईसाहेबास परमेश्वरभक्तीचे चांगलेच वळण होते असे दिसून येते.

बाईसाहेबांची आश्रित मंडळींवर पार श्रद्धा असे. त्यास खावया-प्यावयास चांगले मिळावे, कपडेलत्ते चांगले असावेत, व त्यांनी सर्वदा सुखी असावे ह्याविषयी त्यांची फार दक्ष नजर असे. त्यास सर्व गुणांची चांगली परीक्षा असल्यामुळे गुणिजनांची त्यांच्याजवळ चांगली चहा असे. त्यांचेजवळ मोठमोठे शास्त्री, विद्वान वैदिक व याज्ञिक होते. वडिलोपार्जित संस्थानच्या कित्त्याप्रमाणे

झाशी येथे पुस्तकांचा संग्रह फार मूल्यवान होता. उत्तम पुराणिक, गानवादनपटू, संगीतशास्त्रज्ञ, कुशल कारागीर इत्यादी अनेक प्रकारचे गुणी लोक त्यांच्या आश्रयास असत. बाईसाहेब स्वत: फार निष्कपट व निर्मल वृत्तीने वागत असून सर्वांवर त्यांचे फार प्रेम असे. त्यांच्या सद्गुणांची कीर्ती ऐकून दूरदूरचे गुणिजन त्यांच्याकडे येत असत. त्या सर्वांचा उत्तम प्रकारे सत्कार होऊन त्यांची त्यांच्या योग्यतेनुरूप राजवाड्यातून संभावना होत असे. कीर्तनकार, गवयी, शास्त्री वगैरे मंडळींची राजवाड्यात हजीरी नाही असा एकही दिवस जात नसे.[१]

असो. बाईसाहेबांस अश्वपरीक्षाही फार चांगल्या प्रकारची होती. उत्तर हिंदुस्थानामध्ये त्या वेळी अश्वपरीक्षेसंबंधाने तिघांची नावे गाजत असत. एक श्रीमंत नानासाहेब पेशवे; दुसरे बाबासाहेब आपटे ग्वाल्हेरीकर; आणि तिसऱ्या झाशीकर महाराणी लक्ष्मीबाईसाहेब. ह्यात बाईसाहेब ह्या अबला असून अश्वपरीक्षानैपुण्यात अग्रगण्य होत्या, असे म्हटले तरी चालेल. त्यांच्या अश्वपरीक्षेच्या अनेक गोष्टी आहेत. त्यांपैकी एक अशी आहे:- एके दिवशी एक सौदागर फार देखणे व चलाख असे दोन घोडे बरोबर घेऊन झाशी येथे आला, व त्यांची विक्री करण्याच्या उद्देशाने राजवाड्यात गेला. बाईसाहेबांनी त्याजवर बसून त्यांना मंडळावर धरले आणि तेव्हाच किंमत ठरविली. एकाची हजार रुपये व दुसऱ्याची पन्नास रुपये! हे ऐकून सर्वांस फार आश्चर्य वाटले. दोन्ही घोडे दिसण्यात सतेज व उमदे असून अशी कमीजास्त किंमत त्यांनी का सांगितली ह्याचे कारण कोणास समजेना. तेव्हा बाईसाहेबांनी बोलून दाखवले की, "ह्यापैकी एक घोडा चांगला आहे व दुसरा दिसण्यात फार उमदा व चलाख आहे, तरी तो छातीमध्ये फुटला आहे; त्यामुळे तो अगदी निरुपयोगी झाला

---

१. एकदा शिमग्याच्या समयास ग्वाल्हेर येथे कोकणची नाटक मंडळी सुमारे ५० आली होती. त्यास शहरातल्या लोकांनी पत्र पाठवून झाशीस बोलाविले. त्यांचे खेळ शहरात बरेच झाले, तेव्हा बाईसाहेबांनी त्यांस सरकारातून शिधा चालू करवून राजवाड्यातही काही प्रयोग करविले. एकदा हरिश्चंद्राचे आख्यान झाले. त्या वेळेस सदोबा नाटकवाला याने विचारिले की, "या नाटकात डोंबाचे घरी हरिश्चंद्राचे डोक्यावर मृत्तिकापात्र फोडावे लागते, तर त्याजबद्दल परवानगी असल्यास ते आणून फोडवीन." त्यावर बाईसाहेबांनी परवानगी दिली. परंतु जेव्हा नाटकांत बैठकीवर घागर फोडली तेव्हाच वृद्ध मंडळीस हा अपशकुन आहे असा चरका बसला! बाईसाहेबांनी नाटकवाल्यास योग्य देणगी देऊन आपले औदार्य व्यक्त केले. – उज्जनप्रत.

आहे.'' ह्यावर त्या सौदागराने बाईसाहेबांच्या चातुर्याची प्रशंसा करून असे कबूल केले की, या घोड्यास मी उत्तम मसाला देऊन देखणा ठेविले आहे. मी पुष्कळ फिरलो पण याची परीक्षा कोठेच झाली नाही. त्यानंतर बाईसाहेबांनी आपल्या लौकिकानुरूप दोन्ही घोडे ठरविलेल्या किमतीस विकत घेऊन व सौदागरास बक्षीस देऊन मार्गस्थ केले.

राणीसाहेबांचे दातृत्व व औदार्य हे गुण अगदी निरुपमच होते. त्यांच्याजवळ कोणीही दरिद्री, भिक्षुक अथवा दुसरा एखादा अकिंचन जन येऊन, कधी विन्मुख परत गेला असे झाले नाही. एके दिवशी एक काशीकर विद्वान ब्राह्मण उपाध्यायांचे मार्फत राजवाड्यात नित्यदानास गेला. तेथे लालूभाऊ ढेंकरे यांनी त्यांच्या विद्येविषयी व शीलाविषयी फार स्तुती केली व बाईसाहेबांस असे सांगितले की, पहिली स्त्री मरण पावल्यामुळे दुसरा विवाह करण्याची भटजींची इच्छा आहे, परंतु मुलीस फार पैसा पडतो सबब फार दुःखी आहेत. हे ऐकून बाईसाहेबांनी प्रश्न केला की, रुपये दिल्यास मुलगी देणारा कोणी आहे काय? त्यावर भटजी नम्रतेने बोलले की, ''आमचे ज्ञातीचा देशस्थ ब्राह्मण काशीस आहे. त्याची मुलगी सुमारे बारा वर्षांची असून ती रूपाने बरी आहे. रासघटित वगैरे सर्व जमले आहे. परंतु मुलीबद्दल त्यास चारशे रुपये दिले पाहिजेत, ते मी गरिबाने कोठून आणावे? शिवाय लग्नाचे खर्चाकरिता शंभर रुपये लागतीलच.'' हे शब्द ऐकताच बाईसाहेबांनी पाचशे रुपये आणवून, उदक सोडून भटजीचे पदरात ओतले, आणि सांगितले की, ''लग्न होईल ते वेळेस आम्हास कुंकुमपत्रिका पाठविण्यास विसरू नका.'' याप्रमाणे कृतकृत्य होऊन तो ब्राह्मण निघून गेला.[१]

एके दिवशी बाईसाहेबांची स्वारी महालक्ष्मीचे दर्शनास जाऊन परत येत असताना दक्षिणदरवाजांतून आत शिरली. तो हजारो भिकारी रस्ता आडवून उभे आहेत व गलबला करीत आहेत असे पाहून, बाईसाहेबांनी दिवाण लक्ष्मणराव यास त्याचे कारण विचारले. त्यांनी विदित केले की ''महाराज, हे लोक फार गरीब आहेत. हल्ली थंडी मनस्वी पडत असल्यामुळे त्यांचे फार हाल होत आहेत; म्हणून त्याचा सरकारांनी कृपाळू होऊन विचार करावा अशी त्यांची विनंती आहे.'' हे ऐकून बाईसाहेबांस फार वाईट वाटले व त्यांनी सदय अंतःकरणाने लागलाच असा हुकूम केला की, आजपासून चौथे दिवशी

१. उज्जनप्रत

भिकारी लोकांचा रमणा करून, दर एक मनुष्यास एक रूदार बंडी व टोपी, आणि काळी किंवा पांढरी घोंगडी द्यावी. हा बाईसाहेबांचा हुकूम सुटताच दुसरे दिवशी शहरातले सर्व दर्जी जमा करून टोप्या व बंड्या शिवण्यास प्रारंभ झाला. नेमलेल्या दिवशी दवंडी पिटवून शहरचे राजवाड्यासमोर सर्व भिकारी लोक जमा केले. त्यात सामान्य गरीब लोकही शिरले होते. बाईसाहेबांनी त्या सर्वांस वस्त्रदान देऊन संतुष्ट केले.

बाईसाहेबांची दयार्द्रता व परोपकारबुद्धी झाशीच्या लोकास नथेखांच्या युद्धाच्या वेळी पूर्णपणे व्यक्त झाली होती. त्या वेळची हकिकत तेथे समक्ष हजर असलेल्या गृहस्थाने अशी कळविली आहे:- "झाशीकडील सैन्यापैकी घायाळ लोक ज्या वेळी शहरात येत आणि राणीसाहेबांचे समक्ष त्यांची मलमपट्टी होई. (त्या वेळी) ते, शूर महाराणीस पाहून मोठा आवेश करीत, व राणी गहिवरून, त्यास भूषण देऊन स्वत: हात अंगावर फिरवून त्यांची अशी खातरी करी की, दुसऱ्यास त्या जखमांचे दु:ख न वाटता असा आवेश येईल की, असे शूरत्व दाखवून राणीचे हातून आपला परिणाम करून घ्यावा!"[१] खरोखर, इतक्या ममतेने आपल्या लोकांशी वागणाऱ्या सद्गुणी राजस्त्रीवर सर्व प्रजेने मातृवत् भक्ती ठेवावी व तिचे अनेक धन्यवाद गावेत ह्यात आश्चर्य ते काय?

बाईसाहेबांची दामोदरराव ऊर्फ रावसाहेब ह्यांच्यावर पराकाष्ठेची प्रीती असून त्यांचे हरएक प्रकारचे लाड पुरविण्यास त्यांनी कधीच मागेपुढे पाहिले नाही. रावसाहेब हे कृपाळू ब्रिटिश सरकारच्या मेहेरबानीने झाशीच्या गादीचे आता खचित अधिपती होतील अशी बाईसाहेबांस पूर्ण खात्री होती. सन १८५७ च्या जून महिन्यात इंग्रज अधिकाऱ्यास केलेली मदत व झाशी प्रांताचे संरक्षण करण्याचे कामी केलेले सतत प्रयत्न ह्याबद्दल ब्रिटिश सरकारकडून हा योग्य मोबदला मिळेल; जबलपूरचे कमिशनर, सेंट्रल इंडियाचे पोलिटिकल एजंट व आग्र्याचे कमिशनर ह्यांना पाठविलेल्या खलित्यांचा चांगला उपयोग होईल; न्यायप्रीती व औदार्यबुद्धी दाखविणाऱ्या विलायत सरकारकडे पाठविलेल्या वकिलांचे कामही सिद्धीस जाईल; आणि शेवटी कै. महाराज गंगाधरराव ह्यांच्या इच्छेप्रमाणे दामोदररावास झाशी संस्थानची मालकी मिळेल अशी राणीसाहेबांस प्रबल आशा वाटत होती. परंतु इकडे झाशी प्रांत बंडवाल्यांच्या

१. ग्वाल्हेरची माहिती.

ताब्यात आहे अशा गैरसमजुतीने, युद्धकलाविशारद सुप्रसिद्ध सेनानी सर ह्यू रोज हे प्रबल सैन्य घेऊन झाशीवर चालून आले, आणि

श्लोक

रात्रिर्गमिष्यति भविष्यति सुप्रभातम्।
भास्वानुदेष्यति हसिष्यति पद्मजालम्।।
इत्थं विचिंतयति कोशगते द्विरेफे।
हा हंत हंत नलिनी गज उज्जहार।।१।।

ह्या पंडितरायांच्या उक्तीप्रमाणे प्रकार होऊन राणीसाहेबांच्या सर्व आशा विलयास गेल्या ही मोठी दुःखाची गोष्ट आहे. झाशीची प्रजा अभागी पडल्यामुळे किंवा आमच्या हिंदुस्थान देशास असल्या अप्रतिम स्त्रीरत्नाचा फार दिवस लाभ होणार नसल्यामुळे सर्व विपरीत प्रकार घडून आला त्यास कोणाचाच उपाय नाही!! 'ईश्वरेच्छाबलीयसी'!!!

◆◆

प्रकरण ९ वे

सर ह्यू रोज ह्यांची झाशीवर स्वारी

तादृशी जायते बुद्धिर्व्यवसायोऽपि तादृशः।।
सहायास्तादृशा एव यादृशी भवितव्यता।।१।।

महाराणी लक्ष्मीबाईसाहेब यांनी स्वतंत्र झालेल्या झाशी प्रांताची राज्यव्यवस्था इंग्रज सरकारचे तर्फे आपल्या हाती घेतली व चोहीकडे बंडखोर व लुटारू लोकांनी माजविलेली झोटिंगबादशाही नाहीशी करून प्रजासंरक्षणार्थ योग्य बंदोबस्त केला. तथापि राजकारणाचे योग्य धोरण लक्षात घेऊन, इंग्रज अधिकाऱ्यांची कृपा संपादन करण्याचे कामी, त्यांच्या नवीन, मुत्सद्दी मंडळीने हयगय केली म्हणून किंवा इतर काही कारणामुळे, राणीसाहेबांची राजनिष्ठा इंग्रज सरकारास विदित झाली नाही. त्यांनी जबलपूर व आग्रा येथील कमिशनरसाहेबांस पूर्वी अनेक खलिते पाठविले होते परंतु त्यांचा कोणी विचार केला नाही. तरी त्यांनी पुनः इंदूर येथील मध्यहिंदुस्थानचे पोलिटिकल एजंट सर रॉबर्ट हॅमिल्टन ह्यांनाही, नथेखां वगैरे परराज्यलोभी मंडळींशी झाशी प्रांत बळकावण्याबद्दल केलेल्या युद्धासंबंधाने हकिकत कळविली होती. परंतु त्या वेळी सर्व ठिकाणी बंडखोर लोकांचे प्राबल्य जास्त असल्यामुळे, ते सर्व खलिते त्यांना सुरक्षित मिळाले किंवा नाहीत ह्याबद्दल काहीच माहिती मिळाली नाही. त्यामुळे राणीसाहेबांना अशी कल्पना होती की, झाशीच्या राज्याची आपण जी व्यवस्था ठेवली आहे ती इंग्रज सरकारास पसंत असून, ते दिल्ली, लखनौ वगैरे ठिकाणच्या बंडवाल्यांचा मोड झाल्यानंतर योग्य अधिकारी पाठवून आपला प्रांत आमच्या ताब्यातून घेतील, अथवा आमच्या राजनिष्ठेच्या अभिनंदनार्थ आमच्या पूर्वीच्या खलित्यांचा योग्य विचार करून हे संस्थान मोठ्या संतोषाने आमच्याकडे सोपवितील. ह्या भावी आशेवर दृष्टी देऊन, राणीसाहेबांनी,

सर ह्यू रोज

लॉर्ड स्ट्रॅदनेर्न ऑफ स्ट्रॅदनेर्न अँड झाशी

झाशी प्रांत अन्यायाने हस्तगत करू इच्छिणाऱ्या नथेखांचे व सदाशिवराव नारायण यांचे योग्य पारिपत्य केले.[१] ह्या सर्व गोष्टी इंग्रज सरकारास राणीसाहेबांच्या हेतूप्रमाणे कारभारीमंडळीने कळविल्या नाहीत, ही मोठी दुःखाची गोष्ट आहे असेच म्हटले पाहिजे! झाशी प्रांताची राजसत्ता अल्पकाळ प्राप्त झाल्यामुळे अधिकारमदाने धुंद होऊन, ह्या नवीन कारभारीमंडळीने झाशीतील जुन्या व पोक्त माणसांची सल्लामसलत घेतली नाही! इंग्रज सैन्य झाशीवर चालून येत आहे अशा प्रकारच्या खबरा इंदुराहून व काशीहून झाशी येथे येऊन पोहोचल्या, तथापि त्या मंडळीने काहीच विचार केला नाही. झाशी दरबारातले जुने मुत्सद्दी लालाभाऊ बक्षी, नाना भोपटकर वगैरे मंडळीने नवीन कारभारी लक्ष्मणराव बांडे यास बहुत प्रकारे समजावून सांगितले, तथापि त्यांनी गर्विष्ठपणाच्या भरात त्यांच्या म्हणण्याचा धिक्कार केला, एवढेच नव्हे, पण त्यांनी ह्या मंडळीस राणीसाहेबांकडे जाण्याची देखील बंदी केली! पुढे नाना भोपटकर ह्यांनी राणीसाहेबांची स्वस्थपणाने भेट घेतली, आणि महत्त्वाच्या राजकीय गोष्टींचा ऊहापोह करून त्यांची अशी प्रार्थना केली की, "मी पुष्कळ दिवस झाशी संस्थानाधिपतींच्या सेवेत वागलो आहे, ह्याकरिता माझ्या विनंतीकडे लक्ष पुरवून इंग्रज सरकाराकडे आपला वकील अवश्य पाठवावा, आपल्याकडे

---

१. झाशी संस्थानांतील ब्रिटिश अंमल नाहीसा झाल्यानंतर त्याची सर्व व्यवस्था राणीसाहेबांनी आपणाकडे घेतली असे पाहून झाशीच्या बंडाचे वेळी इंग्रज सरकारास साहाय्य करण्यास असमर्थ झालेल्या तेहरी व दतिया ह्या दोन संस्थानिकांनी झाशीवर चाल करून स्वतंत्र झालेला मुलूख बळकावण्याचा प्रयत्न केला. तो राणीसाहेबांनी चालू दिला नाही. त्यासंबंधाने मि. मार्टिन साहेब आपल्या पत्रात पुढील हकिकत लिहितात–

बंडवाल्यांनी झाशी सोडून गेल्यावर राणीने आपल्या प्रदेशाचा पूर्णतः ताबा घेतला. दतिया आणि तेहरी या दोन संस्थानी तेव्हा खरे तर इंग्रजांचे सहजी संरक्षण दिले असते पण त्यांनी ते केले नाही. इतकेच नव्हते तर मदत करण्याचे काडीमात्र प्रयत्नही केले नाहीत. झाशीच्या परेड ग्राऊंडपासून ओरछाच्या सीमा मैल दीड मैलावरच असता आणि दतिया केवळा सहा मैलांवर असता मोठ्या संख्येने सैन्यानी आपापल्या सीमांवर उभे राहून युरोपियन सैन्याचे काम होत आहे ती मजा पाहात राहिले. राणी गाफील आहे. आपल्या राज्याचे संरक्षण करू शकणार नाही अशा समजुतीने तिच्या राज्यावर दोन्ही संस्थानांनी संयुक्त आक्रमण केले. एकदा नव्हे तर अनेकदा त्या शूर राणीने त्यांना पिटाळून लावले.

लेटर्स फ्रॉम आग्रा. २०-८-१८८९

बंडाचा कोणत्याही प्रकारचा संबंध नसून, इंग्रजांच्या हुकुमावरून आपण संस्थानचा बंदोबस्त केला आहे व तत्प्रीत्यर्थ आपण वोरछेवाल्यांच्या फौजेचेही पारिपत्य केले आहे. ह्या सर्व गोष्टी इंग्रज सरकारास नीट समजावून सांगण्यास कोणी हुशार वकीलच गेला पाहिजे. आपण पाठविलेले खलिते अशा वेळी त्यास सुरक्षित पोहोचून सर्व गोष्टींचा स्पष्टपणे खुलासा होईल असा भरवसा नाही!'' नानांसारख्या दूरदृष्टी व विचारवान गृहस्थाचे हे भाषण ऐकून राणीसाहेबांनी ग्वाल्हेर व इंदूर येथील पोलिटिकल एजंटांकडे इंग्रजी भाषा जाणणारा वकील पाठवण्याबद्दल कारभाऱ्यास हुकूम केला.

राणीसाहेब सुविचार व सरळस्वभावी असल्यामुळे त्यांनी नाना भोपटकरांच्या उपयुक्त सूचनेचा स्वीकार केला, परंतु ती अमलात आणण्याचे काम कारभारीमंडळीकडे असल्यामुळे ते व्हावे तसे झाले नाही. त्यांनी आपल्या नवीन मंडळीपैकीच एका अननुभवी व राज्यव्यवहारशून्य अशा गृहस्थाची त्या कामावर योजना केली. त्यामुळे त्याचा काहीएक उपयोग झाला नाही! ह्या नवीन वकिलाने ग्वाल्हेरीस अथवा इंदुरास जाऊन एजंट साहेबांची भेट न घेता, शिंदे सरकारच्या अमलातील इसागड नामक सुभ्यास जाऊन तेथे रामचंद्र बाजीराव सरसुभे यांच्या घरी आपले ठाणे दिले व तेथून झाशीस खोटी पत्रे लिहिण्याचे काम सुरू केले! झाशी दरबारातली नवीन मुत्सद्दी मंडळी त्या वकिलाच्या पत्रांवर विश्वास ठेवून स्वस्थ राहिली!! तात्पर्य, 'दुर्मंत्री राज्यनाशाय' म्हणून जे म्हटले आहे त्याचा झाशी दरबारात चांगला अनुभव आला.

इकडे इंग्रज सरकारच्या बाजूस जो प्रकार घडून आला तो अगदी निराळा होता. त्याचे संक्षिप्त वर्णन येथे देणे आवश्यक आहे.

सन १८५७ च्या जून महिन्यात झाशी येथे बंडवाल्यांनी जो महाभयंकर प्रळय करून सोडला, त्याचे वृत्त ऐकल्यापासून इंग्रज लोकांची अंत:करणे खवळून जाऊन त्यांना त्याबद्दल बंडखोर लोकांचा अपरिमित संताप आला होता, व तेथील बंडवाल्यांचा केव्हा सूड घेऊ असे झाले होते. झाशी येथील इंग्रज लोकांच्या भयंकर कत्तलीमध्ये राणीसाहेब प्रमुख होत्या असा सर्व इंग्रज अधिकाऱ्यांचा गैरसमज झाला होता.[१] तशात, राणीसाहेबांनी प्रांतसंरक्षणाकरिता

१. ह्या संबंधाने सर ह्यू रोज साहेबांच्या सैन्याबरोबर डाक्टर लो साहेब ह्यांनी जे लिहिले आहे ते वाचले असता त्या वेळी इंग्रज लोकांची मने कशी तप्त झाली होती हे दिसून येते. ते म्हणतात–

ठेवलेले प्रचंड सैन्य पाहून इंग्रज लोकांची, त्या आपल्या विरुद्ध आहेत अशीही कल्पना झाली होती! मध्य हिंदुस्थानातील बहुतेक सर्व ठिकाणी बंडे होऊन ब्रिटिश राज्यसत्तेचा पाया ढासळून पडतो की काय अशी भीती उत्पन्न झाल्यामुळे, हिंदुस्थानचे गर्व्हनर जनरल लॉर्ड कॅनिंग, ह्यांनी विलायत सरकारच्या संमतीने इंग्लंडातील व हिंदुस्थानातील युद्धकलाविशारद सेनापती एकत्र करून व प्रबल सैन्य जमवून सर्व बंडवाल्यांचा पराभव करण्याचा निश्चय केला. उत्तम सेनानी असल्यावाचून नुसत्या प्रचंड सेनेस कधीही यशप्राप्ती होत नाही. रोमन लोकांनी गॉल प्रांत जिंकला त्यास त्यांचा सेनापती सीझर कारण झाला; कार्थेजीनियन लोकांनी रोमच्या दरवाजापर्यंत आपली भरारी मारली ती हॅनिबाल याच्या जीवावर मारली; मॅसिडोनियन लोकांनी सिंधुनदावर जो झेंडा लावला त्यास अलेक्झांडर कारण झाला; वेसर आणि इनपर्यंत फ्रेंच लोकांनी आपला अंमल संस्थापित केला त्यास ट्युरेन कारण झाला; प्रशिया देशावर युरोपातील तीन प्रचंड राष्ट्रांनी सात वर्षेपर्यंत गहजब उडवून दिला तरी त्याचे संरक्षण करण्यास फ्रेडरिक दि ग्रेट हाच कारण झाला; त्याप्रमाणे कोणी तरी अप्रतिम सेनानी मिळाल्यावाचून हिंदुस्थानाची राजसत्ता ब्रिटिश राष्ट्राच्या हातात परत येणे जवळ जवळ अशक्य वाटू लागले होते. अशा संधीस ब्रिटिश राष्ट्राच्या सुदैवाने इंग्लंडातून जे शूर सेनापती हिंदुस्थानात आले व ज्यांनी स्वपराक्रमाने बंडवाल्याचे पारिपत्य करून आद्वितीय यश मिळविले, त्यांचे नाव मेजर जनरल सर ह्यू रोज हे होय. ह्यांनी सीरिया देशामध्ये कॉन्स्टटिनोपल येथे व सीबास्टपुलच्या घनघोर संग्रामामध्ये जे बुद्धिचातुर्य व रणशौर्य दाखविले होते, त्यावरून हिंदुस्थानातील आणीबाणीच्या प्रसंगी त्यांचीच योजना केल्यावाचून

राणीच्या नेतृत्वाखाली झाशी शहरात युरोपियनांची जी अमानुष कत्तल झाली तिने नानासाहेबाने कानपूरला जी कत्तल घडवून आणली तीही फिकी पाडली. बंडवाल्यांनी अशाच सारख्या घटना इतरत्र केल्याने सर्वत्र दुफळी, नाश आणि इंग्रजांचे अस्तित्वच नष्ट करण्याचा प्रयत्न दिसून येत होता.

आमच्या देशवासीयांची ४७ शरीरे छिन्न विछिन्न करून फेकून देण्यात आली. माणुसकीचे एकही चिन्ह शहरात दिसून येत नव्हते. तरुण स्त्री, खंबीरपणे कोणतीही तडजोड न स्वीकारिता रक्तलांच्छित वस्त्रे नेसून उभी होती. तिच्या या अमानुष कृत्याबद्दल परमेश्वराच्या दरबारात कठोर शिक्षा तिची वाट पाहात आहे.

सेंट्रल इंडिया पृ. २३५-३६

निभाव लागणार नाही असा विचार करून, ड्यूक ऑफ केंब्रिज ह्यांनी त्यांना हिंदुस्थानात पाठविले. त्याप्रमाणे ते मोठ्या उमेदीने व उद्खोर ता. १९ सप्टेंबर सन १८५७ रोजी मुंबई बंदरात दाखल झाला.

ह्याच संधीस मध्य हिंदुस्थानचे पूर्ण माहीतगार व लष्कराचे पोलिटिकल एजंट सर रॉबर्ट हॅमिल्टन हे रजा घेऊन विलायतेस गेले होते, तेही हिंदुस्थानात परत आले; व त्यांनी लॉर्ड कॅनिंग व कमांडर-इन-चीफ सर कॉलिन कॅम्बेल ह्यांच्या सल्ल्याने उत्तर हिंदुस्थान सर करण्याकरिता मोठ्या चातुर्याने सैन्याचे निरनिराळे भाग तयार केले व त्यांनी कोणत्या रस्त्याने जाऊन कशा रीतीने युद्ध करावयाचे हे ठरविले. मध्य हिंदुस्थानामध्ये झाशी हे बंडवाल्याचे मुख्य आगर असून ते सर करणे सर्वात महत्त्वाचे काम आहे असे लॉर्ड कॅनिंगप्रभृती मंडळाचे मत होते. ह्याचे कारण, झाशीचा किल्ला अत्यंत बळकट असल्यामुळे तोच बंडवाल्यांचा मुख्य आधार असून यमुना नदीवरील अजिंक्य सैन्याचे सर्व सामर्थ्य त्यावर अवलंबून आहे असा त्यांचा समज झाला होता. सर रॉबर्ट हॅमिल्टन ह्यांनी अशी योजना केली की, मुंबई व मद्रास येथून येणाऱ्या सर्व सैन्याचे स्वतंत्र भाग करून त्यापैकी पहिल्याने, महू येथे आपले मुख्य ठाणे संस्थापित करावे व त्या ठिकाणापासून तो यमुना नदीवरील काल्पी-शहरापर्यंत झाशीसह सर्व प्रांत हस्तगत करावा; व दुसऱ्याने जबलपूर हे आपले मुख्य ठाणे समजून, अलहाबाद व मिर्झापूर ह्या दोन ठिकाणच्या सैन्याचे दळणवळण बंद झाले होते ते पूर्ववत् चालू करावे, आणि बुंदेलखंडावर चालून जाऊन बांदापर्यंत प्रांत हस्तगत करावा. ह्याप्रमाणे पहिल्या भागावर सर ह्यू रोज ह्यांची नेमणूक झाली व दुसऱ्या भागावर ब्रिगेडियर जनरल व्हिटलॉक ह्यांची नेमणूक झाली.

उत्तर हिंदुस्थानामध्ये लखनौ, दिल्ली आणि कानपूर ठिकाणी सर कॉलिन कॅम्बेलप्रभृती अनेक शूर पुरुष बंडवाल्यांचे पारिपत्य करण्यात गुंतले होते व त्यांना दक्षिणेकडून सैन्याची मदत अवश्य पाहिजे होती. नर्मदा नदीच्या उत्तरेकडील बहुतेक भाग, माळवा व बुंदेलखंड हे सर्व बंडवाल्यांच्या ताब्यात गेले होते. काल्पीच्या जवळचा सर्व मुलूख ग्वाल्हेरच्या बंडवाल्या लोकांनी घेतला होता. अशा वेळी ह्या प्रांतावर सर ह्यू रोज सारखा शूर व रणांगणामध्ये पूर्ण अनुभव घेतलेल्या सेनापतीची योजना झाली म्हणूनच बरे झाले! नाहीपेक्षा बंडवाल्यांच्या हातून हा प्रांत परत मिळण्याची फारशी आशा राहिली नव्हती.

सर ह्यू रोज साहेबांनी आपल्या सैन्याच्या दोन तुकड्या करताच त्यापैकी पहिल्या तुकडीवर मुंबईच्या पलटणीवरचे ब्रिगेडियर स्टुअर्ट यांस मुख्य नेमले, व दुसरीवर १४ व्या लाईट ड्रागून्स ब्रिगेडियर स्ट्युवर्ट ह्यांची योजना केली. पहिली- मध्ये मुख्यत: मुंबईचा ३ रा रिसाला, १४ वी लाईट ड्रागून्स, हैदराबाद कॉन्टिन्जंटपैकी घोडेस्वारांच्या दोन पलटणी, ८६ व्या पलटणीचे दोन भागात बॉम्बे नेटिव्ह इन्फंट्रीची २५ वी पलटण, व तीन तोफखाने होते व दुसरीमध्ये मुंबईच्या रिसाल्याचा मुख्य भाग, हैदराबाद कॉन्टिन्जंटपैकी घोडेस्वारांची एक पलटण, ३ री बॉम्बे युरोपियन रेजिमेंट; २४ वी बॉम्बे नेटिव्ह इन्फंट्री, हैदराबाद कॉन्टिन्जंटची एक पायदळ पलटण, भोपाळ संस्थानचा तोफखाना, मद्रास सॅपर्सची एक कंपनी, इतके सैन्य होते. ह्या सैन्याची पहिली तुकडी महू येथे, दुसरी सिहोर येथे ठेवण्यात आली होती. ह्या सर्व सैन्याचे आधिपत्य सर ह्यू रोज ह्यांनी ता. १७ डिसेंबर सन १८५७ रोजी आपल्याकडे घेतले आणि त्याची एकंदर तपासणी करून महूपासून इंदूरपर्यंत स्वारी करण्याचा निश्चय केला.

ता. ६ जानेवारी रोजी सर ह्यू रोज व सर रॉबर्ट हॅमिल्टन ह्यांनी सिहोर येथील दुसऱ्या तुकडीशी मिळण्याकरिता महू येथून कुच केले. त्यास मध्यंतरी भोपाळची राजनिष्ठ बेगम शिकंदर हिने पाठविलेले ८०० शूर लोक येऊन मिळाले. त्यांस घेऊन सर ह्यू ह्यांनी बंडवाल्यांचे मुख्य ठिकाण जे सागर ते सर करण्याचा निश्चय केला व त्याकरिता मजल दरमजल कुच करीत काही सैन्य रहाटगड येथे आले. रहाटगड हे बुंदेलखंडातील प्रसिद्ध ठिकाण सागरपासून २४ मैल लांब असून किल्ला फार बळकट आहे. तो विलायती (अफगाण!) पठाण लोकांनी हस्तगत करून त्याचा कडेकोट बंदोबस्त केला होता. परंतु इंग्रज सैन्याने चार दिवसपर्यंत तेथील बंडवाल्यांशी युद्ध करून त्यांचा पराभव केला. ह्या युद्धामध्ये विरुद्ध पक्षाचा पुढारी महमद फजलखान व इतर लोक मारले गेल्यामुळे बंडवाल्याचे धैर्य खचून जाऊन त्यांनी मोठ्या शितापीने पळ काढिला.[१]

---

१. रहाटगडचा किल्ला अतिशय बळकट असून मागे सन १८१० साली तो हस्तगत करण्यास दौलतराव शिंद्यांसारख्या प्रबळ सरदारास ७ महिने युद्ध करावे लागले. तो किल्ला सर ह्यूच्या सैन्याने अवघ्या ४ दिवसांत हस्तगत केला म्हणून इंग्रज इतिहासकार स्तुती करितात. ती योग्य असेल तथापि त्यापेक्षा आश्चर्य करण्यासारखी गोष्ट ही की, सर

त्या योगाने तो किल्ला इंग्रजांच्या स्वाधीन झाला! असो, अशा रीतीने रहाटगडच्या पहिल्या युद्धात सर ह्यू रोज ह्यांस चांगले यश आले व त्यांनी आपल्या सैन्याचा मोहरा पुढे चालविला. रहाटगडापासून सुमारे १५ मैलावर बरोडिया म्हणून एक गढी आहे. तेथे झाडी मनस्वी असून सैन्याचे संरक्षण अनायासेच होण्यासारखे असल्यामुळे बाणपूरच्या बंडखोर राजाने तेथे आपल्या लोकांचा तळ दिला होता. ही बातमी सर ह्यू ह्यांस समजताच त्यांनी त्यावर हल्ला केला. तेथे बंडवाले लोकांची व इंग्रज सैन्याची चांगलीच चकमक उडाली. त्यात इंग्रजांच्या बाजूकडील कॅप्टन नेव्हिली नामक एक शूर पुरुष पतन पावला. तथापि, तेथेही अखेर बंडवाल्यांचाच पराभव होऊन इंग्रज सैन्यास यश आले.

ह्यानंतर सर ह्यू रोज ह्यांनी, ता. ३ फेब्रुवारी रोजी सागर येथे चाल करून तेथील बंडवाल्यांची वाताहत केली, व जे इंग्रज लोक किल्ल्यामध्ये आश्रय धरून राहिले होते त्यांना मुक्त केले. ज्या वेळी १४ व्या ड्रागून पलटणीचे लोक सागरच्या किल्ल्यावर गेले त्यावेळी तेथील युरोपियन लोकास परमानंद झाला. त्यांनी इंग्रज सैन्याच्या स्वागतार्थ किल्ल्यातील तोफांची सलामी दिली; आणि हत्ती-घोडे व बग्ग्या ह्यांवर आरूढ होऊन ते सर ह्यू रोज साहेबांस सामोरे आले! असो, येणेप्रमाणे अल्पवेळात सागरपर्यंत सर ह्यू साहेबांनी सर्व मुलूख काबीज करीत आणिला. सागर पासून २५ मैलांवर गडाकोटा म्हणून एक फार बळकट किल्ला आहे. तो बंगाल शिपायांच्या ५१ व ५२ बंडखोर पलटणीने बळकाविला होता; तोही त्यांनी सर केला. त्या किल्लयामध्ये सैन्याला बरीच सामग्री व दारूगोळा सापडला. त्या योगाने त्यांना स्फुरण येऊन पुढील

ह्यू साहेबांच्या प्रबळ सैन्याने त्या किल्ल्यास वेढा दिला असून बंडवाल्यांस बाहेर जाण्यास मार्ग नव्हता; तरी त्यांनी अत्यंत बिकट कड्यावरून उड्या टाकून इंग्रज सैन्यास दाद न देता पळ काढला! त्या संबंधाने तेथे प्रत्यक्ष हजर असलेले डाक्टर लो साहेब लिहितात–

सर्वात आश्चर्यकारक गोष्ट म्हणजे त्यांनी (बंडवाल्यांनी) ज्या ठिकाणाहून काढला ते ठिकाण अत्यंत बिकट अशा कड्यावरून अत्यंत आश्चर्यकारकरीत्या उड्या मारून ते पळून गेले. त्यात स्त्री-पुरुष होते. अंधाराचा त्यांना फायदा झाला. एक-दोन छिन्नविछिन्न शरीरे कठड्याखाली मात्र सापडली. पळून जाणाऱ्यांचा मार्ग किती खडतर होता याचा तो पुरावाच होता. केवळ जीवावर उदार होऊनच त्यांनी हा मार्ग पत्करला असावा.

मोहीम मोठ्या त्वरेने सिद्धीस नेण्याबद्दल आवेश आला.

सर ह्यू रोज ह्यांनी नर्मदेच्या उत्तरेकडील बराच प्रांत आपल्या ताब्यात आला असे पाहून, बुंदेलखंडावर स्वारी करण्याचा निश्चय केला. बुंदेलखंडातील मुख्य ठिकाण झाशी हे बंडवाल्यांच्या ताब्यात आहे अशी त्यांची कल्पना असल्यामुळे, ते प्रथम सर करणे फार अगत्याचे आहे असे त्यांस वाटत होते. कमांडर-इन-चीफ् सर कॉलिन कॅम्बेल ह्यांनी तर झाशी सर केल्यावाचून उत्तर हिंदुस्थानांतील बंडवाल्यांचा पराभव करण्यास चांगला जोर सापडणार नाही असा विचार करून, सर ह्यू साहेबांस झाशी घेण्याबद्दल आग्रहपूर्वक पत्रे लिहिली.[१] परंतु झाशीपर्यंत मजल मारणे फार कठीण काम होते. ह्याचे कारण सागरपासून कानपुरापर्यंत सर्व मुलूख बंडवाल्यांच्या ताब्यात असल्यामुळे इंग्रज सैन्यास सामानाचा पुरवठा होणे अशक्य झाले होते. तथापि सर ह्यू ह्यांनी मोठ्या दक्षतेने सागर येथून सामानाची होईल तितकी बेगमी करून गेतली; आणि पुढील प्रांतावर कुच केले.

सागरपासून बुंदेलखंडात जाईतोपर्यंत नारुत, मालथोन, मदनपूर आणि धमोनी इत्यादी बिकट घाट ओलांडून जावे लागते. ते सर्व घाट बंडवाल्यांनी व्यापून टाकिले होते. इंग्रज सैन्य ह्याच घाटामधून येणार अशी त्यांची कल्पना असल्यामुळे त्यांनी जागोजाग नाकेबंदी करून ठेविली होती. सर ह्यू साहेब युद्धकलेमध्ये पूर्ण निष्णात असल्यामुळे त्यांनी ही शत्रूंची कृती ध्यानात घेऊन आपल्या सैन्याचे वेगवेगळे भाग करून ते निरनिराळ्या रस्त्यांनी पुढे पाठविले आणि आपण स्वतः नारुत घाटावर चाल करण्याचा निश्चय केला. परंतु नारुत घाट अत्यंत बिकट व दुर्लंघनीय असून तेथे बाणपूरचा राजा प्रचंड सैन्य घेऊन

---

१. २४ जानेवारी सन १८५८ रोजी सर कॉलिन कॅम्बेल ह्यांनी आपल्या चिटणिसाच्या मार्फत पत्राद्वारे सर ह्यू रोज ह्यास असे कळविले होते की–

सर कॉलीन अत्यंत खूष झाले असते जर तू या मोहिमेत झाशी पूर्णपणे ताब्यात आणली असतीस तर. कारण झाशी ताब्यात असणे फार गरजेचे होते. जोपर्यंत झाशी सर होत नाही तोपर्यंत सर कॉलीनची पिछाडी अत्यंत असुरक्षितच राहणार होती. जेव्हा तो लखनौवर हल्ला करील तेव्हा त्याचे सारे लक्ष पुढच्या पेक्षा मागेच जास्त राहणार. सरसेनापती अशा चिमट्यातच सापडला होता. त्याला केवढा मोठ्या गंभीर परिणामास तोंड द्यावे लागत होते याची तुला कल्पना येईल.

क्लेड अँड स्ट्रॅंदनेर्न पृ. १०५

लढाईस तयार होता, त्यामुळे तिकडून जाणे अशक्य वाटत होते असे पाहून त्यांनी शहागडच्या राजाच्या ताब्यात असलेल्या मदनपूर घाटाने जाण्याचा विचार केला. तथापि मदनपुराकडून गेले तरी शहागडच्या राजाच्या मदतीस बाणपूरचा राजा सैन्य घेऊन येईल व जबरदस्त अडथळा करील ही त्यांना भीती होतीच, म्हणून त्यांनी क्लेव्ह साहेबाप्रमाणे एक नवीन युक्ती काढली. ती अशी की, नारुतच्या घाटाकडे थोडेसे सैन्य पाठवून देऊन, बाणपूरच्या राजास तिकडे लढाईमध्ये गुंतवावे व आपण मदनपूरच्या घाटाने पुढे जाऊन शत्रूचा मोड करावा. ह्या युक्तीप्रमाणे सर ह्यू साहेबांनी नारुतवर सैन्य पाठविण्याचा बहाणा करून एकदम मदनपुरावर चाल केली व तेथे शत्रूची अगदी दाणादाण करून सोडली. ह्या चकमकीमध्ये बंडवाल्यांनी इंग्रज सैन्याशी मोठ्या शौर्याने युद्ध केले. नेटिव्ह इन्फट्रींच्या फितूर झालेल्या ५० व्या पलटणीने इंग्रज सैन्यावर तोफांचा भडिमार चालविला व सर ह्यू रोज साहेबांसारख्या जवानमर्दासही आश्चर्यचकित[१] करून सोडिले! ह्या चकमकीमध्ये खुद्द सर ह्यू रोज साहेबांस थोडीशी गोळी लागली व त्यांचा उत्तम घोडा जायबंदी झाला!! तथापि ह्या वेळी हैदराबाद कॉन्टिन्जंट फौजेने आपल्या शौर्याची परमावधी करून शत्रूचा अगदी पराभव केला. शत्रूकडील पुष्कळ बुंदेले लोक मारले गेले. अशा रीतीने, मदनपूरच्या घाटामध्ये व आजूबाजूच्या डोंगरामध्ये टिकाव धरणाऱ्या बंडवाल्यांना मागे हटवीत हटवीत, इंग्रज सैन्य शहागड संस्थानातील सराईच्या किल्ल्याजवळ आले. सराईचा किल्ला एका लहानशा टेकडीवर असून त्याच्या पायथ्याशी शहागडच्या राजाचा एक सुंदर बाग व बंगला होता. तेथे इंग्रज सैन्याने तळ देऊन चांगली विश्रांती घेतली व दुसरे दिवशी मुरोवरा गावावर चाल करून तेथील किल्ला हस्तगत केला. सर्व बंडवाल्यांचा पूर्णपणे निकाल लागला असे पाहून, गव्हर्नर जनरलचे एजंट सर रॉबर्ट हॅमिल्टन ह्यांनी शहागड संस्थान खालसा करून ते ब्रिटिश राज्यात सामील केले व सराईच्या किल्ल्यावर तोफांची सरबत्ती देऊन तेथे ब्रिटिश राजसत्तेचे ध्वजारोपण केले. शहागडचा राजा कोठे पळून गेला, व त्याचे कित्येक सरदार लोक वगैरे जे

---

१. ह्यासंबंधाने सर कॉलिन कॅम्बेल ह्यांस लिहिताना सर ह्यू रोज त्यांनी एवढे अत्यंत गतिमान आणि आगीपेक्षा दाहक माझ्या पाहण्यात कधीच आले नाही असे उद्‌गार काढिले आहेत.

सापडले त्यांना पकडून फाशी दिले!![1] येणेप्रमाणे शहागडच्या राजाचा निकाल लावून इंग्रज सैन्य बाणपुराकडे वळले.

झाशीच्या पश्चिमेस वेत्रवती नदीजवळ बाणपूर हे एक लहानसे संस्थान होते. तेथील राजा मर्दनसिंग हा झाशी संस्थानचा मांडलिक असून, तो इंग्रज सरकारच्या विरुद्ध होऊन बिघडलेल्या काळ्या पलटणीस आश्रय देऊन राहिला होता. त्याने खुद्द आपल्या शहरावर इंग्रज सेना चालून येते असे पाहून आपल्या प्रजेस ग्रामांतर करण्याबद्दल हुकूम केला; व स्वत: आपली बायकामुले दुसऱ्या ठिकाणी नेऊन ठेवली. ता. १० मार्च रोजी इंग्रजी फौज बाणपुरावर आली. परंतु सर्व शहर ओसाड पडले असल्यामुळे ते त्यांच्या हस्तगत होण्यास फार प्रयास पडले नाहीत. सर रॉबर्ट हॅमिल्टन ह्यांनी तेथे इंग्रजी राज्याची द्वाही फिरवून तेथील प्रजेस निर्भय केले! बाणपूरच्या राजाचे वैभव बरेच असून तेथील राजवाडाही फार सुंदर होता. तो लुटून फडशा पाडण्याबद्दल इंग्रज अधिकाऱ्यांनी हुकूम दिले. त्याप्रमाणे मेजर बॉयलो ह्यांनी ता. ११ रोजी त्याचा बराच भाग जमीनदोस्त करून बाकीच्या भागाची व्यवस्था करण्याचे काम अग्निनारायणाकडे सोपविले! त्या दिवशी सर्व रात्रभर त्या राजवाड्याचा प्रकाश दूरवर प्रज्वलित होऊन राजवाड्यातील सुगंधी द्रव्यांचा परिमळ धूम्रकल्लोळाबरोबर सर्वत्र पसरला होता. असो, इंग्रजी सैन्यास भिऊन जाऊन बाणपूरचा राजा वेत्रवतीच्या बेहड्यामध्ये कोठे पळून गेला ही बातमी लौकरच

---

१. ह्या लोकांमध्ये शहागडच्या राजाच्या पदरचा एक ज्योतिषी होता. त्यास बरोबर घेऊन तो युद्ध करीत होता. त्या ज्योतिष्याने राजास जसे सांगावे त्याप्रमाणे युद्ध होत होते. तथापि त्याचे सर्व प्रश्न चुकले, आणि अखेर फिरंगी लोकांचा नाश होईल म्हणून त्याने जे सांगितले तेही अखेर खोटे ठरले! हा ज्योतिषी पुढे सर ह्यू रोज साहेबांच्या हातात सापडला त्या वेळी त्याने माझे गणित चुकले म्हणून कबूल केले! ह्या संबंधाने डा. लो ह्यांनी फक्त दोन चार ओळी लिहिल्या आहेत. ते म्हणतात–

शहापूरचा राजा परागंदा झाला होता आणि त्याचा ज्योतिषी असा आमच्या हाती आला होता. त्याने कबुलीजबाबच दिला की फिरंग्यांचा नाश कोणत्या दिवशी होईल हे भविष्य सांगण्यात आपली चूकच झाली. त्या रात्री काचेतून नक्षत्रांचा अभ्यास करून त्याने सांगितले. भविष्य दु:खकारकरीत्या चुकले आणि आपण कुडबुडे ज्योतिषी असल्याने त्याने सिद्ध केले.

अशा ज्योतिष्याच्या सल्ल्याने चाललेल्या युद्धात कितपत यश येणार ते उघडच आहे!

झाशीस जाऊन पोहोचली.

इंग्रज सैन्याने ता. १२ रोजी बाणपुराहून कुच करून तालबेहूत शहराकडे मोहरा वळविला. ह्या ठिकाणी बंडवाले लोक किल्ल्यामध्ये आश्रय धरून राहिले होते. प्रथमत: त्यांची व मेजर ऑर ह्यांची थोडीशी गोळीबाराची लढाई झाली. परंतु इंग्रज सेना प्रबळ आहे असे पाहून बंडवाल्यांनी मुकाट्याने पलायन केले! त्यामुळे हा किल्ला इंग्रजांच्या हाती आला. तो एका लहानशा टेकडीवर असून तेथे सृष्टिसौंदर्य चांगले असल्यामुळे त्यावर इंग्रज बहादुरांचा झेंडा लागताच त्यास विशेष शोभा आली! अशा रीतीने सर ह्यू ह्यास प्रत्येक ठिकाणी यश येत जाऊन बंडवाल्यांची वाताहत होत चालली. ता. १७ मार्च रोजी इंग्रज सैन्याने बेटवा नदी ओलांडून तिच्या पैलतीरी आपले डेरे दिले. ह्याच दिवशी सर ह्यू रोज ह्यांच्या पहिल्या ब्रिगेडने चंदेरीचा इतिहासप्रसिद्ध किल्ला पाडाव केला व तेथील बंडवाले झाशीस पळाले अशी आनंदप्रद वार्ता सर ह्यू रोज ह्यांच्या सैन्यात येऊन पोहोचली. ता. १७ मार्च हा इंग्रज लोकांचा "सेंट पॅट्रिक्स डे' नामक मोठा सणाचा दिवस असल्यामुळे जिकडे तिकडे विजयानंद झाला. खुद्द चंदेरी येथील इंग्रज सैन्यास, विशेषत: ८६ व्या पलटणीस विशेष स्फुरण चढून बंडवाल्यांचा पुरा सूड घेण्याबद्दल त्यांनी निश्चय केला. चंदेरीच्या लढाईमध्ये सापडलेल्या प्रत्येक मनुष्यास 'रॉयल कौंटी डौन्स' व २५ वी पलटण ह्यांनी यमसदनी पाठविले.[१]''

असो, चंदेरीहून झाशीस गेलेल्या बंडवाल्यांशी सामना करण्याकरिता चंदेरीचे विजयी सैन्य त्यांचा पाठलाग करीत चालले; व इकडून सर ह्यू रोज साहेबांनी ता. १९ रोजी बेटवा नदीवरून तळ हालवून चंचनपुरावर हल्ला

---

१. ह्या वेळी इंग्रज सैन्यातील प्रत्येक गोऱ्या शिपायास अतिशय स्फुरण येऊन त्यांनी, कानपूर व झाशी येथे झालेल्या भयंकर कत्तलीबद्दल बंडवाल्यांचा पुरा सूड घेण्याचा निश्चय केला व मोठ्या त्वेषाने आपल्या हातात सापडलेल्या बंडवाल्यांस ठार मारिले. ह्या वेळी त्यांच्या मुखातून पुढे लिहिल्याप्रमाणे उद्गार निघाले, असे डा. लो लिहितात–

निश्चितपणे ते उत्तेजित झालेले होते. त्यांचे रक्त उसळू लागले. सेंट पॅट्रीक डे या शुभ दिवशी त्यांनी एकाही खुनी बंडवाल्यास जिवंत ठेवले नाही. त्यांनी तसे का करू नये ? त्यांच्या डोळ्यांपुढे झाशी आणि कानपूर येथे बंडवाल्यांनी युरोपियनांची, त्यांच्या बायका-मुलांची जी भीषण कत्तल घडवून आणली ते दृश्य दिसत होते.

केला. चंचनपुरापासून झाशी अवघी १४ मैल राहिली असे पाहून इंग्रज सैन्यास इच्छित स्थान समीप आले व येथेच आता आपल्या पराक्रमाची कसोटी लागणार असे पाहून एकप्रकारे जास्त उत्साह व उमेद वाटू लागली. सर ह्यू रोज साहेबांनी झाशीच्या युद्धाचा सर्व कार्यक्रम अगोदर ठरवून ठेवून, ता. २० रोजी, दुसऱ्या ब्रिगेडपैकी एक तोफखाना व एक घोडेस्वारांचा रिसाला झाशीची पाहणी करून नाकेबंदी करण्याकरिता रवाना केला. सर ह्यू हे स्वत: त्यामागून जाण्याच्या बेतात होते, इतक्यात गव्हर्नर जनरल साहेबांकडून काही घोडेस्वार जरुरीचे पत्र घेऊन सर ह्यू रोज ह्यांच्या तंबूमध्ये उतरले व त्यांनी सर रॉबर्ट हॅमिल्टन व सर ह्यू रोज ह्यास अनुक्रमे गव्हर्नर जनरल व कमांडर-इन-चीफ ह्यांची जरुरीची पत्रे दिली. ही दोन्ही पत्रे वाचून ह्या उभय सेनाचालकास काहीसे आश्चर्य वाटून थोडीशी काळजी उत्पन्न झाली. ह्या दोन्ही पत्रांचा सारांश फार महत्त्वाचा असून, त्यात गव्हर्नर जनरल व कमांडर-इन-चीफ ह्यांच्या उदार अंत:करणाची व प्रामाणिकपणाची उत्तम साक्ष दिसून आली. ह्या पत्रांमध्ये त्यांनी सर ह्यू रोज ह्यास असे कळविले होते की, बुंदेलखंडातील चरखारी संस्थानचा राजा रतनसिंग हा ब्रिटिश सरकारचा अतिशय दोस्त असून त्यावर तात्या टोपे ह्याने हल्ला करून चरखारीस वेढा दिला आहे; ह्याकरिता प्रथम त्याची सुटका करून नंतर झाशीवर चाल करावी.[१] हा गव्हर्नर जनरलचा हुकूम पाहून सर ह्यू व सर रॉबर्ट हे दोघेही गोंधळात पडले. कारण, चरखारी संस्थान येथून सुमारे ८० मैल लांब होते व झाशी अवघी १४ मैल राहिली होती. तेव्हा झाशीजवळ येऊन ती काबीज न करिता पुढे जाणे कोणाही युद्धकलाविशारदास इष्ट वाटणार नाही! ह्या समयी सर रॉबर्ट हॅमिल्टन ह्यांनी सर्व जबाबदारी आपल्या शिरावर घेऊन, गव्हर्नर जनरल साहेबास असे लिहिले की, ''चरखारीची सुटका करण्याकरिता गेलो तर झाशी घेण्याचा बेत रहित करावा लागेल व त्या योगाने पुढे काल्पीसंबंधाने केलेले विचार तहकूब ठेवावे लागतील, व काल्पी घेणे हे तर सर ह्यू रोज ह्यांचे आवश्यक कर्तव्य आहे.

---

१. ह्या पत्रामध्ये गव्हर्नमेंट सेक्रेटरींनी जे शब्द लिहिले आहेत ते येथे नमूद करण्यासारखे आहेत.

ग.ज. ची अशी इच्छा आहे की झाशीचा पाडाव करण्याअगोदर (चरखारीची) मुक्तता बंडवाल्यांच्या तावडीतून प्रथम करावी. सर व्ह्यू रोजी यांनी चरखारी मुक्त करण्याची योजना तातडीने अमलात आणावी.

चरखारीच्या राजाला मदत करण्याची जरी आम्हास उत्कट इच्छा आहे तरी प्रस्तुतचे सैन्य तिकडे नेणे अगदी अशक्य आहे. सर ह्यू रोज ह्यांचे असे मत आहे की, झाशीवर सैन्य नेले म्हणजे तिकडील बंडवाले आपोआप इकडे येतील. झाशीचा किल्ला हस्तगत झाला म्हणजे येथील बंडवाल्यांचा जमाव नाहीसा होईल, व त्यांची भरती पुन: होणार नाही आणि शेवटी, जिचे नाव बंडाचा उद्भव होण्यास कारणीभूत झाले आहे त्या राणीचे सर्व सामर्थ्य व वजन त्या योगाने नाहीसे होईल.''[१] ह्याचप्रमाणे सर ह्यू रोज ह्यांनीही ता. १९ मार्च रोजी गव्हर्नर जनरल साहेबांस वरील आशयाचे पत्र लिहिले. त्यास पुढे लॉर्ड कॅनिंग साहेबांची संमती मिळाली. अशा रीतीने मध्यंतरी आलेला अडथळा दूर करून सर ह्यू रोज साहेबांचे सैन्य ता. २० मार्च रोजी सकाळी सात वाजता झाशीस येऊन पोहोचले व सर ह्यू साहेब स्वत: काही लोक बरोबर घेऊन झाशीच्या रचनेची लक्षपूर्वक पहाणी करून पुढील व्यवस्थेस लागले.

इंग्रज सैन्य झाशीवर चालून आले आहे ही बातमी झाशीच्या दरबारात समजताच लक्ष्मणराव दिवाणप्रभृती मुत्सद्दी मंडळींमध्ये एकच गोंधळ उडून गेला. झाशीच्या दरबारामध्ये कोणी चतुर मुत्सद्दी राहिला नसल्यामुळे ज्याला जसे वाटेल तसे तो करू लागला. नाना भोपटकर वगैरे जुन्या मंडळीने ग्वाल्हेरीस पैगाम पाठवून तेथील वकिलांची सल्ला मसलत विचारली व त्यांच्या म्हणण्याप्रमाणे इंग्रज सैन्यास कोणत्याही प्रकारे अडथळा न करिता इंग्रज

---

१. सर राबर्ट हॅमिल्टन ह्यांनी लॉर्ड पामर्स्टन ह्यांस ता. २० मार्च सन १८६२ रोजी जो रिपोर्ट सादर केला त्यात त्यांनी असे लिहिले आहे की–

सर ह्यू रोजी यास कमांडर चीफची आज्ञा अव्यवहार्य वाटू लागली. ग.ज. यांनी मला कोणताच पर्याय ठेविला नव्हता. आमच्या पासून झाशी केवळ चौदा मैलावर होती तर चरखारी ऐंशी मैलांवर होते. आपण वेढलेली झाशी तसेच सोडून चरखारीवर हल्ला करणे ही लष्करीदृष्ट्या फार मोठी चूक ठरली असती. माझ्या गुप्त बातमीवरून बंडवाल्यांनी चरखारी जिंकण्याच्या अगोदर तेथपर्यंत आम्हाला पोहोचणे केवळ अशक्य आहे. त्या राजाला मदत करण्यास आम्ही फार उत्सुक आहोत तथापि त्याने किल्ल्याबाहेरील कोट गमावल्याची माझ्याकडे गुप्त बातमी आली आहे. म्हणून मी माझ्या जबाबदारीवर झाशीवर आक्रमण करीत आहे. म्हणजे मग चरखारीभोवतीचे बंडवाले वेढा सोडतील. मी ग.ज. लाही तसे कळवले आहे.

ह्यावरून योग्य प्रसंगी इंग्रज लोक किती जबाबदारी घेण्यास तयार होते हे चांगले व्यक्त होते.

सैन्याच्या प्रमुख अधिकाऱ्यास भेटून त्यांचा झालेला गैरसमज दूर करावा व पूर्वीप्रमाणे सलोखा ठेवावा असा पोक्त विचार सुचविला. पण तो कोणास पसंत पडला नाही! नथेखांचे पारिपत्य करण्याकरता व झाशीप्रांताचा बंदोबस्त करण्याकरिता जे नवीन लोक सैन्यात ठेवले होते ते संस्थानचे जुने नोकर असून, त्यांना झाशी खालसा करते वेळी इंग्रज सरकारने कमी केले होते. त्यामुळे त्यांच्या मनात इंग्रज सरकारविषयी द्वेषबुद्धी जागृत होतीच.[१] त्यांना इंग्रज सैन्य झाशीजवळ आल्याची बातमी कळताच एक प्रकारे त्वेष उत्पन्न झाला व त्यांनी इंग्रज सैन्याबरोबर लढाई करण्याचा निश्चय केला.

राणीसाहेब किल्ल्यामध्ये राहात असल्यामुळे व त्यांच्याजवळ ह्या चतुर प्रधानमंडळावाचून दुसऱ्या कोणास जाण्याची परवानगी नसल्यामुळे, त्यांना इंग्रजांच्या बाजूची खरी हकिकत काहीच कळत नसे, व इंग्रजांच्या कंपूमध्येही राणीसाहेबांची खरी हकिकत कळत नसे. सर रॉबर्ट हॅमिल्टन हे पुष्कळ दिवस मध्यहिंदुस्थानातील संस्थानांचे पोलिटिकल एजंट असल्यामुळे त्यांचा व झाशी संस्थानिकांचा चांगला परिचय होता. त्यास देखील राणीसाहेबांची खरी हकिकत अखेरपर्यंत समजली नाही. कोणी म्हणतात, इंग्रज सैन्यातून राणीसाहेबांस असे पत्र आले की, "आपण स्वत:, लक्ष्मणराव दिवाणजी, लालाभाऊ बक्षी, मोरोपंत तांबे वगैरे आठ मंडळींसह नि:शस्त्र येऊन आम्हास भेटावे." परंतु ही गोष्ट स्वाभिमानी राणीसाहेब पसंत झाली नाही म्हणून युद्धास प्रारंभ झाला.

---

१. नेटिव्ह संस्थाने खालसा केल्यामुळे तेथील सैन्याची मने बिघडली ही गोष्ट सन १८५७ च्या बंडांत विशेषेकरून दृष्टीस पडली. अयोध्या प्रांतामध्ये तोच प्रकार झाला व झाशी संस्थानच्या सैन्याची तीच स्थिती झाली. संस्थान खालसा करून कायम ठेवलेल्या सैन्याची ही स्थिती. मग ज्या संस्थानातील सैन्यास कायमची रजा दिली होती, त्यांची मने किती बिघडतील हे सांगावयास नकोच! अयोध्या संस्थान खालसा केले त्या संबंधाने बंड होण्यापूर्वीच सर हेन्री लॉरेन्स ह्यांनी आपले मत लिहून ठेविले होते. त्यात त्यांनी एकंदर सैन्यसंबंधाने म्हटले आहे.

सैनिकांना संस्थाने खालसा करण्याचे धोरण मान्यच नव्हते. बंडाला बरीच कारणे होती त्यापैकी हे सर्वात महत्त्वाचे होते. कारण प्रत्येक नवा प्रवेश ब्रिटिश साम्राज्याला जोडला जात असल्याने त्याच्या नोकरीच्या कक्षा वाढत होत्या आणि त्याच वेळेला आपला एक परकीय शत्रू कमी होत होता. निमूच येथील एका वृद्ध सैनिकास जेव्हा विचारले की तुला खालसाती धोरण आवडले का त्यावेळी तो ताबडतोब उत्तरला-नाही. कारण मी जेव्हा माझ्या घरी परतेन तेव्हा मला मोठा मनुष्य व्हायचे आहे.

कोणी म्हणतात, राणीसाहेब व त्यांचे सरदार बंडवाल्यांस सामील आहेत असा इंग्रजांचा समज होऊन त्यांनी त्यास कैद करण्याचा निश्चय केला. ही बातमी राणीसाहेबांस समजताच, कवी मोरोपंत ह्यांनी म्हटल्याप्रमाणे–

आर्यार्ध

मरण रुचे वीराला, न रुचे क्षणमात्र अपयशे मळणे।।

ह्या क्षत्रियधर्माप्रमाणे त्यांनी, दीन होऊन शरण न जाता, आपली समशेर हातात घेतली; आणि आजपर्यंत दाखविलेल्या राजनिष्ठेचे चीज बरोबर होत नाही असे पाहून मोठ्या दुःखित व संतप्त अंतःकरणाने तीव्र सूड घेण्याचा निश्चय केला! कोणी म्हणतात, इंग्रजांचे सैन्य झाशीजवळ आल्याची खबर जेव्हा झाशीमध्ये आली, तेव्हा लोकांचा असा तर्क झाला की, हे सर्व नथेखांचे सैन्य असून तो आपल्या सैन्याच्या तोंडास रंग देऊन व त्यांना निराळे पोषाख देऊन पुनः झाशी घेण्याकरिता आला आहे. ह्या समजुतीने झाशीदरबारातून याजबरोबर युद्ध करण्याचा हुकूम सुटला! कोणी म्हणतात, झाशी येथे छबिन्यास आलेले इंग्रजी स्वारांवर किल्ल्यातील लोकांनी गोळ्या झाडल्या, त्यामुळे युद्धास प्रारंभ झाला व इंग्रजी सैन्य ऐकेना असे पाहून राणीसाहेबांस 'विनाशकाले विपरीत बुद्धिः' होऊन त्यांनी लढण्याचा हुकूम दिला. त्या वेळी ठाकूर लोकांनी, इंग्रजांपुढे आपले काही चालणार नाही, करिता त्यांच्याशी स्पर्धा करणे इष्ट करणे नाही असे सांगितले, व बाणपूरच्या राजानेही मालथोनच्या लढाईत आपणास यश आले नाही असे विदित केले, पण त्याचा काही उपयोग झाला नाही! कोणी म्हणतात, राणीसाहेबांनी सलोखा करण्याकरिता इंग्रजांकडे काही सरदार पाठविले, पण त्यांचा काही उपयोग न होता त्यांना फाशी देण्यात आले. त्यामुळे परस्परांविषयी सर्व शुद्ध नाहीत असे दिसून येऊन युद्धास सुरुवात झाली. गेल्या ह्या संबंधाने त्या वेळी जो प्रकार झाला त्याची खरी कारणे ज्ञात नाहीत, व ती समजण्याचा मार्ग राहिला नाही. तथापि, झाशी बंडवाल्यांचे आगर आहे व तेथील राणी आपल्याविरुद्ध आहे असा इंग्रज अधिकाऱ्यांचा गैरसमज होऊन त्यांनी झाशीवर चाल केली, व झाशी दरबारातल्या मुत्सद्यांच्या राजकारणशून्यत्वामुळे आणि तेथील सैन्याच्या अंतःस्थ द्वेषभावामुळे सर्वप्रकारे घोटाळा व गैरसमज होऊन राणीसाहेबांस कृपाळू इंग्रज सरकारबरोबर लढाई करण्याचा प्रसंग आला ही अत्यंत खेदाची गोष्ट आहे!

खरोखर, तसा प्रसंग न येता राणीसाहेबांची ब्रिटिश सरकारविषयीची राजनिष्ठा व प्रेमभाव ही व्यक्त झाली असती तर त्यांचा ब्रिटिश राष्ट्राकडून केवढा सन्मान झाला असता बरे?[१] पण होणारा पुढे उपाय नाही!! एका संस्कृत कवीने म्हटलेच आहे–

'लिखितमपि ललाटे प्रोज्झितुं कः समर्थः।'

◆◆

---

१. डाक्टर लो हा इंग्रज गृहस्थ असून, जरी राणीसाहेब पहिल्यापासून बंडवाल्यास सामील आहेत असा त्याचा समज झाला होता, तरी त्याने राणीसाहेब इंग्रज सैन्याशी टिकाव धरण्यास उद्युक्त झाल्या असे पाहून म्हटले आहे.

तिच्या (राणीच्या) प्रतिकारामुळे आम्ही कुणीही जराही घाबरून गेलो नाही असे तिच्या लक्षात येईल. अत्यंत निर्दोष, असाहाय्य लोकांच्या (झाशी-कानपूर) हत्येच्या रक्ताचे डाग जर तिच्या अंगावर उडालेले नसते तर तिची इंग्रज निष्ठा आणि प्रेम या प्रसंगाशिवाय व्यक्त झाले असते तर तिला इंग्रज सरकाराकडून केव्हढी तरी मानमान्यता प्राप्त होऊ शकली असती.

सेंट्रल इंडिया, पृ. २३

प्रकरण १० वे

झाशीचा वेढा व तात्या टोप्यांशी युद्ध

झाशीचा किल्ला फार जुनाट व बळकट असून तो शहराचे पश्चिमेस एका लहानशा टेकडीवर बांधलेला आहे. त्याचे मूळचे स्वरूप पहाडी असून त्यावर चुनेगच्ची मजबूत व अजस्र काम केले असल्यामुळे तो फार भव्य झाला आहे. किल्ल्याच्या सभोवती जो प्रचंड तट आहे, त्याची रुंदी १६ पासून २० फूटपर्यंत असल्यामुळे त्यावरून पाहिजे तिकडे तोफा सहज नेता येतात. ह्या तटास जागजागी तोफांचा मारा करण्याकरिता केलेली अनेक द्वारे असून, मोठमोठे बुरूज आहेत. ह्या बुरुजांमध्ये गरगंज म्हणून एक चतुष्कोणी बुरूज असे. तो चाळीस हात लांब व तितकाच रुंद असून सवाशे हात उंच होता. त्याच्या चारी कोनांवर चार तोफा असून मध्यभागी झाशीचे सुभेदार रामचंद्रराव ह्यांस ब्रिटिश सरकारकडून मिळालेले 'युनियन जॅक' निशाण फडकत असे. किल्ल्यामध्ये जागजागी प्रचंड तोफा ठेवल्या होत्या. त्यांत भवानीशंकर, कडकबिजली, घनगर्ज, हवालदार इत्यादी तोफा नामांकित असून त्या अमित शत्रूंचा संहार करण्यास अगदी तत्पर असत. नथेखांचे युद्धापासून ह्या तोफांची व्यवस्था महाराणी लक्ष्मीबाईसाहेब ह्यांनी चांगल्या रीतीने ठेविली होती. किल्ल्यातील जागा अत्यंत विस्तीर्ण असून त्यांत जागोजागी 'चौपडे' (पाण्याचे हौद) केले होते. मुख्य सरकारी वाडा तेथेच होता. कामदार लोकांची घरे त्या वाड्याच्या आसपास होती. राजवाड्यामध्ये मोठमोठी तळघरे असून त्यात शेदोनशे मनुष्ये राहतील अशी व्यवस्था केली होती. किल्ल्यामध्ये शत्रूंचा प्रवेश होऊ नये, एतदर्श त्या सभोवती एक मोठा खंदक बांधिला होता. तात्पर्य, किल्ल्यामध्ये सर्व प्रकारची व्यवस्था उत्तम असल्यामुळे तो लढाईच्या कामी फार उपयुक्त झाला होता.

किल्ल्याचे नैर्ऋत्य कोनापासून दक्षिण बाजूने पूर्वेकडे व वायव्य कोनापासून उत्तर बाजूने पश्चिमेकडे शहरचा कोट गेला होता. तोही उंच व रुंद असून चांगला मजबूत होता. किल्ल्याच्या तटाप्रमाणे त्यासही जागजागी भव्य बुरूज असून त्यांवर तोफा ठेविल्या होत्या. ह्या कोटास अंबारीचे हत्ती जाण्यासारखे पाच प्रचंड दरवाजे होते. किल्ल्याचे पूर्वेस कोटाच्या आतील बाजूस, एक विस्तीर्ण मैदान असून, त्यापलीकडे शहरास प्रारंभ झाला होता. शहराचा घेर ४।। मैल असून त्यास ह्या भक्कम कोटाच्या योगाने चांगली शोभा आली होती. कोटाच्या पूर्वेस, बाहेरील बाजूने, सुंदर तलाव व चिंचेची झाडे पुष्कळ होती. त्याच्याच दक्षिणेस, सन १८५७ च्या जून महिन्यामध्ये बंडखोर लोकांनी मारलेल्या युरोपियन लोकांचे बंगले असून तेथेच इंग्रजी सैन्याची छावणी होती.

इंग्रज सैन्य झाशीवर हल्ला करण्याकरिता शहराजवळ येऊन उतरले आहे अशी खबर झाशीत येऊन पोहोचली. त्या वेळी राणीसाहेबांचे कारभारी व इतर मंत्रीमंडळी यांच्या अदूरदर्शित्वामुळे किंवा अन्य काही कारणामुळे, राणीसाहेबांस इंग्रज सैन्याचा उद्दिष्ट हेतू समजला नाही, व इंग्रज सैन्याचे अधिकारी सर ह्यू रोज व सर रॉबर्ट हॅमिल्टन ह्यांनाही राणीसाहेबांची एकंदर राजनिष्ठा व अभीष्टचिंतनाची इच्छा मुळीच व्यक्त झाली नाही. त्यामुळे परस्पर पक्षांचा गैरसमज होऊन लढाईचा निश्चय ठरला. राणीसाहेबांनी झाशी प्रांताच्या संरक्षणार्थ जे सैन्य ठेविले होते ते बहुतेक अराजनिष्ठ असून इंग्रज सरकाराविषयी त्याच्या मनात द्वेषभाव वसत होता. त्यास चंदेरीहून पळून आलेल्या बंडखोर लोकांनी चांगले उत्तेजन दिल्यामुळे विशेष स्फुरण चढून, ते युद्ध करण्यास प्रवृत्त झाले. तशात त्यास राणीसाहेबांचे आनुकूल्य मिळताच मोठी उमेद आली व त्यांनी मोठ्या त्वरेने लढाईची तयारी चालविली.

राणीसाहेब स्वत: अबला होत्या, तरी त्यांच्या ठिकाणी अद्वितीय धैर्य, अप्रतिम स्वाभिमान आणि अलौकिक दृढनिश्चय इत्यादी गुण पूर्णपणे वसत होते. नथेखांच्या युद्धप्रसंगी बिलकुल न डगमगता त्यांनी हे गुण चांगले प्रदर्शित करून सर्वांस विस्मयानंदाने थक्क करून सोडिले होते. त्यांना आपल्या इतिहासप्रसिद्ध घराण्याचा फार अभिमान असून, स्वत:स 'शिवरावभाऊंची सून' असे म्हणवून घेण्यात फार भूषण वाटत असे. त्यांचा स्वभाव अत्यंत तेजस्वी व मानी असल्यामुळे त्यांना आपला अपमान झालेला बिलकूल सहन होत नसे. इंग्रज सरकाराशी नेकीने वागूनही अखेर ते आपल्यावर उलटले

आहेत, एवढेच नव्हे, पण ते झाशीवर हल्ला करून आपणास खचित कैद करणार अशी जेव्हा त्यांची खात्री झाली, (अर्थात ती गैरसमजुतीने व इंग्रजद्वेष्ट्या मंत्रिमंडळाच्या अविचारी सल्ल्याने झाली असावी हे उघड आहे.) तेव्हा त्यांनी 'क्षणविध्वंसिनी काया का चिंता मरणे रणे' असा विचार करून आपल्या क्षत्रियकुलास दूषित न करण्याचा प्रयत्न करावा हे अगदी साहजिकच आहे! असो. इंग्रज सैन्याबरोबर लढाई करावयाची असा राणीसाहेबांचा निश्चय झाल्यानंतर, त्यांनी आपल्या सैन्याची एकंदर व्यवस्था करण्यास प्रारंभ केला. त्यांच्या सैन्यामध्ये कित्येक विलायती अफगाण व बुंदेले लोक फार शूर होते, तरी एकंदर सैन्य चांगले कवाईत शिकलेले नसून अव्यवस्था फार होती. तथापि त्यांनी सर्व सैन्याचे आधिपत्य स्वत: स्वीकारून अल्पकाळामध्ये लढाईची तयारी केली. किल्ल्याच्या तटावर स्वत: देखरेख करून त्याची चांगली दुरुस्ती केली व सर्व बुरुजांवर मोरचे बांधून तोफा रोखून ठेविल्या आणि त्यांवर हुशार गोलंदाजांची योजना केली[१]. शहराच्या तटावर जंग्याजंग्यांतून कडामिनी देऊन शिपाई लोक उभे केले. झाशी संस्थानचे नेकजात, विश्वासू व दक्ष असे ठाकूर व बुंदेले सरदार एकत्र करून त्यांच्याकडे आपल्या सैन्याचे काही भाग वाटून दिले आणि अल्पावकाशात झाशी शहराचा व किल्ल्याचा मोठ्या चातुर्याने उत्तम बंदोबस्त केला.[२]

इकडे इंग्रज सेनाधिपती सर ह्यू रोज ह्यांनी ता. २१ मार्च रोजी

---

१. सर ह्यू रोज साहेबांनी असे म्हटले आहे की, किल्ल्याचा बंदोबस्त करून युद्धाची तयारी करण्याचे काम बायका करीत होत्या! ते म्हणतात-

तटाच्या आत बायका युद्ध व्यवस्था करताना, दारूगोळा वाहून नेताना दिसत असत. तटा- बुरुजांची दुरुस्ती, रक्षण राणी स्वत:च्या देखरेखीखाली करीत होती. या साऱ्यावरून एक गोष्ट स्पष्ट होत होती झाशी निर्णायक संग्राम करण्याच्या जिद्दीने उभी होती.

२. डाक्टर लो ह्यांनी ह्या संबंधाने पुढील उद्‌गार काढिले आहेत.

आम्ही आल्यावर लगेचच पाहिले की झाशी किल्ल्याच्या दक्षिण दरवाजाच्या थोडे पूर्वेकडील भिंतीपाशी काही स्त्रिया तोफा उभ्या करण्यात व्यग्र होत्या. त्या अगदी मधमाश्यांच्यापेक्षा वेगाने कामे करत होत्या. देशी माणसे इतक्या झपाट्याने कामे करताना मी यापूर्वी कधीच पाहिले नव्हते. लवकरच अत्यंत मोक्याच्या जागा हेरून त्यांनी तोफा उभ्या करण्याचे काम संपवले सुद्धा.

हे उद्‌गार राणीसाहेबांच्या चातुर्याबद्दल प्रशंसनादाखल होते असे कोण म्हणणार नाही?

सायंकाळपर्यंत झाशीच्या किल्ल्याची व शहराची सूक्ष्मदृष्टीने एकंदर पाहणी केली व माऱ्याच्या जागा शोधून काढून तेथे तोफा व फौज ठेवण्याचा बेत केला. झाशीचा किल्ला व शहर अगदी बळकट असून बाहेरून त्यास मदत करण्यास पुष्कळ मार्ग होते. ते सर्व नाहीसे करून शहराच्या सर्व दरवाजांची नाकेबंदी करण्याकरिता, त्यांनी घोडेस्वारांचे व तोफखान्याचे निरनिराळे सात भाग केले व ते प्रत्येक दिशेला पाठवून दिले; आणि मुख्य मुख्य ठिकाणी निवडक तोफा व पायदळ पलटणी ठेवल्या. ह्याच वेळी चंदेरीहून ब्रिगेडियर स्टुअर्ट ह्यांच्या हाताखालचे सर्व सैन्य झाशीस येऊन पोहोचले, त्यामुळे इंग्रज सैन्यास चांगली कुमक मिळाली, व त्या योगाने वेढ्याची पूर्ण सिद्धता झाली. सैन्याचे भाग जागजागी ठेवून त्यांच्या संरक्षणार्थ सभोवती खंदक खणून ठेविले आणि शत्रूकडील युद्धाची बातमी सैन्यातील प्रत्येक ठिकाणच्या अधिकाऱ्यास कळावी ह्याकरिता तारायंत्राची योजना केली. एका उंच टेकडीवर एक खांब उभारून तेथून दुर्बिणीच्या साहाय्याने झाशीच्या किल्ल्यातील सर्व देखावा दृष्टीस पडेल अशी 'वेधशाळे'प्रमाणे एक जागा तयार करून तेथे तारऑफिस ठेवले. ता. २३ रोजी उघड रीतीने युद्धास प्रारंभ झाला. झाशीजवळची सर्व मैदाने व टेकड्या इंग्रज सैन्याने व्यापून टाकिल्या होत्या. त्यांतील लोक किल्ल्यावर हल्ला करण्याचा प्रयत्न करू लागले. परंतु विरुद्ध पक्षाकडे तोफांचा बंदोबस्त विशेष असल्यामुळे त्यांचा प्रयत्न निष्फळ झाला. झाशीतील गोलंदाजांनी इंग्रजी फौज व घोडेस्वार पुढे येताच त्यांच्यावर तोफांचा भडिमार सुरू केला. त्यामुळे कोणाच्यानेही टिकाव धरवेना! त्याच दिवशी रात्रीचा समय पाहून, ३ऱ्या युरोपियन पलटणीने आपला मोहरा पुढे चालवला. सर्व रात्रभर शहरामधून रणवाद्यांचे ध्वनी ऐकू येत असून, किल्ल्यामधून वारंवार मशालींचा प्रकाश दृष्टीस पडत होता; व पहारेवाल्यांकडून वेळोवेळी बंदुकीचे आवाजही निघत असत. ह्यावरून सर्व रात्र झाशीचे सैन्य युद्धाच्या तयारीत होते असे दिसत होते. इंग्रज सैन्यानेही झाशीच्या तटापासून ३०० यार्डांवर काही तोफा रोखून ठेवल्या व एका देवळातही काही तोफांचा मोरचा बांधिला! पहाटेच्या समयी किल्ल्यांतील हुशार व दक्ष गोलंदाजांनी आपल्या तोफांस बत्ती दिली, व शहराच्या तटावरील दोनतीन मोरच्यांतून गोळे सुटू लागले. प्रथम ते गोळे इंग्रज सैन्याच्या डोक्यावरून जात व मागाहून ते देवळावर येऊन पडत असत. प्रथमतः त्यांचा विशेष त्रास झाला नाही. पण किल्ल्यातील 'घनगर्ज' तोफ सुरू

होताच इंग्रज सैन्याची अगदी दाणादाण उडून गेली. ह्या तोफेचा असा चमत्कार होता की, तिच्या धुराचा लोट अगोदर मुळीच दिसत नसे. त्यामुळे दुसऱ्या पक्षास सावध होण्यास अगदी वेळ सापडत नसे. तिच्यातून प्रचंड गोळा सुटून तो सूं करीत सैन्यावर येऊन एकदम पडत असे. ह्या तोफेस इंग्रज सैन्याने 'व्हिसलिंग डिक' (Whistling Dick) असे नाव दिले होते. असो.

ता. २४ रोजी, इंग्रज सैन्याने चार मोरचे तयार करून, उजव्या बाजूने किल्ल्यावर मारा करण्याची तयारी केली व ता. २५ रोजी प्रात:काळी तोफांना बत्ती दिली. त्याबरोबर कित्येक तोफांतून किल्ल्यामध्ये व शहरामध्ये कुलुपी गोळ्यांचा एकसारखा वर्षाव होऊ लागला. त्याप्रमाणेच २४ व १८ पौंडर्स तोफा शहराच्या तटावर चालू झाल्या. त्यामुळे झाशीच्या तोफखान्याचे कित्येक गोलंदाज लोक ठार मारले जाऊन तेथील तोफा बंद पडल्या आणि तटाच्या भिंतीचा भंग झाला. दोन-तीन दिवसपर्यंत शहरावर मोरचा बांधण्यासाठी इंग्रज सैन्याने पुष्कळ झटपट केली, परंतु त्यांचे काहीएक चालले नाही. अखेर तिसरे दिवशी, किल्ल्यास व शहरास कोणत्या ठिकाणाहून मोरचा लागू होतो ह्याची माहिती आतील फितुराच्या योगाने म्हणा, अथवा बाहेरील कोणी माहीतगार इंग्रजास मिळाल्यामुळे म्हणा, इंग्रज सैन्यास मिळाली; व मग पश्चिम बाजूने इंग्रजांच्या 'गरनाळी' तोफा चालू झाल्या. शहरावर चार तोफांमधून प्रचंड गोळे विद्युल्लतेप्रमाणे प्रकाशमान होऊन धाडधाड येऊन पडू लागले. त्यामुळे शहरामध्ये एकच आकांत सुरू झाला. हा भयंकर गोळा रस्त्यात किंवा घरावर पडला म्हणजे तो एकदम फुटून पांचपंचवीस माणसे जखमी करी व दहापाच मृत्युमुखात लोटून देई. ह्या गोळ्याने पुष्कळ घरे छिन्नभिन्न झाली व काही कोसळून जाऊन मानवी जीविताचा व वित्ताचा फार नाश झाला! शहराचे व्यापार अगदी बंद झाले. मनुष्यास रस्त्याने फिरण्याची देखील धास्ती वाटू लागली. ह्या कृतांतदूतांनी आपले भयंकर स्वरूप शहरामध्ये व किल्ल्यामध्ये लौकरच व्यक्त केले, आणि चोहीकडे एकच हाहा:कार उडवून दिला. शहरातील अनेक घरांस आग लागून त्यांच्या प्रखर ज्वाळा आकाशमंडळामध्ये भडकू लागल्या. हा अनर्थप्रकोप अवलोकन करितांच राणीसाहेबांस फार दु:ख झाले व ही निराशेची पहिली पायरी लागली असे वाटू लागले. तथापि त्यांनी बिलकुल न डगमगता ठिकठिकाणी जास्त लोक ठेवून चांगला बंदोबस्त केला. अग्निनारायणाच्या प्रतापाने झाशीतील प्रजाजन अगदी दीन होऊन गेले होते. त्यांच्याबद्दल राणीसाहेबांस करुणा

येऊन त्यांनी सर्व अनाथ लोकांस अन्नदान देण्याची तजवीज केली. दक्षिणी ब्राह्मणांकरिता गणपतीचे देवालयात अन्नछत्र सुरू केले, व इतर लोकांकरिता सदावर्ते चालू करून, अगदी निराश्रित लोकांस चणेफुटाणे वाटण्याचीही तजवीज केली!

राणीसाहेबांकडून सैन्यातील लोकांस वारंवार उत्तेजन मिळत होते, त्यामुळे त्यांनी, इंग्रज सैन्यातून कुलुपी गोळ्यांचा असह्य वर्षाव होत होता तरी बंदुकीचा एकसारखा भडिमार चालविला. इंग्रजी फौजेनेही आपली शिकस्त करून किल्ल्याजवळ लगट केली. ह्या चकमकीमध्ये उभय पक्षांकडील पुष्कळ लोक जखमी झाले व बरेच धारातीर्थी पतन पावले! चौथे दिवशी म्हणजे ता. २५ मार्च रोजी, किल्ल्याच्या दक्षिण बाजूस सर ह्यू रोज साहेबांच्या, चंदेरीच्या लढाईत विजयी झालेल्या पहिल्या ब्रिगेडच्या सैन्याने फार जोराने हल्ला केला. ह्या ब्रिगेडमध्ये कॅप्टन फेन्विक यांच्या हाताखालील रॉयल इंजिनियर्सची एक तुकडी, बॉम्बे सॅपर्सची एक पलटण, घोड्यावरचा लढाऊ रिसाला व बैलांवरचा तोफखाना इत्यादी भरपूर सैन्य होते, त्यामुळे झाशीतील सैन्य तेव्हाच जेरीस येईल अशी सर ह्यू रोज ह्यास प्रबल आशा वाटू लागली.

ते दिवस अतिशय उष्णतेचे असल्यामुळे इंग्रज सैन्यास शत्रूच्या गोळ्यांपेक्षा उन्हाचा ताप मनस्वी होऊ लागला. तशा उष्णतेत त्यांनी बिलकुल न डगमगता मोठ्या उमेदीने लढाईचे काम चालविले. ता. २६ रोजी सकाळी २६ व्या मद्रास सॅपर्स पलटणीने रॉयल इंजिनियर्सच्या मदतीस जाऊन, त्यांनी दक्षिणेकडील बाजूने जो हल्ला चालविला होता त्यास जोर येण्याकरिता, एका उंच टेकडीवर नवीन मोरचा बांधिला. ही जागा किल्ल्यामध्ये जो नवीन तीन तोफांचा मोरचा तयार केला होता, तेथून ४०० यार्ड लांब असून तेथे शत्रूकडील तोफांचा एकसारखा भडिमार होत होता. ह्या टेकडीच्या खाली एक रस्ता असून, त्याच्या पलीकडे उंच मैदान होतें. त्यावर किल्ल्यातील तोफांचा एकसारखा मारा चालला असताना ती जागा इंग्रज सैन्याने मोठ्या शौर्याने सर केली. रॉयल आर्टिलरीचे अधिकारी कॅप्टन ओमॅनी ह्यांनी दहा इंचाच्या जंजाळा सुरू केल्या, आणि हैदराबाद आर्टिलरीने लहान लहान तोफा आणून शत्रूवर त्यांचा वर्षाव चालवला. ही माऱ्याची जागा संरक्षण करण्यास ८६ वी रॉयल कौन्टी डौन्स, २५ वी बॉम्बे नेटिव्ह इन्फंट्री आणि ५ वी हैदराबाद कॉन्टिन्जंट इन्फन्ट्री ह्यांनी फार चांगले साहाय्य केले.

"दोनप्रहरी किल्ल्याच्या दक्षिण बुरुजावरची तोफ इंग्रज सैन्याने बंद केली व त्यावर एक देखील मनुष्य ठरेनासे झाले, हे पाहून किल्ल्यातील लोक अगदी हवालदील झाले. तेव्हा पश्चिमेकडील बुरुजांवरच्या गोलंदाजाने मोरच्यातून तोफ काढून व दुर्बिणीने उत्तम संधान रोखून दक्षिणेकडे मोरचा तयार केला; व तोफेस बत्ती देऊन तिसऱ्या आवाजासरसा इंग्रज सैन्यातील उत्तम गोलंदाज ठार केला व दक्षिणेची तोफ चालू करून इंग्रजांकडील तोफ बंद केली[१]. ह्या वेळी बाईसाहेबांनी संतुष्ट होऊन त्या गोलंदाजास चांदीचा तोडा बक्षीस दिला. ह्या शूर गोलंदाजाचे नाव गुलाम गोषखान असे होते. ह्यानेच नथेखांच्या युद्धाचे वेळी आपला पराक्रम चांगला व्यक्त केला होता!" असो.

ता. ३१ पर्यंत हे घनघोर युद्ध एकसारखे चालले व त्यामध्ये दोन्ही पक्षांकडच्या लोकांनी आपली शिकस्त करून सोडली. इंग्रज सैन्याचे अधिपती वेगळे वेगळे असून आपल्या कामामध्ये विशेष दक्ष असल्यामुळे व सर्व सैन्य युद्धकलेमध्ये निष्णात असल्यामुळे त्यांच्या पक्षाकडे बिलकुल अव्यवस्था न होता, त्यांनी लढाईचे काम फार चांगल्या रीतीने चालवून आपले शौर्य व्यक्त केले. राणी लक्ष्मीबाईसाहेब ह्या स्वत: जरी शूर व धीरोदार होत्या, तरी त्यांच्या सैन्याची व्यवस्था दुसऱ्या पक्षाप्रमाणे चांगली नव्हती. बुंदेले व ठाकूर सरदार, विलायती (अफगाण) लोक आणि इतर इंग्रज सैन्यातील बंडखोर लोक ह्यांचा बराच भरणा राणीसाहेबांच्या सैन्यामध्ये झाला होता व त्यापैकी कित्येक लोकांच्या अंगी रणशौर्यही उत्तम प्रकारचे वसत होते, तरी त्यांच्यामध्ये राणीसाहेबांवाचून धुरीणत्व स्वीकारून सर्व सैन्यावर सारखी नजर ठेवणारे इतर सेनाधिकारी फार थोडे असल्यामुळे, सैन्याचा बंदोबस्त योग्य प्रकारे होत नसे. त्यामुळे अर्थातच युक्तीवाचून राणीसाहेबांच्या सैन्याची सर्व शक्ती व्यर्थ

---

१. ही हकिकत उज्जनप्रतीमध्ये दिली आहे. ह्याबद्दल डाक्टर लो ह्यांनी इतकेच लिहिले आहे-

पांढऱ्या बुरुजावरून होणाऱ्या तोफांच्या माऱ्याने आम्हाला सर्वात जास्त त्रास होत होता. आमच्या तुलनेने शत्रू अत्यंत मोकाच्या ठिकाणी आणि सुरक्षित होता. + + +

किल्ल्यावरून आलेल्या एक तोफेच्या गोळ्याने आमच्याकडील एक सुभेदार (गोलंदाजांचा प्रमुख) ठार पडला. तसेच एक हवालदार एच. सी. तोफखान्यातील ठार झाला.

सेंट्रल इंडिया. पृ. २४१

जावी ह्यात काही आश्चर्य नाही. तथापि, त्यांनी इंग्रज सरकारच्या प्रबळ सैन्याशी बरेच दिवस टक्कर देऊन युद्धकलाविशारद युरोपियन सेनानायकांकडून आपल्या अद्वितीय शौर्याबद्दल आश्चर्योद्‌गार काढवावेत ही गोष्ट त्यास भूषणास्पद नाही असे कोण म्हणेल? असो. युद्धकलापारंगत व महाशौर्यशाली इंग्रज सेनेशी झाशीच्या सैन्याने ता. ३१ मार्चपर्यंत टिकाव धरून जे युद्ध केले, त्याचे वर्णन[१] डॉक्टर लो ह्यांनी नि:पक्षपातपणाने केले आहे. त्यांच्या वर्णनास हुबेहूब जुळणारी राणीसाहेबांच्या पक्षाकडील माहिती तेथे प्रत्यक्ष हजर असलेल्या एका गृहस्थाने लिहिली आहे. तीही तेथे सादर करणे आवश्यक आहे.

"रात्रीचे प्रहरी शहरावर व किल्ल्यावर गोळे पडत. त्यांचा फार भयंकर देखावा दृष्टीस पडे. पास-साठ शेर वजनाचा जरी गोळा असला तरी 'गरनाळी' तोफेतून उडाल्यावर तो चेंडूसारखा लहान व खदिरांगारासारखा लाल दिसे. दिवसास सूर्याच्या तेजामुळे गोळे साफ दिसत नसत, परंतु रात्रीच्या काळोखात

---

१. डाक्टर लो ह्यांनी ह्याच प्रसंगाचे वर्णन पुढे लिहिल्याप्रमाणे केले आहे.

२८ मार्च या दिवशी किल्ल्यातील दोन्ही बाजूच्या मोर्च्यातून तोफांचा भडिमार होत राहिला. तोफा बंदुकींचा अचूक मारा करून शत्रूने आमचे खूपच नुकसान केले. तटावरील छिद्रांतून गोळ्याचा सतत मारा होत होता. काही वेळ मारा थांबून पुन्हा आश्चर्यकारक रीतीने हल्ले सुरू होत. अशा प्रकारे धुमश्चक्री चालू असता धुराचा आगीचा लोट किल्ल्याच्या मध्यातून पूर्वेकडे उठला. त्याच्या मागोमाग तोफांचा मारा डावीकडून सातत्याने होऊ लागला. गेल्या २४ तासांत दर दहा मिनिटांनी तोफा, बंदुकांचा सभोवताली मारा होत राहिला. वेगवेगळ्या इमारतीतून आगीचे लोट येऊ लागले. आमच्या तोफेच्या प्रत्येक गोळ्यांबरोबर आमच्या सैनिकांच्या आनंदाच्या आरोळ्या उठत होत्या. काही वेळेस आनंदाला एवढी भरती येत असे. काही वेळेस तोफदाऱ्यावरील गोलंदाज आपले काम सूर्याच्या प्रखर उन्हातही चालूच ठेवत. जणू काही हिवाळ्यातील थंडीतच ते वावरत आहेत. २९ तारखेस डाव्या बाजूच्या आमच्या मोर्च्याने किल्ल्याचा तट पार ढासळविला आणि शत्रूच्या तोफा पार निकामी करून टाकिल्या. त्याचवेळी किल्ल्याच्या भिंतीस मोठे भगदाडही पडले. आमचे लोक उत्साहाने तिकडे धावले. त्यावेळी शत्रूचे लोक मात्र पश्चिम बाजूचा तोफा बदुकांनी मोर्चा लढवण्यात मग्न होते. दुपारपासून शत्रूकडून प्रतिकार थंडावला. पण दुपारी साडेतीननंतर रात्रीपर्यंत शत्रूने तोफांचा भडिमार जोमात चालू ठेवला. वेगवेगळ्या वजनाच्या तोफगोळ्यांचा वर्षाव आमच्या डोक्यावरून सतत होत राहिला. बंदुकीतून गारांप्रमाणे गोळ्यांचा सडाच पडत होता.

दुपारपासून सूर्यास्तापर्यंतचा वेळ आमच्या दृष्टीने खूपच परीक्षेचा ठरला. आमचे

ते लालभडक गोळे चेंडूसारखे इकडून तिकडे उडताना दिसत. मनुष्यास असे वाटावे की, हा गोळा आता मजवर येऊन पडेल. परंतु तो गोळा सात-आठशे कदम पुढे जाऊन पडत असे. याप्रमाणे रात्रंदिवस युद्ध होऊन शहर अगदी त्रस्त झाले. पाचवे-सहावे दिवशी याप्रमाणेच युद्ध झाले. प्रहर दीडप्रहरापर्यंत बाईसाहेबांचा जय होऊन इंग्रजांचा फार नाश होत असे व त्यांच्या तोफाही काही वेळ बंद पडत. नंतर काही वेळाने इंग्रजांचा जय व्हावा, व पलटणी लोक हवालदील होऊन बाईसाहेबांच्या तोफा बंद पडाव्या. सातवे दिवशी सूर्यास्तापासून पश्चिमबाजूची तोफ बंद झाली. तेथे मनुष्य ठरेना. विरुद्ध पक्षाच्या तोफेने मोरचाही पाडून टाकिला. नंतर रात्री हुशार गवंडी लोक आणवून युक्तीने घोंगडी पांघरून त्यास हळूहळू बुरुजावर चढविले; व विटा वगैरे सामान, खालपासून मनुष्यांची माळ लावून, त्यास जमिनीवर निजवून त्यांकडून पोचविले; नंतर गवंड्यांनी निजून निजून मोरचा बांधला. याप्रमाणे इंग्रजास कळू न देता मोरचा बांधल्यावर तोफ चालू केली. तेव्हा इंग्रजांकडील लोक गाफिल होते. त्यांचे फार नुकसान होऊन त्यांच्या दोन तोफा प्रहरपर्यंत बंद पडल्या.''

"उजाडते आठवे दिवशी इंग्रज फौजेने शंकर¹ किल्ल्यावर मारा सुरू केला. इंग्रज सरकारापाशी किल्ले व दुर्ग यांच्या वेढ्यांत उपकारी पडणाऱ्या अतिमौल्यवान दुर्बिणी होत्या. त्या इतक्या चांगल्या असत की, त्यातून अतिदूरचा देखावा अगदी जवळ व स्पष्ट दिसत असे व कोणते मनुष्य कोठे काय करीत

अनेक साथीदार खूपच दमून गेले होते. किल्ल्यातून होणाऱ्या अविरत भडिमाराने आम्ही जागीच खिळून राहिलो होतो. मोर्च्याजवळच आम्ही पाहात होतो की शत्रूचे बरेच लोक जमावानीशी झाडावर बसून आमच्या तोफगोळ्यांची आतशबाजी मजेत पाहात होते. काही गोळे तर त्यांच्या दरम्यानही पडत होते. ३० आणि ३१ मार्च रोजी ही तोफगोळ्यांचा मारा उभयपक्षी अविरत चालूच होता. शत्रूंनी आमच्यावर तुफान अग्निवर्षाव केला. तथापि त्यांचा किल्ला आम्ही खूपच उद्ध्वस्त केला तरी त्यांच्या प्रतिकाराची तीव्रता कमी झाली नाही. उलटपक्षी त्यांचे धैर्य, हिंमत वाढतच होती.

ह्या वर्णनाचे एतद्देशीय गृहस्थाने दिलेल्या माहितीशी किती सादृश आहे हे सुज्ञ वाचकांच्या तेव्हाच लक्षात येईल.

१. शंकर किल्ला ह्या नावाचा झाशी येणे निराळा किल्ला नाही. तेथील किल्ल्याच्या एका भागास नारोशंकराचा खलका म्हणून म्हणतात. त्या भागास उद्देशून शंकर किल्ला असे येथे म्हटले असावे असे दिसते!

आहे हे समजत असे. अशा दुर्बिणी लावून, इंग्रज सैन्याने किल्ल्यात पाण्याची जी जागा होती तिजवर तोफांचा भडिमार चालू केला. त्यामुळे प्रथम सहा-सात असामी कावडी घेऊन पाण्यास गेले होते, त्यांपैकी चार असामींस देहान्त प्रायश्चित्त मिळून बाकीचे कावडी टाकून पळून गेले. याप्रमाणे प्रहरभर पाणी न मिळाल्यामुळे स्नानादी कर्मे अडून राहिली[१]. तेव्हा पश्चिम व दक्षिण बुरुजावरच्या गोलंदाजांनी, त्या तोफा शंकर किल्ल्यावर चालू होत्या त्याजवर एकदम भडिमार करून त्या बंद पाडल्या मग हौदावर पाणी भरण्याची मोकळीक होऊन स्नानादी व भोजनाची व्यवस्था लागली. नंतर जेवण होऊन काही वेळ गेला नाही तो एकदम मोठा आवाज होऊन जिकडे तिकडे धूर व धूळ उसळली. त्यामुळे दशदिशा धुंद होऊन कोणास काही दिसेनासे झाले. सर्वांच्या पोटात धस्स होऊन काय झाले याची फार धास्ती पडली. मग दोन घटकांनी धूर नाहीसा होऊन चौकशी केली, तो वाड्याच्या समोरच्या मैदानात दारूच्या कारखान्यांत तीस पुरुष व आठ बायका मरण पावल्या असे समजले, व चाळीस-पंचेचाळीस माणसे भाजून जखमी झालेली दृष्टीस पडली. चिंचेच्या मैदानात दारूचा कारखाना सुरू होता. दोन मण दारू झाली म्हणजे बुरुजाखाली तळघरात नेऊन ठेवावी असा क्रम चालला होता. त्या कारखान्यात गोळा पडताच तेथे दारू होती ती पेटली व तसेच दारूचे बारीक कण सर्व धुळीमध्ये पसरले होते ते पेटून त्यांजबरोबर धूळ उधळली. आठव्या दिवशी फार कहर उडाला. युद्ध फार तुंबळ झाले. वीर मोठमोठ्याने आरोळ्या देत होते. बंदुका, कडामिनीचे व तोफांचे आवाज अगणित होत होते. शिंगे, कर्णे, बिगुल जिकडे तिकडे वाजत होती. धुळीने, धुराने व नानाप्रकारच्या ध्वनींनी सर्व दिशा भरून गेल्या होत्या. इंग्रज फौजेने फार शिकस्त केली. रात्री आकाशातून लाल

---

२. ह्या गोष्टीचा उल्लेख डा. लो ह्यांनी आपल्या वर्णनात केला नाही, तथापि 'गीलियन' ह्यांनी आपल्या पुस्तकात केला आहे. तो येणेप्रमाणे -

जुन्या अनुभवी वृद्ध सैनिकांस ठाऊक होते की दिवस उजडता देशी सैन्यावर हल्ला करण्याची फारच सोयीस्कर वेळ असते. कारण ही वेळ त्यांची स्नाने, पूजा अर्चा, अन्हीकाची असते. म्हणून सूर्य उगवल्यानंतर तासाभराने युरोपियन रेजिमेंटमधील निवडक सैनिकांनी गुपचूप खंदकाकडे चालून घेतले. त्यांच्या मागे गरज पडली तर असाव्यात म्हणून शिड्या वाहून नेणारे मजूर होते. तथापि त्याची गरज पडली नाही.

दी रेने

गोळ्यांची वृष्टी शहरावर एकसारखी चालली होती. शहरात हजारो माणसे मरण पावली; बाकीची जीवाच्या आशेने, आपआपल्या घरी अडचणीच्या जागी दडून राहिली. तटावरचे गोलंदाज व शिपाई पुष्कळ मेले; व त्यांचे जाग्यावर दुसरे उभे केले. बाईसाहेबांस फार मेहनत पडत होती. चोहीकडे नजर ठेवून जी जी उणीव पडेल ती पुरविण्याचा त्या स्वत: हुकूम करीत होत्या. तेणेकरून सैन्यातील लोकांस विशेष स्फुरण चढून ते प्रबल इंग्रज सैन्याशी एकसारखे लढत होते. इंग्रज सैन्यानेही आपला पराक्रम चांगला व्यक्त केला. तथापि किल्ल्यातील लोकांच्या अद्वितीय दृढनिश्चयामुळे ता. ३१ पर्यंत[१], त्यांचा संपूर्ण दारूगोळा संपून गेला तरी किल्ल्यामध्ये प्रवेश झाला नाही.

इंग्रज सैन्याचे व झाशीच्या सैन्याचे मोठ्या निकराचे युद्ध चालले असता मध्यंतरी एक महत्त्वाची गोष्ट घडून आली. महाराणी लक्ष्मीबाईसाहेब ह्यांस मदत करण्याकरता श्रीमंत नानासाहेब पेशव्यांचे सेनापती तात्या टोपे हे काल्पीहून वीस हजार सैन्य घेऊन मजल दरमजल कुच करीत झाशीजवळ येऊन पोहोचले.[२]

---

१. ह्याच रात्री राणीसाहेबांस एक चमत्कारिक स्वप्न पडले. ते असे- ''कोणी सुवासिनी, मध्यम वयाची, गौरवर्णाची, नाक सरळ, कपाळ मोठे, डोळे काळे भव्य कपाळ, अति रूपवान अशी, अंगावर सर्व मोत्यांचे दागिने घालून, मोठ्या काठाचे तांबडे लुगडे नेसून, अंगात पांढरी रेशीमकाठी चोळी घालून, पदर बांधून, ओचांची कास मारून किल्ल्याचे बुरुजावर उभी आहे व मोठ्या कठोर मुद्रेने तोफेचे लाल गोळे झेलीत आहे. गोळे झेलता झेलता काळे ठिक्कर पडलेले आपले हात बाईसाहेबास दाखवून म्हणत आहे की, मीच म्हणून हे गोळे झेलीत आहे!''

उज्जनप्रत.

२. तात्या टोपे हे बलाढ्य सैन्य घेऊन झाशीस आले. ते आपण होऊन झाशीतील बंडवाल्यास साहाय्य करण्याकरिता आले असे इंदूरप्रतीमध्ये म्हटले आहे. परंतु उज्जनप्रतीमध्ये निराळी माहिती दिली आहे. ज्या वेळी दुर्दैवाने राणीसाहेबांनी इंग्रजांच्या विरुद्ध होऊन त्यांशी लढाई देण्याचा विचार केला, त्या वेळीच त्यांनी आपणास साहाय्य करण्याकरिता सैन्य पाठवण्याबद्दल काल्पीस श्रीमंत रावसाहेब पेशवे ह्यांच्याकडे पाच स्वार पाठविले होते. एवढेच नव्हे, पण त्यांच्याकडून लौकर सैन्य आले नाही म्हणून लालाभाऊ ढेंकरे व भय्या उपासने यांनी शंभर ब्राह्मण गणपतीच्या देवळात अनुष्ठानास बसवले होते असे लिहिले आहे. खुद्द तात्या टोपे ह्याची ता. १० एप्रिल १८५९ मध्ये क्यांप मुशेरी येथे मेजर आर. जे. मीड यांच्या पुढे जी जबानी झाली तीत त्यांना असे लिहून दिले आहे-

इंग्रज सेनापती सर ह्यू रोज ह्यांनी, शत्रूची दूरांतरावरची हालचाल लौकर समजली जावी म्हणून, झाशी जवळच्या एका उंच टेकडीवर टेलिग्राफ ऑफीस ठेविले होते म्हणून मागे सांगितले आहे; तेथील अधिकाऱ्यास उत्तरेच्या बाजूने प्रचंड सैन्य येत आहे असे दृष्टीस पडताच, त्याने भयसूचनार्थ निशाण उभारिले. त्यावरून इंग्रज सेनापतीस शत्रूच्या आगमनाची बातमी ताबडतोब समजून गहन विचार उत्पन्न झाला. ह्याचे कारण, इंग्रज सैन्य विरुद्धपक्षाच्या मानाने फार थोडे असून ते झाशीस वेढा दिल्यामुळे जागजागी नाकेबंदी करून राहिले होते. ते हालवावे तर किल्ल्यातील लोकांस मोकळीक सापडून ते आपला तेव्हाच संहार करून टाकतील अशी फार भीती होती. तिकडे बेटवा नदीवरील सपाट मैदानामध्ये तात्या टोप्याचे महाबलाढ्य सैन्य मोठ्या आवेशाने येऊन उतरले होते. त्यामध्ये ग्वाल्हेर येथील रणशूर कॉंटिन्जंट फौज असून तिने कानपूर मुक्कामी जनरल विंढाम ह्यांच्या तुकडीचा पराभव केला होता. त्यामुळे ती विजयानंदाने स्फुरण पावून 'पेशव्यांच्या सैन्यापुढे इंग्रज सैन्याची काय बिशाद आहे?' अशा भ्रांतीमध्ये गुंग होऊन गेली होती. ह्या फौजेमध्ये चरखारी संस्थानावर हल्ला करून येथील राजाकडून तीन लक्ष रुपये खंडणी व २४ तोफा हस्तगत करून आलेले तात्या टोप्याच्या हाताखालचे खासे सैन्य बरेच होते; पण ते देखील अल्पयशाने फुगून गेले होते. असो. एकीकडे अशाप्रकारचे विजयोत्साहाने स्फुरण पावून मी मी करीत येणारे पेशव्यांचे बलाढ्य सैन्य, व एकीकडे शत्रूस कधीही हार न जाण्याचा निश्चय करून झाशीच्या किल्ल्यात हिय्या धरून बसलेले राणीसाहेबांचे प्रबल सैन्य, ह्या दोहोच्या तडाख्यात आपला बचाव करून विजय संपादणे हे फार कठीण काम होते. ह्या वेळी सर ह्यू रोज साहेबांच्या युद्धकलाकौशल्याची व बुद्धिचातुर्याची पूर्णपणे कसोटी लागण्याचा प्रसंग होता. परंतु त्यातूनही त्यांनी मोठ्या शिताफीने दोन्ही सैन्यांस टक्कर देऊन विजयश्रीस वश केले ही फार महत्त्वाची गोष्ट आहे.

सर ह्यू रोज ह्यांनी तात्या टोप्याच्या आगमनाचे वृत्त समजताच, बिलकुल

मला (तात्या टोपे) झाशीच्या राणीपासून एक संदेश मिळाला होता की ती लवकरच युरोपियनांविरुद्ध युद्ध पुकारणार आहे आणि तिने मजपाशी मदतीची याचना केली होती. मी ही बातमी कल्पीला रावसाहेबास कळवली. रावसाहेबांनी मला ताबडतोब झाशीच्या राणीच्या मदतीस जाण्यास परवानगी दिली.

गडबड न करिता, मोठ्या शांतपणाने, ता. ३१ रोजी रात्री, पहिल्या ब्रिगेडच्या सैन्यातील काही शूर लोक गुप्तपणे काल्पीच्या रस्त्यावर पाठविले. नंतर काही हत्ती आणवून २४ पौंडर्सच्या दोन तोफा वोरछा रस्त्यावर नेऊन ठेविल्या; व तिकडून शहरात जाण्याचा शत्रूचा मार्ग अगदी बंद करून टाकिला. त्याचप्रमाणे सर्व इंग्रज सैन्यासभोवती छबिन्याची योजना करून एकंदर सैन्याची अगदी जय्यत तयारी केली. तिकडे झाशीच्या सैन्यास आपला कमीपणा किंवा कमजोर दिसून येऊ नये म्हणून सर्व रात्रभर त्यांच्यावर मोठ्या जोराने तोफेचा भडिमार चालविला होताच. इंग्रज सैन्यांची संख्या १२००[१] होती, तरी त्यांची हिंमत व मर्दुमकी ह्याबद्दल सर ह्यू रोज ह्यांची पूर्ण खात्री झाली होती. त्याच प्रमाणे त्या सैन्यास आपल्या सेनापतीच्या युद्धकलानैपुण्यादी गुणांबद्दल पूर्ण माहिती असल्यामुळे त्यांनाही समरांगणावर प्राणत्याग करू किंवा ब्रिटिश राष्ट्रास चिरकाल भूषणप्रद होणारा अद्वितीय विजय संपादन करू असा आवेश चढला होता.

तात्या टोपे हा देखील मोठा बाणेदार व शूर पुरुष होता. त्याचे वर्णन विलायतेतील 'डेली न्यूज' पत्रामध्ये बंडाचे वेळी प्रसिद्ध झाले आहे. ते येणेप्रमाणे[२]:- "तात्या महाराष्ट्र जातीचा ब्राह्मण आहे. तो चांगल्या कुळातला नाही. त्याने लुटारूपणाची लक्षणे दाखविली; एवढ्या हुशारीखेरीज त्यास विद्या म्हणावी तर काही नाही. त्यास लिहिता वाचता येत नाही; परंतु शिपाईगिरीचे काम करून तो अंगी मर्दुमकी वागवितो. यामुळे त्याच्या अनुयायांची त्याजवर चांगली निष्ठा आहे. त्याची शरीरकाठी बळकट असून तो धट्टाकट्टा व धमकवान आहे आणि तो दुसऱ्याचे मनात उत्कंठा व जोम, आपल्या सदाचरणापेक्षा आपल्या आंगजोराने फार आणितो. इंग्रज लोकांच्या संग्रामाविद्येतील कुशलतेविषयी त्यास चांगली माहिती आहे. तो समरांगणी लढाई देण्यास न येता इंग्रज लोकांनी त्याचा पाठलाग करून थकवावे हे त्याला गोड वाटते. तो आपले भर उमेदीत असून त्याचे वय सुमारे ४० वर्षांचे आहे. तो मोठा धाडसी, हिय्येदार,

---

१. ह्या संख्येबद्दल बराच संशय आहे. कारण, ह्या वेळी इंग्रज सरकारास निजाम सरकारकडून व इतर संस्थानिकांकडून पुष्कळ मदत मिळाली होती. तेव्हा ह्या सर्व सैन्यांची संख्या १२०० पेक्षा पुष्कळपटीने जास्त असली पाहिजे.

२. हे वर्णन 'डेली न्यूज' पत्राच्या आधाराने ता. ४।२।१८५९ च्या 'शुभसूचक' वर्तमानपत्रात प्रसिद्ध झाले होते. ते शुभसूचकावरून आम्ही येथे दिले आहे.

उलट्या काळजाचा व रणवीर असा आहे. त्याची आकृती शौर्ययुक्त व तेजदार असून चेहरा चांगला आहे. डोळे चपल व उग्र, भोंवया काळ्या व कमानदार, कपाळ उंच व सरळ, नाक गरुडासारखे व तोंड लहान, ओठ चिवळ, दात पांढरे शुभ्र, मिशा काळ्या व देहवर्ण घनसावळा असा आहे[१]. त्याचा पोषाख साधा असतो. तो डौलापेक्षा शरीररक्षण चांगले होईल अशी वस्त्रे धारण करितो. तो सदोदित पोकळ झगा अंगात घालून खांद्यावर नेहमी एक काश्मिरी शाल घेतो. त्याचे बरोबर बारमाहा सुमारे २५/३० लोकांचा पाहरा असतो. याच थाटाने तो लढाईमध्ये आपली सुटका करून घेतो. हा सदोदित वाजीरूढ होत असून एखादे वेळेस जखमी अगर श्रमी झाला म्हणजे पालखीचा आश्रय करितो. त्याने 'नानासाहेबांचा प्रतिनिधी' असा आपणास किताब घेतला आहे.'' ह्या वर्णनावरून तात्याच्या शौर्याची कल्पना बरीच करिता येईल. ब्रह्मावर्त येथे श्रीमंत बाजीरावसाहेबांजवळ शागिर्दी करण्यात ज्याचे बालपण गेले, त्याने पुढे समशेर लटकावून प्रबळ इंग्रज सैन्याशी युद्ध करण्यास तत्पर व्हावे ही केवढी आश्चर्याची गोष्ट समजली पाहिजे.

श्रीमंत नानासाहेब पेशवे ह्यांस इंग्रज सरकारांनी बाजी[२] रावसाहेबांचे

---

१. ह्याच्या शरीराचे वर्णन दुसरे एके ठिकाणी असे केले आहे -

तात्या टोपे अंदाजे ५० वर्षांचा असावा. त्याची उंची साडेपाच फूट असून तो शरीरयष्टीने चांगला मजबूत होता. त्याचे डोके मोठे आणि चेहऱ्यावर बुद्धिमत्तेचे तेज होते. गोलाकार भुवयांमध्ये काळेभोर डोळे आहेत. त्याच्या डोक्यावर विपुल दाट काळे केस होते. त्याचे कल्ले, दाढी, मिशाही त्याच रंगाच्या होत्या. त्याची नजर, चेहरा गंभीर आणि त्वरित निर्णय घेण्यास उत्सुक, आणि कृतनिश्चयी दिसत असे.

मार्टिनचा - ब्रिटिश इंडिया पृ. ४६४

२. बाजीरावसाहेब पेशवे ह्यांनी माल्कम साहेबांजवळ राज्याची सोडचिठ्ठी दिली त्या वेळी असे कलम ठरले होते की -

बाजीरावाने खुषीने हा करार मान्य करावा. कंपनी सरकार आवश्यक ते पेनशन उदारपणे देईल. त्यात त्याने आपला खाजगी खर्च करावा. भारताचा ग.ज. पेनशनची रक्कम निश्चित करील पण ब्रिगेडियर जनरल माल्कमने ती जबाबदारी घेतली आणि दर साल पेन्शन आठ लक्षापेक्षा जास्त असू नये असे ठरवले.

ह्याप्रमाणे बाजीरावसाहेबांस ८ लक्ष रुपये पेनशन सुरू झाले व ते ब्रह्मावर्त क्षेत्री हरि हरि करीत स्वस्थ बसले. त्यांचे राज्य वगैरे सर्वस्व इंग्रजांनी घेतले तरी पुढे त्यांनी अफगाणिस्थानातील लढाईच्या प्रसंगी इंग्रज सरकारास ६ लक्ष रुपयांची मदत केली.

पेन्शन पुढे चालू केले नाही. त्यामुळे त्यांना वाईट वाटून त्यांनी सन १८५७ च्या कानपूरच्या बंडामध्ये इंग्रजांच्या विरुद्ध होऊन, आपल्या निराश व त्रस्त झालेल्या जात्या निरुपद्रवी स्वभावाचे रुद्र स्वरूप व्यक्त केले; तेव्हापासून उत्तर हिंदुस्थानातील सर्व ठिकाणच्या बंडवाल्यास त्यांच्या अनुकूलतेचा चांगला फायदा मिळाला व काही दिवसपर्यंत ब्रिटिश राज्यसत्तेस चांगलाच धक्का बसला! नानासाहेब पेशवे इंग्रज सरकारच्या विरुद्ध झाल्यापासून त्यांच्या पक्षाची सरशी करण्याचे कामी त्यांच्या स्वामिनिष्ठ सेवक तात्या टोपे ह्याने

पंजाबांतील शीख लोकांच्या लढाईच्या वेळीही १००० स्वार व १००० लष्कर इंग्रज सरकारास देण्याचे कबूल केले. अशाप्रकारे अडचणीच्या वेळी मदत केली असताना देखील त्यांच्या हेतूप्रमाणे त्यांच्या चिरंजीवास इंग्रज सरकारांनी पेनशन सुरू केले नाही! बाजीराव साहेब मृत्यू पावले त्या वेळी तात्यांजवळ १६ लक्ष रुपयांची शिल्लक-तीही सरकारी खजिन्यांत होती- व लाखों रुपयांचे जवाहीर, ३ लक्ष रुपयांच्या मोहरा, ८० हजारांचे सोने आणि लाखों रुपयांची रुप्याची भांडी वगैरे जिनगी होती. तीच जिनगी फार मोठी असे. असे कानपूरचे कलेक्टर मि. मोर्लंड ह्यांस वाटून, त्यांनी पेनशन चालू न केले तरी त्यांच्या कुटुंबाचा त्या जिनगीवर जन्मोजन्म उदरनिर्वाह चालेल असा तर्क लढवून सरकारचा ८ लक्ष रुपयांचा फायदा केला! श्रीमंत नानासाहेबांनी त्याबद्दल कलकत्त्यास विनंती अर्ज केला होता. त्यावर लॉर्ड डलहौसी साहेबांनी विचार करून ठराव केला की-

...गेली ३३ वर्षे बाजीरावास दर साल ८० हजार पौंड रक्कम दर साल पेनशन म्हणून मिळत आहे. त्या खेरीज त्याची जहागीर देखील चालूच आहे. सगळी मिळून त्याला दर साल अडीच दशलक्ष पौंड रक्कम मिळत असते. तेव्हा पैसा पुरत नाही ही त्याची तक्रार व्यर्थच आहे कारण त्याला स्वत:चे अपत्यही नाही. मृत्युपत्राद्वारे त्याने २८ लक्ष रुपयाची संपदा आपल्या कुटुंबीयांसाठी ठेवलेली आहे. तेव्हा पेनशनवाढीचा त्याचा प्रस्ताव योग्य ठरत नाही. त्याच्या दानधर्माबाबत सरकारने कोणताही आक्षेप घेतलेला नाही. याचे कारण त्याला नेमून दिलेला तनखा पुरेसा होता. आणि जरी तो तनखा पुरेसा नसेल तर त्याच्या खाजगी शिलकेतून खर्च करू शकतो. सरकारच्या असे लक्षात आलेले आहे की आमच्या कल्पनेपेक्षा प्रचंड संपत्ती त्याने आपल्या मागे जमा करून ठेवली आहे.

भारत सरकारास सेक्रेटरीचे एन. डब्ल्यू. पी. गव्हर्नरला दि. २४ सप्टेंबर १८५१चे पत्र.

ह्या ठरावावर नानासाहेबांनी विलायतेतील कोर्ट ऑफ डायरेक्टर्सपर्यंत प्रयत्न केला. पण तो निष्फळ झाला!! त्यामुळे त्यास निराशा उत्पन्न होऊन त्यांनी कानपूरच्या बंडाचे

खरोखर फार परिश्रम केले. तात्याच्याच पराक्रमामुळे बंडवाल्यांचा पक्ष प्रबळ होऊन, तो इंग्रज सैन्यास काही दिवसपर्यंत अजिंक्य भासू लागला असे म्हटले तरी चालेल. ता. १३ ऑक्टोबर सन १८५७ रोजी, अलिजाबहादूर शिंदे सरकारची कॉंटिन्जंट फौज केवळ तात्याच्याच खटपटीने पेशव्यास मिळाली व त्याच्याच युद्धकौशल्याने जनरल विंढाम साहेबांच्या हाताखालच्या तुकडीचा कानपुराजवळच्या चकमकीमध्ये पराभव झाला. असो. अशा प्रकारचा हा शूर सेनापती, काल्पीहून[१] प्रचंड सैन्य घेऊन झाशीच्या सैन्याच्या मदतीस येऊन ठेपला आहे हे पाहून किल्ल्यांतील लोकांस अत्यानंद वाटावा व दुसऱ्या

वेळी इंग्रज लोकांचा फार सूड घेतला. ही फार खेदाची गोष्ट आहे! ह्या संबंधाने आता विचार करण्याची वेळ राहिली नाही! दुर्दैवाने व्हावयाचे ते होऊन गेले!! त्याबद्दल एक ग्रंथकार म्हणतो-

...आता त्या, साऱ्याची चर्चा करण्यास काहीच अर्थ नाही. दृष्कृत्ये कानपूरच्या भिंतींवर सांडलेल्या रक्ताने धुवून गेली आहेत. इंग्लिश मेमसाहेब, त्यांच्या कामवाल्या बायकांच्या करुण किंकाळ्या, गडबड गोंधळ मृत्यूपेक्षा अधिक दु:खदायक होते. सशस्त्र बंडवाल्यांच्या टोळक्यांनी नदीवर आणि रेसिडेंन्सीच्या कंपाऊंडच्या भिंतीवर मुडदे पाडण्यात आले. अत्यंत क्रूरपणे मारल्या गेलेल्या इंग्रज स्त्रियांच्या केसागणिक किंमत बंडवाल्यांना मोजावी लागेल. या दु:खद घटनेची स्मृती प्रत्येक इंग्रजाच्या मनात कायमची राहील. त्याला इंग्रजी छावणीत 'कानपूर डिनर' असे म्हटले जाई. ह्या सर्व गोष्टींमुळे नानासाहेब पेशव्याच्या अधिकाराचा पुनर्विचार होते अशक्यच होते. हिंदू कायद्यानुसार तो दत्तक पुत्र होता हे खरे, पण त्या अधिकारात त्याने कानपूर शहर आणि पेनशनची मागणी केली होती. पैकी पहिली मागणी काही काळापुरती लांबणीवर टाकण्यास आली आणि दुसरी मात्र संपूर्णत: फेटाळूनच लावण्यात आली. नानासाहेबाच्या मनात लॉर्ड डलहौसीच्या या निर्णयाने किती असंतोष निर्माण झाला होता याची साक्ष १८५७ मधील कानपूरच देईल.

डलहौसीचे भारतातील प्रशासन, पृ. १२८

१. तात्याचे शौर्य अवलोकन करून इंग्रज लोकांस तो इटली देशांतील सुप्रसिद्ध देशभक्त गॅरिबाल्डी याच्याप्रमाणे 'हिंदू गॅरिबाल्डी' होतो की काय असे वाटू लागले होते. एका ग्रंथकाराने असे म्हटले आहे-

त्याचा विलक्षण पराक्रम, शौर्य आणि देदीप्यमान विजय पाहून तो लौकरच हिंदू गॅरिबाल्डी म्हणून ओळखला जाऊ लागेल. खरोखरीच तो जेव्हा कैद झाला त्यावेळी तो साऱ्या युरोपचे आकर्षण ठरला होता. मध्य भारतात त्याने काही महिने आपल्या धाडसी हल्ल्यांनी आपल्या फौजेस चांगलेच सतावले. अर्थातच ह्या ब्राह्मण बंडखोराची कृत्ये आणि ध्येय या बाबतीत मला इटालियन थोर देशभक्त गॅरिबाल्डीशी तुलना करावयाची

पक्षाच्या लोकांस तो कर्दनकाळासारखा भयंकर वाटावा हे साहजिकच आहे. किल्ल्यातील लोकांनी तात्या टोप्यांचे सैन्य दृष्टीस पडताच त्यांच्या स्वागतार्थ तोफांची सलामी दिली व आनंदभराने जयघोष करण्याकरिता रणवाद्ये सुरू केली. आकाशमंडल वाद्यरवाने भरून जाऊन काही वेळपर्यंत भयानक परंतु हृदयोत्साहवर्धक असा देखावा दिसत होता. झाशीच्या राणीसाहेब व त्यांचे सरदार किल्ल्याच्या तटावरून हा सर्व देखावा पाहात होते. राणीसाहेब स्वत: सर्व तटांवर वारंवार फिरत असून सैन्यातील लोकांस उत्तेजन देत होत्या. सर्व रात्रपर्यंत किल्ल्याच्या तटांवर व इंग्रजांच्या छावणीत मशाली प्रज्वलित असून त्यांच्या प्रकाशाने युद्ध चालले होते! तात्पर्य, ता. ३१ मार्चची रात्र फार भयंकर रीतीने पार पडली[१].

ता. १ एप्रिल रोजी प्रात:काळी युद्धास प्रारंभ झाला. आदले दिवशी सर ह्यू रोज साहेबांनी झाशीच्या वेढ्यास पुरेसे सैन्य जागच्याजागी ठेवून, बाकीचे सैन्य मोठ्या दक्षतेने, शत्रूस न कळेल अशा बेताने, निरनिराळ्या दिशेस पाठवून दिले. तात्या टोप्याच्या सैन्याने इंग्रजांचे सैन्य फार थोडे आहे असे वाटून ते आपल्या गर्विष्ठपणाच्या जोरावर स्वस्थ राहिले. त्यामुळे युद्धास प्रारंभ होऊन पेशव्यांच्या सैन्याची पहिली फळी एकदम झाशीचा वेढा उठविण्याच्या उद्देशाने पुढे सरसावली. ती आटोक्यात येताच, सर ह्यू रोज ह्यांनी उजव्या बाजूने हल्ला करण्याकरिता कॅप्टन लाईटफूट ह्यांच्या हाताखाली दिलेल्या रिसाल्याने व कॅप्टन प्रेटिजॉन यांच्या १४ व्या लाईट ड्रागुन्स पलटणीने त्यावर मारा केला व डाव्या बाजूने सर ह्यू रोज ह्यांच्या हाताखालच्या फौजेने तोफ सुरू

नाही. पण तरी सुद्धा मला वाटते पोप महाराज, ऑस्ट्रिया नेपल्सचा राजा हे जेवढे गॅरिबाल्डीबाबत प्रेम बाळगत असतील त्याही पेक्षा प्रेम आणि आदर आम्ही तात्या टोपेबाबत बाळगतो.

एम्पायर इन इंडिया, पृ. ३६९

१. ह्या रात्रीचे वर्णन पुढील पद्यात यथातथ्य केले आहे-त्याचा भावार्थ याप्रमाणे.

प्रत्येक शिबिरापासून शिबिरापर्यंत अत्यंत ओंगळवाणी रात्रीचे दर्शन होते. केवळ सैन्याच्या हालचालीच दिसत होत्या. सैनिकांची हळूहळू आवाजातील कुजबूज चालू होती. तोफेच्या गोळ्यास तोफेच्या गोळ्यानेच उत्तर दिले जात होते. त्याचा उडत्या प्रकाशाने आसमंत क्षणभर उजळत होता. तोफांच्या आवाजाने दिशा कोंडून गेल्या. आवाजाने कान बहिरे झाले.

केली. त्यामुळे शत्रूची अगदी दाणादाण उडून ते सैरावैरा पळू लागले. तो घोडेस्वारांच्या, मागे राखून ठेवलेल्या, पायदळ फौजेने त्यांच्यावर हल्ला करून त्यांना 'दे माय धरणी ठाव' असे करून सोडले. त्यामुळे हजारो लोक मृत्यू पावून सर्व सैन्याची त्रेधा उडून गेली. तात्या टोप्याच्या तोफा मध्यंतरी सुरू झाल्या व त्यांनी इंग्रजी रिसाल्याचा बराच समाचार घेतला; हजारो विलायती लोक उंच उंच टेकड्यांवर चालून जाण्याचा प्रयत्न करू लागले, परंतु त्यांच्यावर कॅप्टन नीड ह्यांनी हल्ला करून त्यांचा मोड करून टाकिला. तात्पर्य, पहिल्या फळीतील सैन्याची अगदी वाताहत झाली. एकीकडून इंग्रजांच्या तोफांचा भडिमार, एकीकडून घोडेस्वारांचा हल्ला व एकीकडून पायदळ पलटणीचा मारा सुरू झाल्यामुळे पेशव्यांच्या सैन्याचा अगदी निरुपाय झाला! ह्या पराजय पावलेल्या सैन्याच्या मागील बाजूस दोन मैलांवर तात्या टोप्याच्या हाताखालची बरीच फौज होती. ती एका जंगली प्रदेशामध्ये बेटवा नदीच्या काठी उभी होती. पुढील रणशूर सैन्याने पळ काढला असे पाहताच त्या फौजेचे धैर्य खचून गेले. सर ह्यू साहेबांनी 'ईगल ट्रूपच्या' चार तोफा व कॅप्टन लाईटफूट ह्यांच्या हाताखालची 'फील्ड बॅटरी' घेऊन त्यांचा पाठलाग केला. शत्रूच्या सैन्याने जंगलास आग लावून दिली व इंग्रजी सैन्यास पुढे येऊ न देण्याचा प्रयत्न केला. तथापि इंग्रजी सैन्याने बेटवा नदीपर्यंत चाल केली. बेटवा नदीच्या अलीकडे असलेल्या तोफखान्यावरील लोकांनी तोफांस सरबत्ती देऊन इंग्रज सैन्यावर गोळा सुरू केला. परंतु इंग्रजी सैन्य उच्च प्रदेशावर असल्यामुळे ह्या तोफांचा काहीएक उपयोग झाला नाही! त्यांच्याकडून जो मारा होत असे. त्या योगाने गोलंदाज लोक घायाळ होऊन हताश होत असत! इंग्रज घोडेस्वारांचा त्यावर जोरदार हल्ला झाल्यामुळे त्यांना आपल्या मोठमोठ्या चोवीस पन्ही, छत्तीस पन्ही तोफा रणभूमीवर टाकून पळ काढणे भाग पडले. ह्या सर्व तोफा अतिशय वजनदार असल्यामुळे बेटवा नदीच्या रेतीमध्ये रुतून बसल्या; त्या व सर्व दारूगोळा वगैरे इंग्रज सैन्यास अनायासे प्राप्त झाला. एवढेच नव्हे पण १६ मैलपर्यंत त्यांचा पाठलाग करून इंग्रज सैन्याने पेशव्यांच्या फौजेची सर्व युद्धसामग्री हस्तगत करून घेतली. तात्पर्य, झाशीच्या दुर्दैवाने म्हणा, अथवा तात्या टोप्याच्या कमनशिबाने म्हणा, ह्या युद्धात पेशव्यांच्या फौजेस अपयश येऊन त्यांचे १५०० लोक समरांगणी पतन पावले. सर ह्यू रोज साहेबांच्या फौजेस विजय प्राप्त होऊन त्यांच्या सर्व लष्करामध्ये आनंद झाला. शत्रूची सर्व

सामग्री अनायासे मिळाल्यामुळे सर्वांस मोठी हिंमत येऊन ते जयजयकार करू लागले. इकडे झाशीच्या फौजेमध्ये, आठ-दहा दिवस एकसारखे युद्ध करून व शत्रूशी टिकाव धरून, अखेर पेशव्यांकडून साहाय्य करण्याकरता आलेल्या फौजेचा काहीच उपयोग न होता, उलट इंग्रज सैन्याची सर्व युद्धसामग्री संपली होती ती त्यास अनायासे प्राप्त होऊन दुप्पट उमेद आणण्यास कारणीभूत झाली असे पाहून जिकडे तिकडे एकच हाहा:कार झाला; व सर्वत्र दुःख, भीती व निराशा ह्या तापत्रयीचा अंमल बसला! तात्पर्य, ह्या समयी तात्या टोप्याजवळ अनेक युद्धांमध्ये विजय पावलेले पराक्रमी व रणधुरंधर असे प्रचंड सैन्य होते, युद्धसाहित्य भरपूर व जय्यत होते, आणि स्वतः तो शौर्यगुणाने परिपूर्ण असून त्यास युद्धकलेचे चांगले ज्ञान होते; परंतु ह्या वेळी एका दुर्दैवामुळे सर्व व्यर्थ होऊन, त्यास आपल्या लढाऊ तोफा, सर्व दारूगोळा व इतर साहित्य जागच्या जागी ठेवून समरांगणांतून अपयश घेऊन, काल्पीचा मार्ग सुधारणे भाग पडले! कृष्णावतार समाप्त झाल्यावर अर्जुनाची जी दुर्दशा उडाली तिचे त्याने खेदपूर्वक केलेले वर्णन, तात्या टोप्यास काल्पीस जाऊन निराळ्या शब्दांनी आपल्या यजमानास सांगण्याचा ह्या वेळी प्रसंग आला ह्यात काही शंका नाही!

श्लोक

त एवामी बाणास्तदपि हरलब्धं धनुरिदं।
स एवाहं पार्थः प्रमथितसुरारातिनिचयः।।
इमास्तास्ता गोप्यो हरिचरणचित्तैकशरणाः।
ह्रियंते गोपालैर्विधिरपि बलीया तु नर[१]:।।

◆◆

प्रकरण ११ वे
झाशी येथील घनघोर संग्राम

तात्या टोप्याचा पराभव झाल्यानंतर सर ह्यू रोज ह्यांनी झाशीवर जोराने
हल्ला करून ती सर करण्याचा निश्चय केला. ता. २३ मार्च पासून ता. ३
एप्रिलपर्यंत-एकसारखा ११ दिवसपर्यंत, इंग्रज सैन्याने झाशीस वेढा देऊन,
आतील सैन्याबरोबर मोठ्या कडाक्याने अहोरात्र युद्ध केले व त्यांना जेरीस
आणण्याचे अनेक उपाय योजिले; तथापि राणीसाहेबांच्या अटोकाट धैर्यापुढे व
दृढ निश्चयापुढे त्यांचे काहीएक चालले नाही! एवढेच नव्हे, पण शेवटी, इंग्रज
सैन्याची युद्धसामग्री संपली जाऊन त्यांचा मोड होण्याचा समय येऊन ठेपला.
परंतु त्यांच्या सुदैवाने, तात्या टोप्यांचे सैन्य झाशीच्या नाममात्र मदतीस येऊन
व आपले सर्व युद्धसाहित्य रणांगणी टाकून पळून गेले, त्यामुळे इंग्रज सैन्यास
अनायासे चांगली मदत होऊन जास्त हुरूप आली, व त्यांचे सेनापती सर ह्यू
रोज ह्यांनी ता. २ एप्रिल रोजी आपल्या हाताखालच्या सर्व सेनाधिकाऱ्यांस
एकत्र जमवून, सर्वानुमते, झाशीस वेढा देऊन आता स्वस्थ राहिल्यास ती
कधीच हाती लागणार नाही, ह्या करिता निरनिराळ्या दिशेने तिच्यावर हल्ला
करून ती हस्तगत करावी असा संकल्प केला.

हा हल्ला शेवटचा व अगदी आणीबाणीचा असल्यामुळे त्याची योजना
सर ह्यू रोज ह्यांनी फार चातुर्याने केली. त्यांनी प्रथमतः सर्व इंग्रज सैन्याचे
मुख्य तीन भाग केले, व त्यापैकी दोन भागांनी निरनिराळ्या दोन बाजूंनी हल्ले
करावेत असे ठरविले; आणि तिसऱ्या भागाने खोटा हल्ला करण्याचा भास
दाखवून, झाशीतील सैन्याच्या बंदोबस्ताचा भंग करावा अशी योजना केली.
मेजर गॉल ह्यास ह्या सैन्याचे आधिपत्य देऊन त्यांची योजना पश्चिमेकडील
तटावर केली. ह्यांनी बंदुकीची फैर झाडताच उजव्या बाजूने हल्ला करणाऱ्या

सैन्याने एकदम चालून जावे असे ठरविले होते. ह्या सैन्याचे आधिपत्य लेफ्टनंट कर्नल लिडेल, कॅप्टन रॉबिनसन आणि ब्रिगेडियर स्टूवर्ट ह्यांच्याकडे होते. डाव्या बाजूने हल्ला करण्याकरिता जै सैन्य नेमिले होते त्यांत, रॉयल इंजिनियर्स, ८६ व २५ वी मुंबईची पायदळ पलटण असून, त्यावर लेफ्टनंट कर्नल लोथ, व मेजर स्टुअर्ट हे मुख्य अधिकारी होते. ह्या सैन्याचे आणखी कित्येक पोटभाग करून काही सैन्य मुद्दाम राखून ठेविले होते. ता. ३ रोजी ह्या सर्व सैन्याने गुप्त रीतीने आपली सर्व तयारी केली व ठरीव दिशेकडे आपला मोहरा वळविला. पहिल्या भागातील सैन्याने तटावर शिड्या लावून आत प्रवेश करण्याचा निश्चय केला व दुसऱ्या भागाने तरवारी व संगिनी घेऊन, शत्रूशी समक्ष लढाई करून, शहराच्या ज्या द्वारातून प्रवेश होऊ शकेल तेथून आत जाण्याचा बेत केला. त्याप्रमाणे पहिल्या भागाने तटावर चढून जाण्याच्या शिड्या बरोबर घेऊन व दुसऱ्या भागाने तरवारी व संगिनी सज्ज करून, मोठ्या पहाटेस इच्छित स्थळी कुच केले. त्या वेळी चंद्रप्रकाश चांगला पडला असल्यामुळे त्यांच्या शस्त्रांचा चकचकाट दूरवर दिसत होता.

तटाच्या मुख्य द्वाराकडे इंग्रज सैन्य चालून येत आहे असे झाशीच्या सैन्यातील पहारेवाल्यास समजताच, त्यांनी भयसूचक शिंगे व रणवाद्ये वाजवून आपल्या सर्व सैन्यास इशारत दिली. त्यासरशी सर्व लोक सिद्ध होऊन आपापल्या कर्तव्यास लागले. इंग्रज सैन्याने ११ दिवसपर्यंत झाशीच्या किल्ल्यावर तोफांचा भडिमार केल्यामुळे, किल्ल्याच्या तटाचे बहुतेक भाग अगदी जर्जर झाले होते, व राणीसाहेबांच्या सैन्यातील पुष्कळ लोक जाया झाले होते, तथापि त्यांनी हिंमत सोडता हा वेळपर्यंत तसाच टिकाव धरिला. परंतु पेशव्यांच्या सैन्याचा पराभव झाल्याची बातमी त्यास समजल्यापासून त्यांची फार निराशा झाली; व त्या बलाढ्य सैन्याची ज्यांनी वाताहत केली, त्या प्रबल इंग्रज सैन्यापुढे आता आपला टिकाव लागणार नाही असे त्यास वाटू लागले. त्यामुळे झाशीच्या सैन्यामध्ये एकप्रकारचे औदासीन्य स्पष्ट दिसू लागले. ही स्थिती राणीसाहेबांच्या दृष्टीस पडताच त्यांनी निराश झालेले सर्व सरदार एके ठिकाणी बोलाविले; आणि त्यांना आपल्या आवेशयुक्त वाणीने असे सांगितले की, ''आजपर्यंत झाशी लढली ती पेशव्यांच्या बळावर लढली नाही व आता पुढेही तिला त्यांच्या मदतीची जरूर नाही. आजपर्यंत तुम्ही आपला स्वाभिमान, आपली हिंमत, आपले धैर्य आणि आपले शौर्य जसे उत्तमप्रकारे व्यक्त करून

आपले नाव गाजविले, त्याप्रमाणे आता पुढेही तसेच हिय्याचे युद्ध करून झाशीचे रक्षण करणे तुमच्याकडे आहे.'' असे राणीसाहेबांनी प्रोत्साहनयुक्त भाषण करून सैन्यातील मुख्य मुख्य लोकास सुवर्णवलये व पोषाख बक्षीस दिले. त्या योगाने झाशीच्या सैन्यातील शूर व हिंमतबहाद्दर अशा प्रमुख बुंदेले आणि मराठे सरदारास अतिशय स्फुरण चढले व त्यांची सर्व निराशा नाहीशी होऊन त्यांची अंत:करणे वीरश्रीने उचंबळून गेली. झाशीचा मुख्य गोलंदाज गुलाम गोषखान ह्याने तोफखान्याचा उत्तम बंदोबस्त करून पूर्ववत् इंग्रज सैन्यावर तोफांचा भडिमार करण्यास प्रारंभ केला. त्याचप्रमाणे कुंवर खुदाबकस आणि दुसरे कित्येक मोठेमोठे सरदार ह्यांनी आपापले मोरचे सांभाळून इंग्रज सैन्यावर गोळी सुरू केली. बाईसाहेब स्वत: किल्ल्याच्या बंदोबस्ताकरता पुन: तटावर एकसारख्या मेहनत करू लागल्या. त्या रात्री इंग्रज गोलंदाजांनी शिकस्त करून, शहरावर व किल्ल्यावर तांबड्या लाल गोळ्यांचा वर्षाऋतूतील पर्जन्याप्रमाणे भयंकर वर्षाव केला. त्यामुळे तटास जागजागी छिद्रे पडून त्याचे कित्येक भाग अगदी कमजोर झाले होते. खुद्द राजवाड्यावर इंग्रजांकडील गरनाळी तोफांतून गोळ्यांची अतोनात वृष्टी झाल्यामुळे त्याची फार खराबी झाली होती. त्याच्या दुसऱ्या मजल्यावर गणपतीचे सुंदर मखर व ऐनेमहाल होता, त्यास लखनौचे मूल्यवान् आरसे लाविलेले असून तो उत्तमप्रकारे शृंगारिला होता. तेथे भाद्रपदमासी गणपतीचा मोठा उत्साह हात असे. त्या महालात गोळे पडून सर्व काचेच्या सामानाचा अगदी चुरा झाला होता. शिवाय त्या गोळ्यातील खिळे, छरे वगैरे उडून राजवाड्यातील चार माणसे मृत्युमुखी पडली होती. त्यामुळे जिकडे तिकडे एकच आकांत झाला होता! खरोखर, अशा स्थितीमध्ये कोणाचेही धैर्य खचून जाऊन अक्कल गुंग झाली असती. परंतु राणीसाहेबांनी यत्किंचितही धीर न सोडता, कमरेस तरवार बांधून मोठ्या आवेशाने किल्ल्याच्या तटाचा उत्तम बंदोबस्त केला व सर्व फौजेस चांगले उत्तेजन दिले. त्यामुळे तिची शक्ती व हिंमत दुप्पट वाढली, आणि पुन: घनघोर युद्ध सुरू झाले.

इंग्रज सैन्य झाशी सर करण्याकरिता मुख्य दरवाजाशी लगट करून येत आहे असे पाहताच, शहरच्या तटावरून व किल्ल्याच्या मुख्य बुरुजांवरून तोफांचा भडिमार सुरू झाला, व काही वेळपर्यंत इंग्रज सैन्यावर अग्नीची लालभडक चादर पसरली आहे की काय असा भास होऊ लागला. बंदुकीच्या गोळ्यांची गारेप्रमाणे होणारी वृष्टी, तोफांच्या वाटोळ्या गोळ्यांचा असह्य

वर्षाव, आणि इतर प्राणनाशक शस्त्रांचा भडिमार ह्यांच्या योगाने इंग्रज सैन्याची अगदी दाणादाण उडून गेली. तथापि तशा भयंकर स्थितीमध्ये लेडिक, ले. मीकलीजॉन, ले. बोनस व ले. फॉक्स इत्यादी इंग्रज योद्ध्यांनी प्राणाची आशा न करता, मोठ्या हिय्याने पुढे सरसावून शहरच्या तटावर शिड्या लावण्याचा प्रयत्न केला; परंतु आतील शूर शिपायांपुढे त्यांचा काहीएक उपाय चालला नाही. काही वेळपर्यंत झाशीच्या तटाचे संरक्षण आतील सैन्याने फारच उत्तम रीतीने केले. इंग्रज लोक तट सर करण्याकरिता शिड्या उभारून वरचेवर हल्ला करीत; परंतु आतील लोकांच्या शूरत्वामुळे त्यांचा पराजय होऊन त्यांना माघार घेणे भाग पडत असे. ले. डिक व ले. मीकलीजॉन हे दोन शूर अधिकारी मोठ्या त्वेषाने हल्ला करून तटावर जाऊन उभे राहिले, व ३ ऱ्या युरोपियन पलटणीस वर बोलावू लागले; परंतु झाशीवाल्या सरदारांनी त्यांचा तेथल्या तेथे देहान्त केला! त्याचप्रमाणे ले. बोनस व ले. फॉक्स ह्यांचीही अवस्था झाली. इंग्रज सैन्याने तटावर चालून जाण्याचा पुष्कळ प्रयत्न केला. तथापि किल्ल्यातील लोकांनी त्यांचा उद्देश सिद्धीस जाऊ दिला नाही. ह्या ठिकाणी उभयपक्षांचे सैन्य हातघाईवर येऊन चांगली चकमक झडली. इंग्रज शिपायांनी आपला दृढनिश्चय कायम ठेवून तटावर आठ ठिकाणी चढून जाण्याकरिता शिड्या उभारल्या व तेथे आपला प्रवेश करण्याचा प्रयत्न केला; परंतु झाशीच्या सैन्याच्या शौर्यापुढे व हिमतीपुढे त्याचे काहीएक चालले नाही[१]!

---

१. ह्या निकराच्या युद्धप्रसंगाचे वर्णन डा. लो ह्यांनी जे लिहिले आहे ते जसेच्या तसेच वाचकांपुढे ठेवणे आवश्यक आहे.

लौकरच आम्ही, किल्ल्याच्या मुख दरवाजापाशी पोहोचणाऱ्या रस्त्यावर येऊन पोहोचलो आणि आमच्या समोर जणू किल्ल्यातून अग्नीचा गालीचाच पसरला गेला. किल्ल्याच्या बुरुजावरून, तटावरून हे दृश्य स्पष्ट दिसत होते. काही काळ तर असा भास निर्माण झाला की लाल गालीचा पसरला असून पावसाच्या सरीप्रमाणे बंदुकीच्या गोळ्यांचा वर्षावच होत आहे. त्या गोळ्या आणि सोडली जाणारी रॉकेटस् जणू आमचा सर्वनाश करण्यासच कोसळत होती. आम्हाला या आगीतूनच सुमारे दोनशे यार्ड पुढे सरकावे लागले. आम्ही सरकलो. मजुरांनी तटाला शिड्या लावल्या, युरोपियन हल्लेखोरास वर चढता यावे म्हणून. पण शत्रूचा मारा जबर वाढला. उभय पक्षांच्या सैनिकांच्या आरोळ्यांनी तोफा-बंदुकांच्या, रॉकेटस् इ. च्या आवाजाने वातावरण कुंद झाले. दारूच्या दुर्गंधीने आसमंत व्यापून गेला. किल्ल्यावरून भांडी, मोठमोठे दगडधोंडे, लाकडाचे ओंडके, प्राणघातक यंत्रे, यांचा वर्षाव होऊ लागला. माणसे दगडांच्या आश्रयाने हल्ला

इकडे दक्षिण बाजूस अगदी निराळा प्रकार घडून आला. ले. डिक ह्यांच्या हाताखालच्या सैन्यास यश येत नाही असे पाहून ब्रॉकमन ह्याने राणीसाहेबांच्या सैन्याची फळी फोडून त्यांची शक्ती नाहीशी करण्याचा प्रयत्न केला व ब्रिगेडियर स्टुअर्ट व कर्नल लोथ ह्यांनी आपल्या हाताखाली असलेल्या २५ व्या व ८६ व्या पायदळ पलटणीच्या साहाय्याने, झाशी शहराचा वोरछा दरवाजा हस्तगत करून दक्षिण बाजू सर केली. त्यामुळे तटावरील मोरचेवाले लोक हताश होऊन पळ काढू लागले. त्यापैकी पुष्कळ लोकांनी मोठ्या निकराने लढून आपला देहान्त करून घेतला. दक्षिण बाजूकडील इंग्रज सैन्यास यश आल्याची बातमी उजव्या बाजूकडील पराभूत झालेल्या सैन्यास कळताच त्यास स्फुरण चढले; व त्यांनी पुन: चाल करून किल्ल्याचा तट सर केला. लगेच चोहीकडून गवताचे भारे व शिड्या उभारून इंग्रज शिपाई तटावर चढू लागले. तटाच्या संरक्षणार्थ असलेले झाशीकडील बुंदेले इंग्रज सैन्याच्या असह्य माऱ्यात सापडल्यामुळे त्याची अगदी दाणादाण उडून-ते सैरावैरा पळू लागले. येणेप्रमाणे अल्पावकाशात हजारो गोरे लोक शहराच्या दक्षिण तटावर दिसू लागले[१].

करित होते. एवढे असूनही आम्ही लावलेल्या शिड्या तेथेच होत्या. मजूरही तेथेच होते. आपल्या अधिकाऱ्यांचे शौर्य पाहात तटाला चिपकून, जखमी होण्याची वा मृत्यू येण्याची तमा न बाळगता उभे होते.

जणू काही प्लुटो ग्रहातून आमच्यावर वर्षाव होत असावा. रणवाद्यांच्या आवाजाने सर्वकाही कोंदून गेले. त्याच वेळा तोफा बंदुकांचाही दणका उडाला होता. अशा वेळी आमच्या उजव्या बाजूस असलेल्या तीन शिड्या माणसांचे ओझे सहन न होऊन मोडून पडल्या. युरोपियन तुकडीने माघार घ्यावी म्हणून बिगुलातून आवाज होऊ लागले.

सेंट्रल इंडिया

ह्या वर्णनावरून झाशीच्या सैन्याच्या शौर्याबद्दलची साहजिक कल्पना वाचकास करता येईलच.

१. झाशी शहरचा तट इंग्रज सरकारच्या स्वाधीन करण्याचे कामी, राणी साहेबांकडील दुलाजी ठाकूर नामक एका बुंदेल्या सरदाराने चांगली मदत केली व त्यामुळे वोरछा दरवाजाकडील मोरचा बंद पडून इंग्रज सैन्यास तटावर सहज प्रवेश करिता आला. अशी गोष्ट झाल्याचे सर्व माहिती देणाऱ्यांच्या ऐकण्यात आहे. खरोखर ही गोष्ट खरी असेल तर दुलाजी ठाकुराने इंग्रज सैन्याचे प्राबल्य मनात आणून त्यास त्या आणीबाणीच्या प्रसंगी चांगले साहाय्य केले. राणीसाहेबांच्या पक्षास मिळालेल्या बंडखोर लोकांचे पारिपत्य

शहराच्या तटावर प्रवेश होताच वोरछा दरवाजाकडील बाजूने सर ह्यू रोज व त्यांच्या हाताखालचे सैन्य तेव्हाच तेथे येऊन दाखल झाले व त्यांनी तटावर व बुरुजावर असलेल्या झाशीच्या सैन्याचा पाठलाग व नाश करीत शहराकडे चाल केली. झाशी शहराच्या मध्यभागी एक प्रचंड राजवाडा होता व त्याच्या संरक्षणार्थ काही लोक तेथे ठेविले होते. त्यांच्यावर हल्ला करून राजवाडा हस्तगत करून घ्यावा असा सर ह्यू रोज ह्यांचा निश्चय झाला.

बाईसाहेब किल्ल्याचे सर्व मोरचे सांभाळून मोठ्या बंदोबस्ताने लढत होत्या. त्यात शहराचा दक्षिण तट इंग्रज सैन्याने काबीज केला ही बातमी समजताच सहस्त्र विंचू चावल्याप्रमाणे एकदम दुःख झाले. सतत १२ दिवस लढाई करून अखेर इंग्रज लोकांनी झाशी सर केली हे ऐकताच त्यांच्या तोंडावरचे सर्व पाणी नाहीसे झाले! किल्ल्यावर येऊन शून्य दृष्टीने त्यांनी शहराच्या दक्षिण बाजूकडे अवलोकन केले, तो हजारो गोरे शिपाई झाशीत शिरून एकच हाहाःकार उडाला आहे, असे त्यांच्या दृष्टीस पडले. त्या सरशी क्षणभर त्यांचे धैर्य खचून जाऊन, निराशा व भीती ह्यांची चिन्हे त्यांच्या चेहऱ्यावर दिसू लागली! इतके दिवस निकराने युद्ध करून अखेर इंग्रज सैन्याने यशाचा सर्व वाटा आपणाकडे घेतला हे पाहून राणीसाहेबास क्षणमात्र अतिशय दुःख वाटावे हे अगदी साहजिकच आहे. असो, असा बिकट समय प्राप्त झाला तरी त्यांनी पुनः विचार करून आपली सर्व निराशा व भीती नाहीशी केली, आणि आपल्या अंगांत शूरत्वाचा आवेश आणून इंग्रजांबरोबर शेवटची लढाई करण्याचा निश्चय केला. "विलायती म्हणजे मुसलमान आरबांसारखे बहुत दिवसांचे नोकर सुमारे दीडहजार तरवारबंद होते ते बरोबर घेऊन, व स्वतः हत्यारबंद होऊन त्या ताबडतोब किल्ल्याचे खाली उतरल्या; आणि मोठ्या दरवाजांतून बाहेर पडून दक्षिण बाजूकडे वळल्या. शहराचे दक्षिण तटावरून आत उतरून जे हजारो गोरे लोक आले होते त्यांच्या तरवारीही मेणातून बाहेर पडल्या होत्या. बाईसाहेब सर्वांचे मागे चालत असता आवेशाने हातात नागवी तरवार घेऊन सर्वांचे मध्यभागी आल्या. गोरे लोकांची व

करण्याची इच्छा मनात आणून त्यांची माऱ्याची जागा इंग्रज सैन्यास दाखविली व राणीचा तेव्हाच पराभव करून टाकविला ही गोष्ट खरोखर चिरस्मरणीय असे कोण म्हणेल? ह्या अपूर्व साहाय्याबद्दल परमराजनिष्ठ दुलाजी ठाकुर सरकारने दोन गाव जहागीर दिले असेही ऐकण्यात आहे!

विलायती लोकांची गाठ पडताच एकदम तरवारीचा चकचकाट होऊन दोन्ही पक्षांचे लोक एकमेकात मिसळून गेले. त्यावेळचे युद्धास भारतीयुद्धाचीच उपमा सापडेल. उभयतांची पाचपास अंक मोजण्यासही उशीर लागेल इतक्या अवकाशांत तरवारीवर तरवार झडली व पुष्कळ युरोपियन लोक कापून काढण्यात आले. तो बाकी राहिलेले युरोपियन लोक शहराकडे पळून जाऊन झाडीच्या व घरांच्या आडून बंदुकीचे बार काढू लागले; मागून दुसरेही गोरे लोक येतेच होते. तेही तरवार न चालविता दुरून बंदुकीच्या गोळ्या घालू लागले.[१] त्यामुळे राणीसाहेबांस व विलायती लोकांस पूर्ववत् किल्ल्याच्या आश्रयास जाणे भाग पडले!

इकडे गोरे लोक चोहो दरवाजातून आत शिरले, ते 'बिजन' करत चालले[२]. जितका ५ वर्षांवर व ८० वर्षांचे आत पुरुष दिसत होता तितका

---

१. उज्जन प्रतीमध्ये ही माहिती दिली आहे. त्यामध्ये आणखी असेही लिहिले आहे की, "इंग्रज लोक बंदुकीच्या गोळ्या घालू लागले तेवेळेस बाईसाहेबांचे पदरचा पाऊणशे वर्षांचा जुना सरदार पुढे येऊन बाईसाहेबांचा हात धरून म्हणू लागला की, "महाराज, या समयी आपण पुढे जाऊन बंदुकीच्या गोळीने मरणे योग्य नाही. गोरे लोक इमारतीचे आड होऊन गोळी घालीत आहेत. शिवाय शेकडो गोरा शहरात शिरला आहे. शहराचे सर्व दरवाजे खुले झाले असल्यामुळे येथे लढण्यात काही अर्थ नाही. त्यापेक्षा आपण किल्ल्यात जाऊन दरवाजा बंद करून पुढे ईश्वर युक्ती सुचवील तसे करावे. ही परत फिरण्याची वेळ आहे. असे म्हणून त्याने बाईसाहेबांचा हात धरून त्यास परत फिरविले." ह्या लढाईचा उल्लेख इंग्रज इतिहासकार करीत नाहीत. डा. लो ह्यांनी फक्त इतकेच म्हटले आहे.

राजवाड्याच्या पश्चिमेस नवी पेठ म्हणून ओळखल्या जाणाऱ्या भागात सुमारे १५०० लोक गोळा झाले होते आणि त्या ठिकाणी ते निकराची झुंज देण्यासाठी ठासून उभे होते. थोडा वेळ उभयपक्षी हातघाई झाल्यावर काही लोकांनी पलायन केले. पण आपल्या घोडदळाने सुमारे ३०० लोक कापून काढले. बाकीचे लोक किल्ल्याखाली जेथे राणी उभी होती तिच्या आश्रयास गेले. सगळे मिळून तिजपाशी ५०० लोक असावेत. ४ तारखेचा सगळा दिवस रस्तोरस्ती काटा-काटीचेच दृश्य दिसत होते. या किंवा इतर प्रसंगी आम्ही फार मोठ्या संख्येने सैन्य गमावले होते.

सेंट्रल इंडिया. पृ. २६०

२. ही हकिकत उज्जनप्रतीमध्ये दिली आहे. ही हकिकत झाशी येथे प्रत्यक्ष हजर असलेल्या एका गृहस्थाने सांगितली आहे. ती किती सत्य आहे हे पाहावयास निराळा

गोळीने अगर तरवारीने मारीत चालले व एकीकडून शहरास आग लावून दिली. ती प्रथम हलवाईपुऱ्यास लाविली. त्या वेळेस शहरात दुःखाचा जो कल्लोळ उसळून गेला, त्यास पारावार नाही. मेंढरांच्या कळपात लांडग्यांनी उडी घालताच जशी त्या प्राण्यांची स्थिती होते, त्याप्रमाणे लोक जीवाच्या भयाने आतुर होऊन सैरावैरा पळू लागले. कोणी या गल्लीत शीर, कोणी घरांच्या अडचणीत लप, कोणी दाढीमिशी उतरून स्त्रीचा वेश धारण कर, याप्रमाणे जशी ज्यास जीव बचावण्याची युक्ती सुचली तसे तो करू लागला. गोरे लोक शहरात शिरून बिजन करू लागले, असे समजताच शहराचे मध्यभागी भिड्यांचा बाग होता त्यात हजारो लोक चोहीकडून शिरले. तेथे गोरे

प्रयत्न करण्याचे कारण नाही. ह्याच वेळी सर ह्यू रोज ह्यांच्या सैन्यात असलेले डा. लो ह्यांनी ह्या संबंधाने जी हकिकत लिहिली आहे तिच्याशी वरील हकिकतीची तुलना केली म्हणजे पुष्कळ सारखेपणा दृष्टीस पडतो. डा. लो ह्यांनी लिहिलेली हकिकत येणेप्रमाणे आहे-

विजेच्या गतीने घराघरातून मृत्यूचे तांडव चालू होते. एकही माणूस सुटत नव्हता. रस्त्यातून रक्ताचे पाट पाहू लागले. राजवाड्यापर्यंत पोहोचणाऱ्या रस्त्याच्या दोन्ही अंगच्या घरास अग्नी लाऊन दिला होता. सूर्याच्या उष्णतेपेक्षाही या आगीची दाहकता जास्त होती. जेव्हा आम्ही राजवाड्याच्या पटांगणात जाण्यासाठी या दोन्ही बाजूंनी पेटलेल्या घरांमधून जात होतो तेव्हा आम्हाला खूप घाई करावी लागत होती. आपल्या लोकास सुरक्षित जाता यावे म्हणून या ठिकाणी शत्रूने आग लावली होती. +++ रस्तोरस्ती भयानक मारकाट चालू होती. जो माणूस आपल्या बायका मुलास वाचवू शकला नाही, तो स्वतः भिंतीवरून खाली उडी मारून पळून जाऊन आपला जीव वाचवत होता. त्यांना ओढून रस्त्यावर खेचून इंग्रज शिपायी मारत होते. जवळ सर्वच घरांतून बंडवाल्यांनी आश्वय घेतला होता आणि तेथून ते अखेरचा प्रतिकार वाघासारखा करत होते. सूर्यास्त होईपर्यंत संगिनीने भोसकाभोसकी चालूच राहिली...

झाशीचे पतन अपेक्षेपेक्षा यशस्वी झाले. बंडवाल्यांचा बालेकिल्लाच नेस्तनाबूत झाला एवढेच नव्हे तर त्यांना सुटकेसाठी पलायन करून जाणे अशक्य झाले, त्यांच्या चेहऱ्यावर मृत्यूची भयानक कळा दिसू लागली. झाशीच्या छोटा कोपरा सुद्धा त्यांना आश्रय देण्यास असमर्थ होता.

मी अजिबात अतिशयोक्ती करत नाही. मी रक्ताने माखलेले रस्ते पाहिलेले आहेत पण राकट आणि दाढ्या वाढविलेले सैनिक, स्त्रिया आणि मुले यांना जिवंत सोडत होते. एखाद्या बंडवाला एखाद्या घरातून त्याच्या कुटुंबीयांसह बाहेर पडत असताना एकाच गोळीत जमिनीवर कोसळत होता. सर्वत्र गडबड गोंधळ माजला. गरीब बिचारे लोक

येताच सर्व लोक लीन होऊन जमिनीवर साष्टांग नमस्कार घालून करुण स्वराने बोलू लागले की, 'साहेब, आम्ही निरापराधी रयत आहोत; आम्ही लढवय्ये नाही आहोत, आम्हास दयाळू होऊन प्राणदान द्यावे.' अशी त्यांची करुणाभाक ऐकताच त्या सर्वत्रांच्या नशिबाने गोऱ्यांवरील मुख्य अधिकाऱ्यास दया आली, आणि त्याने त्या प्रणतास अभयवचन देऊन व लागलीच बागेसभोवती पहारा ठेवून, दरवाजास कुलपे घातली; व हुकूम केला की, बाहेरील लोक आत येऊ देऊ नयेत, व आतले बाहेर सोडू नयेत. खरोखर ही गोष्ट त्या गोऱ्या अधिकाऱ्याच्या सौजन्यतेची दर्शक आहे ह्यांत काही शंका नाही. असो.

दुसरीकडे गोरे लोक घरांत शिरून मनुष्यांस ठार मारून सोने व रुपे यांची लूट करू लागले. घरात शिरल्याबरोबर पुरुष सापडला व त्याने ताबडतोब आपला अर्थ गोरे लोकांच्या स्वाधीन केला तर तो जीवानिशी सुटे. अर्थ लौकर निघाला नाही तर त्याचे हाल हाल होत असत. कित्येक लोकांचे गळ्यास त्यांचे धोतराचा गळफास लावून रस्त्यावर नेऊन मार देत असत. त्याचे घरात खणून पाहात, भिंती फोडीत, व अर्थ प्राप्त झाला म्हणजे त्यास गोळी घालून मारून टाकित! जो पुरुष अर्थ देऊन सुटला तोच पुन: दुसऱ्या गोरे लोकांचे हाती सापडला म्हणजे गोळीने मारला जावा! गोरे लोकांनी स्त्रियांस बुद्धिपुरस्सर मारले नाही. परंतु काही कुलीनांच्या तरुण स्त्रिया व पुरुष, गोरे लोक पुढील दारी आले म्हणजे ते आपणास भ्रष्ट करतील ह्या भीतीने मागीलद्वारी विहिरीत जीव देत असत. कोठे असे झाले की, गोरा घरात शिरून नवऱ्यास गोळी घालतो आहे, तो त्याचे बायकोने येऊन त्याच्या कमरेस मिठी मारावी. मग ती गोळी सुटताच त्या पतिव्रता स्त्रियेस लागून, तिच्या देहाचे जन्मजन्मांतरीचे सार्थक झाले असे तीस वाटून तिचे प्राणोत्क्रमण व्हावे! गोळी बायकोस लागली असे पाहून गोऱ्याने पुन: गोळी घालून तिच्या नवऱ्यास ठार मारावे!

भीतीने थरथरत भिंतींच्या आश्रयास लपत. पण त्यांना वाचवू शकेल अशी कोणतीच शक्ती जगात उरलेली नव्हती. अत्यंत दु:खद आणि करुण असे दृश्य होते ते पण गोरे सैनिक या लोकांना दया दाखवत. केवळ शस्त्र असणाऱ्यांनाच त्यांच्यापासून धोका होता. युरोपियन सैनिक खांद्यास अडकविलेल्या पिशवीतून अन्नपदार्थ त्या अर्धपोटी स्त्रिया-मुलांना देताना मी पाहिले आहे. आणि प्रत्येक स्त्रीला योग्य भाव, आदर दिला जात होता.

सेंट्रल इंडिया, पृ. २६२-६३

याप्रमाणे अनेक दृढव्रतांच्या स्त्रिया मरण पावल्या. परंतु मुद्दाम स्त्रियांचा प्राणनाश किंवा विटंबना गोरे लोकांनी केली नाही. इतका चांगुलपणा त्या 'हडेलहप्प' करणाऱ्या सोल्जर लोकांस कोठून येणार हे खरे, परंतु इंग्रज अधिकाऱ्यांच्या विशेष बंदोबस्तामुळे स्त्रियांची बेअब्रू झाली नाही. ही गोष्ट ब्रिटिश राष्ट्रास अत्यंत भूषणास्पद होय ह्यात शंका नाही! असो. येणेप्रमाणे सायंकाळपर्यंत बिजन व लूट करून ते यमरूपी गोरे शिपाई रात्रीचा बंदोबस्त करून आपल्या गोटात गेले.'

शहरात इंग्रज सरकारचा अंमल झाल्यानंतर सर ह्यू रोज व कर्नल लोथ हे ८६ व्या पलटणीचे लोक बरोबर घेऊन राजवाडा सर करण्याकरता तिकडे वळले. राजवाड्यामध्ये राणीसाहेबांचे कित्येक शूर पहारेवाले होते, त्यांनी मोठ्या निकराने लढून राजवाड्याचे संरक्षण करण्याचा प्रयत्न केला. ह्या चकमकीमध्ये पुष्कळ युरोपियन मारले गेले व जखमी झाले. परंतु त्याचा जमाव मोठा असून त्यांनी सर्व राजवाड्यास वेढा दिला असल्यामुळे पहारेवाल्या लोकांचा निरुपाय झाला. ह्याच वेळी राजवाड्याभोवती असलेल्या सर्व घरांस आग लागल्यामुळे त्यांच्या प्रखर ज्वाळांच्या योगाने तोही पेट घेऊ लागला होता. त्यामुळे, पहारेवाल्यांची अगदी दुर्दशा उडून गेली. इंग्रज शिपायांनी त्यांच्यावर बंदुकीचा भडिमार करून त्यांची सर्व शक्ती नाहीशी केली, आणि मोठ्या जोराने राजवाड्यावर हल्ला केला. विद्युत्पाताने ज्याप्रमाणे घराची दुर्दशा उडून जाते, त्याप्रमाणे ह्या हल्ल्याच्या योगाने झाशीवाल्यांच्या ह्या इतिहासप्रसिद्ध व वैभवसंपन्न राजवाड्याचा अगदी नाश झाला!

राजवाडा हस्तगत झाल्यानंतर इंग्रज शिपायांनी तेथील सैनिकांस यमसदनी पाठविले, परंतु त्या सभोवती जी लहान घोड्यांची पागा होती, त्या पागेतील सुमारे ५० मोत्तद्दार लोक मोठ्या बंदोबस्ताने दबा धरून राहिले होते, त्यांचा पत्ता त्यांस सुमारे दोन तासपर्यंत लागला नाही! पुढे त्यांचा शोध लागताच युरोपियन पलटणीतल्या काही लोकांनी त्यांच्यावर हल्ला केला! परंतु ते लोक मोठे शूर असल्यामुळे त्यांनी आपली तरवार उपसून इंग्रज सैन्याबरोबर चांगलीच टक्कर दिली. ह्या चकमकीमध्ये बरेच इंग्रज लोक ठार मारले जाऊन पुष्कळ घायाळ झाले. अखेर इंग्रज सैन्याच्या विशेष जोरापुढे त्या शूर पठ्ठ्यांचा निरुपाय झाला. तथापि त्या सर्वांनी समरांगणांतून पळ न काढिता, मरेतोपर्यंत केले ही विशेष लक्षात ठेवण्यासारखी गोष्ट आहे! हे शूर धारातीर्थी पतन

पावल्यानंतर मग इंग्रज शिपायांनी ती पागा हस्तगत केली! अशा रीतीने झाशीवाल्यांचा सर्व राजवाडा इंग्रजांच्या स्वाधीन होताच त्यांनी त्यातील सर्व मूल्यवान सामानाची अगणित लूट केली. त्यामध्ये त्यांस झाशीवाल्यांची अनेक भरजरीची निशाणे व मराठी सैन्याचे भगवे झेंडेही सापडले. झाशीचे सुभेदार रामचंद्रराव ह्यांस लॉर्ड विल्यम बेंटिक ह्यांनी दिलेला 'युनियन जॅक' नामक जो ब्रिटिश राजचिन्हांकित ध्वज होता तो ह्याच वेळी इंग्रज सैन्याच्या हाती सापडला. तो दृष्टीस पडताच रॉयल कौंटी डौन्स पलटणीस परमानंद झाला. नंतर मोठ्या विजयोत्साहाने त्यांनी तोच ध्वज झाशीच्या राजवाड्यावर उभारून झाशी येथे ब्रिटिश राजसत्ता पुनः संस्थापित केली!

इकडे किल्ल्यामध्ये निराळा प्रकार घडून आला. बाईसाहेब आपल्या सैन्यास विजय प्राप्त होत नाही असे पाहून राजवाड्यामध्ये आत आल्या, आणि अती शोकविव्हल होऊन निश्चलपणे दिवाणखान्यामध्ये बसल्या. त्या तेजस्वी स्त्रियेची त्यावेळची स्थिती पाहून तिच्या अमानुष पराक्रमाचा हा अत्यंत दुःखकारक परिणाम मनात आणून आश्रित मंडळीस अतिशय वाईट वाटले, व सर्व मंडळी जिकडे तिकडे चिंताक्रांत होऊन आता पुढे काय करावे याजविषयी आपसामध्ये हळूहळू विचार करू लागली. एक प्रहरानंतर बाईसाहेब शहरची काय हवाल आहे हे पाहण्याकरिता गच्चीवर आल्या. या वेळी त्या दीन शहराचा जो हृदयद्रावक देखावा त्यांच्या दृष्टीस पडला, त्या योगाने त्यांच्या अंतःकरणात कळवळा उत्पन्न होऊन डोळ्यांतून खळखळा अश्रुधारा वाहू लागल्या. हलवाईपुरा हा शहरातील मोठा व संपन्न असा भाग होता, तो पेटल्यामुळे मोठा आकांत झाला. ते दिवस भर उन्हाळ्याचे असल्यामुळे सूर्याच्या तप्त किरणांत आगीच्या प्रखर ज्वालांची उष्णता मिळाल्यामुळे सर्व शहरभर आगीचा दुःसह भडका झाला होता. जिकडे तिकडे रडारड, ओरडाओरड व पळापळ चालली होती. बंदुकांचे शतावधी आवाज एकसारखे होत असून निरपराधी लोकांचे जीव व्यर्थ जात होते. असा तो भयंकर देखावा अवलोकन करून बाईसाहेबांचे दयार्द्र अंतःकरण अगदी निचेष्टित झाले, व त्यांचा दुःखवेग अतिशय अनावर होऊन त्या काही वेळ अगदी स्तब्ध राहिल्या. इतक्यात बातमीदाराने किल्ल्याच्या मुख्य दरवाजाचे संरक्षण करणारा अग्रगण्य शूर सरदार कुंवर खुदाबकस व तोफखान्यावरचा प्रमुख गोलंदाज गुलाम गोषखान ह्यांस गोळ्या लागून ते दोघेही गतप्राण झाले ही परम शोककारक वार्ता

राणीसाहेबांच्या कानावर घातली! ती ऐकताच राणीसाहेबांचा धैर्यगिरी कोसळून जाऊन त्यास आता इंग्रज सैन्यापुढे आपला निभाव लागत नाही असे खास दिसून आले. तेव्हा त्यांनी आपल्या पदरच्या मुख्य मुख्य मंडळीस जवळ बोलावून असे सांगितले की, "आपण आजपर्यंत इंग्रज सैन्याशी निकराने युद्ध करून झाशीचे संरक्षण केले; परंतु आता आपणांस यश येण्याची चिन्हे दिसत नाहीत. आपले शूर सरदार व हुशार गोलंदाज कामास आले; त्यामुळे तटाचा बंदोबस्त कच्चा पडून तो इंग्रजांच्या स्वाधीन झाला आहे. शहरामध्ये इंग्रज सैन्य जिकडे तिकडे नाकेबंदी करून राहिले आहे. आता किल्ल्यावर हल्ला करून तो पाडाव करणे त्यांस अगदी सुलभ झाले आहे. किल्ला त्यांच्या हस्तगत झाला म्हणजे ते आपणास कैद करून आपल्या प्राणांचा कोणत्या रीतीने नाश करतील ह्याचा नियम नाही. ह्याकरता, वाड्यात दारूगोळा होता तो पेटवून देऊन मी आपला शेवट करण्याचा संकल्प केला आहे. मी आपल्या देहास गोऱ्या लोकांचा हस्तस्पर्शही होऊ देणार नाही. ह्याकरता ज्यास येथे मरणे असेल त्याने राहावे व बाकीच्यांनी रात्र होताच किल्ला सोडून शहरात जावे व आपला जीव बचावण्याची सोय पाहावी!" राणीसाहेबांचे शेवटचे रजपूत बाण्याचे शब्द ऐकून, किल्ल्यातील एका वृद्ध सरदारास वाईट वाटून फार गहिवर आला व त्याने पुढे होऊन बाईसाहेबांस विनयपूर्वक असे सांगितले की, "महाराज, आपण किंचित शांत व्हा. ईश्वरानेच हे दु:ख ह्या शहरावर आणले आहे. त्यास आपला काही इलाज नाही. सर्व गोष्टी पूर्वसंचित कर्माप्रमाणे होतात. आत्महत्या करणे हे महत्पातक आहे. पूर्वपातकांची या जन्मी आपण फळे भोगतो, त्यात आणखी महान पातकांची भर या जन्मात घालू नये. जी दु:खे येतील ती निमूटपणे सोसली पाहिजेत. म्हणजे पुढे आपणांस त्यांचा उपसर्ग लागणार नाही. आपण शूर आहात ह्याकरिता आत्महत्येचा विचार बिलकूल करू नये. प्रसंग आहे. त्यातून निभावून गेले पाहिजे. किल्ल्यांत राहणे आता सुरक्षित व निर्भयपणाचे नसेल तर आपण आज रात्री शत्रूचा घेर फोडून शहराबाहेर निघून जावे, व पेशव्यांच्या सैन्यास मिळावे. मध्यंतरी मृत्यू आला तर फारच चांगले होईल. येथे आत्महत्या करून पातकांचा संचय करण्यापेक्षा धारातीर्थी स्नान करून स्वर्ग जिंकणे हे फारच चांगले आहे." हे शब्द ऐकताच बाईसाहेबांस किंचित समाधान वाटून त्यांस पुन: शूरत्वाचा आवेश चढला,

आर्यार्ध.

।।समर करूनि मरावे, जावे स्वर्गासि हेंचि परम हित।।

ह्या मयूरवचनाप्रमाणे त्यांनी रणांगणांमध्ये लढून प्राणत्याग करण्याचा निश्चय केला[१].

सायंकाळ झाल्यानंतर बाईसाहेबांनी आपल्या जवळच्या सर्व मंडळीस बोलावून आणून त्यांची अखेरची भेट घेतली, व त्यांना योग्य बक्षिसे देऊन किल्ल्याच्या गुप्त दरवाजाने शहरात पाठवून दिले. बाईसाहेबांचे फार दिवसांचे जुने शागीर्द व दासी आणि इतर आश्रित मंडळी ह्यांस त्यांचा हा शेवटचा वियोग फार दुःखदायक झाला. सर्वांनी डोळ्यांत आसवे आणून आपल्या प्रिय

---

१. ही हकिकत उज्जनप्रतीच्या आधाराने लिहिली आहे. ग्वाल्हेरप्रतीमध्येही अशाच आशयाची माहिती दिली आहे. तीत राणीसाहेबांच्या सैन्याची फार खराबी होऊन त्यांचा कमजोर झाला असे प्रथम सांगून मग लिहिले आहे- ''राणीसाहेब मंगळवारी रात्री किल्ल्यात विचार करीत होत्या की दारूवर बसून उडून जावे. ते (ऐकून) ठाकूर लोकांनी विनंती केली की, आपण हातात शस्त्र धरून (शेवटी) अशी मसलत का करता? त्यावर बोलल्या की, 'मी युद्ध करीन व रणांत मरेन! परंतु स्त्रीदेह आहे. तेव्हा माझी शत्रू विटंबना करतील.' त्यावर सर्वांनी वचन दिले की, आम्ही योग्य सांभाळ करू. तेव्हा त्यांनी तो बेत रहित केला.'' ही हकिकत उज्जनप्रतीशी बरीच साम्य पावते व ह्या गोष्टीस डा. लो साहेबांचाही थोडासा पुरावा आहे. त्यांनी इतकेच लिहिले आहे-

ह्यावरून आम्ही लिहिलेली हकिकत जास्त साधार आहे असेच सिद्ध होते. तथापि श्रीमंत दामोदरराव झाशीवाले हीच गोष्ट निराळ्या प्रकाराने सांगतात. ते म्हणतात की, ''राणीसाहेबांच्या कारभारी मंडळीने हताश होऊन दारूत प्राणत्याग करण्यात बेत काढला, व राणीसाहेबांनी तो नापसंत करून धारातीर्थी पतन पावण्याचा निश्चय केला.' खरोखर तशी गोष्ट असेल तर ती राणीसाहेबांस विशेष भूषणावह आहे. तथापि जरी वरील हकिकत ग्राह्य समजली गेली तरी राणीसाहेबास काही कमीपणा येत नाही. अर्जुनसारख्या सुप्रसिद्ध भारतीय योद्ध्यासही श्रीकृष्णाकडून -

स्वधर्ममपि चावेक्ष्य न विकंपितुमर्हसि।।
धर्म्याद्धि युद्धाच्छ्रेयोऽन्यत्क्षत्रियस्य न विद्यते।।१।।
यदृच्छया चोपपं स्वर्गद्वारमपावृतम्।।
सुखिनः क्षत्रियाः पार्थ लभंते युद्धमीदृशम्।।२।।

असा उपदेश घेण्याचा प्रसंग आला, मग राणीसाहेबांसारख्या अबलेस सैन्याची व शहराची दीन स्थिती अवलोकन करून तसा विचार सुचावा ह्यात काही आश्चर्य नाही.

स्वामिनीचे पादवंदन केले व आपला मार्ग धरला. कित्येक निस्मीम स्वामिभक्त सेवक राणीसाहेबांबरोबर जाण्यास तयार झाले व त्यांनी आपला उद्देश राणीसाहेबांस स्पष्ट कळवून त्यांची संमती घेतली. अवशीचे बारा घटकांचे सुमारास सर्व तयारी करून राणीसाहेबांनी किल्ल्याच्या बाहेर पडण्याचा संकल्प केला. मोरोपंत तांबे वगैरे जी आप्त मंडळी होती, ती सर्व हत्यारबंद होऊन घोड्यावर बसून तयार झाली. त्यांनी वाटखर्चीकरिता म्हणून किल्ल्यातील जामदारखान्यामध्ये होते तेवढे थोडेबहुत द्रव्य थैल्यात भरून कमरेस बांधण्याकरिता विश्वासू शिलेदार मंडळींच्या स्वाधीन केले. व संस्थानचे पूर्वापार असलेले जवाहीर हत्तीवर हौद्यांत भरून तो हत्ती मध्यभागी घेतला. सुमारे दोनशे जीवास जीव देणारे निवडक स्वार व काही विलायती लोक बरोबर घेऊन मुख्य सरदार किल्ल्यातून बाहेर निघण्यास तत्पर झाले! स्वत: बाईसाहेबांनी पुरुष वेष धारण केला, अंगात तारेचे चिलखत घातले, व कंबरेस जांबिया वगैरे हत्यारे बांधून एक उमदी समशेर लटकावल्या, आणि आपल्या अडीच हजार रुपये किमतीच्या राजरत्नासारख्या पांढऱ्या खंद्या घोड्यावर त्या आरूढ झाल्या. त्यांनी आपल्या बरोबर काहीएक अर्थ घेतला नाही. फक्त एक रुप्याचा जांब (म्हणजे पेला) पदराशी बांधून घेतला आणि पाठीशी एक अल्पवयी लहान बालक रेशीमकाठी धोतराने बांधून घेतले. हे बालक राणीसाहेबांचे प्राणप्रिय दत्तकपुत्र श्रीमंत दामोदरराव हे होत, हे वाचकास निराळे सांगावयास नकोच!

याप्रमाणे सर्व तयारी झाल्यानंतर 'जय शंकर', 'हरहर महादेव' अशी गर्जना करून सर्व मंडळी किल्ल्याखाली उतरली. प्रथमत: यांनी नारोशंकरचा खलका पाडून किल्ल्यातून वाट करण्यास प्रारंभ केला, परंतु मध्यरात्रपावेतो तो पडला नाही, त्यामुळे त्यांनी मोठ्या दक्षपणाने किल्ल्याच्या बुरुजावरून इंग्रज सैन्याची हालचाल लक्षात घेऊन भरशहरातून उत्तर दरवाजाने[१] बाहेर पडण्याचा बेत केला. ज्या वेळी बाईसाहेबांनी झाशीस शेवटचा नमस्कार करून सर्व सैन्यापुढे आपला उमदा घोडा भरधाव फेकला, त्या वेळी सर्व लोक बाईसाहेबांस आपली शेवटची सलामी देण्याकरता रस्त्याच्या दुतर्फा किल्ल्यामध्ये उभे होते. त्या समयी त्या शूर लोकांचे अवसान पाहून, मृत्यूच्या दाढेत हात घालणारे हे वीर पुरुष शत्रूची फळी फोडून खास जातील असा पाहणारास भरवसा वाटू

---

१. ह्या दरवाजाचे नाव इंदूरप्रतीमध्ये 'खंडेराव'' असे दिले आहे. व इतर प्रतींमध्ये 'भांडेर' असे दिले आहे.

लागला. राणीसाहेबांनी सर्वांचा सप्रेम निरोप घेऊन मोठ्या त्वरेने उत्तरेच्या दरवाजाने काही स्वारांनिशी आपला घोडा बाहेर काढला[१]. त्या दरवाजाबाहेर तेहरी संस्थानच्या फौजेचा मोरचा होता. त्या मोरचेवाल्यांनी अडथळा करताच त्यास 'ही तेहरीचीच फौज रोज साहेबांच्या मदतीस जात आहे' असे सांगून मोठ्या युक्तीने त्या निसटून पुढे गेल्या. त्यांच्या मागून बाकीचे सरदार स्वसैन्यानिशी येते होते. राणीसाहेब पार निघून गेल्यानंतर त्याच्या पाठीमागच्या फौजेस इंग्रज सैन्याने अडथळा केला व त्यांची आणि झाशीच्या फौजेतील मकराणी स्वारांची गोळागोळी सुरू होऊन चांगली लढाई जुंपली! इकडे राणीसाहेब एक दासी, एक बारगीर आणि दहापंधरा स्वार ह्यांसह शत्रूच्या सैन्याचा गोट फोडून बाहेर निघाल्या त्या थेट काल्पीच्या रस्त्यास लागल्या. इंग्रज सेनापती सर ह्यू रोज ह्यांस राणीसाहेबांच्या पलायनाचे वृत्त तेव्हाच समजले; ते ऐकून त्यांस राणीसाहेबांच्या चातुर्याबद्दल सखेदाश्चर्य वाटले! त्यांनी त्यांचा पाठलाग करण्याकरिता लेफ्टनंट बौकर ह्यांच्या हाताखाली काही स्वार देऊन त्यांना ताबडतोब तिकडे पाठविले. बाईसाहेबांचे घोडे फार चपळ असल्याकारणाने, ते थोडक्या अवकाशात वायुगतीप्रमाणे भरधाव चालून इंग्रज स्वारांना दिसेनासे झाले. इंग्रज स्वार त्यांच्या मागून एकसारखे दौडत होते, परंतु रात्रीचा समय असल्यामुळे त्यांचा पत्ता त्यास लागला नाही! खरोखर, शत्रूचा गराडा फोडून जाणे हे शूर वीरास देखील अशक्य-तशात इंग्रजांच्या बलाढ्य फौजेतून पार पडणे अगदीच अशक्य! असे असता, महाराणी लक्ष्मीबाईसाहेबांसारख्या एका अबलेने आपल्या अद्वितीय बुद्धिचातुर्याने प्रचंड सैन्यातून तेव्हाच निघून जावे ही गोष्ट किती अलौकिक व

---

१. राणीसाहेब किल्ल्यांतून बाहेर पडल्या त्या वेळी त्यांच्याजवळ किती सैन्य होते व त्यांनी कोणत्या रीतीने आपली युक्ती साधली ह्याबद्दल एका इंग्रज ग्रंथकाराने निराळाच उल्लेख केला आहे-

दुसऱ्या दिवशी म्हणजे ४ एप्रिल रोजी शहराचा उर्वरीत भाग गोऱ्यांनी जिकून ताब्यात घेतला. संध्याकाळी राणीने ३०० विलायती आणि २५ देशी स्वार घेऊन झाशी किल्ला सोडला आणि कल्पीची वाट धरली. नंतर असे शोधून काढण्यास आले की तिचा घोडा प्रथम किल्ल्याच्या खंडकापाशी आणण्यात आला. सर ह्यू रोज याच्या टोळीतील देशी सैनिकांना दिसावे म्हणून मग ती खाली वाकून मनोऱ्यातील खिडकीतून खाली आली आणि घोड्याच्या रिकिबीत तिने पाय ठेवला. तिच्या मांडीवर तिचा दत्तक पुत्रही होता आणि अशा प्रकारे ती वेढ्यातून बाहेर पडली.

क्लेड ॲण्ड स्ट्रदर्नन, पृ. १२३

आश्चर्यकारक आहे बरे? जनानखान्यांत ऐषआरामात राहणारी, अनेक सेवकजनांसह मेण्यातून थाटाने जाणारी, जिचे नखही कधी कोणाच्या दृष्टीस पडले नाही, अशी एक राजस्त्री प्रबल इंग्रज सैन्याच्या हातावर तुरी देऊन पार निघून जाते हे ऐकून कोणाची मती थक्क होऊन जाणार नाही बरे[१]? असो.

'राणीसाहेबांनी इंग्रज सेनापती सर ह्यू रोज याचे पुढील श्रम वाचविण्याकरिता झाशीचा किल्ला आपण होऊन मोकळा करून दिल्यानंतर[२], दुसरे दिवशी म्हणजे ता. ५ रोजी सकाळी, ३ ऱ्या युरोपियन पलटणीचे अधिकारी ले. बेग्री ह्यांनी झाशीच्या किल्ल्यावर आरोहण केले. तेथे जाताच त्यास किल्ल्याचा दरवाजा अगदी मोकळा दिसला म्हणून त्यांनी मोठ्या आनंदाने आत प्रवेश केला. तो पुन: आतही त्यास एकदेखील मनुष्य दृष्टीस पडले नाही! सर्व किल्ला आपोआप आपल्या ताब्यात आला असे पाहून त्यांनी तेथे आपला विजयध्वज लावला!

राणीसाहेब झाशीतून निघून गेल्यानंतर त्यांच्या मागून जाणाऱ्या सैन्याची व इंग्रज सेनेची चकमक सुरू झाली. झाशीच्या सैन्यातील मकराणी स्वारांनी आपले शौर्य चांगल्याप्रकारे दाखवले. तथापि, त्यांचे मोरोपंत मामादी सरदार

---

१. ह्या संबंधाने लिहिताना कर्नल मेडोज टेलर ह्यांनी असे लिहिले आहे.

सरते शेवटी मध्यरात्रीच्या सुमार उलटून गेल्यावर किल्ल्यातील गुप्त वा निर्जन अशा बाजूकडील दरवाजा उघडण्यात आला. एक दु:खद दृश्य साऱ्यांना दिसू लागले. राणी आणि तिच्या भगिनी समान साथीदारीणींनी पुरुषी पोषाख केलेला होता. अत्यंत गंभीर वातावरणात अत्यंत निवडक साथीदार तिच्या मागून संथपणे निघाले. कुणीही काही मोठ्यानी बोलत नव्हता. कुजबुजत होता आणि शेवटचा माणूस बाहेर पडला तेव्हा दरवाजा पुन्हा बंद झाला.

त्यामुळे युरोपियनांची घोडेस्वारांची १४ वी ड्रॅग्यून तुकडी गस्तीवर होती. त्यांच्या मदतीस हैदराबादी जमावही होता. प्रत्येक अत्यंत जागरूक होता त्यामुळे राणीच्या लोकांची आणि त्यांची केव्हाही गाठ पडू शकत होती. मृत्यू निश्चितच होता पण राणीच्या माणसांनी त्यांना कसे चकवले कळत नाही. राणी उत्तम घोडेस्वार होती, वाटाडेही चतुर होते. अंधार आणि जंगली प्रदेश यांचा आधार घेऊन ती वेगाने पसार झाली.

टॅलोर, सीता खंड, पृ. २५९

२. हे उद्‌गार सुप्रसिद्ध इतिहासकार कर्नल मॅलिसन ह्यांनी काढले आहेत.

सर ह्यू रोजने मध्यंतराच्या काळात झाशीच्या किल्ल्यावर हल्ला करण्याची तयारी केली पण आता राणी निसटून गेली होती. त्याचे काम आणखी वाढले होते.

इंग्रज शिपायांच्या माऱ्यापुढे तेव्हांच जेरीस येऊन वाट सापडेल तिकडे सैरावैरा पळू लागले. परंतु इंग्रज रिसाल्याने त्यांचा पाठलाग करून सुमारे २०० लोक पकडून आणले आणि त्यास मोठ्या क्रुरपणाने यमसदनी पाठविले! ह्याखेरीज बाकीचे स्वार, पायदळ व विलायती लोक बहुधा मरण पावले, व काही काही लोक आपला जीव बचावून पळून गेले. पुढे इंग्रज अधिकाऱ्यांनी त्यांचा व झाशीतील इतर मुख्य मुख्य मुत्सद्दी व सरदार यांचा शोध चालवला.

राणीसाहेबांचे वडील व मुख्य कारभारी मोरोपंत ऊर्फ मामासाहेब तांबे हे राणीसाहेबांचे मागून, जवाहिराचा हत्ती बरोबर घेऊन पळत होते. वस्तुत: लढाईच्या प्रसंगी द्रव्याचा हत्ती घेऊन पळणे कधीही इष्ट होत नाही; परंतु 'बुद्धिः कर्मानुसारिणी' ह्या नियमाप्रमाणे त्यांना तशी बुद्धी होऊन, ते हत्तीसह पळू लागले! पळता पळता रात्रीचे प्रसंगी त्यांचे मांडीस तरवारीचा वार लागला. त्यायोगाने ती पायजम्यांतून फार कापली जाऊन रक्तस्राव सारखा चालला होता; तरी ते घोड्याचे रिकिबीवर भार देऊन घोडा पळवीत पळवीत तसेच चालले होते. पहाटेच्या समयास ते दतिया शहरानजीक आले. ते शहर इंग्रजांचा मित्र जो दतियाचा राजा त्याचे असून तेथे येणाऱ्या झाशीकडील लोकास कैद करीत असत. मोरोपंत तांबे हे सर्व रात्रभर पळण्याच्या श्रमाने थकल्यामुळे अगदी श्रांत झाले होते; तशात त्यांची मांडी जायबंद झाली होती; त्यामुळे सर्व अंग रक्ताने भरले होते व कपडे लालभडक झाले होते, म्हणून त्यांनी जीवभयास्तव दतिया शहरचे दरवाजाजवळ येऊन तेथे पाने विकत बसलेल्या तांबोळ्यास दीनवाणीने आश्रय मागितला, व त्यास काही मोहरा देण्याचे कबूल केले. तांबोळ्यास दया देऊन त्याने त्यास आश्रय दिला व त्यांस आपले घरी नेऊन ठेवले. ही गोष्ट दतिया संस्थानच्या दिवाणास समजताच त्याने ताबडतोब आपले सैन्य पाठवून मोरोपंतांस कैद केले. ह्या वेळी दतियास गणेशीलाल नावाचा दिवाण होता. त्याने मोरोपंताजवळील सर्व ऐवज जप्त करून आपल्या सैन्याबरोबर त्यास झांशी येथे पाठविले. तेथे पोहोचताच झाशीतील प्रमुख अधिकारी सर रॉबर्ट हॅमिल्टन व सर ह्यू रोज ह्यांनी त्यांस राजवाड्यापुढे दिवसा दोन वाजता फाशी दिले. येणेप्रमाणे मोरापंतांचा शेवट झाला!

◆◆

प्रकरण १२ वे

झाशी येथील प्रलय

महाराणी लक्ष्मीबाईसाहेब झाशी सोडून गेल्यानंतर, सर्व शहर व किल्ला इंग्रज सरकारच्या ताब्यात आला. त्यामुळे सर्व इंग्रज सैन्य विजयानंदामध्ये निमग्न झाले, व त्यांस झाशी येथे सन १८५७ च्या जून महिन्यात बंडवाल्यांनी इंग्रज लोकांची जी कत्तल केली होती, तिचा पुरा सूड उगवण्याची प्रबल इच्छा उत्पन्न झाली. विजयोत्साहाने गोऱ्या शिपायांची अंत:करणे भरून गेल्यामुळे त्यांची दयाशीलता सर्वस्वी नष्ट झाली, व त्यांच्या हृदयात क्रूरपणाचे वारे उत्पन्न होऊन त्यास विलक्षण त्वेष चढला. ता. ५ रोजी ले. ब्रेगी साहेबांनी झाशीचा किल्ला हस्तगत केल्यानंतर सर्व ठिकाणी इंग्रज सैन्याने निर्भयपणे प्रवेश केला. झाशीतील लढाऊ लोकांची अगदी वाताहत झाल्यामुळे इंग्रज सैन्यास अडथळा करण्यासारखे कोणी राहिले नव्हते! शहरवासी जे निरपराधी व निरुपद्रवी लोक होते ते मात्र इंग्रज सैन्याच्या तावडीत सापडले. गोऱ्या शिपायांनी झाशी शहर आपल्या ताब्यात आल्यापासून कटाक्षमर्यादेत येणाऱ्या तेथील लोकांस बंदुकीच्या गोळ्यांनी ठार मारण्याचा सपाटा चालवला! त्यावेळी लोकांची जी दुर्धर स्थिती झाली तिचे वर्णन करणे कठीण आहे! एकीकडे अग्निनारायणाने आपला प्रभाव दाखविण्याचे काम जोराने चालविले होते; एकीकडे गोऱ्या कृतांत दूतांनी मानवी जीविताचे क्षणभंगुरत्व सिद्ध करून दाखविण्याचा क्रम आरंभला होता. एकीकडे इंग्रजी पलटणींनी झाशी शहराच्या प्राचीन वैभवाच्या अपारत्वाचा प्रत्यक्ष अनुभव घेण्याकरता त्याची एकसारखी लूट चालवली होती; येणेप्रमाणे अनर्थपरंपरेने झाशी शहरास ग्रासून टाकले होते असे म्हणण्यास हरकत नाही! ह्या प्रसंगातून पार पडलेल्या एका वृद्ध गृहस्थाने ह्या संबंधाची जी स्वानुभविक माहिती सांगितली आहे, ती सारांशरूपाने

आम्ही येथे देतो.

"बाईसाहेब झाशी सोडून गेल्यानंतर त्या शहरास स्मशान स्वरूप प्राप्त झाले! नगरवासी लोक गोऱ्या कृतांतदूतांच्या सपाट्यातून प्राणसंरक्षण करण्याकरता घराच्या भिंतीमधील बंड्यांमध्ये[१] लपून बसले. रस्तोरस्ती प्रेतराशी पडल्या होत्या. आप्तजन दु:खाने वेडे होऊन करुणस्वराने रडून आकांत करीत होते. गरीब लोक अन्नाकरिता ओरडत रडत फिरत होते. घोडे, उंट वगैरे जनावरे निराश्रित होऊन दीनवाण्या मुद्रेने चोहीकडे फिरत होती. सर्व शहरामधून अग्नीच्या ज्वाळा नभोमंडळात थडकत होत्या. हलवाईपुऱ्यातील सर्व धनाढ्य लोकांची घरे अग्नीच्या भक्ष्यस्थानी पडल्यामुळे तिकडे मोठा कहर उसळला होता. पहिले दिवशी रात्रीचा समय झाल्यानंतर बिजनाचे काम बंद करून गोरे शिपाई आपल्या गोटामध्ये विश्रांतीकरिता गेले, त्यामुळे काही वेळपर्यंत सर्वांच्या जीवात जीव आला.

दुसरे दिवशी पुन: पहाट झाल्यानंतर भीती व कंप ह्यांनी सर्वांवर आपला अंमल बसवीला. उजाडताक्षणीच पुन: बंदुकीचे शतावधी आवाज होऊ लागले व पुन: मृत्युसमयीच्या हृदयद्रावक वेदना ऐकू येऊ लागल्या! सर्व लोक भीतीने अगदी मरणोन्मुख होऊन गेले. कोणास अन्नपाण्याचा लेशही मिळण्याची आशा राहिली नाही! प्रेतांच्या राशी रस्तोरस्ती पुन: दिसू लागल्या. स्वकीय जन त्यास उचलून घरापुढे आणून तुळशीच्या अंगणातच त्यांचा दहनविधी करू लागले. इतक्यात गोऱ्या शिपायांची वक्रदृष्टी त्यांच्याकडे वळली तर त्यांसही त्यांच्याबरोबरच स्वर्गवास घेण्याची पाळी येत असे! ह्या भयंकर प्रसंगी स्त्रियांची स्थिती फारच हृदयद्रावक झाली होती. त्यांचा शोक ऐकून बंड्यांमध्ये लपून बसलेल्या लोकांचे अंत:करण अगदी द्रवून जात असे! त्या स्थितीचे वर्णन शब्दांनी काय करावे!

कित्येक लोक गवताचे गंजीत जाऊन लपून बसले होते. तेथे गोरे लोक येऊन त्यांनी त्या गंजी पेटवून दिल्या. त्यामुळे त्या लोकांवर आपोआप अग्निनारायणाची कृपा होऊन स्वर्गद्वार खुले झाले! कित्येक लोकांनी गोरा आला असे पाहून विहिरीत उड्या घातल्या, परंतु गोरे लोकांनी विहिरीवर बसून, पाण्यावर डोके दिसू लागताच गोळ्यांचा भडिमार करून तेथेच त्यांचा

---

१. बुंदेलखंडामध्ये चोरांचे भय फार असल्यामुळे घराच्या भिंती फार रुंद करून त्यात मोठमोठाले चोरकोनाडे बांधलेले असतात त्यास 'बंडा' म्हणतात.

अंत केला! तात्पर्य कोठेही कोणी प्राणरक्षणार्थ दडून बसले असले तरी त्यास अंतराळातून शोधून काढीत असत व त्यास थेट यमपुरीची वाट दाखवित असत!

ह्याप्रमाणे तीन दिवस 'बिजन' ऊर्फ कत्तल झाली, व मग सैन्याच्या बहादुरीबद्दल त्यास लुटीची परवानगी मिळाली. अगोदरपासून गोरे लोक एकसारखी लूट करीत होते. त्यांनी सोने, रुपे, हिरे, मोती, पाचू वगैरे जितके सापडले तितके लुटून नेले. त्या वेळी लक्षावधी रुपयांचे द्रव्य गोरे लोकांस सापडले[१]. तिसरे दिवशी इंग्रजांचे लोक राजवाड्यांत शिरले व त्यांनी तेथे सर्व प्रकारची लूट मांडली. हा राजवाडा फार प्राचीन असून तेथे पुष्कळ संपत्ती होती. पेशव्यांच्या वेळेपासून बुंदेलखंडातील राजेरजवाड्यांकडून मिळविलेली रत्ने

---

१. झाशी येथे गोऱ्या लोकांनी जी लूट केली तिचे वर्णन इंग्रजी इतिहासात दृष्टीस पडत नाही, तथापि सर ह्यू रोज ह्यांच्या सैन्याबरोबर असलेले डा. लो ह्यांनी त्याबद्दल थोडेसे उद्गार काढले आहेत! त्याचप्रमाणे त्या युद्धात हजर असलेले दुसरे असिस्टंट सर्जन जॉन हेन्री सिल्व्हेस्टर ह्यांनीही थोडासा उल्लेख केला आहे. त्यात त्यांनी फारच मजा केली आहे. त्यांच्या म्हणण्याचा सारांश असा आहे की, इंग्रज लोकांनी झाशी येथे जी लूट केली, तिला 'लूट' म्हणणे योग्य नाही; तर त्यांनी ती आपली शोधकपणाची जिज्ञासा परिपूर्ण केली!! सिल्व्हेस्टर साहेबांच्या ह्या लिहिण्यामध्ये अनायासे आणखी एक गोष्ट बाहेर आली आहे. ती ही की, इंग्रज लोकांनी जी आपली जिज्ञासा तृप्त केली तीत त्यांनी झाशीतील सर्व देवांच्या मूर्तीही नाहीशा केल्या! मात्र त्या त्यांनी आपली शोधक मनीषा परिपूर्ण करण्याकरता केल्या हे वाचकांनी लक्षात ठेवावे! ते म्हणतात-

प्रत्यक्ष हाणामारी संपल्यावर इंग्रज ऑफिसर्स आणि माणसांनी अवतीभोवती जिज्ञासापूर्तीच्याच हेतूने पाहण्यास सुरुवात केली. वॉरडर रोड, लेसीस्टर चौक येथील दुकाने आणि प्रत्येक घरात ते घुसले आणि त्याचा कोपरान् कोपरा त्यांनी तपासला. त्यांनी भिंती, कोनाडे पाडले. ज्या नव्या भिंती होत्या त्याही पाडल्या. त्या ही केवळ उत्सुकतेपोटी ! द्रव्याच्या लोभापोटी नव्हे. कारण तसे केले असता त्यांना कडक शिक्षेला सामोरे जावे लागले असते. पण झाशीतील देवालयाच्या मूर्ती मात्र नाहीशा केल्या. त्यांची संख्या प्रचंड होती. प्रत्येक अधिकाऱ्याजवळ सैनिकाजवळ मूर्ती आढळून आल्या. गणपती, विष्णू यांच्या सर्व धातूतील त्या मूर्ती होत्या. काही अत्यंत मौल्यवान धातूच्या, दागदागिन्यासह होत्या. बाकीच्या पितळी आणि दगडी होत्या, पण मूर्ती अत्यंत सुबक होत्या.

मध्यभारत आणि माळव्यातील मोहिमा निवडक कागदपत्र, पृ. १०८

वगैरे अमूल्य जवाहीर झाशीवाल्यांजवळ पुष्कळच होते. त्यात पन्नाच्या खाणीतील हिरे अगदी अप्रतिम असत. ते व इतर सर्व सोने-रुपे इंग्रज सैन्याने लुटून आपल्या गोटामध्ये नेले, एवढेच नव्हे, पण राजवाड्यांतील एकही मूल्यवान जिन्नस त्यांनी शिल्लक ठेविला नाही![१] बिलोरी सामान, खुतनीचे पडदे व मश्रूच्या गाद्या, लोड व तक्के, रुप्याचे पलंग व खुर्च्या, सोन्यारुप्याच्या मुठीच्या तरवारी व भाले, भालदारांच्या रुप्याच्या काठ्या, हस्तिदंती सामान, रुप्याची शामदाने व दिवालगिऱ्यांची झाडे, पागोटी, पैठण्या व शालजोड्या, आणि खुद्द झाशीच्या राजांचे नकशीदार जुने सिंहासन इत्यादी हजारो जिनसांचा त्यांनी फार नाश केला! व त्यातून मनास वाटेल ते जिन्नस घेऊन गेले! झाशीची पुस्तकशाळा फार मोठी व उत्तम व्यवस्थेची होती. झाशीचे पहिले सुभेदार थोरले रघुनाथराव ह्यांच्यापासून तो शेवटचे महाराज गंगाधरराव ऊर्फ बाबासाहेब ह्यांच्यापर्यंत, सर्व पुरुषांनी पुस्तकांविषयी फार काळजी व अभिरुची

---

१. ही सर्व हकिकत जरी एतद्देशीय गृहस्थाने सांगितली आहे तरी तीस डा. लो साहेबांची अप्रत्यक्षरीतीने चांगली साक्ष पडते. त्यांनी राजवाड्यातील लुटीचे पुढे लिहिण्याप्रमाणे वर्णन केले आहे-

झाशीच्या राजवाड्यात सैनिक घुसल्यानंतर काही क्षणातच त्यांना जे दिसेल त्याचा नाश करण्यास सुरुवात केली. घरांचे दरवाजे, काचेच्या चौकड्या, आरसे, मेणबत्ती स्टँड, खुर्च्या आणि इतर देशी फर्निचर यांचे हजारो तुकडे क्षणात करण्यात आले. प्रत्येक खोलीची नासधूस करण्यात आली. मध्यभागी मोडक्या वस्तू रचून त्यांना आग लावण्यात आली. गालीचे, जाजमे, सतरंजा, उशा, खुर्च्या, धातूचे सिंहासन, अत्यंत सुंदर नक्षीकामाचे नक्षीदार वस्तू, सोन्या-चांदीच्या वस्तू, भाले, हस्तिदंती स्टूले, दिव्याच्या शेड्स. संगमरवरी फरशा, डझनावरी पगड्या, शाली, कपबशा, इ. हजारो वस्तू एखादी धनाढ्य खानदानी स्त्री रोज वापरत असेल त्या सर्व वस्तू, आरामदायी वस्तू, सर्वत्र विखुरलेल्या होत्या. इमारतीच्या आत बाहेर सर्वत्र गोंधळाची स्थिती होती. सैनिक वाड्याच्या भिंतीवर उभे राहून वस्तू खाली फेकत होते. मनास वाटले तर लाथेने ठोकरून देत होते. निरनिराळ्या वस्तूंचा मोठाच ढीग तयार झाला होता. जोपर्यंत थांबण्याची आज्ञा मिळत नव्हती तो पर्यंत हे असेच चालणार होते....

दागदागिने त्यांनी स्वत:च्या खिशात घातले. ही सर्व परिस्थिती लक्षात घेता कुणीही असेच म्हणेल की ते आज्ञाधारी सैनिक होते. अशाही स्थितीत त्यांनी चोऱ्या, लूट मात्र सहज शक्य असूनही केलेली नाही.

सेंट्रल इंडिया. २६४

बाळगली होती. चारी वेदांची भाष्ये व सर्व शाखांची सूत्रे भाष्यांसहित, स्मृतिटीकांसह, आणि एकंदर पुराणे व सर्व वेदांची श्रौत स्मार्त कर्मे इत्यादी धर्मविषयक सर्व ग्रंथांचा त्यांनी चांगला संग्रह केला होता. ह्याशिवाय ज्योतिष, वैद्यक, नाटक, काव्य वगैरे सर्व शास्त्रांवरचे बहुतेक ग्रंथ तेथे होते. झाशीपासून चार-पाचशे कोसांवर नवा ग्रंथ असल्याचे कळताच झाशीहून लेखक पाठवून मुद्दाम तो ग्रंथ लिहून आणवीत असत. कारणपरत्वे कोणताही ग्रंथ लागल्यास काशी क्षेत्री देखील तो ग्रंथ झाशीहून नेत असत. अशा मूल्यवान ग्रंथाची रेशमी वेष्टणे व फळ्या सोजीर लोकांनी काढून घेऊन ते ग्रंथ अज्ञानपणाने रस्त्यांमध्ये तिसऱ्यामजल्यावरून फेकून दिले! त्यामुळे वाऱ्याच्या योगाने त्यांची पाने दूरवर उडून जात होती! त्याचप्रमाणे वाड्यातील फरासखाना व अजबखाना ह्यातील सर्व जिन्नस नेले. नगरखान्यात जाऊन नौबती फोडून टाकिल्या. ह्याप्रमाणे त्या इतिहासप्रसिद्ध राजवाड्याची अगदी दुर्दशा उडून तो अल्पकाळात सर्वस्वी नाश पावला!

झाशी शहरातील सर्व सरकारी ठिकाणे लुटल्यानंतर झाशीकरांची कुलस्वामिनी श्रीमहालक्ष्मी हिच्या देवालयावर गोऱ्या सोजिरांनी हल्ला केला, व तेथील सर्व अलंकार व मूल्यवान जिन्नस लुटून नेले. श्रीमहालक्ष्मीस आपल्या वैभवाचा कंटाळा आला होता म्हणूनच अशी गोष्ट घडून आली असे म्हटले पाहिजे! असो.

झाशीच्या राजवाड्यांतील संपत्ती सर्व इंग्रज अधिकाऱ्यांच्या हाती आली, त्याप्रमाणे राणीसाहेबांचे हत्ती व घोडेही इंग्रज सरकारास पुष्कळ सापडले. किल्ल्यातील दारूगोळा व मोठमोठ्या ४० तोफा त्यांच्यात हाती गेल्या. बंदुकी व तरवारी तर किती मिळाल्या त्यांची गणतीच नाही!

पहिले तीन दिवसपर्यंत लूट करण्याची गोऱ्या शिपायांची पाळी संपताच चौथे दिवशी मद्रासी पलटणी, तांबे, पितळ वगैरे धातूंची लूट करण्याकरिता शहरात आल्या. त्या लोकांनी विहिरीतून भांडी काढण्याकरिता मोठमोठे गळ देखील आणले होते. पौरजनांनी आपली भांडीकुंडी तरी वाचवावी म्हणून ती विहिरीत टाकली होती. परंतु विहिरी उथळ असल्यामुळे मद्रासी शिपायांनी ती सर्व काढून नेली. लोकांचे घरात शिरून जे पात्र सापडेल ते लुटून नेत असत. तीन दिवस बिजन होऊन जे द्रव्य सापडले ते गोरे लोकांस बक्षीस दिले होते व त्यापुढे एक एक लुटीचा दिवस जेवढ्या काळ्या पलटणी व हिंदुस्थानच्या

राजेरजवाड्यांच्या मदत पलटणी आल्या होत्या त्यास हिशोबाने वाटून दिले होते. पहिले दिवशी मद्रास पलटणींनी लूट केली. नंतर दुसरे दिवशी बारा वाजेपर्यंत हैदराबादवाल्यांची वाटणी होती. तो दिवस उजाडताच ते लोक वस्त्रांची लूट करीत चालले. घरात शिरून जेवढे वस्त्र, मग तो उंची पितांबर असो अथवा फाटके धोतर असो, सापडेल तेवढे घेत चालले. दोन-तीन घरांचे मध्यभागी हत्ती उभी करून त्याजवर मोठा 'सलिदा' -म्हणजे कंठाळीसारखा असतो-तो टाकून त्यात चिरगुटे, पांघरुणे, सतरंज्या, जाजमे वगैरे सर्व भरून नेऊ लागले. ह्याप्रमाणे त्यांनी मोठमोठ्या व्यापाऱ्यांच्या घरी लाखो रुपयांची लूट मिळवली. तिसऱ्या दिवशी शहरात सर्व पलटणी लोक शिरले, त्यांनी धान्य लुटण्यास प्रारंभ केला. त्यांनी आपल्या बरोबर मोठमोठे बैल आणिले होते. बैल दरवाजापाशी उभे करून लोकांचे घरी जे धान्य सापडे ते भरून नेत असते. चौथे दिवशी सर्व प्रकारची लूट करण्यास प्रारंभ झाला. ज्यास जे नेण्यासारखे वाटले ते तो घेऊन जात असे. लोकांच्या घरी एकही उपयोगी वस्तू राहिली नाही! याप्रमाणे, झाशीची अगदी हवालदील स्थिती झाली! झाशीच्या लोकांच्या पूर्वदुष्कृताबद्दल हे परमेश्वर योग्य शासन केले, किंवा शुक्रनीतीत सांगितल्याप्रमाणे, इंग्रजांस त्याचा सूड घेण्याची प्रेरणा करून त्यांचे योग्य पारिपत्य करविले असेच म्हणणे भाग आहे.

असो. सात दिवस झाल्यानंतर आठवे दिवशी इंग्रज सरकाराने 'खुल्क खुदाका, मुल्क बादशाहाका, अंमल अंग्रेज सरकारका' अशी सर्व शहरांत दवंडी पिटविली, व माफीचा जाहीरनामा लावून सर्व लोकांस निर्भय केले. अनेक लोकांची प्रेते रस्त्यात पडली होती ती ज्यांची त्यांनी नेऊन त्यास मूठमाती द्यावी असा हुकूम फर्माविला व शहरांत हजारो लोक पाठवून रस्ते स्वच्छ करण्यास प्रारंभ केला. हलवाईपुऱ्यापासून कोष्टीपुऱ्यापर्यंत भयंकर आग लागून शहर जळत होते; ती आग विझवण्याकरिता पाण्याचे बंब सुरू केले. रस्त्याच्या चव्हाठ्यावर जेवढी प्रेते पडली होती त्यांचा ढीग रचला आणि लोकांच्या घरातील सापडतील ती लाकडे आणून त्यावर टाकली आणि त्या चितेस अग्नी पेटवून दिला. त्या वेळी सर्व शहर स्मशानवत् भासू लागले. दर चव्हाठ्यावर प्रेतांचे ढीग जळू लागले! ज्यास प्रेतसंस्कार देण्याची इच्छा व ऐपत होती त्यांनी आप्तजनांची प्रेते उचलून नेली. बाकीची प्रेते सार्वजनिक चितेमध्ये टाकत होते. ह्याशिवाय बैल, उंट, हत्ती, घोडे वगैरे हजारो जनावरे

जागजागी मरून पडली होती. ती सर्व उचलून शहराबाहेर एक प्रचंड खंदक खणला होता त्यांत नेऊन टाकिली, व वर माती लोटली. ह्याप्रमाणे या दिवशी सर्व शहर इंग्रज सरकाराने शुद्ध केले!

दुसरे दिवशी सरकारवाड्यापुढे सर्व जिनसांची दुकाने मांडली, तेव्हा हजारो लोकांची गर्दी होऊन जो तो आपल्या प्रपंचाच्या जिनसा घेऊ लागला. लोकांजवळ काही अर्थ उरला नव्हता. तथापि, चोरून मारून ठेवलेले अल्प द्रव्य बाहेर काढून त्यावर आपल्या उदरनिर्वाहाची तरतूद करणे त्यांना भाग पडले! ह्याप्रमाणे झाशीत स्वस्थता होऊन तेथील जिवंत राहिलेले दुर्दैवी प्रजाजन पुनः नवीन संसाराच्या तयारीस लागले.

इकडे शहराबाहेर इंग्रजांच्या छावणीमध्ये राजवाड्यातील लुटीत मिळालेल्या मूल्यवान वस्तूंचा लिलाव सुरू झाला[१]. हत्ती, उंट, घोडे वगैरे लढाईचे उपयोगी सरंजाम शिंदे सरकारांनी विकत घेतला. दुसरे मोठमोठ्या किमतीचे सामान इतर राजेरजवाडे लोकांनी विकत घेतले. झाशीसंस्थानिकांजवळ एका कुशल कारागिराने तयार केलेला वडिलोपार्जित असा एक अत्युत्तम पितळी पाळणा होता, तो शिंदे सरकारांनीच विकत घेतला. त्याचप्रमाणे श्रीमंत गंगाधरराव बाबासाहेब यांनी काशीहून तयार करवून आणलेला सुवर्णाचा 'तामझाम' व राणीसाहेबांचा नित्य बसण्याचा रुप्याचा मेणा दुसऱ्या संस्थानिकांनी विकत घेतला! येणेप्रमाणे झाशीच्या वैभवाचा शेवट झाला व कृपाळू ब्रिटिश सरकारास पुष्कळ द्रव्यप्राप्ती झाली!

असो. अशारीतीने झाशीच्या युद्धाची परिसमाप्ती होऊन इंग्रज सैन्यास यशप्राप्ती झाल्यानंतर, सर ह्यू रोज ह्यांनी झाशीचा नीट बंदोबस्त करून आपल्या सैन्यास विश्रांती दिली. सर रॉबर्ट हॅमिल्टन ह्यांनी बंडखोर लोकांचा शोध करून त्यांस देहान्त शिक्षा देण्याचा क्रम चालवला. ता. ५ रोजी झाशीच्या राणीसाहेबांचे वडील मोरोपंत तांबे व झाशीचे बक्षी लालाभाऊ ह्यांस

---

१. ही गोष्ट डा. लो ह्यांनीही लिहिली आहे. त्यांनी फक्त इतकेच म्हटले आहे-

शहरात आणि राजवाड्यात मिळालेल्या मौल्यवान वस्तूंची मोजदाद यादी सुरू झाली. पैसा, जडजवाहीर आणि कलाकुसरींच्या वस्तूंचा लिलाव इंग्रजी छावणीमध्ये रोज सुरू झाला. जे गोरे अधिकारी या हल्ल्यात मरण पावले, त्यांच्या वस्तू आणि संपत्तीचाही त्यात समावेश होता.

सेंट्रल इंडिया २६५

फाशी देण्यात आले व प्रत्येक दिवशी जे कोणी मुत्सद्दी अथवा दरबारी लोक सापडतील त्यास राजवाड्यापुढे फाशी देण्यात येत होते! अल्पावकाशात झाशी शहरात इंग्रज सरकाराचा पूर्ववत् अंमल बसून बंडखोर लोकांचा तेथे लवलेशही राहिला नाही.

सर ह्यू रोज ह्यांनी २५ व्या पलटणीचे अधिकारी मेजर रॉबर्टसन ह्यांच्या ताब्यात किल्ल्याची व्यवस्था देऊन झाशी येथे उत्तमप्रकारचा बंदोबस्त केला. झाशीची व्यवस्था सर ह्यू रोज ह्यांनी ज्याप्रमाणे उत्तमप्रकारे केली, त्याचप्रमाणे त्यांनी आपल्या सैन्यातील जखमी झालेल्या व मृत झालेल्या लोकांचीही उत्तम व्यवस्था केली. राजवाड्यामध्येच औषधालय स्थापन करून तेथे जखमी लोकांस उपचार चालविले; आणि युद्धामध्ये पतन पावलेले ले. डिक, ले. मीकलीजॉन, ले. सिंक्लेअर, ले. सिपसन, इत्यादी शूर योद्ध्यांच्या प्रेतांस ख्रिस्तीधर्माप्रमाणे योग्य रीतीने संस्कार दिला. त्याचप्रमाणे ता. १४ रोजी रे. श्वेब आणि रे. स्ट्रिक्लंड ह्यांच्या हस्ते, जोगनबागेमध्ये सन १८५७ च्या जूनमध्ये बंडवाल्या लोकांनी मारलेल्या युरोपियन लोकांच्या प्रेतांसही विधिपूर्वक संस्कार देऊन त्यांच्या आत्म्यांस शांतता दिली.

ह्या युद्धामध्ये सर ह्यू रोज साहेब ह्यांनी फार उत्तम प्रकारचे शौर्य दाखविले; त्याबद्दल त्यांची ड्यूक ऑफ केंब्रिज व सर कॉलिन कॅम्बेलप्रभृती मंडळीने फार स्तुती केली आहे[१]. ती अगदी यथार्थ असून त्याबद्दल कोणास आनंद वाटणार नाही? असो. झाशी काबीज केल्यानंतर सर ह्यू रोज ह्यांनी, स्वस्थ विजयानंदामध्ये वेळ न घालविता, लगेच काल्पीवर स्वारी करण्याच्या उद्देशाने कर्नल लिडेल ह्यांच्या हाताखाली बरेच सैन्य देण्याचे ठरवून पुढील व्यवस्था दक्षपणाने चालविली.

झाशी येथे झालेल्या घनघोर संग्रामामध्ये उभय पक्षांकडील किती लोक

---

१. ड्यूक ऑफ् केंब्रिज ह्यांनी त्याबद्दल असे लिहिले आहे-

झाशी इंग्रज सरकारच्या ताब्यात घेण्याचे काम अत्यंत समाधानकारक झाले. एका छोट्याशा सैन्याच्या तुकडीनेही केवढा मोठा विध्वंस, लूट करता येऊ शकते तेही दिसून आले. फक्त ते सैन्य एकच सेनापतीच्या ताब्यात असले पाहिजे. तसेच त्यावर योग्य नियंत्रण राहू शकते. तुझ्या न्याय बुद्धी आणि कर्तृत्वाबद्दल मला नेहमीच आत्मविश्वास वाटत आला.

सर कॉलिन कॅम्बेल ह्यांनीही त्यांस अभिनंदनपूर्वक लिहिले आहे-

पतन पावले ह्याची निश्चित व विश्वसनीय संख्या समजत नाही. तथापि इंग्रजांकडील ३६ सेनाधिकारी व ३०७ सैनिक मृत व जखमी झाले; व झाशीकडील ५००० लोक मृत्यू पावले असे इंग्रज ग्रंथकार लिहितात^१! प्रबल व कृपाळू इंग्रज सरकाराशी स्पर्धा केल्यामुळे झाशीच्या लोकांचा असा भयंकर संहार व्हावा हे साहजिकच^२आहे!

◆ ◆

---

१. वरील संख्या मेजर जनरल सर ओवेन ट्यूडर बर्न के. सी. एस. आय. ह्यांनी लिहिली आहे. तेव्हा तिच्या सत्यतेबद्दल संशय घेण्याचे कारणच नाही! तथापि झाशीच्या पक्षाचे इतके लोक समरांगणात ठार मारले गेले, किंवा शहरात झालेल्या 'बिजन' मध्ये मारले गेले ह्याचा खुलासा व्हावयास पाहिजे होता!! शहरात कत्तल केलेल्या लोकांची संख्या मिळवून जर ५००० आकडा झाला असेल तर न जाणो! लो. ह्यांनी तर झाशीतच पुष्कळ लोकांची प्राणहानी झाली अशा आशयाचे उद्गार काढले आहेत-

"In Jhansi we burnt and buried upwards of a thousand bodies, and if we take into account the constant fighting carried since investment, and the battle of the Betwa, I fancy I am not far wrong when I say I believe we must have slain 3000 of the enemy."

२. झाशीतील इंग्रज शिपायांनी केलेल्या कत्तलीसंबंधाने अथवा लुटीसंबंधाने मॅलिसनप्रभृती इंग्रज इतिहासकार चकारशब्दही काढीत नाहीत! फक्त डा. लो ह्यांनी मात्र त्याबद्दल वारंवार उल्लेख केला आहे व मि. मार्टिन ह्यांनी त्या संबंधाने थोडक्यात वर्णन लिहिले आहे. ते म्हणतात,

"On the 4th of April, the fort and remainder of the city were taken possession of by the troops, who, maddened by the recollection of the massacre committed there, and by the determined resistance of the people, committed fearful slaughter. No less than 5000 persons are stated to have perished at Jhansi, or to have been cut down by the flying camps + + + + The plunder obtained in the fort and town is said to have been very great."

प्रकरण १३ वे

कुंच व काल्पी येथील लढाया

महाराणी लक्ष्मीबाईसाहेब ह्या झाशीतून निघाल्यानंतर आपल्या बरोबरच्या दहापंधरा स्वारांसहवर्तमान घोडा भरधाव फेकीत, दुसरे दिवशी सकाळी, झाशी संस्थानच्या हद्दीवरील भांडेरनामक एका गावी आल्या. तेथे पोहोचताच त्यांनी घोड्यावरून खाली उतरून प्रातर्विधी केले; आणि गावच्या महालकऱ्याची भेट घेऊन त्याच्या कडून श्रीमंत दामोदरराव ह्यांस फराळास घालविले. इकडे झाशी येथील इंग्रज सैन्यामध्ये राणीसाहेब किल्ल्यातून निघून गेल्याची खबर ताबडतोब पसरली जाऊन सर्व इंग्रज अधिकारी आश्चर्यचकित होऊन राणीसाहेबांचा पाठलाग करण्याचे अनेक बेत करू लागले. सर ह्यू रोज ह्यांनी लेफ्टनंट बौकर यांच्या हाताखाली निजाम सरकारच्या रिसाल्यातील रणशूर स्वारांची एक पलटण देऊन, त्यांना काल्पीच्या रस्त्याकडे रवाना केले, व दुसऱ्या कित्येक अधिकाऱ्यांस निरनिराळ्या दिशेस पाठविले. लेफ्टनंट बौकर हे घोड्यावर बसण्यात पुरे वस्ताद असल्यामुळे त्यांनी आपल्या बरोबरच्या स्वारांसह राणीसाहेबांचा पाठलाग करण्याकरिता थेट भांडेरपर्यंत चाल केली; व ते स्वसैन्यासह दुसरे दिवशी सकाळी त्या गावच्या हद्दीवर येऊन पोहोचले. ह्या वेळी राणीसाहेब दामोदररावांस बरोबर घेऊन काल्पीकडे कुच करण्याच्या बेतात होत्या. तोच पहारेवाल्या शिपायांनी इंग्रज स्वार आल्याची बातमी त्यास विदित केली. ह्या समयी राणीसाहेबांजवळ सैन्य वगैरे बिलकुल नसून फक्त बरोबरचे दहापंधरा स्वार मात्र होते. तरी त्यांनी धैर्य न सोडता, कंबर कसून व मुलास पाठीशी बांधून आपल्या उमद्या घोड्यावर आरोहण केले; व मोठ्या आवेशाने आपली समशेर मेणांतून उपसून हातांत घेतली. इकडे इंग्रज स्वारही मोठ्या त्वेषाने व बाण्याने राणीसाहेबांस पकडण्याकरता त्यांच्यावर चाल करून आले. हा प्रसंग

राणीसाहेबांच्या युद्धकौशल्याची पूर्ण परीक्षा होण्याचाच होता असे म्हटले तरी चालेल. लेफ्टनंट बौकर ह्यांच्यासारखा रणपटू योद्धा मी मी करीत निजाम सरकारच्या निवडक स्वारांनिशी चालून येत आहे व त्याशी दहापंधरा स्वारांनिशी टक्कर देऊन त्याच्या हातून सुटून जाण्याचा प्रयत्न एक अबला करीत आहे, ही गोष्ट सकृद्दर्शनी कोणास बरे चमत्कारिक वाटणार नाही? अशा वेळी राणीसाहेबांस यश येण्याची अशा करणे निव्वळ वेडेपण होय! असे असता, त्या विलक्षण धैर्याच्या, खंबीर मनाच्या, आणि लोकोत्तर शौर्याच्या राजस्त्रीने त्या रणशूर व जवानमर्द इंग्रज योद्ध्यांस खाली पाहण्याचा प्रसंग आणावा ही केवढी आश्चर्याची गोष्ट समजली पाहिजे? लेफ्टनंट बौकर हे मोठ्या जोराने चाल करून राणीसाहेबांवर धावले, तो राणीसाहेबांनी मोठ्या चलाखीने त्यांच्यावर आपला तरवारीचा हात फेकून एका क्षणार्धामध्ये आपला घोडा बाणाप्रमाणे पुढे काढला, व मध्यंतरी येणाऱ्या इंग्रज स्वारांचा चांगला समाचार घेऊन त्या त्यांच्या कटाक्षमर्यादेतून पार नाहीतशा झाल्या! ह्या वेळी त्यांच्या रणपांडित्याची एका निमिषामध्ये पूर्ण परीक्षा झाली. कोणी संस्कृत कवीने म्हटले आहे-

संग्रामे सुभटेंद्राणां कवीनां कविमंडले।।
दीप्तिर्वा दीप्तिहानिर्वा मुहूर्त्तादेव जायते।।१।।

संग्रामाचे ठायी मोठमोठ्या योद्ध्यांचे व कविमंडळात कवीचे तेज पडणे अथवा तेजोहीन होणे ह्या दोन्ही गोष्टी एका क्षणामध्ये होऊन जातात. त्याप्रमाणे राणीसाहेबांचे तेज एका क्षणामध्ये प्रकाशमान झाले ह्यात शंका नाही. असो. इकडे राणीसाहेब निघून गेल्यानंतर जखमी झालेले लेफ्टनंट बौकर व त्यांचे स्वार हताश होऊन झाशीस परत आले[१]! राणीसाहेब तशाच

---

१. ह्या चकमकीचे वर्णन इंग्रज ग्रंथकार विस्तृतपणे करीत नाहीत! फक्त मि. मार्टिन ह्यांनी इतकेच लिहिले आहे-

राणीचा पाठलाग होत होता. लेफ्टनंट बौवकर घोडदळाची छोटीशी तुकडी घेऊन भांडेरपर्यंत नेटाने गेला. हे ठिकाण झाशीपासून वीस मैलांवर आहे. तेथे त्याने पाहिले की एका तंबूत न्याहारीच्या वस्तू तशाच पडलेल्या आहेत. नंतर त्याने पाहिले की करड्या घोड्यावरून राणी वेगाने निघून जात आहे आणि तिच्या बरोबर चार सेवक आहेत. पण या ठिकाणी बौवकर अतिशय जखमी झालेला होता. त्यामुळे राणीचा पाठलाग सोडून तो मागे फिरला.

ब्रिटिश इंडिया ४८५

भरधाव घोडा टाकीत अवघ्या चार स्वारांनिशी काल्पीकडे निघाल्या. त्या दिवसभर मार्गक्रमण करून रात्रीच्या बारा घटकांचे सुमारास काल्पीस जाऊन पोहोचल्या. अन्नपाण्याशिवाय चोवीस तास राहून व मुलाचे ओझे पाठीशी घेऊन एकसारखा १०२ मैल रस्ता चालून जाणे ही सामान्य गोष्ट नव्हे! हिच्यावरून बाईसाहेबांचा मनोनिग्रह, हिंमत आणि घोड्यावर बसण्याचा शक्तीही चांगली व्यक्त होतात.

काल्पी हे लहानसे टुमदार शहर यमुना नदीच्या काठी आहे. यमुना उत्तरदक्षिणवाहिनी असून तिच्या पश्चिम किनाऱ्यावर काल्पीचा किल्ला बांधलेला आहे. त्यास तिन्ही बाजूंनी मोठा मजबूत कोट असून चवथे बाजूस यमुनेचा खोल प्रवाह आहे. त्यामुळे हा किल्ला फार शोभिवंत व बळकट झाला आहे. किल्ल्याच्या पश्चिमेस मैदान असून त्या पलीकडे शहर वसले आहे. काल्पी येथे साखरेचा व्यापार फार मोठा चालत असल्यामुळे तेथे धनिक व्यापाऱ्यांच्या मोठमोठ्या हवेल्या पुष्कळ आहेत व रस्तेही चांगले रुंद आहेत. यमुना नदी फार खोल असल्यामुळे शहरातील विहिरीही फार खोल आहे. हे शहर बादशाहाचे वेळेपासून फार इतिहासप्रसिद्ध झाले आहे. येथे एक 'चौऱ्याऐंशी घुमटांचे मैदान' म्हणून प्रसिद्ध रणभूमी आहे. तेथे बादशाहाचे वेळी मोठी लढाई झाली होती. तीत बादशाहाचे चौऱ्यांशी नामांकित सरदार पतन पावले व नंतर विजयश्री प्राप्त झाली, म्हणून बादशाहाने त्या चौऱ्याऐंशी सरदारांच्या प्रेतावर चुनेगच्ची मजबूत व सुंदर कबरी बांधून त्याचे चिरस्मारक केले आहे. त्या रणांगणास चौऱ्याऐंशी कबरस्थानांतल्या उंच घुमटांनी फार शोभा आली आहे, म्हणून त्यास ''चौऱ्याऐंशी घुमटांचे मैदान'' असे म्हणतात. हे इतिहासप्रसिद्ध शहर पूर्वी गोविंदपंत बुंदेले यांच्याकडे होते. पुढे ते त्यांचे वंशज जालवणचे जहागीरदार नाना गोविंदराव ह्यांच्याकडे होते. नंतर सन १८०६ मध्ये ब्रिटिश सरकारने जालवण संस्थानिकांबरोबर तह करून ते आपल्या ताब्यात घेतले. तेव्हापासून ते त्यांच्याच ताब्यामध्ये होते. मध्यंतरी सन १८२५ मध्ये, नाना पंडिताने बंड करून ते आपल्या ताब्यात घेतले होते, परंतु त्या वेळी ब्रिटिश सरकारने झाशीचे सुभेदार रामचंद्रराव ह्यांची मदत घेऊन ते पुन: काबीज केले. पुढे सन १८५७ च्या जून महिन्याच्या १२ चे तारखेस झाशी व कानपूर येथील बंडवाले काल्पीस आले, त्यावेळी तेथील सैन्याने बंड करून काल्पीचे डेप्युटी कलेक्टर मुनशी शिवप्रसाद ह्यास पळवून लाविले आणि काल्पी शहर

आपल्या ताब्यात घेतले. तेव्हापासून तेथील ब्रिटिश राजसत्ता नष्ट होऊन तेथे बंडवाल्यांचाच अंमल चालत होता असे म्हटले तरी चालेल. श्रीमंत नानासाहेब पेशव्यांचे बंधू रावसाहेब हे काल्पी शहर बुंदेलखंडाच्या मध्यावर असून तेथील किल्ला चांगला बळकट आहे असे पाहून, स्वसैन्यानिशी तेथेच येऊन राहिले होते. त्यामुळे काल्पी येथे बंडवाल्यांचा जमाव पुष्कळ होऊन दारूगोळा वगैरे युद्धसामग्रीही तेथे चांगली जमली होती. ह्या कारणामुळे राणीसाहेबांस काल्पीस जाऊन श्रीमंत रावसाहेब पेशवे ह्यांस भेटल्यावाचून दुसरा कोणताही मार्ग राहिला नाही असे वाटून, त्या काल्पी येथे येऊन दाखल झाल्या.

राणीसाहेब काल्पी येथे मध्यरात्री उतरल्यानंतर पेशव्यांच्या छबिन्यावरील लोकांस वर्दी देऊन गुदामात गेल्या, व घोड्यावरून उतरून तेथे त्यांनी प्रात:काळपर्यंत विश्रांती घेतली[१] . त्यांच्या घोड्याने त्या दिवशी फारच उत्तम नोकरी बजावली होती त्यामुळे तो अगदी थकून गेला होता. तो गुदामात पोहोचताच जमिनीवर पडला. त्याजवर बाईसाहेबांचे अत्यंत प्रेम असल्यामुळे त्यांनी लागलीच सात-आठ शिपाई त्याच्या शिरा मळण्याकरिता लावले. त्या

---

१. उज्जनप्रतीमध्ये पुढे लिहिल्याप्रमाणे माहिती दिली आहे- ''गुदामांत पोचल्यावर रात्र फार झाल्यामुळे बाईसाहेबांनी आपल्या आगमनाचे वर्तमान श्रीमंतांस कळवले नाही. उजाडताच शौचमुखमार्जनादी विधी आटोपून, पेशव्यांस कसे भेटावे ह्या विचारात त्या होत्या. तोच स्त्रीधर्माप्रमाणे त्यांस अस्पर्शदशा प्राप्त झाली. त्या वेळेस बाईसाहेबांचे अंत:करणात पूर्वीपेक्षा दसपट दु:ख झाले! स्त्रियांनी अती शौर्य केले तरी काय उपयोग? प्रसंगात घात घेणारा असा त्यांचा शारीरिक धर्म त्यास दु:खाग्नीत टाकण्यास समर्थ असतो. ह्या वेळी बाईसाहेबांजवळ स्त्रियांचे एकही वस्त्र नसल्यामुळे अग्नीत तेल घातल्याप्रमाणे त्यांच्या दु:खात भर पडली. ह्यावेळी त्यांचा सर्व पोषाख मर्दानी होता. त्यामुळे त्यास मोठी पंचाईत पडली! त्यांच्याजवळ निराळे वस्त्र घेण्याइतके द्रव्य तरी असेल म्हणावे तर ते देखील नव्हते! पेशव्यांकडे लुगड्याबद्दल मागणे करावे तर ती त्या मानी स्त्रियेस अगदी जीवावरची गोष्ट!! अशा वेळी बाईसाहेबांस जे दु:ख झाले असेल ते वर्णन करणे कठीण आहे! असो. पुढे बाईसाहेबांच्या आगमनाचे वर्तमान श्रीमंत रावसाहेब पेशवे ह्यांस समजले. तेव्हा त्यांनी तात्या टोप्यास त्यांचा बंदोबस्त करण्याकरता पाठविले. तात्याने त्यांस लुगडी वगैरे नेऊन देऊन, पंधरा पात्रांची स्वयंपाकाची भांडी, रुप्याची भांडी, आचारी, पाणके, तंबू, कनाथी, बिछाईत, शिबंदीचे शिपाई वगैरे सर्व व्यवस्था उत्तम प्रकारे करून दिली. पुढे श्रीमंतांकडे वर्तमान जाऊन त्यांची त्यांनी शांतपणाने भेट घेतली, आणि मग पुढील विचार ठरविला.''

योगाने त्या घोड्याचे श्रमपरिहार होऊन तो पूर्ववत् हुशार झाला. असो. दुसऱ्या दिवशी रीतीप्रमाणे बाईसाहेबांची व श्रीमंत रावसाहेब पेशवे यांची भेट झाली. राणीसाहेबांनी नेत्रांत अश्रू आणून आपली तरवार श्रीमंतांपुढे ठेविली आणि सांगितले की, "तुमच्या पूर्वजांनी ही तरवार आम्हांस दिली आहे. त्यांच्या पुण्यप्रतापेकरून आजपर्यंत तिचा आम्ही योग्य उपयोग केला. आता तुमचे आम्हास साह्य राहिले नाही, ह्याकरिता ही आपण परत घ्यावी!" हे बाईसाहेबांचे चातुर्याचे शब्द ऐकतांच, श्रीमंतास गहिवर आला; व त्यांनी झाशीच्या युद्धाचे वेळी आपल्या फौजेचे राणीसाहेबास बिलकूल साहाय्य झाले नाही ह्याबद्दल फार वाईट[१] वाटले. तदनंतर रावसाहेब पेशवे ह्यांनी, झालेल्या गोष्टीबद्दल खेद

---

१. झाशीतील वेढ्याच्या वेळी पेशव्यांच्या सैन्याचे राणीसाहेबास साहाय्य झाले नाही, ह्याचे खरे कारण काही समजत नाही. तथापि त्या समयी झाशीच्या किल्ल्यातील लोकांनी इंग्रजांच्या सैन्यावर तोफांचा मारा केला नाही, त्यामुळे त्यास पेशव्यांच्या सैन्यावर हल्ला करण्यास चांगली मोकळीक सापडली असा प्रकार झाल्याचे दिसून येते. ह्या वेळी किल्ल्याच्या बुरुजावर लालताबादी म्हणून एक सरदार होता, त्याने इंग्रज सैन्य हे पेशव्यांचेच सैन्य आहे असे सांगून किल्ल्यातील तोफ त्यांच्यावर सोडू दिली नाही, असा प्रकार झाल्याचे उद्गार 'गिलीयन' ह्याने राणीसाहेबांच्या तात्या टोप्याशी झालेल्या भाषणात घातले आहेत. तात्या टोप्याने राणीसाहेबांस ज्या वेळी विचारले की, "आम्ही तुमच्या मदतीकरिता सैन्य घेऊन आलो व ज्या वेळी झाशीस वेढा दिलेल्या इंग्रज सैन्याची व आमच्या सैन्याची लढाई सुरू झाली, त्या वेळी तुम्ही इंग्रज सैन्यावर तोफ सुरू केली असती म्हणजे त्यांचे काहीएक चालले नसते व आमचा पराभव कधीही झाला नसता.' त्या वेळी राणीसाहेबांनी उत्तर दिले 'त्या समयीं किल्ल्यांतील मुख्य ब्राह्मण हवालदार लालताबादी ह्याने आम्हांस तसे करू दिले नाही, व अखेरपर्यंत सांगितले की, ते काही आपल्यावर खरा हल्ला करीत नाहीत. उगीच आम्ही बाहेर यावे म्हणून वायफळ बार काढीत आहेत.'

- दि रेने पृ. २६०

ह्यावरून किल्ल्यामध्ये काही तरी दगलबाजी किंवा मूर्खपणा झाला असे व्यक्त होते. तात्या टोप्यांच्या सैन्यावर इंग्रज सैन्याने मारा केला त्या वेळी किल्ल्यातून इंग्रज सैन्यावर तोफा सुटण्याचे ऐन प्रसंगी बंद झाले, त्यामुळे इंग्रज सैन्यास त्याचा पराभव करण्यास उत्तम संधी मिळाली! ही गोष्ट दुसऱ्या इंग्रज गृहस्थाच्याही पुराव्यावरून सिद्ध होते. सर ह्यू रोज ह्यांच्या बरोबरचे असिस्टंट सर्जन डा. सिल्व्हेस्टर हे लिहितात-

किल्ल्यातील सैन्याने तोफखान्याने हल्ला चढवून आमचे मोर्चे का उद्ध्वस्त केले नाहीत कारण त्याच वेळी पेशव्यांची फार मोठी फौज त्यांच्या मदतीसाठी आलेली होती.

प्रदर्शित करून, राणीसाहेबांस अशी विनंती केली की, "आपण आजपर्यंत झाशीच्या सुभेदार घराण्याच्या पूर्वापार लौकिकाप्रमाणे जो पराक्रम व्यक्त केला, व पुष्कळ दिवस इंग्रजांच्या प्रबल सैन्यास दाद न देता अखेर त्यांच्या सपाट्यातून मोठ्या युक्तीने जी आपली सुटका करून घेतली, त्यावरून आपले युद्धकौशल्य पूर्णपणे व्यक्त होत आहे. तेव्हा आपल्यासारख्या स्वाभिमानी शूर सरदारांनी सैन्याचे चालकत्व स्वीकारले तरच आमचा हेतू तडीस जाण्याचा संभव आहे. आमच्या पूर्वजांच्या वेळी, शिंदे, होळकर, गायकवाड, बुंदेले, विंचुरकर, रास्ते, पटवर्धन, इत्यादी सरदार स्वराज्याकरता आपले प्राण खर्ची घालण्यास तत्पर होते म्हणून मराठेशाईचा झेंडा अटकेपर्यंत फडकला! आणि आता जर आपल्यासारख्या पूर्वापार शौर्य गुणांमध्ये सुप्रसिद्ध झालेल्या आमच्या सरदारांनी आम्हांस साहाय्य केले तरच आमचा इष्ट हेतू सिद्धीस जाणार आहे. ह्याकरता ही आपली तरवार परत घेऊन तिने आम्हांस उत्तम साह्य करावे." ही रावसाहेब पेशवे यांची सविनय विनंती मान्य करून राणीसाहेबांनी पुनः आपल्या समशेरीचा स्वीकार केला. वस्तुतः त्यास प्रबल व महारणशूर इंग्रज सैन्याबरोबर लढाई करून शेवट काय होणार, हे झाशी येथील युद्धाच्या वेळी स्वानुभवावरून पूर्ण माहिती झाले होते, तरी त्यांनी,

"हतो वा प्राप्स्यसि स्वर्गं जित्वा वा भोक्ष्यसे महीम्!"

ह्या श्रीभगवंताच्या उक्तीप्रमाणे इंग्रज सैन्याशी युद्ध करण्याचा निश्चय केला; आणि काल्पी येथे जमलेल्या सर्व सैन्याचे आधिपत्य स्वतः स्वीकारून सैन्याची तयारी व्यवस्थित रीतीने चालवली. झाशीच्या शूर राणीसाहेब, रावसाहेब पेशव्यांस येऊन मिळाल्या आहेत व त्या काल्पी येथे पेशव्यांच्या सैन्याची व्यवस्था करीत आहेत असे समजताच बांदेवाले नबाब, बाणपूरवाले बुंदेले राजे, व दुसरे युद्धास सिद्ध झालेले संस्थानिक व इतर सरदार आपापले सैन्य

झाशीवाल्यांनी प्रतिकार का बंद केला हे अनाकलनीयच होते. आमच्या पायदळाने आणि बंदूकधाऱ्यांनी बहुधा चोख कामगिरी केल्याने त्यांच्या तोफा बंदुका थंडावल्या असाव्यात. शहराच्या दुसऱ्या भागातील तटावर मेजर गेल आणि कॅप्टन आर. अे. फिल्ड यांनी जो बोगस हल्ला चढविला होता त्यामुळेही बंडवाले दिङ्मूढ झाले असावेत.

दि कॅम्पेन इन सेंट्रल इंडिया, पृ. १०१-१०२

ह्यावरून पेशव्यांच्या बलाढ्य सैन्याचा पराभव इंग्रज लोकांनी मोठ्या युक्तीने केला असे कोणास वाटणार नाही?

काल्पीस पाठवून देऊ लागले. रावसाहेब पेशवे ह्यांनी ग्वाल्हेर कॉंटिन्जंटची फौज, विलायती लोक, घोडेस्वारांचे रिसाले, आणि इंग्रजांच्या विरुद्ध झालेल्या संस्थानिकांकडून व राजेलोकांकडून आलेल्या पलटणी एकत्र केल्या, व त्यांची स्वत: कवाईत घेऊन, त्यांच्यावर राणीसाहेब व तात्या टोपे ह्यांस मुख्य सेनाधिकारी नेमले. असो, अशा रीतीने काल्पी येथे युद्धाची कडेकोट तयारी सुरू झाली.

आता इकडे इंग्रज सैन्यामध्ये जी हकिकत घडून आली तिच्याकडे वळणे भाग आहे.

सर ह्यू रोज साहेब ह्यांनी झाशीचा बंदोबस्त उत्तम रीतीने केल्यानंतर सूर्याच्या प्रखर तापामुळे रात्रीची मजल मारून काल्पीवर स्वारी करण्याचा बेत केला. ता. २५ रोजी त्यांनी पूर्ववत् आपल्या सैन्याचे निरनिराळे भाग करून व त्यावर मेजर गॉल, व मेजर ऑरप्रभृती शूर योद्ध्यांस मुख्य नेमून निरनिराळ्या मार्गाने काल्पीवर चाल करण्याकरिता कुच केले. तो त्यास अशी बातमी समजली की, झाशीच्या राणीसाहेब काल्पीस गेल्यानंतर त्यांनी पेशव्यांच्या सैन्याची चांगली व्यवस्था करून व बांदेवाले नबाबांकडील पलटणी मदतीस घेऊन पुन: झाशी सर करण्याचा बेत केला आहे; व त्याप्रमाणे तात्या टोपे, बाणपूरवाले राजे आणि झाशीच्या राणीसाहेब पुन: सैन्य घेऊन कुंच गावापर्यंत येऊन दाखल झाल्या आहेत. हे वृत्त समजताच सर ह्यू रोज ह्यास फार चिंता उत्पन्न झाली. सूर्याच्या प्रखर उष्णतेमुळे इंग्रज सैन्याची अगदी दुर्दशा उडून गेली होती व त्यांना प्यावयास पाणी किंवा जनावरांस चंदीचारा मिळणेही दुष्कर झाले होते. शिवाय चोहीकडे सर्व गावी बंडवाले भरलेले असून ते इंग्रज सैन्यावर हल्ला करण्यास अगदी सिद्ध झाले होते. तथापि सर ह्यू रोज ह्यांनी शत्रूची हालचाल पूर्णपणे लक्षात घेऊन शत्रूच्या पार्श्वभागावर हल्ला करण्याचा निश्चय केला. कुंच गाव काल्पीच्या अलीकडे ४२ मैल असून तेथे दाट झाडी असल्यामुळे त्याच्यावर बरोबर मारा करणे फार कठीण होते. त्याच्या पश्चिम बाजूचा व झाशी दरवाजाचा बंडवाल्यांनी उत्तम बंदोबस्त केला होता. सर ह्यू रोज ह्यांनी मोठ्या चातुर्याने सैन्य नेऊन बंडवाल्यांची वाताहत करण्याचा निश्चय केला. प्रथमत: त्यांनी ता. २ मे रोजी मेजर गॉल ह्यांच्या हाताखाली २५ व्या व ३ऱ्या पलटणीचे काही निवडक लोक देऊन, त्यांच्याकडून पुंचनामक गावावर हल्ला करवला. तेथे सुमारे ५०० बंडवाले दबा धरून बसले

होते. त्यांच्यावर इंग्रज सैन्य तुटून पडताच मोठी चकमक उडाली व तीत पुष्कळ बंडवाले मारले जाऊन तेथील किल्ला इंग्रजांच्या हाती आला. नंतर तेथून बेटवा नदी ओलांडून येताच तेथे मेजर ऑर ह्यांच्या सैन्याची व त्यांची गाठ पडली. तेथे त्यास असे वर्तमान समजले की, बाणपूर व शहागड येथील राजे बंडवाल्यांस कुंच येथे मदत करण्याकरता युद्धसामग्री घेऊन तिकडे जात आहेत. तेव्हा त्यांनी लगेच कोट्रा येथे त्यांच्यावर हल्ला केला व त्यांची एक तोफही हस्तगत केली. परंतु त्यावेळी जिगनी येथील राजाने त्यांना उत्तम साहाय्य केल्यामुळे इंग्रज सैन्याचा पराक्रम व्यर्थ जाऊन ते राजे कुंच गावी येऊन दाखल झाले. नंतर मेजर गॉल व मेजर ऑर हेही कुंच येथे ताबडतोब इंग्रज सैन्यास जाऊन मिळाले.

इकडे ता. ५ रोजी इंग्रज सैन्यास ७१ व्या पलटणीचे शूर लोक व दुसरी ब्रिगेड येऊन मिळाली. त्यामुळे सर ह्यू रोज साहेबास चांगला धीर आला व त्यांनी मेजर गॉल ह्यांना कुंच गावापासून दहा मैलांवर असलेल्या लोहारी नावाच्या किल्ल्यावर हल्ला करण्याकरता पाठविले. तो किल्ला हस्तगत झाला म्हणजे कुंच गावाचे सामर्थ्य नीट ध्यानात येऊन मग त्यावर चाल करण्यास फारसे प्रयास पडणार नाहीत असा त्यांचा समज होता. त्याप्रमाणे मेजर गॉल ह्यांनी ३ ऱ्या युरोपियन पलटणीचे शूर योद्धे बरोबर घेऊन लोहारीवर हल्ला केला. तो किल्ला मराठेशाहीमध्ये बांधलेला असून मोठा खंबीर होता; व त्यांचे संरक्षण विलायती लोक मोठ्या बंदोबस्ताने करीत होते. त्यामुळे इंग्रज सैन्याची व त्यांची जंगी लढाई जुंपली. परंतु अखेर इंग्रजांचीच सरशी होऊन त्यांनी तो किल्ला सर केला. ह्या लहानशा चकमकीमध्ये दोन युरोपियन अधिकारी व पुष्कळ गोरे लोक मारले गेले.

लोहारीचा किल्ला हस्तगत झाल्यानंतर सर ह्यू रोज ह्यांनी कुंच गावावर हल्ला करण्याचा बेत ठरवला. बंडवाले लोक नेहमी आपल्या आघाडीचा नीट बंदोबस्त करून असतात, त्या अर्थी मोहऱ्यावर चाल करून न जाता, त्यांच्या पिछाडीच्या बाजूस सैन्याचे निरनिराळे भाग पाठवून व त्यांची कच्ची बाजू लक्षात घेऊन तिच्यावर हल्ला करावा असा त्यांनी संकेत केला व दुसरे दिवशी सकाळी त्यांनी १४ मैलांच्या अंतरावर आपले सैन्य नेऊन, इच्छित दिशा साध्य करून घेतली. त्यांनी पहिल्या ब्रिगेडचे लोक आपल्या डाव्या बाजूवर ठेवून त्यांची पिछाडी नागपुरानामक गावाजवळ ठेविली. दुसरी ब्रिगेड मध्यभागी

चुमेरनामक गावी ठेवली आणि मेजर ऑर ह्यांच्या हाताखालची हैदराबाद पलटण उजव्या बाजूस उम्री गावावर ठेविली. अशा रीतीने कुंच गावापासून दोन मैलांच्या अंतराने सर्व सैन्य मार्‍याच्या जागा रोखून युद्धास तयार झाले.

इकडे बांदेवाले नबाब, तात्या टोपे आदी मंडळी ग्वाल्हेरचे सैन्य येण्याची मार्गप्रतीक्षा करीत स्वस्थ राहिली. त्यांचा लाल रिसाला व कित्येक पायदळ पलटणी कुंच गावापुढच्या मैदानामध्ये झाडीखाली उतरल्या होत्या. त्यांना इंग्रज सैन्य चालून आल्याची बातमी समजताच, त्यांनी एकदम घाईघाईने आपल्या तोफा चालू केल्या. सर ह्यू रोज ह्यांनी निरनिराळ्या दिशांस आपले सैन्य विभागून ठेवले होते, त्यामुळे त्यांच्या तोफांचा मारा फक्त समोरच्या बाजूवर होऊ लागला. इंग्रज सैन्याने तो मारा बंद करण्याकरता चोहीकडून गरनाळी तोफा व बंदुकी सुरू केल्या. त्या सरशी शत्रूकडच्या घोडेस्वारांची दुर्दशा होऊन ते सैरावैरा पळू लागले. बंडवाल्यांचा बंदोबस्त एका बाजूसच असल्यामुळे त्यांची फार त्रेधा उडाली. इंग्रज सैन्यास सूर्याच्या तापामुळे मनस्वी त्रास झाला. तरी त्यांनी त्या तसल्या उष्णतेत (११० अंश) बंडवाल्यांचा पराभव केला. ह्यावरून त्यांची सहनशीलता व युद्धव्यवस्था किती असावी हे आपोआप व्यक्त होते. सर ह्यू रोज ह्यांनी ह्या युद्धासंबंधाने आपल्या रिपोर्टात असे लिहिले आहे:- "आमच्या सैन्याचा प्रखर उष्णतेमुळे जो नाश झाला, तो झाला नसता तर आम्ही शत्रूचा पुरा संहार केला असता! आमच्या सैन्यातील ११ शिपाई सूर्याच्या प्रखर उष्णतेमुळे हां हां म्हणता मृत्युमुखी पडले व पुष्कळ बेशुद्ध होऊन जमिनीवर गळले, त्यांची स्थिती वर्णन करिता येत नाही! चार वेळा उष्णतेचा स्वत: मजवर अंमल होऊन मला आपला घोडा एकीकडे काढणे भाग पडले. पण डॉक्टर लोकांनी माझ्या डोक्यावर पाण्याची संतत धार ठेवून व मला उष्णताशामक औषधे देऊन हुशारी आणिली. छायेमध्ये देखील जेथे ११० अंश उष्णता आहे अशा हिंदुस्थान देशातील दुसर्‍या कोणत्याही भयंकर प्रसंगात माझ्याने राहवणार नाही! मला जितकी यशप्राप्तीची अपेक्षा होती ती माझी युद्ध करून परिपूर्ण झाली आहे व आता मला कशाचीही आशा नाही!" ह्या उद्‌गारावरून इंग्रज सैन्यास उत्तर हिंदुस्थानातील असह्य व प्रखर उष्णतेचा किती त्रास झाला असावा ह्याची कोणासही सहज कल्पना करता येईल[१]!" असो.

१. ता १९ एप्रिल सन १८५९ रोजी डॉ. ॲर्नाट ह्यांनी इंग्रज सैन्याच्या स्थितीबद्दल

एक तासपर्यंत इंग्रज सैन्याचे व बंडवाल्यांचे तुमुल युद्ध झाले. भर मध्यान्ह समयी ८६ व २५ व्या पलटणींनी कुंच गावावर हल्ला केला. त्यावेळी दोन्ही पक्षांची खडाजंगी उडाली! रावसाहेब पेशव्यांच्या पठाणी फौजेने आपले शौर्य उत्तम प्रकारे व्यक्त केले. हैदराबाद इन्फंट्रीचे अधिकारी ले. मॅक्वॉईड ह्यांनी विरुद्धपक्षाच्या हुजरातीवर चाल करून त्यांना मागे हटविले, व त्यांची जागा सर केली. परंतु पेशव्यांच्या पठाणी फौजेपुढे त्यांचे काही एक चालले नाही! त्यामुळे त्यांना पिछेहाट करणे भाग पडले! इंग्रज घोडेस्वारांनीही ह्या वेळी चांगली कामगिरी बजाविली आणि पराभूत झालेल्या सैन्याचा पाठलाग करून त्यांचा पुष्कळ दारूगोळा हस्तगत करून घेतला. तात्या टोपे व बांदेवाले नबाब ह्यांनी इंग्रज सैन्यास जेरीस आणण्याचा चांगला प्रयत्न केला; परंतु इंग्रज सैन्याच्या माऱ्यामध्ये त्यांची सर्व फौज सापडल्यामुळे अखेर त्यांना अपयश होऊन काल्पीस जाणे भाग पडले. बंडवाले निघून गेल्यानंतर त्यांच्या आठ तोफा, व पुष्कळ दारूगोळा आणि धान्य इंग्रज सैन्यास प्राप्त झाले. अशा रीतीने एका अव्यस्थेमुळे बंडवाल्यांच्या २०००० सैन्याचा पराभव झाला! सर ह्यू रोज ह्यांनी आपल्या सैन्याने चांगली मर्दुमकी गाजविल्यामुळे त्यांस फार शाबासकी दिली आणि काल्पीवर स्वारी करून ती सर करण्याविषयी त्यास उत्तेजन आणले[१]. कुंच येथे पराभव झाल्यानंतर तात्या टोपे, रावसाहेब पेशवे

जी हकिकत लिहिली आहे तिच्यावरून असे दिसते की, त्या वेळी सैन्यातील पुष्कळ गोरे लोक उष्णतेमुळे आजारी होऊन हॉस्पिटलमध्ये पडले होते. त्यांची संख्या ३१० होती. त्याशिवाय क्वार्टरमास्टर जनरल, क्वर्जीमन, अडज्युटंट जनरल, कमिसारियट ऑफिसर, बॅगेज मास्टर, ब्रिगेड मेजर, वगैरे सर्व अधिकारी आजारी होते. त्यामुळे आता इंग्रज सैन्यास यश येण्याची आशा राहिली नव्हती. त्यांनी स्पष्टपणे म्हटले आहे-

प्रखर उष्णतेचा त्रास असह्य होऊन सैन्यातील बरेच इंग्रज अधिकारी युरोपात जाण्यास अत्यंत उत्सुक झाले होते. बरेच जण ह्या उन्हाच्या काहिलीपासून दूर जाऊ इच्छित होते. माझे सैन्य दल उष्णतेमुळे अगदी मृतवत् बनले होते. उर्वरीत लोक अत्यंत दुर्बल झालेले होते. दीर्घ काळ आणि खडतर मोहिमेला अत्यंत कंटाळलेले आणि थकून गेलेले होते. मला जेवढे यश मिळवायचे होते ते मिळालेले आहे अशा सैन्यासह मला काल्पीच्या पुढे जाणे केवळ अशक्यच होते.

१. सर ह्यू रोज ह्यांनी आपल्या सैन्याचे अभिनंदन पुढे लिहिल्याप्रमाणे केले आहे-

शूर सैनिकांच्या शौर्याचे वर्णन कोणत्याच चौकटीत बसू शकणार नाही. त्यांच्या असामान्य धैर्याबरोबरच त्यांची शिस्त वाखाणण्याजोगी होती. एकही तक्रार यांच्याविरुद्ध

आदी मंडळी परत काल्पीकडे आली. नंतर तात्या आपल्या वडिलांस भेटण्याकरता जालवणाजवळ चरखी म्हणून एक गाव आहे तेथे गेला. बांदेवाले नबाब व बाणपूरवाले राजे काल्पीस जाऊन पोहोचले. राणी लक्ष्मीबाईसाहेब ह्या कुंच येथील युद्धामध्ये प्रमुखपणाने लढत नव्हत्या. त्यांच्या मनाप्रमाणे सैन्याची तयारी रावसाहेब पेशवे व बांदेवाले नबाब ह्यांनी केली नाही! बांदेवाले नबाबास आपल्या शहाणपणाचा विशेष गर्व असून रावसाहेब पेशवेही त्यांच्याच तंत्राने वागत होते. त्यामुळे कुंच येथील लढाईत त्यांच्या सैन्याचा बंदोबस्त कच्चा पडून इंग्रज सैन्याने माऱ्याची जागा साधून त्यांचा फडशा पाडला. राणीसाहेबांचे स्वतःचे सैन्य बिलकुल नव्हते त्यामुळे त्यांना पेशव्यांच्या सैन्याबरोबर परत काल्पीस जाणे भाग पडले!

काल्पीस गेल्यानंतर त्यांनी पुनः रावसाहेब पेशव्यांची कानउघाडणी केली; व त्यांस असे निक्षून सांगितले की, सैन्याचा बंदोबस्त कच्चा ठेवाल तर तुम्हास कधीही यश येणार नाही. इंग्रज सैन्याचा बंदोबस्त सुरेख असल्यामुळे त्यांच्या कंपूमध्ये कधीही गाफिलगिरी होत नाही व तुमचे सैन्य अगदी अव्यवस्थित असल्यामुळे त्यावर छापा घालण्यास त्यांस उत्तम संधी सापडते. ह्याकरिता सैन्याची फळी बांधून व जागोजाग मोरचे रोखून त्यांच्यावर दक्ष सेनानी नेमा म्हणजे विरुद्ध पक्षाला तुमच्या सैन्याशी टक्कर देणे अगदी अशक्य होईल. रावसाहेब पेशवे ह्यांनी राणीसाहेबांची सूचना ध्यानात घेऊन काल्पी येथे पुनः आपल्या सैन्याची तयारी चालविली. त्यांनी बांदेवाले नबाबाकडून आलेले दोन

येऊ शकली नाही. आपल्या शिपायी बाण्यास ते खरोखरी जागले. रणरणत्या उन्हामुळेच त्यांना बेजार केले. पार दमवून टाकले. तथापि आपल्या सेनापतीची अपेक्षा मात्र त्यांनी पूर्ण केली. कोणती तक्रार येणार नाही हा विश्वासही सैनिकांनी सार्थ केला. त्यांनी किती कठोर परिश्रम केले. अत्यंत अपुरी झोप मिळून सुद्धा मी हाक देताच ताडकन उसळून ते माझ्या शेजारी शस्त्र घेऊन सिद्ध होत. मनापासून लढाईत भाग घेत. अशा परिस्थितीत माघार घेणे अत्यंत अप्रतिष्ठेचे दिसले असते. त्या साऱ्यांना असेच वाटत होते की आमची शाररीक ताकद भलेही क्षीण झाली असेल पण विजयाची जिद्द आणि लढाईतील शिस्त मात्र अभंगच आहे. ते सैनिक बऱ्याच वेळा चालण्याच्याही परिस्थितीत नसत पण त्यांच्यातील निष्ठा त्यांना लढण्यास चेतना देत होती. या ठिकाणी असे म्हणणे आवश्यक ठरेल की माझी तुकडी कर्तव्यदक्षतेच्या अतिउच्च पातळीवर आणि प्रोत्साहित, शिस्तबद्ध आणि आपल्या सेनापतीबाबत कमालीची इच्छा, निष्ठा असणारी अशीच होती. यात कोणतीही अतिशयोक्ती नाही.

हजार स्वार व तोफा एका दिशेस ठेविल्या. अयोध्या प्रांतातून आलेले रोहिले लोक व बंगाल नेटिव्ह इन्फंट्रीच्या काळ्या पलटणी काल्पीच्या संरक्षणार्थ नाकेबंदी करून ठेविल्या. ह्याशिवाय त्यांच्याजवळ ज्या अनेक मोठमोठ्या तोफा होत्या, त्यांचे चोहा बाजूस मोरचे बांधून त्या प्रत्येक मोरच्यावर हुशार गोलंदाज नेमिले. जे कित्येक बुंदेले ठाकूर रणभूमीवर पराक्रम दाखविण्यासारखे होते, त्यांच्याकडे लहान-मोठी कामे सांगितली; आणि आपण स्वत: सर्व सेनेचे धुरंधुरत्व स्वीकारिले. राणीसाहेबांच्या अंगी रणशौर्य उत्तम प्रकारे वसत होते, हे त्यास पूर्णपणे माहीत होते. पण अंतस्थ रीतीने रावसाहेबांच्या मनात विशेष महत्त्वाकांक्षा वास करीत असल्यामुळे त्यांना आपल्या प्रचंड सैन्याचे आधिपत्य स्त्रीच्य हाती देणे इष्ट वाटले नाही! तथापि बाह्यात्कारे त्यांनी राणीसाहेबांचा बहुमान करून त्यांच्या हाताखाली लालवर्दीचे २००/२५० घोडेस्वार दिले व त्यांना यमुनेकडील बाजूचे संरक्षण करण्याविषयी विनंती केली! श्रीमंतांनी एकंदर सैन्याची व्यवस्था सुरेख केली असे पाहून राणीसाहेबांनी उत्तरबाजू संरक्षण करण्याचे काम आपल्या हाती घेतले; व एखाद्या युद्धकलाविशारद योद्ध्याप्रमाणे त्यांनी मोठ्या बंदोबस्ताने तेथे आपल्या सैन्याचा तळ दिला.

सर ह्यू रोज ह्यांनी कुंच येथे बंडवाल्यांचा पराभव केल्यानंतर काल्पी सर करण्याच्या उद्देशाने हर्दोई व उरई मार्गाने काल्पीकडे कुच केले. मध्यंतरी त्यास बंडवाल्यांचा बराच अडथळा झाला, व सूर्याच्या चंडकिरणांमुळे लुकीने पुष्कळ लोक बेशुद्ध होऊन पडू लागले. तथापि, सर ह्यू रोज ह्यांनी धीर न सोडता मजल दरमजल कुच करीत आपले सैन्य पुढे चालविले. १४ व्या ड्रागून्सचे अधिकारी ब्रिगेडियर स्टुवर्ट हे कुंचची लढाई झाल्यानंतर आजारी पडले, त्यामुळे त्यांचे जागी ले. क. कॅम्बेल ह्यांची योजना केली.

ह्या वेळी प्रवासाच्या व युद्धाच्या सतत श्रमामुळे इंग्रज सैन्याची धमक व हिंमत कमी होत चालली असे पाहून सर ह्यू रोज ह्यांनी यमुना नदीच्या उत्तरेकडे बंदोबस्तास असलेल्या कर्नल मॅक्सवेल साहेबांनी स्वसैन्यानिशी येऊन काल्पीस मिळण्याबद्दल कमांडर-इन-चीफ ह्यास लिहून पाठविले. त्याप्रमाणे त्यांच्याकडून ८८ व्या पलटणीच्या दोन तुकड्या व शीख लोकांची एक पलटण आणि उंटावरचा रिसाला सर ह्यू रोज साहेबांच्या मदतीस आला. सर ह्यू साहेब ह्यांनी पुन: सर्व सैन्याची कडेकोट तयारी करून काल्पी जवळ मजल मारली. परंतु तो प्रदेश उंचसखल टेकड्यांनी वेष्टिलेला असल्यामुळे व काल्पीच्या

मुख्य रस्त्यावर बंडवाल्यांची जय्यत तयारी असल्यामुळे शत्रूच्या तोंडावर चालून जाणे बरोबर नाही असे त्यास दिसून आले. म्हणून त्यांनी काल्पीच्या आसमंतातील प्रदेशासभोवती घेर घालून व काल्पीची कमी बंदोबस्ताची जागा शोधून काढून ती पादाक्रांत करावी अशी मसलत योजिली.

ता. १५ रोजी इंग्रज सैन्य काल्पीपासून सहा मैलांच्या अंतरावर गलावली म्हणून एक गाव आहे तेथे येऊन दाखल झाले. ही बातमी काल्पीच्या छबिन्यास समजताच त्यांनी ते सैन्य सरळ रस्त्याने काल्पीच्या समरांगणात येईल अशा समजुतीने, उतावळेपण करून त्यांच्यावर छापा घातला व त्यांची रसद बंद करण्याचा प्रयत्न केला. छबिन्यावर ग्वाल्हेरची फौज पुष्कळ होती, तिने मोठ्या जोराने इंग्रजांच्या २५ व्या नेटिव्ह इन्फंट्रीवर हल्ला करून तिच्यातील पुष्कळ लोक मारले व पुष्कळ जखमी केले. इंग्रज सैन्य एके ठिकाणी नसल्यामुळे ह्या अल्पशा चकमकीने त्यांच्या सामर्थ्याचा तिळमात्रही भंग झाला नाही! ग्वाल्हेरची फौज मात्र भांग पिऊन व ह्या अल्पविजयाने तेव्हाच फुगून जाऊन, इंग्रज सैन्यास "तुम्ही झाशी लुटली आहे आणि आता काल्पीकडे येत आहा काय? ठीक आहे. या! तुमचा समाचार घेण्यास आम्ही समर्थ आहोत!" अशा आत्मश्लाघेच्या वल्गना करून हिणवू लागली. इकडे ता. १६ रोजी मेजर ऑर ह्यांच्या हाताखालच्या दुसऱ्या ब्रिगेडच्या सैन्याची व बंडवाल्यांची आणखी थोडीशी चकमक झाली. तथापि सर ह्यू रोज ह्यांनी दयापुरा नामक एका गावाजवळ आपले सैन्य नेले, व तेथील जागा बंदोबस्ताची आहे असे पाहून मग विरुद्ध पक्षावर मारा करण्यास सुरुवात केली. त्यामुळे त्यांची तेव्हाच दाणादाण उडून त्यांना मागे हटणे भाग पडले! दुसऱ्या ब्रिगेडनेही आपली जागा शत्रूच्या हाती जाऊ न देण्याबद्दल निकराने युद्ध केले, व ७१ व्या हायल्यांडर्स पलटणीने बंडवाल्यांचा संहार करण्याचा क्रम आरंभिला!!

इंग्रजांच्या सैन्याने जेथे तळ दिला होता त्या जागेमध्ये व काल्पीमध्ये पुष्कळ अंतर असून, त्यामध्ये नागमोडीप्रमाणे लहानमोठ्या दऱ्यांची एकसारखी मालिका दक्षिणेकडे यमुना नदीपर्यंत लागली होती. त्यावरून तोफखाना नेणे अगदीच अशक्य होते. ह्या कारणामुळे काल्पीकडील पायदळ फौजेस फार निवाऱ्याची व सर्वोत्कृष्ट जागा सापडली होती. ह्या उंचसखल अशा डोंगराळ प्रदेशाच्या योगाने काल्पीचे स्वाभाविक संरक्षण झाले होते. शिवाय पर्जन्यकाळी यमुनेस महापूर येऊन दोन्ही थड्यांनी ती तुंद भरून वाहू लागली म्हणजे तिला

शत्रूची मुळीच भीती नव्हती. उलट उन्हाळ्यात यमुनेच्या बेहड्यामधून अनायासे गुप्तपणे जाऊन पुन: शत्रूवर छापा घालण्यास बंडवाल्यांस आयता मार्ग होता. तिकडे काल्पीच्या दक्षिणेस मुख्य रस्त्याच्या बाजूने चौऱ्यायशी शूर वीरांच्या कबरस्तानांचे घुमट आपले भव्य स्वरूप व्यक्त करून आपण स्वसैन्याचे संरक्षण करण्यास पूर्ण समर्थ आहोत असे भासवीत होते. व त्याच्या पलीकडे मग सर्व वैराण प्रदेश होता. तेव्हा अशा बंदोबस्ताच्या ठिकाणावर चालून जाणे इंग्रज सैन्यास किती दुस्साध्य व बिकट होते ह्याची सहज कल्पना करिता येईल.

सर ह्यू रोज ह्यांनी ही सर्व स्थिती ध्यानात घेऊन एकदम काल्पीवर जाण्याचा बेत रहित केला; आणि गलावली येथे योग्य आश्रयस्थान पाहून तेथे आपल्या सैन्याचा तळ दिला. ह्या वेळी काल्पीच्या सैन्यास विशेष स्फुरण चढले होते आणि त्यांनी यमुनेची शपथ घेऊन, इंग्रज सैन्यास चीत करू किंवा आपण रणामध्ये प्राण ठेवू, असा संकल्प केला होता. केव्हा केव्हा निराशेच्या योगाने विलक्षण आवेश चढतो, त्याप्रमाणे त्या सैन्यास कुंच येथे आकस्मिक झालेला आपला पराभव सहन न होऊन, त्यांनी इंग्रज सैन्यास यमुनेच्या हद्दपार घालविण्याचा निश्चय केला; व त्यांच्या या क्षणिक आवेशावरून काही तरी भयंकर प्रकार होणार असे वाटू लागले. परंतु जोपर्यंत पंचाननाची गाठ पडली नाही तोपर्यंत जंबुकाच्या गर्जनेस जसे महत्त्व येते तशी त्यांची स्थिती झाली. ब्रिगेडियर स्टुवर्ट, ले. क. रॉबर्टसन आणि ले. गॉर्डन इत्यादि रथी महारथी आपापले धनुष्यबाण तयार करून पुढे चालून येताच त्या क्षणभर आवेश दाखविणाऱ्या फौजेची तेव्हाच दुर्दशा उडाली. ह्याचे कारण, ती फौज शत्रूवर छापा घालण्याच्या उद्देशाने आपली सुरक्षित जागा सोडून देऊन व्यर्थ इंग्रजांच्या माऱ्यांत आली होती. त्यामुळे तिची गोळी इंग्रज सैन्यास मुळीच लागेनाशी झाली व इग्रजांच्या तोफा आपले काम सोळा आणे करून तिचा स्वाहा करू लागल्या! काल्पीच्या फौजेने स्वसंरक्षणार्थ भगीरथ प्रयत्न केला व मोठ्या निकराने इंग्रज सैन्यावर हल्ले केले. परंतु त्यांचा काहीएक सुपरिणाम झाला नाही. उलट दीपपतंग न्यायाप्रमाणे त्यांचीच दुर्दशा उडाली!! काल्पीच्या फौजेचा जोर पाहून हैदराबादी पलटणी पुढे सरसावल्या व त्यांनी तेव्हाच तिची वाताहत करून सोडली!!

अशा रीतीने काल्पीच्या आघाडीच्या सैन्याचा पराभव झाल्याचे वर्तमान

इतर भागांमध्ये समजताच जिकडे तिकडे पुन: निराशा उत्पन्न झाली. रावसाहेब पेशवे, बांदेवाले नबाबप्रभृति मुख्य योद्धे हे चिंताग्रस्त होऊन पलायनाचा विचार करू लागले, तो राणीसाहेबांनी त्यास थोडासा धीर देऊन आपला घोडा पुढे बोलाविला व त्यावर स्वार होऊन लालवर्दीचे लोक बरोबर घेऊन, इंग्रजांच्या उजव्या बाजूवर मोठ्या वेगाने चाल केली! त्यांच्या झंझावाताप्रमाणे होणाऱ्या ह्या आकस्मिक हल्ल्याने इंग्रज सैन्य एकदम मागे हटले व त्यांची काही वेळ दाणादाण उडाली. राणीसाहेबांनी ह्या वेळी इतके निकराचे युद्ध केले की त्यांच्या शौर्यामुळे 'लाईट फील्ड' तोफांवरचे गोलंदाज काही वेळ स्तब्ध राहिले, व त्यांच्या तोफा बंद पडल्या! एवढेच नव्हे, पण त्या तोफांच्या २० फूट अंतरापर्यंत राणीसाहेब चालून गेल्या! राणीसाहेबांच्या ह्या जोरदार हल्ल्यामुळे काल्पीच्या दुसऱ्या फौजेसही धीर येऊन तीही इंग्रज सैन्यावर चालून आली. त्यामुळे उभय पक्षांकडील लोक हातघाईवर येऊन मातबर लढाई जुंपली. ज्या वेळी राणीसाहेब आपला उमदा घोडा भरधाव फेकीत व आपल्या समशेरीचा हात मोठ्या चलाखीने चालवीत इंग्रज तोफखान्यावर चढाई करून गेल्या, त्यावेळची त्यांची ती वीरश्री, तो आवेश आणि ती मर्दुमकी अवलोकन करून पेशव्यांच्या इतर सेनानायकांसही विलक्षण स्फुरण चढले; व तेही इंग्रज सैन्यावर अगदी तुटून पडले. त्या वेळी जी रणधुमाळी उसळली ती पाहून बंडवाल्यांची सरशी होणार असे खास दिसून आले. इंग्रज तोफखान्यांवरचे गोलंदाज हतवीर्य होऊन रण सोडून पळू लागले, व घोड्यावरचा तोफखाना उधळून जाऊन जिकडे तिकडे अव्यवस्था होण्याचा रंग दिसू लागला. तोच ब्रिगेडियर सी. एस. स्टुअर्ट हे आपला घोडा फेकीत तोफखान्याजवळ आले आणि गोलंदाज लोकांस अतिशय प्रोत्साहन देऊन त्यांनी त्यांच्याकडून पुन: तोफ सुरू केली. मोठ्या शर्थीने इंग्रज सैन्याची काल्पीच्या सैन्याने दाणादाण करून त्यांच्या तोफा बंद पाडल्या, हे वृत्त सर ह्यू रोज साहेबास समजताच ते आपले उंटावरचे सैन्य घेऊन तेथे येऊन ताबडतोब दाखल झाले व त्यांनी स्वत: पुढाकार घेऊन काल्पीच्या सैन्यावर मोठ्या जोराने हल्ला केला आणि त्यांची फळी फोडून त्यांचा अगदी पराभव करून सोडिला[१]. काल्पीच्या सैन्यातील

१. सर ह्यू रोज ह्यांचे उंटावरचे सैन्य आयतेवेळी मदतीस आले व त्या सैन्यामुळे बंडवाल्यांचा पराभव झाला, असे पाहून इंग्रज अधिकाऱ्यांस उंटाविषयी देखील फार प्रीती व अभिमान उत्पन्न झाला ही गोष्ट बरीच लक्षात ठेवण्यासारखी व मनोरंजक आहे.

सर्व लोक अतोनात भांग पिऊन तिच्या गुंगीमध्ये काही वेळ पर्यंत आवेशाने लढले, परंतु जेव्हा त्यांच्यावर ८६ व्या व २५ व्या पलटणीने चाल केली आणि सर ह्यू रोज ह्यांच्या उंटावरच्या सैन्याने जलधारेप्रमाणे असह्य बाणवृष्टी केली, त्यावेळी ते लोक अगदी जेरीस येऊन दशदिशांस पळू लागले. राणीसाहेबांनी पुढे सरसावून मोठा पराक्रम दाखवला व इंग्रज सैन्याचा मारा बंद करून त्यांना मागे हटविण्याचा चांगला प्रयत्न केला. परंतु त्यांना साहाय्य करण्यास येणारे पेशव्यांचे सैन्य सर ह्यू रोज ह्यांच्या पार्श्व हल्ल्याने मागच्या मागे उधळून गेल्यामुळे त्यांनाही अपयश घेऊन मागे सरणे भाग पडले! अशा रीतीने राणीसाहेब पेशव्यांच्या सैन्याच्या अव्यवस्थेमुळे हताश होऊन रावसाहेब पेशव्यांच्या छावणीमध्ये परत आल्या!

अशा प्रकारे काल्पीच्या सैन्याचा मोड होताच सर ह्यू रोज ह्यांनी त्यांचा निरनिराळ्या दिशेने पाठलाग करून त्यांचा संहार करण्यास प्रारंभ केला. इंग्रज सैन्याने मोठ्या विजयोत्साहाने त्वेषास पेटून सापडतील तेवढ्या बंडवाल्यांवर आपली तरवार चालविली आणि आनंदाची आरोळी ठोकून त्यांना यमसदनी पाठविण्यास सुरुवात केली. अल्प अवकाशामध्ये शेकडो बंडवाले इंग्रज सैन्याच्या तावडीत सापडून त्यांच्या समशेरीस बळी पडले! हजारो भयभीत होऊन यमुना नदीच्या खोल दऱ्यांमध्ये जीव बचावण्याकरिता पळून गेले! येणेप्रमाणे इंग्रज सेनापती सर ह्यू रोज ह्यांनी केवळ एका सुव्यवस्थित व

ह्या युद्धामध्ये हजर असलेल्या एका गृहस्थाने कर्नल मॅलिसन ह्यांना एक पत्र लिहिले आहे. त्यात त्याने कळविले आहे.

तो दिवस माझ्या आजही स्पष्ट ध्यानात आहे. माझ्या सुमारे ४०० जवानांच्या तुकडीतील ८६ घोडदळस्वार होते. तशी सैन्याची तुकडी फारशी परिणामकारक नव्हती. शत्रू हजारोंच्या संख्येत आरोळ्या देत समोर होता आणि आमच्या मागे नदी होती. आम्ही मारले जाण्याच्याच बेतात होतो तेवढ्यात उंटदलाची एक तुकडी आमच्या मदतीस देवासारखी धावून आली. सुमारे १५० जवानांची ताज्या दमाची ही तुकडी आली आणि तिने बाजी पार उलटून टाकली. भांगेने बेफाम झालेल्या शत्रूला पुन्हा उजवीकडे रेटले. खरोखर त्या उंटदलानेच त्या दिवशी सर ह्यू रोजच्या सैन्याला वाचविले. शत्रू आमच्या तोफांपासून सुमारे २० यार्डावर होता. बाहेरच्या बाजूचे सर्व तंबू उष्माघाताने बेजार झालेल्या सैनिकांनी भरलेले होते. पुढे पंधरा मिनिटे ही कत्तल चालूच राहील. त्या दिवसांपासून उंटाकडे पाहिले की मला तो दिवस आठवून उंटाविषयी अत्यंत प्रेम वाटू लागते.

युद्धकलाशिक्षित सैन्याच्या जोरावर असंख्य बंडवाल्यांचा पराभव केला.

पेशव्यांच्या सैन्याची वाताहत झाल्यानंतर सर ह्यू रोज ह्यांनी काल्पी शहर हस्तगत करून तेथे ब्रिटिश सरकारचा झेंडा लावण्याचा निश्चय केला. त्यांनी पहिल्या ब्रिगेडचे सैन्य ब्रिगेडियर सी. एस. स्टुअर्ट ह्यांच्या बरोबर यमुना नदीच्या काठाने काल्पीकडे पाठविले आणि आपण स्वतः दुसऱ्या ब्रिगेडचे आधिपत्य स्वीकारून काल्पीरस्त्याने थेट शहराकडे चाल केली. काल्पीच्या किल्ल्यामध्ये रावसाहेब पेशव्यांनी दारूगोळा व लढाईचे सामान पुष्कळ ठेवले होते. त्यामुळे त्याच्या संरक्षणार्थ अद्यापि बरेच सैन्य किल्ल्यामध्ये राहिले होते. शिवाय खुद्द शहरामध्ये समरांगणातून पळून आलेले लष्कर दबा धरून बसले होते. म्हणून त्यांच्यावर इंग्रज तोफखान्याचे अधिकारी कर्नल मॅक्सवेल ह्यांनी मोठमोठ्या तोफांतून कुलुपी गोळे सोडण्याचे काम सुरू केले. त्या योगाने काल्पीच्या रक्षणार्थ ठेवलेले सैन्य जेरीस येऊन मागे पाऊल काढू लागले. तोच दुसऱ्या तीन बाजूंनी इंग्रजी फौज येऊन दाखल झाली. पेशव्यांच्या गोलंदाजांनी व ठिकठिकाणच्या मोरचेवाल्यांनी त्यांच्या वर मारा करण्यास सुरुवात केली, परंतु विरुद्धपक्षाच्या तोफेपुढे त्यांचा निरुपाय होऊन त्यांना पळ काढणे भाग पडले. इंग्रज फौजेने त्यांच्यावर हल्ला करून त्यांचे चार हत्ती पाडाव केले, व काल्पीच्या पुढील मैदानात तळ दिला. इतक्यात सर ह्यू रोज साहेबांचे सैन्य दाखल होऊन त्यांनी शहरामध्ये प्रवेश केला. तो काल्पीमध्ये असलेली फौज पळू लागली. कर्नल गॉल आणि हैदराबाद कॉंटिन्जंटचे अधिकारी कॅप्टन आबट ह्यांनी कित्येक मैलपर्यंत तिचा पाठलाग केला व पुष्कळ हत्ती, घोडे, उंट व तोफा हस्तगत केल्या! ह्या चकमकीमध्ये पुष्कळ लोक धारातीर्थी पतन पावले! ता. २४ रोजी इंग्रज सैन्याने काल्पी शहर पूर्णपणे सर केले आणि त्याच दिवशी महाराणी व्हिक्टोरिया ह्यांचा जन्मदिवस असल्यामुळे मोठ्या आनंदाने काल्पीच्या मैदानात तोफांची सलामी देऊन आपला विजयोत्सव प्रदर्शित केला!!

इंग्रज सैन्य काल्पी शहराकडे वळताच श्रीमंत रावसाहेब पेशवे, महाराणी लक्ष्मीबाईसाहेब, बांदेवाले नबाब, इत्यादी प्रमुख मंडळी तेथून मोठ्या युक्तीने नाहीशी झाली; त्यामुळे इंग्रज सैन्यास काल्पीचा किल्ला व शहर हस्तगत करण्यास मुळीच प्रयास पडले नाहीत. शहरामध्ये पेशव्यांचे जे सैन्य होते ते लढाईच्या कामी अगदी निरुपयोगी होते. ह्यांचे कारण, इंग्रजांचा दिल्ली, लखनौ,

झाशी इत्यादी ठिकाणी जय झाल्यामुळे बंडांतील बहुतेक लोक निराश झाले होते. त्यामुळे पुष्कळ जुने माहीतगार लष्करी लोक जीवाच्या भीतीने पलटणी सोडून आपल्या घरी ठिकठिकाणी प्रसिद्ध झालेल्या जाहीरनाम्यास भुलून वेशांतर करून राहिले व दुसरे उद्योग करू लागले. नवीन लोक ठेवले ते नवशिके असल्यामुळे त्यास कवाईत चांगली येत नसून ते अगदी टिकाऊ नव्हते, एवढेच नव्हे, पण चांगले दमदार लोक लढाईमध्ये पतन पावल्यामुळे नवीन लोकांमध्ये चोरटे लुटारू लोकच भरले होते असे म्हटले तरी चालेल. त्यामुळे त्यांचे लक्ष लढाईवर फारसे नसून लुटीवरच होते. काल्पीची तीन दिवस लढाई चालून अखेर इंग्रजांचा जय होऊन पेशव्यांचा मोड होण्याचा रंग दिसताच शेकडो शिपाई लढण्याचा उद्योग सोडून शहरात शिरले आणि त्यांनी श्रीमान लोकांची घरे फोडून लुटीस प्रारंभ केला. साखरेच्या गोण्या रस्त्यावर ओढून टाकल्या आणि हजारो जिनसांची दुर्दशा केली! तोच तिसरे दिवशी इंग्रज लोक शहरात आलेले दृष्टीस पडताच ह्या लुटारू सैन्याने पळ काढला! इंग्रज सैन्य शहरात शिरताच त्यास सर्व रस्त्यांमध्ये पसरलेली साखर आणि इतर सर्व प्रकारची लूट अनायासे प्राप्त झाली! 'साखरेचे खाणार, त्याला देव देणार' म्हणून जी म्हण आहे तिचा अनुभव ह्या वेळी इंग्रज फौजेस चांगलाच आला असे कोण म्हणणार नाही?

असो, इंग्रज सैन्यास शहरामध्ये जी प्राप्ती झाली तिच्यापेक्षा हजारो पटीने किल्ल्यामध्ये त्यांना लाट सापडला. श्रीमंत रावसाहेब पेशवे व त्यांचे प्रधान तात्या टोपे ह्यांनी एक वर्षपर्यंत अविश्रांत श्रम करून जे युद्धसाहित्य तयार केले होते, ते सर्व इंग्रज सैन्यास काल्पीच्या किल्ल्यामध्ये अनायासे प्राप्त झाले. त्यात नुसती बंदुकीची दारू ६०,००० पौंड होती! तेवढ्यावरून मग इतर तोफा, बंदुकी, तलवारी, तंबू, निशाणे वगैरेंची कल्पना करावी!! ह्या सर्व सामानाची किंमत दोन लक्ष रुपयांपेक्षा जास्त होती असे इंग्रज ग्रंथकार लिहितात[१]!

---

१. किल्ल्यामध्ये जे सामान होते त्याचे वर्णन डा. लो व डाक्टर सिल्व्हेस्टर ह्या दोघांनीही केले आहे. डा. सिलव्हेस्टर लिहितात-

या काल्पीस ठिकाणी सर्व गोष्टींची अवर्णनीय सरमिसळ झालेली होती. झाशी किल्ल्याप्रमाणेच या ठिकाणीसुद्धा युद्धोपयोगी सामान विखुरलेले होते. त्यात लहान-मोठ्या बंदुका सुमारे १५ त्याखेरीज सुरुंग, लहान मोठ्या तोफा, गोळे, इंग्रजी पद्धतीच्या गोळ्या, गोळे, दारूगोळा, रॉकेटस्, बंदुकीच्या गोळ्याची गुदामे, हत्यारे, दुरुस्तीच्या टपऱ्या होत्या. त्यात पाश्चात्त्य बनावटीची अवजारे, हातोडे, चिमटे, पकडी, दुरुस्त

असो, सर ह्यू रोज ह्यांनी अनंत अडचणी सोसून काल्पी येथे जो अद्वितीय विजय संपादन केला, त्याबद्दल त्यांचे लॉर्ड कॅनिंग ह्यांनी ता. २४ मे सन १८५८ रोजी तारेने अभिनंदन केले व त्यांस कळविले की, "आजपर्यंत तुम्ही जे एकसारखे उज्ज्वल यश मिळविले, त्याचा काल्पीचा विजय हा कळस होय. ह्या विजयाबद्दल मी तुमचे आणि तुमच्या शूर सैनिकांचे फार आभार मानितो." अशा रीतीने सर ह्यू रोज ह्यांनी सर्व मध्य हिंदुस्थान बंडवाल्यांपासून घेऊन आपला विजयध्वज काल्पी येथे संस्थापित केल्यानंतर, कमांडर-इन-चीफ सर कॉलिन कॅम्बेल ह्यांनी त्यांच्या हाताखालच्या सैन्याचे दोन भाग करून ते अनुक्रमे ग्वाल्हेर व झाशी येथे बंदोबस्ताकरता पाठवावे असे ठरवले. त्याचप्रमाणे सर ह्यू रोज साहेबांनीही युद्धाच्या सतत परिश्रमामुळे अगदी थकून जाऊन स्वत: रजा घेऊन मुंबईस परत जाण्याचा निश्चय केला! त्यांनी ता. १ जून रोजी आपल्या हाताखालच्या ज्या सैन्याने आजपर्यंत उत्तम शौर्य व्यक्त केले त्याचे प्रसिद्ध रीतीने मन:पूर्वक अभिनंदन केले.[१] त्यात त्यांनी इंग्रज

---

१. सर ह्यू रोज ह्यांनी आपल्या सैन्याचे पुढे लिहिल्याप्रमाणे अभिनंदन केले आहे.

सैनिकांनो, तुम्ही सुमारे हजार मैल अंतर कापून आला आहात. तुम्ही शंभरावर बंदुका हस्तगत केल्या आहेत. जंगल, दरीखोरी, डोंगर, नद्या ओलांडून तुम्ही तुमचा रस्ता चाललात आणि शत्रूचा अत्यंत बलाढ्य किल्ला जिंकला आहात. आपल्या शत्रूचा तुम्ही पार धुव्वा उडविला आहे. तुम्ही तुमच्या सरकारला प्रचंड भूप्रदेश मिळवून दिलेला आहे. आता त्या प्रदेशात शांतता, सुव्यवस्था नांदू शकेल. कारण ह्या सर्व प्रदेशात गेले वर्षभर अराजकच माजलेले होते. बंडखोरांचे आश्रयस्थान होते पण तुम्ही अफाट पराक्रमाने ही गोष्ट घडवून आणलीत. तुमच्या शौर्याला, शिस्तीला, निष्ठेला माझ्या हार्दिक शुभेच्छा.

तुम्ही जेव्हा प्रथमच कुच केलेत तेव्हा मी तुम्हाला सांगितले होते की इंग्रजी सैनिक या नात्याने तुम्ही स्वीकारलेल्या कामाबाबत अधिक धैर्य बाळगावे लागेल. पण शिस्तीशिवाय सारे धैर्य शौर्य कुचकामी ठरेल. तसेच मी तुम्हास बजावून सांगितले होते की शिस्त हा तुमचा परवलीचा शब्द झाला पाहिजे. माझी प्रत्येक आज्ञा तुम्ही काटेकोरपणे पाळली पाहिजे. अत्यंत कष्टमय परिस्थितीत, संकटात, भावनाप्रधान प्रसंग असूनही तुम्ही तुमच्या सेनापतीच्या आज्ञा पाळल्यात आणि तुम्ही तुमच्या रँकला (दर्जाला) शोभेलसेच शेवटपर्यंत वागलात.

तुम्ही एका अत्यंत बलाढ्य शत्रूशी लढलात. तुम्ही दुर्बळांच्या, संरक्षणहीनांच्या हक्कांचेच संरक्षण केले आहे. त्यात तुमचे शत्रू आणि मित्रही होते. तुमच्यातील उत्साह

सैन्याची आज्ञाधारकता आणि व्यवस्था ह्यामुळे सर्वत्र विजय प्राप्त झाला असे स्पष्ट रीतीने व्यक्त करून त्याबद्दल त्यांची फार प्रशंसा केली! ती किती यथार्थ आहे हे निराळे सांगावयास नकोच!! कारण, विरुद्ध पक्षाच्या सैन्यामध्ये बिलकुल व्यवस्था नसल्यामुळे त्याचा प्रत्येक ठिकाणी कसा घोटाळा झाला व त्या योगाने त्यांच्या प्रबल शक्तीचा, अद्वितीय शौर्याचा, अगणित युद्धसाहित्याचा, आणि अखेर असंख्य प्राणांचा कसा नाश झाला व एका टापटिपीमुळे इंग्रजांच्या बाजूकडील अल्प फौजेस कसे यश आले हे प्रत्येक ठिकाणच्या युद्धामध्ये उत्तम रीतीने व्यक्त झाले आहे. वस्तुतः काल्पीसारखे निसर्गतः सुरक्षित ठिकाण, चौऱ्याऐंशी घुमटांच्या मैदानासारखे[१] इतिहासप्रसिद्ध रणांगण, साठ साठ हजार पौंडाची दारू, शेकडो तोफा आणि अगणित फौज ताब्यात असून, सदायशवंत पंतप्रधान, समशेर बहादूर आणि सुभेदार शिवरावभाऊ यांच्यासारख्याच्या रणझुंजार वंशजांना थोड्याशा ताम्रमुखी फौजेपुढे विराटपुत्राप्रमाणे भयभीत होऊन पळ काढण्याचा प्रसंग यावा काय! तेव्हा ह्याचे मुख्य कारण, 'अव्यवस्था' हेच होय ह्यात काही शंका नाही! किंवा, अव्यवस्था म्हणण्यापेक्षा पर्यायेकरून 'दुर्दैव' म्हणावे हेच बरे! एकदा दुर्दैवाने आपली दृष्टी वळवली म्हणजे तेथे मग कशाचाही उपयोग होत नाही! एक संस्कृत कवी म्हणतो:-

---

लढाई संपेपर्यंत कायम ठेवा आणि स्त्रिया - मुले यांना तुमच्या शस्त्रापासून दूर राखा.

ही शिस्त ख्रिश्चन धर्मीयांची आहे. तिच्या मुळेच तुम्ही पश्चिम समुद्रापासून गंगा जमुनेच्या पाण्यापर्यंत सर्वत्र विजय खेचून आणू शकला. पराक्रमाचा हा जो पर्वत तुम्ही आपल्या शौर्याने उभा केला आहे त्याला खरोखरीच दुसरी तुलनाच नाही. आपल्या शस्त्रांच्या वैभवालाही सीमा नाही.

१. काल्पी येथे चौऱ्यांएशी घुमटांच्या मैदानामध्ये डेरे देऊन इंग्रज सैन्य तेथे उतरल्यानंतर त्यांची दीन स्थिती अवलोकन करून एका इंग्रज कवीने पुढील पद्य लिहिले आहे-

"Ye mouldering fanes, and melancholy tombs,
Sun-blighted wilds, where parched famine reigns !
A weary exile marks your mournful glooms,
And heaves a fond sigh for his native plains !
But vain the wish, and seldom cherish'd here :
Hope swiftly flies the soul-degarding clime,
While listless Apathy or wild Despair
Chill fervid Patriotism's glow sublime."

Richardson.

श्लोक

विधौ विरुद्धे न पयः पयोनिधौ।
सुधौघसिंधौ न सुधा सुधाकरे।।
न वांछितं सिद्ध्यति कल्पपादपे।
न हेम हेमप्रभवे गिरावपि।।१।।

"दैव प्रतिकूल झाले असता जलनिधीतही जल सापडावयाचे नाही, अमृतौघाचा सिंधू जो चंद्र त्याच्या ठायी सुधेचा बिंदूही मिळावयाचा नाही, प्रत्यक्ष कल्पवृक्षाकडे गेले तरी इष्टसिद्धी व्हावयाची नाही, आणि सुवर्णप्रभव जो मेरू त्याच्या ठायीही सोने सापडावयाचे नाही!"

◆◆

प्रकरण १४ वे

ग्वाल्हेरीवर स्वारी

काल्पी येथे रावसाहेब पेशवे यांचा पराभव झाल्यानंतर ते स्वसैन्यानिशी ग्वाल्हेरच्या नैर्ऋत्येस ४६ मैलांवर गोपाळपूर म्हणून गाव आहे तिकडे पळून गेले. महाराणी लक्ष्मीबाईसाहेब ह्याही त्यांच्याबरोबर होत्या. रावसाहेब पेशव्यांचे सेनापती तात्या टोपे हे कुंच येथील लढाई झाल्यानंतर जालवणजवळ चरखी म्हणून एक महाल आहे तेथे आपल्या वडिलांस भेटावयास गेले होते. त्यांस श्रीमंताच्या काल्पी येथील पराभवाचे वृत्त समजताच ते ताबडतोब गोपाळपूर येथे येऊन दाखल झाले. रावसाहेब पेशव्यांचे दुसरे मित्र बांदेवाले नबाब हेही पळत पळत गोपाळपूर येथे श्रीमंतास येऊन मिळाले.

ज्याप्रमाणे वर्षाकाळात एखादे दिवशी आकाशामध्ये मेघांचे अवडंबर उत्पन्न होऊन काही वेळेपर्यंत अगदी अंधकार पडतो, आणि एकाएकी जोराची पर्जन्यवृष्टी होऊन सर्व नभोमंडळ स्वच्छ व शांत होते, त्याप्रमाणे ह्या वेळी बुंदेलखंडांतील बंडवाल्यांच्या सत्तेचा प्रकार झाला होता. सन १८५७ च्या जून महिन्यामध्ये एकाएकी सागर, काल्पी, बांदा, इत्यादी ठिकाणी ब्रिटिश राजसत्ता नाहीशी होऊन तेथे बंडवाल्यांचे साम्राज्य सुरू झाले, परंतु सर ह्यू रोज व व्हिटलॉक ह्यांची त्या प्रांतावर मोहीम सुरू होताच तिथे ब्रिटिश राजसत्ता पुन: संस्थापित होण्यास फारसा वेळ लागला नाही! दोन-तीन महिन्यांमध्ये सर ह्यू रोज ह्यांनी सर्व नर्मदातीर काबीज करून, व झाशी आणि काल्पी येथे निकराच्या लढाया मारून तेथे आपला विजयध्वज लावला. व्हिटलॉक ह्यांनी बांदा व कारवी हस्तगत करून काल्पीवर शह दिला. मेजर रॉबर्टस् ह्यांनी राजपुतान्यांतून कर्नल स्मिथ ह्यांच्या हाताखाली नवीन पलटणी देऊन यमुनेची पश्चिम बाजू खंबीर केली. ह्याशिवाय अनेक निरनिराळ्या इंग्रज सेनाधिकाऱ्यांनी

जागजागी नाकेबंदी करून बंडवाल्यांची गडबड बंद केली. अशा रीतीने, सर्व बुंदेलखंड आपल्या हातातून गेले; झाशी व काल्पी येथील बळकट किल्ले, प्रचंड तोफा आणि अगणित युद्धसामग्री दुर्दैवाने विरुद्ध पक्षास मिळाली; आणि शेवटी सर्व सैन्याची धूळधाण होऊन हिंमत खचली; ह्यामुळे निराश होऊन, श्रीमंत रावसाहेब पेशवेप्रभृती बंडवाल्यांकडील अध्वर्यु मंडळी आता पुढे काय करावे, ह्या प्रश्नाचा विचार करण्याकरिता गोपाळपूर येथे जमा झाली.

ह्या वेळी ह्या खानदानीत दिवस घालविलेल्या राजकुलोत्प मंडळींच्या बुद्धिचातुर्याची कसोटी लागण्यासारखा नाजूक प्रसंग येऊन ठेपला होता. अशा प्रसंगी काही अतर्क्य युक्ती काढून तिच्या बळावर पुनः विजय संपादन केल्यावाचून त्यांना दुसरा मार्ग राहिला नव्हता आणि इकडे जर इंग्रज सेनेबरोबर टक्कर देणे अगदीच अशक्य झाले होते. आंग्ल सेनानीचे सशास्त्र युद्धपाटव आणि दूरदर्शित्व, व त्यांच्या सैनिकांचे आज्ञाधारकत्व आणि युद्धकलाशिक्षण इत्यादी गुणांमुळे त्यांना आजपर्यंत विजय प्राप्त होऊन व वेळोवेळी भरपूर युद्धसाहित्य मिळून त्यांचा पक्ष चांगला खंबीर झाला होता. परंतु विरुद्ध पक्षाची अगदीच शोचनीय स्थिती झाली होती. त्याचे बळकट किल्ले व लाखो रुपयांच्या दारूगोळा नाहीसा होऊन सर्व रणधीर सरदार मृत्युमुखी पडले होते, व शिल्लक राहिलेले सैन्य अशिक्षित व कमकुवत असल्यामुळे त्यांच्या सामर्थ्यावर यशप्राप्ती होणे अगदी अशक्य झाले होते. बरे, स्वस्थ बसावे, तर पाठीशी इंग्रज सैन्य लगट करून फडशा पाडण्याचा प्रयत्न करीत होते. अशा आणीबाणीच्या वेळी कोणती तजवीज काढावी ह्याचा विचार करण्यात श्रीमंत रावसाहेब पेशवे, बांदेवाले नबाब आणि तात्या टोपे हे तिघेही अगदी गुंग होऊन गेले. गोपाळपूर येथे पेशव्यांच्या छावणीमध्ये अहोरात्र खलबते सुरू झाली; तथापि कायमचा निश्चय काहीच न ठरल्यामुळे श्रीमंत अगदी चिंताग्रस्त होऊन उद्विग्न झाले.

ही हकिकत दुसरे दिवशी प्रातःकाळी राणीसाहेबांच्या डेऱ्यात समजली. राणीसाहेब जरी रावसाहेब पेशव्यांस मिळाल्या होत्या व त्या त्यांच्याबरोबर रणभूमीवर सेनानीत्व स्वीकारण्यास तयार होत्या, तरी रावसाहेब पेशवे किंचित मानी व महत्त्वाकांक्षी असल्यामुळे, राणीसाहेबांच्या हेतूप्रमाणे सर्व सैन्याचे आधिपत्य त्यांनी त्यांच्याकडे खरोखर सोपविले नव्हते, व त्यामुळेच अंशतः काल्पी येथे त्यांच्या सैन्याचा पराभव झाला होता असे म्हटले तरी चालेल. राणीसाहेबांजवळ त्यांचे स्वतःचे सैन्य बिलकूल नसून फक्त झाशीहून पळून

आलेले शेदोनशे घोडेस्वार मात्र होते. तेवढ्या स्वारांच्या जीवावर निराळी लढाई देण्यात काही अर्थ नसल्यामुळे राणीसाहेब रावसाहेब पेशव्यांबरोबरच गोपाळपुरास आल्या होत्या. त्यांना बलाढ्य इंग्रज सैन्यापुढे आपला टिकाव लागणार नाही हे पूर्ण माहीत होते, तरी त्यांच्या ठिकाणी दृढनिश्चय व हिंमत यांचा जोर विलक्षण असल्यामुळे, त्यांना पुन: पुन: इंग्रजांवर चढाई करून जाण्याचा आवेश येत असे, व एखाद्या वीरशिरोमणीप्रमाणे आपले रणशौर्य व्यक्त करून विजय मिळविण्याची त्यांना फार इच्छा असे. त्यामुळे त्यांना पेशव्यांच्या सैन्याची चांगली व्यवस्था करून पुन: एकदा प्रबल युद्धप्रसंग करावा असे वाटणे साहजिक आहे. त्यांस जेव्हा श्रीमंत चिंताग्रस्त झाले असे वृत्त समजले, तेव्हा त्यांनी आपण होऊन श्रीमंतांची भेट घेतली, आणि एखाद्या मोठ्या भारती योद्ध्याप्रमाणे वीरश्रीचे भाषण करून त्यांस,

"नैराश्य उचित नव्हे, स्पष्ट करावे धरूनि हांव, रण"

अशा प्रकारचा उपदेश केला; आणि श्रीमंतांकडून वचन घेऊन त्यांना एक खाशी मसलत सांगितली. त्या म्हणाल्या:- "आजपर्यंत मराठ्यांनी जी मर्दुमकी दाखविली व जी राजसत्ता स्थापन केली, त्यास त्यांना दुर्भेद्य व बळकट किल्ल्यांचा आश्रय पुष्कळ अंशी कारण झाला. श्रीछत्रपती शिवाजी महाराजांनी यवनांस जर्जर करून हिंदुपदपादशाहीची संस्थापना केली, तीही सिंहगड, रायगड, तोरणा आदी किल्ल्यांच्या जोरावरच केली. त्यांनी प्रथमत: आपले संरक्षण करण्याकरिता प्रचंड लढाऊ किल्ले हस्तगत करून घेतले, व नंतर शौर्यपराक्रम दाखवून राजसत्ता स्थापित केली. तेव्हा जुन्या अनुभवावरूनही असे दिसते की, किल्ल्याच्या साहाय्यावाचून लढाई करणे व्यर्थ आहे. आपल्या ताब्यामध्ये झाशी, काल्पी सारखे अजस्त्र किल्ले होते म्हणून आजपर्यंत इंग्रज सैन्याशी आपणांस टिकाव धरता आला. परंतु दुर्दैवाने ते आता नाहीसे झाले आहेत! ह्याकरिता पुन: एखादा प्रचंड किल्ला हस्तगत करण्याचा प्रयत्न केला पाहिजे. सध्याच्या समयास जीव बचावण्याकरता कोठेही पळून गेले तरी इंग्रज सेना आपल्या पाठीमागे लागली आहे; व ती केव्हा तरी आपला नाश करणार हे ठरलेच आहे. तथापि जे भवितव्य होणार असेल ते होईल. त्यावर दृष्टी न देता प्रस्तुत प्रसंगी एखादा किल्ला हस्तगत करून त्याच्या साहाय्याने इंग्रज सैन्याशी लढाई देण्याची मसलत करावी व तीत यश संपादन करावे हेच तूर्त आवश्यक आहे." हे बाईसाहेबांचे भाषण श्रवण करून श्रीमंतास फार संतोष

झाला व त्यांनी त्यांस कोणता किल्ला हस्तगत करावा म्हणून प्रश्न केला. त्यावर बाईसाहेबांनी पुन: सांगितले की, प्रस्तुत प्रसंगी झाशी किंवा काल्पी घेण्याची आशा करून शत्रूच्या तोंडावर चालून जाणे इष्ट नाही. ह्याकरिता ग्वाल्हेरीवर चाल करून शिंदे सरकारचे व त्यांच्या फौजेचे साहाय्य घ्यावे आणि तेथील पहाडी किल्ल्याचा आश्रय धरून पुढील मसलत सिद्धीस न्यावी हाच उत्तम मार्ग आहे.

ही राणीसाहेबांची युक्ती[१] श्रीमंतास फार पसंत पडली व त्यांनी त्याबद्दल

---

१. राणीसाहेबांनी ह्या आणीबाणीच्या प्रसंगी जी सर्वोत्कृष्ट युक्ती काढली तिच्याबद्दल त्यांची प्रशंसा कर्नल मॅलिसन सारख्या इंग्रज ग्रंथकारांनीही केली आहे. मॅलिसन साहेबांनी तर रावसाहेब पेशवे, बांदेवाले नबाब, तात्या टोपे आणि झाशी संस्थानच्या राणीसाहेब ह्या चार अग्रणींच्या बुद्धिचातुर्याची परीक्षा करून अखेर राणीसाहेबांस त्या सर्वांमध्ये प्रमुखस्थान दिले आहे. त्यांनी त्या संबंधाने जे उद्‌गार काढले आहेत ते वाचून कोणास बरे विस्मयानंद वाटणार नाही? मॅलिसन साहेब लिहितात-

परिस्थिती बंडाच्या नेत्यांच्या दृष्टीने खूपच निराशाजनक होती. पण निराशाजनक परिस्थितीच त्यावर तोडगाही सुचवीत असते. बंडवाल्यात कुणी एक अत्यंत सुपीक मेंदूचा नेता असावा. पण तो कोण हे कुणासही माहीत नव्हते. बंडात सामील झालेल्या रावसाहेब पेशवा, तात्या टोपे, बांद्याचा नबाब आणि झाशीची राणी या नेत्यांचा पूर्वेतिहास अभ्यासला तर पेशवा आणि नवाब यांचे नाव त्यादृष्टीने रद्द करावे लागेल. एवढी मोठी बंडाची योजना आखून त्याप्रमाणे पार पाडण्याची बौद्धिक कुवत, धाडस या दोघांतही नव्हती. पैकी तात्याचे नावही आम्ही रद्दच करतो कारण तो युद्धाची योजना आखून पार पाडण्यास पात्र नव्हता असे नव्हे पण आमच्या जवळ त्याच्या आठवणी आहेत, त्यानुसार आपल्या कारकिर्दीशी संबंधित असणाऱ्या कोणत्याही महत्त्वाच्या यशस्वी गोष्टीचे श्रेय घेण्यास तो कधीच तयार नसे. पण झाशीची राणी मात्र उच्च दर्जाची बुद्धिमत्ता, धाडस, जे अशासारखी गोष्ट करण्यास आवश्यक असते, ते तिच्यापाशी भरपूर होते आणि अगदी मनापासून तिने स्वत:ला त्यात झोकून दिले. यश मिळण्याची फार कमी शक्यता असता इंग्रजांबद्दल सूडाची, प्रतिकाराची, द्वेषाची भावना शिगोशिग तिने भरून घेतली होती. परिणामांची फिकीर न करता उडी मारली होती. तिने दिलेला पहिला दणका जर यशस्वी ठरला तर तिची योजना कदाचित यशस्वी ठरलीही असती. पण ती नको तितके पेशव्याच्या तंत्राने वागू लागली. बंडवाल्यांनी गोपाळपुरा याठिकाणी ही भयानक योजना आखली आणि राणी आणि तिच्या सरदारांवर सोपविली ती त्या धाडसी राणीने निश्चयाने अमलात आणली.

मॅलिसन हिस्ट्री ऑफ इंडियन म्युटीनी खंड ५, १. १४३-१४४

राणीसाहेबांचे फार अभिनंदन केले. तात्या टोपे हेही श्रीमंतांच्या साधि होते. त्यांनीही राणीसाहेबांचे साग्र भाषण श्रवण करून त्यास आपले पूर्ण अनुमोदन दिले. तात्या टोपे हे ग्वाल्हेरीस अनेक वेळा गुप्त रीतीने गेले होते. त्यामुळे त्यांना तेथील दरबारची व सैन्याची खरी स्थिती चांगली माहिती झाली असून पेशव्यांच्या मसलतीस तेथे किती यश येईल हे त्यांस पूर्णपणे कळून आले होते. त्यामुळे त्यांनी ग्वाल्हेरीहून कुमक आणविण्याच्या भरीस न पडता तिकडेच सर्व सैन्यानिशी कुच करावे असा विचार पसंत केला. तात्पर्य, सर्वानुमते राणीसाहेबांचा मनसुबा कायम ठरून ग्वाल्हेरीवर स्वारी करण्याची तयारी झाली. खरोखर ह्या वेळी राणीसाहेबांनी काढलेली युक्ती फारच चातुर्याची व महत्त्वाची असून, तिच्या योगाने बंडवाल्यांस चांगले यश येण्याचा संभव होता; त्यामुळे ती पेशव्यांच्या छावणीतील सर्व लष्करी सरदारास समजताच त्यांनीही राणीसाहेबांची फार फार प्रशंसा केली, व ग्वाल्हेरीवर चालून जाऊन तेथील किल्ला सर करण्यास आपण अगदी तत्पर आहो असे दर्शविले.

असो. राणीसाहेबांची युक्ती सर्वांस पसंत पडल्यानंतर श्रीमंत रावसाहेब पेशवे ह्यांनी सर्व फौजेची सिद्धता करून ताबडतोब ग्वाल्हेरीवर कुच केले, व ता. ३ मे सन १८५८ रोजी रात्री मुरारच्या छावणीजवळ तळ दिला. ह्या वेळी शिंदे सरकारच्या दरबारची स्थिती काय होती तिचे प्रथम सिंहावलोकन करून नंतर पेशव्यांच्या फौजेने काय पराक्रम गाजविला त्याचे वर्णन करू.

ग्वाल्हेर हे उत्तर हिंदुस्थानातील मराठ्यांचे प्रमुख संस्थान असून ह्या समयी त्यांचे आधिपत्य श्रीमंत महाराज जयाजीराव शिंदे अलिजाबहाद्दर ह्यांच्याकडे होते. महाराज जयाजीराव ह्यांचे वय ह्या वेळी सुमारे २३ वर्षांचे होते. लॉर्ड एलिनबरो ह्यांच्या कारकिर्दीत सन १८४४ साली ग्वाल्हेरच्या दरबारामध्ये व इंग्रज सरकारमध्ये काही लढा पडून महाराजपूर व पन्यार येथे दोन्ही पक्षांच्या तुंबळ लढाया झाल्या होत्या; परंतु त्यांत इंग्रजसरकारास यश येऊन त्यांनी शिंदे सरकारबरोबर नवीन तह केला होता. तेव्हापासून ग्वाल्हेर संस्थानामध्ये इंग्रज सरकारचा बराच प्रवेश होऊन तेथील दरबारामध्ये त्यांचा चांगला पगडा बसला होता. ह्या तहाच्या योगाने ग्वाल्हेरचा किल्ला इंग्रजांच्या ताब्यात जाऊन शिंदे सरकारचा लढाईचा सरंजाम व सैन्यबळ पुष्कळ कमी झाले होते. सन १८५३ साली महाराज जयाजीराव ह्यास संस्थानाची पूर्ण मुखत्यारी मिळाली होती; तरी सर्व राज्यसूत्रे रेसिडेंटच्या विचाराने चालत होती. महाराज जयाजीराव

हे अगदी तरुण असल्यामुळे राज्यकारभार दिनकरराव रघुनाथ राजवाडे हे पाहात असत. महाराज तारुण्याच्या ऐन भरामध्ये असून सुखविलासात निमग्न असत. तथापि ते फार बुद्धिवान व पाणीदार होते. त्यांना युद्धकलेचा फार षोक असून ते त्यात तरबेज झाले होते. महाराजांच्या सभोवती समवयी मराठेमंडळ जमल्यामुळे कदाचित त्यांच्या चंचल वृत्तीवर त्याचा पगडा बसून त्यांच्या हातून राजकारणास विघातक अशी एखादी भलतीच गोष्ट चुकून घडण्याचा बराच संभव होता. तथापि संस्थानचे दिवाण दिनकरराव हे फार दूरदर्शी व राज्यव्यवहारकुशल असल्यामुळे त्यांनी शिंदे सरकारास आपल्या मुठीत ठेवून सर्व राज्यव्यवस्था मोठ्या चातुर्याने चालविली होती. दिनकरराव हे पूर्वी एक लहानसे कारकून होते, परंतु त्यांच्या अंगी संस्थानचे राज्यचक्र चालविण्यासारखे शहाणपण आहे असे पाहून ग्वाल्हेरचे माजी रेसिडेंट बुश्बीसाहेब ह्यांनी त्यांना उच्च पदास चढविले होते. तेव्हापासून त्यांनी आपल्या अंगचे उत्तम गुण प्रकाशित करून ग्वाल्हेर संस्थानची चांगली सुधारणा केली होती.

सन १८५५ साली ग्वाल्हेरचे पोलिटिकल एजंट कर्नल माल्कम ह्यांची बडोद्यास नेमणूक होऊन त्यांच्या जागेवर मेजर चार्टर्स मॅक्फर्सन हे आले. ते ग्वाल्हेर दरबाराशी अपरिचित आहेत असे पाहून, कित्येक परोत्कर्षासहिष्णू व मत्सरी लोकांनी महाराजसाहेब व दिनकरराव ह्यांच्यामध्ये वैमनस्य उत्पन्न करण्याचा प्रयत्न चालविला. महाराज जयाजीराव हे

यौवनं धनसंपत्तिः प्रभुत्वमविवेकिता।
एकैकमप्यनर्थाय किमु यत्र चतुष्टयम्।।

ह्या हितोपदेशातील वचनाप्रमाणे, तारुण्य, धनसंपत्ती, राज्याधिकार आणि विवेकशून्यता ह्या चौकडीमध्ये सापडले होते; त्यामुळे कदाचित ह्या विघ्नसंतोषी मंडळीच्या कृत्यास यश येऊन भलताच अनर्थ गुदरेल की काय अशी भीती पडली होती. परंतु सुदैवाने नवीन रेसिडेंटनी महाराज सरकारचे मन आपल्याकडे वळवून घेऊन त्यांचा व दिनकररावांचा पूर्ववत् सलोखा करून दिला, आणि ग्वाल्हेर संस्थानची राज्यव्यवस्था त्यास स्वेच्छेप्रमाणे करू देऊन आपण त्यांचा उत्तम स्नेह संपादन केला. अल्पकाळात तो स्नेह संबंध इतका वाढला की, पुढे पुढे मेजर मॅक्फर्सन व महाराज जयाजीराव हे अगदी एकमताने वागू लागले. एवढेच नव्हे, पण सन १८५७ च्या प्रारंभी ते उभयता, गव्हर्नर जनरल लॉर्ड कॅनिंग ह्यांची भेट घेण्याकरिता कलकत्त्यास

गेले होते. तेथे कॅनिंग साहेबांनी शिंदे सरकारचा चांगला बहुमान केला व त्यांना पुत्र न झाल्यास दत्तक घेण्याची परवानगी देऊन ग्वाल्हेर संस्थान त्यांच्या पश्चात चालू ठेवण्यात येईल असे आश्वासन दिले. त्यामुळे शिंदे सरकारच्या मनात इंग्रज सरकारविषयी जास्त प्रेमभाव उत्पन्न झाला ही विशेष लक्षात ठेवण्यासारखी गोष्ट आहे.

महाराज जयाजीराव कलकत्त्याहून आपल्या राजधानीत परत आले तोच त्यास इंग्रज सैन्यामध्ये असंतुष्टता उत्पन्न झाल्याची चिन्हे दिसू लागली. मे महिन्यामध्ये मीरत व दिल्ली येथे उघड रीतीने बंड होऊन तेथील ब्रिटिश राज्यसत्तेचा विध्वंस झाल्याची खबर ग्वाल्हेर येथे येऊन पोहोचली. ग्वाल्हेर येथे इंग्रज सरकारची जी काँटिन्जंट फौज होती व खुद्द शिंदे सरकारची १०००० फौज होती, तीही बिथरेल की काय अशी भीती वाटू लागली. इंग्रज सरकारने अनेक संस्थाने खालसा केल्यामुळे लोकांच्या मनात उत्पन्न झालेली असंतुष्टता तेव्हाच वाढत चालली व त्यात काडतुसांची आणि हिंदुधर्माच्या विध्वंसाची पुष्कळ भर पडून, विद्युच्छशक्तीप्रमाणे सर्व लोकांची मने अल्प कालामध्ये ब्रिटिश राज्यसत्तेविषयी कलुषित झाली. ग्वाल्हेर दरबारामध्ये जुने व नवे राजमंडळ होते; त्यामुळे तेथेही तेव्हाच अराजनिष्ठेचे बीजारोपण होऊन जुने सरदार व जुने मुत्सद्दी आंग्ल राज्यपद्धतीस प्रतिकूल झाले.[१]

---

१. ग्वाल्हेर येथील शिंद्यांच्या राज्यातही अशांतता निर्माण झालेली होती. अर्थात त्यांची संख्या खूपच कमी होती. बंगाल नेटीव्ह आर्मीला असे वाटत होते की काडतुसाला लावलेल्या चरबीमुळे हिंदू आणि मुस्लिमांच्या भावना दुखावल्या जातात. ख्रिस्तीकरणाचा तो एक डाव असावा ही भावना निर्माण झाली. पण त्यांना असे सांगण्यात आले की लोकसंख्येच्या प्रमाणात मोठ्या प्रमाणात सैन्यकपात केली जाणार आहे. थोडक्यात सैन्यात असंतोष भडकण्याचे मुख्य कारण देशी संस्थाने खालसा करण्याचे आमचे धोरण आणि त्यात तेल ओतले गेले ते आम्ही योजलेल्या उपायांनी. समाजातील प्रतिष्ठित लोक नाराज झाले. कारण त्यांना मिळत असलेली वेतने बंद झाली होती. वंशपरंपरागत चालत आलेल्या जहागिऱ्या रद्द केल्या. इनामे नष्ट केली. जमीन संपादनाची सरकारी कारवाई, नुकसानभरपाई न मिळणे, सार्वजनिक कायद्याबाबतचा असंतोष, युरोपियन अधिकारी आणि देशी अधिकारी यांना मिळणारी दुजाभावाची वागणूक, देशी लोकांना मिळणारी कमी दर्जाची अपमानास्पद वागणूक, त्यांच्यात वाढत चाललेली दरी, सामाजिक न्याय प्रस्थापित करण्यात आलेले आमचे अपयश या साऱ्यांनी बंडास वेगाने चालनाच दिली. इंग्रज द्वेष वाढत गेला.

मेमोरीअल्स. पृ. ३२७

मीरत व दिल्ली येथे बंडवाल्यांचा विजयध्वज फडकू लागताच उत्तर हिंदुस्थानातील बहुतेक ठिकाणचे सैन्य बंडास प्रवृत्त झाले. असा समय पाहून शिंदे सरकारांनी आपल्या हुजरातीचे लोक लेफ्टनंट गव्हर्नरच्या संरक्षणासाठी ताबडतोब आग्र्यास पाठवले, आणि खाशा मराठी फौजेची एक तुकडी एटावास पाठवली, एवढेच नव्हे, पण त्यांनी खुद्द ग्वाल्हेर येथील कॉंटिन्जंट फौज बिथरली आहे असे पाहून, रेसिडंटाच्या विचाराने तेथील युरोपियन लोकांच्या संरक्षणाचे अनेक प्रयत्न केले. तथापि ता. १४ जून रोजी त्या फौजेने उघड बंड करून इंग्रजी छावणीस आग लावली व मेजर ब्लेक, शेरिफ, कॅप्टन हॉकिन्स आणि स्टूवर्ट इत्यादी लष्करी अधिकाऱ्यांचा वध केला! हे वर्तमान कॅप्टन मॅक्फर्सन ह्यास समजताच ते ताबडतोब फुलबागेमध्ये शिंदे सरकारच्या राजवाड्यात आले व त्यांनी रेसिडेन्सीतील सर्व युरोपियन बायका-मुले भरपूर सैन्य देऊन आग्र्यास पाठवावी असे ठरविले. त्यांनी स्वत: ग्वाल्हेरीस राहण्याचा विचार केला; परंतु शिंदे सरकारांनी तो नापसंत करून 'तुम्ही देखील आग्र्यास जा, येथे राहाल तर बंडवाले तुमचा बळी घेतल्याशिवाय कधीही राहणार नाहीत' असे साफ सांगितले, व त्या सर्वांबरोबर भरपूर सैन्य देऊन त्यांना आग्र्यास रवाना केले. चंबळा नदीपासून ६ कोसांवर हिंगोना म्हणून एक गाव आहे, तेथे हे लोक पोहोचताच जहांगीरखान म्हणून शिंद्यांच्या पदरचा एक जुना नोकर गाझींच्या टोळीचे आधिपत्य स्वीकारून मोठ्या मानभावीपणाने युरोपियन लोकांस फसवण्याकरता तेथे आला होता. त्याचा उद्देश गोड बोलून त्यांना नदीच्या ओहोळात न्यावे व तेथे दबा धरून बसलेल्या सैन्याकडून त्यांचा नाश करावा असा होता. परंतु ह्या वेळी दिवाण दिनकरराव ह्यांनी ठाकुर बलदेवसिंग नामक एक सरदार काही लोकांनिशी त्यांच्या मदतीस पाठविला होता, त्याने ताबडतोब पुढे होऊन व आपल्या सैन्याचे दोन भाग करून मोठ्या चातुर्याने जहांगीरखानाचा उद्देश शेवटास जाऊ न देता युरोपियन लोकास चंबळापार सुखरूप पोहोचविले; तदनंतर त्यांस धोलपूरच्या राण्याने हत्ती वगैरे पाठवून चांगली मदत केली आणि त्यांस आग्र्यास नेऊन पोहोचवले. ह्या वेळी इंग्रज लोकांवर महाराज जयाजीराव शिंदे, दिवाण दिनकरराव, ठाकुर बलदेवसिंग आणि धोलपूरचा राणा ह्यांनी जे उपकार केले आहेत ते चिरस्मरणीय आहेत ह्यात काही शंका नाही.

असो. इंग्रज लोक ग्वाल्हेरीतून पळून गेल्यानंतर कॉंटिन्जंट फौज शिंदे

सरकारास इंग्रजांचा पक्ष सोडून देऊन आपले आधिपत्य स्वीकारण्याबद्दल विनंती करू लागली. तिचा हेतू शिंदे सरकारास बरोबर घेऊन आग्र्यावर चाल करावी असा होता. ह्या वेळी आग्र्यास इंग्रजांचा बंदोबस्त अगदी कच्चा असल्यामुळे ग्वाल्हेरची फौज तिकडे येणे त्यास फार धोक्याचे वाटत होते, म्हणून मेजर मॅक्फर्सन ह्यांनी तेथून शिंदे सरकारास अशी मसलत सांगितली की, होता होईल तितके करून ही फौज आग्र्याकडे न येईल असे करावे. ह्या वेळी शिंदे सरकार व त्यांचे दिवाण ह्यांनी त्यांच्या मसलतीस मित्रत्वाच्या नात्याने पूर्ण अनुमोदन दिले आणि आपल्या विरुद्ध झालेल्या फौजेस नानाप्रकारची आश्वासने देऊन ग्वाल्हेरीस ठेवून घेतले! त्यामुळे आग्र्याच्या किल्ल्यात आश्रय धरून राहिलेल्या इंग्रज लोकांचा बचाव झाला[१].

असो, कॉन्टिन्जंट फौज काही दिवस ग्वाल्हेरमध्ये स्वस्थ राहिली व तिच्या प्रमुख अधिकाऱ्यांनी शिंदे सरकारास वश करण्याचा पुष्कळ प्रयत्न केला; एवढेच नव्हे, पण त्यांनी त्यास आमच्याबरोबर आग्र्यास चला किंवा तुमच्या खजिन्यातून काही पैसे द्या असा एकसारखा तगादा लाविला. तथापि शिंदे अथवा त्यांचे दिवाण दिनकरराव ह्यांनी आपला अंतस्थ हेतू त्यांस कोणत्याही प्रकारे कळू न देता, दृढनिश्चयाने, धैर्याने, आणि चातुर्याने ता. १५ आक्टोबरपर्यंत त्यांच्याशी गोड बोलून व त्यांच्या पक्षास आपले आनुकूल्य दाखवून संरक्षण केले. ह्या वेळी जो प्रसंग होता तो शिंदे सरकार व दिनकरराव ह्यांच्या मैत्रीरूप सुवर्णरेषेची उत्तम परीक्षा पाहण्याचा निकषच होता असे म्हटले तरी चालेल. शिंदे सरकारास फक्त दिवाण दिनकरराव आणि दुसरे दोन

---

१. ह्या वेळी आग्र्याच्या किल्ल्यात हजर असलेल्या एका युरोपियन गृहस्थाने मेजर मॅक्फर्सनसाहेबांमुळे हा इंग्रज लोकांचा बचाव झाला असे स्पष्ट म्हटले आहे.

आग्रा या ठिकाणी आम्ही संख्याबलाने खूपच कमी होतो. ग्वाल्हेर येथील तोफखान्याने सुसज्ज असलेल्या बंडवाल्यांच्या जमावापासून मेजर मॅक्फर्सन याच्या युक्तीनेच युरोपियन दलाचा बचाव झाला याबद्दल आम्ही त्याचे फार उपकृत आहोत. शिंद्यांच्या दरबारात असलेल्या पोलिटिकल एजंट मॅक्फर्सन याचा शिंद्यांवर आणि त्यांचा दिवाण दिनकरराव यांच्या कमालीचे वजन आणि वर्चस्व होते. खुद दिनकररावही शिंद्यांना इंग्रजनिष्ठ राहण्यास भाग पाडीत होता. थोडक्यात आग्र्यास असलेल्या इंग्रज पलटणीचा आणि किल्ल्याचा बचाव ग्वाल्हेर दरबारच्या पाठिंब्यामुळेच होऊ शकला.

- नॉर्थ वेस्ट प्रोव्हिन्सेसमधील बंडाची हकिकत चार्लस रिक.

सरदार अनुकूल होते. बाकीच्या लोकांची मने इंग्रजांच्या विरुद्ध झाली होती व जो तो आपापल्या परीने त्यास वश करण्याचा प्रयत्न करीत होता. इंग्रजांची कॉंटिन्जंट फौज स्वेच्छाचारी होऊन शिंदे सरकारच्या आनुकूल्याची व द्रव्यसाहाय्याची अपेक्षा करीत बसली होती. तिला जर शिंद्यांच्या अंतस्थ हेतूची यत्किंचितही गुणगुण समजली असती तर तिचने राजवाड्यावर तोफा चालू करून तो तेव्हाच उद्ध्वस्त करून टाकिला असता! खुद्द शिंदे सरकार लष्करी दिमाखाने वागणारे असल्यामुळे त्यास यत्किंचित राग आला असता व त्यांनी युद्धास प्रारंभ केला असता तरीही कठीणच होते. कारण, त्यांची १०००० फौजेही गुप्त रीतीने बंडवाल्यास अनुकूल झाली होती. सर्व दरबार इंग्रजांच्या विरुद्ध असल्यामुळे त्यांच्या मसलती इंग्रजांच्या विरुद्ध चालत होत्या, त्यापैकी एखादी मसलत जरी महाराजांच्या मनात बिंबली असती, तरी अनर्थ होण्यास ती पुरे होती. श्रीमंत नानासाहेब पेशवे हे सर्व महाराष्ट्रीयांस प्रिय असल्यामुळे त्यांचा कानपूर येथील विजय ग्वाल्हेर येथील लोकांस प्रोत्साहन देण्यास कारण झाला होता. दिल्ली व लखनौ येथील इंग्रज लोकांची स्थिती फार शोचनीय होऊन ब्रिटिश राजसत्ता बहुतेक नष्ट झाली आहे असे लोकमत होऊ लागले होते. अशा प्रसंगी शिंदे सरकारांची इमानदारी व ब्रिटिश सरकारविषयींची प्रीती यत्किंचितही ढळली असती, तर सन १८५७ च्या बंडास कोणत्या प्रकारचे स्वरूप प्राप्त झाले असते हे सांगता येणे कठीण आहे. बुंदेलखंडातले अनेक संस्थानिक शिंदे सरकारच्या वर्तनाचे अनुकरण करण्यास तत्पर होते. भोपाळ व माळवा कॉंटिन्जंट आणि होळकरांची बहुतेक फौज बंडवाल्यांस अनुकूल झाली असून, ती इंग्रजांविरुद्ध युद्ध करण्यास एका पायावर उभी होती. खरोखर, अशा वेळी शिंदे सरकारांनी थोडीशी गडबड केली असती, तर प्रावृट्काळी गिरिशिखरावर वृष्टी होऊन ज्याप्रमाणे अनेक जलराशी एकत्र होत जबरदस्त वेगाने डोंगरावरून उड्या टाकत खाली येतात, व आसमंतातील सर्व प्रदेश व्यापून टाकितात, त्याप्रमाणे ह्या प्रलयाचा प्रवाह सर्व दक्षिणेमध्ये वाहात जाऊन त्याने हिंदुस्थानचा किती भाग व्यापून टाकिला असता व कोठे काय अनर्थ केला असता हे सांगता येणे कठीण[१] आहे.

---

१. ह्या समयाची स्थिती एका इंग्रज ग्रंथकाराने यथायोग्य वर्णन केली आहे-

ग्वाल्हेर येथील शिंद्यांचे राज्य म्हणजे त्याकाळी भारतातील अग्रगण्य, बलाढ्य राज्य मानले जाई. त्यांच्यावर विश्वास ठेवणाऱ्या छोट्या राज्यांची भली मोठी साखळीच होती.

असो. सप्टेंबर महिन्यापर्यंत शिंदे सरकार व त्यांचे दिवाण ह्यांनी आपला अंतस्थ हेतू कॉंटिन्जंट फौजेस बिलकूल कळू दिला नाही परंतु ह्यापुढे तो व्यक्त करण्याचा प्रसंग ताबडतोब प्राप्त झाला. महू व इंदूर येथील बंडवाल्या लोकांनी ग्वाल्हेर येथील फौजेस पूर्ण फितूर केल्यामुळे व श्रीमंत नानासाहेब पेशव्यांचे वकील गुप्त रीतीने तिला वश करण्याचा प्रयत्न करीत असल्यामुळे त्या फौजेने स्वस्थ न बसता ता. ७ सप्टेंबर रोजी आपले निवडक ३०० लोक राजवाड्यामध्ये पाठविले, आणि शिंदे सरकारास असे सांगितले की, आम्ही आग्र्यावर चाल करून तेथील गोऱ्या लोकांवर हल्ला करणार आहोत, ह्याकरिता तुम्ही आम्हास साहाय्य करून तुमचा जरीपटका आमच्याबरोबर द्या. ह्या वेळी शिंदे सरकारांनी साफ सांगितले की, 'आमच्या हुकुमाबाहेर हे तुमचे वर्तन आहे. पर्जन्यकाळ संपेतोपर्यंत तुम्ही कोणतीही हालचाल केल्यास ती आम्हांस पसंत नाही व तसे कराल तर तुम्हांस आमच्याकडून काही मदत मिळणार नाही. एवढेच नव्हे पण तुमचा पगार देखील आम्ही बंद करू.' हे ऐकताच शिंदे सरकारचा खरा हेतू त्या लोकांस माहीत होऊन त्यांनी मोठ्या रागाने त्यांचा निरोप घेतला; आणि ताबडतोब आपल्या छावणीत येऊन उघड रीतीने बंडाचा झेंडा उभारला, ह्या वेळी शिंदे सरकारवर मोठा आणीबाणीचा प्रसंग आला होता. तरी त्यांनी यत्किंचितही न डगमगता, आपल्या मराठे लोकांच्या पलटणीची वारंवार स्वतः कवाईत घेऊन व त्यांना अनेक उपदेश

शिंद्यांनी थोडी जरी बंडवाल्यास मदत केली असती तर भारतातील आमची सत्ताच वाहून गेली असती. जर ग्वाल्हेरच्या राजांनी आमच्याशी दगाबाजी केली असती किंवा बंडवाल्यांस सामील होण्याचे ठरवले असते तर ह्या उठावाला राष्ट्रीय आंदोलनाचेच स्वरूप ताबडतोब मिळाले असते. त्याला जे आता स्थानिक उठावाचे किंवा शिपायांच्या बंडाचे स्वरूप आहे, त्याऐवजी सार्वत्रिक बंडाचे स्वरूप प्राप्त झाले असते. केवळ उत्तरभारतातील पेटलेला हा वणवा गंगा-यमुना खोरे ओलांडून सहज दक्षिणेत आला असता. सर्वसामान्य लोकांचेही या लढ्याने लक्ष वेधून घेतले असते. उत्तरेतील लढवय्या जातिजमाती नाराज होणार नाहीत याची आपण काळजी घेणे जरूर होते. विविधतेने नटलेल्या ह्या अत्यंत अवघड देशात उत्तर आणि दक्षिण दोन्हीकडे एकत्रित उठाव होऊ शकला असता.... शिंदे यांनी इंग्रज मैत्री कायम ठेवली एवढेच नव्हे तर आपल्यासाठी जे जे करणे त्यांना शक्य होते ते ते त्यांनी केले. बंडवाल्यांची वर्तणूक अकल्पितपणे बदलू शकली असती...

मेमोरिअल्स ऑफ सर्व्हिस इन इंडिया

करून त्यांची स्वामीभक्ती जागृत केली. त्याचप्रमाणे ठाकुर लोकांची संख्या जास्त वाढवून सुमारे ५००० सैन्याची नवीन भरती केली. बिथरलेल्या कॉंटिन्जंट फौजेने शिंद्यांच्या राजवाड्यावर व शहरावर तोफांचा मोरचा बांधून हल्ला करण्याचा निश्चय केला. परंतु ह्या वेळी शिंदे सरकारांनी मोठ्या धैर्याने ठाकुर लोकांची फौज पुढे आणून तिचे सेनापतित्व आपण स्वत: स्वीकारिले; आणि मोठ्या चातुर्याने शहराचा उत्तम बंदोबस्त केला. हे पाहताच कॉंटिन्जंट फौज आता आपले काही चालणार नाही असे पाहून मागे परतली. ह्याच संधीस श्रीमंत नानासाहेब पेशव्यांचे प्रधान तात्या टोपे हे ग्वाल्हेरीस आले होते. त्यांनी सर्व कॉंटिन्जंट फौज वश करून जाता जाता शिंदे सरकार हे आपले शत्रू आहेत असे समजून, त्यांचा पुष्कळ मुलूख उद्ध्वस्त केला; व मध्यंतरी एका जहागीरदाराच्या मुलाचे डोळे काढून त्याच्याकडून मोठ्या जुलुमाने पुष्कळ द्रव्य घेतले! हे सर्व बंडवाले ता. १ डिसेंबर रोजी कानपूर येथे जाऊन पोहोचले. त्यामुळे त्यांची आग्र्यावरील मोहीम अनयासे रहित होऊन, आग्रा येथील युरोपियन लोकांवर जे भयंकर संकट ओढवणार होते ते सुदैवाने नाहीसे झाले!

कॉंटिन्जंट फौज जरी ग्वाल्हेरीहून निघून गेली तरी शिंदे सरकारची भीती तिळमात्र कमी झाली नाही. ह्याचे कारण, ग्वाल्हेर येथील इतर सर्व पलटणी आतून बिघडल्या होत्या. रजपूत, ठाकूर, बुंदेले आणि पुरभय्ये लोक आपल्या इतर ठिकाणच्या देशबांधवांचे अनुकरण केव्हा करतील ह्याचा नियम नव्हता. तथापि ह्या पलटणीवरचे मुख्य अधिकारी बळवंतराव व माहुरकर ह्यांनी मोठ्या युक्तीने त्यास बिलकुल चलबिचल करू दिली नाही. सर्व राजकारस्थाने आग्र्याहून मेजर मॅक्फर्सन ह्यांच्या विचाराप्रमाणे गुप्त रीतीने चालली होती. दिवाण दिनकरराव ह्यांनी सर्व दरबारी मंडळींशी बाह्यात्कारे स्नेहभावाने वागून आपले निश्चित मत बिलकुल व्यक्त केले नाही. अर्थात अशा महाधूर्त, समयसूचक आणि राजकारणकुशल गृहस्थाच्या हातात ग्वाल्हेर संस्थानची राज्यसूत्रे होती म्हणूनच ह्या आणीबाणीच्या प्रसंगी ग्वाल्हेर येथे शांतता राहिली. ग्वाल्हेर दरबारातले बहुतेक सर्व सरदार ब्रिटिश राज्यसत्तेच्या विरुद्ध झाले आहेत; तेथील सर्व सैन्य नुसत्या हुकुमाची मार्गप्रतीक्षा करीत आहे; सभोवतालच्या प्रांतामध्ये घनघोर युद्धे सुरू आहेत; अशा वेळी ग्वाल्हेर येथे अगदी स्थिरस्थावर असावे ही सामान्य चातुर्याची गोष्ट नव्हे!

सप्टेंबर सन १८५७ पासून एप्रिल सन १८५८ पर्यंत सात-आठ महिने कसे तरी गुदरले; तो पुढे झाशी, काल्पी वगैरे कडील युद्धाच्या बातम्या ग्वाल्हेरीस येऊन तेथे जास्त जास्त अस्वस्थता भासू लागली. दिवाण दिनकरराव ह्यांनी सर्व लोकांशी जरी स्नेहभावाची वर्तणूक ठेवली होती, व आपल्या परवानगीवाचून पानही हालणार नाही असा बंदोबस्त केला होता, तरी आता त्याच्या हेतूप्रमाणे सर्व गोष्टी चालतील असा रंग दिसेनासा झाला. ह्याच समयास पुनः तात्या टोपे ग्वाल्हेर येथील शिंदे सरकारच्या सैन्यास फितूर करण्याकरता गुप्त रीतीने आले होते.[१] त्यास सर्व दरबारी मंडळी आतून अनुकूल असल्यामुळे, त्यांनी लगेच ते साहाय्य करण्याबद्दल त्यांस अभिवचन दिले. तात्पर्य, ज्याप्रमाणे दारूच्या कारखान्यात आग लागण्यास एक ठिणगी पडण्याचाच अवकाश असतो, त्याप्रमाणे ग्वाल्हेर येथे प्रळय होण्यास एखाद्या अल्प कारणाचाच अवकाश होता.

असो. अशाप्रकारे ग्वाल्हेर येथील वर्तमान सुरू असता, इकडे सर ह्यू रोज ह्यांनी काल्पी सर केली, व बंडवाल्यांना यमुनेच्या हद्दपार घालवण्याचा

---

१. तात्या टोपे सप्टेंबर सन १८५७ मध्ये ग्वाल्हेरीस गेले होते (ह्या वेळी त्यांनी ग्वाल्हेरची कॉंटिन्जंट फौज फितवून ती आपल्याबरोबर नेली होती. ह्याच फौजेने कानपुराजवळ जनरल विंढाम ह्यांच्या सैन्याचा पराभव केला होता, व तीच फौज तात्यांबरोबर झाशीस गेली होती. तेथे झालेला वृत्तांत १० व्या प्रकरणात दिलाच आहे) आणि आता मे महिन्यातही गुप्त रीतीने तेथे गेले होते. त्यामुळे तेथील अंतःस्थ स्थिती त्यांना पूर्ण माहीत झाली होती. त्यावरून फक्त महाराज शिंदे सरकार व दिवाण दिनकरराव ह्या दोघांवाचून बहुतेक सर्व लोक त्यास मिलाफी झाले होते असे दिसते. ह्या संबंधाने मॅक्फर्सन ह्यांनी लिहिले आहे-

याहीपूर्वी सप्टेंबर १८५७ मध्ये तात्या टोपे ग्वाल्हेरीस शिंद्यांची कॉंटिन्जंट फौज नानासाहेबांकडे फितवून आणण्यासाठी गेला होता. टोपेला ग्वाल्हेरीची परिस्थिती किती स्फोटक बनली होती याची पूर्ण कल्पना होती. त्याला हेही लक्षात आले होते की शिंदे त्यांच्या दिवाणाच्या पूर्ण प्रभावाखाली होते. त्यामुळेच शिंदे आणि त्यांचे दिवाण हेच मोठे अडथळे होते. अन्यथा ग्वाल्हेरची फौज बंडवाल्यास सहज सामील होऊ शकली असती. महाराजांना बंडाला अनुकूल कसे करावे हाच मोठा प्रश्न होता. त्यांच्या सैन्यातील ग्वाल्हेर डिव्हीजन आणि मराठी तुकडी महाराजांच्या इशाऱ्याचीच वाट पाहात होती. या दोघांखेरीज बाकी सारे बंडवाल्यांच्याच पक्षाचे होते असे स्पष्ट दिसून येते.

मेमोरिअल्स, पृ. ३३१

प्रयत्न केला, तथापि सर्व प्रांतामध्ये अद्यापि अराजनिष्ठेचा अग्नी धुमसत असल्यामुळे इंग्रजी राज्यास चांगली खंबिरी आली नव्हती. एवढेच नव्हे, पण अयोध्या प्रांतातील रोहिले व काल्पीहून हताश होऊन गेलेले रावसाहेब पेशव्यांचे सैन्य हे जर एक झाले व त्यास शिंदे सरकारची सर्व फौज सामील झाली, तर पुन: तो अग्नी प्रदीप्त होऊन त्याच्या ज्वाळा चोहीकडे भडकून ब्रिटिश राज्यसत्तेची राखरांगोळी करतील की काय अशी फार भीती होती. म्हणजे, पर्यायेकरून, ह्या वेळी सर्व मदार शिंदे सरकारावर होती असे म्हणण्यास काही हरकत नाही[१]. ह्याकरता ग्वाल्हेरीवर गोरे सैन्य पाठवून तेथील बंदोबस्त पक्का करावा असा आग्र्याहून ग्वाल्हेरचे रेसिडेंट मेजर मॅक्फर्सन ह्यांनी घाट घातला होता व त्याप्रमाणे त्यांनी लॉर्ड कॅनिंग ह्यांना पत्रही पाठविले होते. परंतु ग्वाल्हेरीच्या बंदोबस्तास गोरे सैन्य येईपर्यंत इकडे गोपाळपूर येथे पेशव्यांच्या छावणीमध्ये

---

१. ह्या समयी शिंदे सरकार जर बंडवाल्यांस सामील झाले असते तर ह्या प्रलयाग्नीच्या ज्वाळा दक्षिणेपर्यंत पेट घेत गेल्या असत्या व तेथे का एकदा त्यांचा प्रवेश झाला असता तर मात्र आमच्या कृपाळू राज्यकर्त्यास हिंदुस्थानास शेवटचा रामराम करण्याचा प्रसंग येतो की काय अशी पुष्कळ युरोपियन ग्रंथकारांस शंका आली होती. एक ग्रंथकार लिहितात-

जर ग्वाल्हेर राज्य बंडवाल्यांच्या बाजूने उभे राहिले असते तर भारताच्या नकाशात काय उलथापालथी झाल्या असत्या त्याची कल्पनाच करवत नाही. निजामी प्रदेशात असंतोष आधीच धगधगत होता. कोणत्याही क्षणी बंडाचा वणवा तेथे भडकला असता तर दक्षिणेकडील किती प्रदेश आपल्या ताब्यात राहिला असता हा एक मोठाच प्रश्न होता.

पृ. ३२६

खरोखर, अशा प्रकारचा हा आणीबाणीचा प्रसंग असल्यामुळे, ह्या वेळी शिंदे सरकारची इमानदारी हीच ब्रिटिश राज्यसत्तेची संजीवनी झाली असे कोण म्हणणार नाही? गव्हर्नर जनरल लॉर्ड कॅनिंग ह्यांनी ह्यावेळी पुढील तार देखील पाठविली होती असे म्हणतात-

'जर शिंदे सरकार बंडांत सामील होतील तर मला उद्या आपला गाशा गुंडाळावा लागेल.''

जर शिंदे सरकार बंडात सामील होतील तर मला उद्याच आपले चंबू गबाळे आटोपून जावे लागेल.

२७ मे १८९० केसरी

ग्वाल्हेरीवरील मोहिमेची मसलत अमलात येऊन पेशव्यांचे सैन्य दरमजल कुच करीत शिंद्यांच्या राज्यातील आमेन गावापर्यंत येऊन पोहोचले.

तात्या टोप्याने ग्वाल्हेरीस जाऊन तेथील प्रमुख दरबारी मंडळींची मने अगोदरच वळवून ठेविली असल्यामुळे पेशव्यांच्या आगमनास कोणीही अडथळा केला नाही. एवढेच नव्हे, पण, रावसाहेब पेशव्यांनी उघडपणे महाराज जयाजीराव शिंदे व श्रीमंत बायजाबाईसाहेब[१] ह्यांना अशी पत्रे पाठविली होती की, 'तुमच्याकडे आम्ही स्नेहभावाने येत आहो, तुझी आमचा पूर्वीचा संबंध मनात आणून आम्हास ह्या वेळी साहाय्य करावे म्हणजे आम्हास दक्षिणेत जाता येईल.' परंतु दिवाण दिनकरराव ह्यांनी त्याचा संदिग्ध व राजकारणी जबाब पाठवून, ही सर्व हकिकत रेसिडेंट साहेबास कळविली. इकडे रावसाहेब पेशवे हे, शिंदे आपले पिढीजाद नोकर आहेत त्या अर्थी ते आपणास कधीही साहाय्य केल्यावाचून राहणार नाहीत, अश भरवशाने ता. २८ मे रोजी, आमेन महाली येऊन दाखल झाले. तेथे येताच शिंदे सरकारच्या सुभ्याने ४०० पायदळ व १५० घोडेस्वार तयार ठेवून पेशव्यांच्या सैन्यास प्रतिबंध केला. त्या वेळी रावसाहेब पेशव्यांनी त्याची निर्भर्त्सना करून त्यास असे सांगितले की, 'तुम्ही आम्हांस कोण प्रतिबंध करणार? शिंदे आणि दिनकरराव ह्यांस आम्ही ओळखीत नाही! ते कोण ख्रिस्ती आहेत की काय म्हणून आम्हांस अडथळा करतील? आम्ही राव पंतप्रधान पेशवे आहोत, आणि स्वराज्यासाठी व स्वधर्मासाठी युद्ध करीत आहोत. शिंद्यांच्या पूर्वजांनी आमची हुजरेगिरी केली आहे आणि आम्ही त्यांना राज्य दिले आहे. शिंद्यांचे सर्व सैन्य आम्हांस मिळाले आहे. आम्हांस खुद्द सैन्यावरील अधिकाऱ्यांकडून आश्वासनपत्रे आली आहेत. तात्या टोप्यांनी ग्वाल्हेरीस

---

१. श्रीमती बायजाबाई शिंदे ही दौलतराव शिंद्यांची पत्नी व महाराज जयाजीराव शिंदे यांची मातामही होय. दुसऱ्या बाजीरावसाहेब पेशव्यांच्या कारकिर्दीमध्ये सर्जेराव घाडगे म्हणून जो पुरुष प्रसिद्ध झाला तो बायजाबाईंचा जनक होय. बायजाबाई मोठी राजकारणी बायको असून तिने आपल्या नवऱ्याच्या पश्चात पुष्कळ वर्षे राज्यकारभार चालवला होता. पुढे पुढे ही बाई फार धर्मनिष्ठ होऊन तिने पुष्कळ दानधर्म केल्याचे सर्व प्रसिद्धच आहे. लक्षब्राह्मणभोजन घालण्याचा बेत करून ठिकठिकाणी तारायंत्राद्वारे संकल्प सोडण्याची वृद्ध लोक जी कथा सांगतात ती ह्याच स्त्रियेची होय. ही बाई बंडाची समाप्ती झाल्यानंतर काही दिवसांनी मृत्यू पावली. मिसेस फैनी पार्क नामक एका आंग्ल स्त्रीने हिच्या भेटीचे फार चांगले वर्णन केले आहे.

जाऊन सर्व मंडळीची भेट घेऊन एकंदर हालहवाल माहीत करून घेतली आहे. आता आमची सर्व तयारी झाल्यामुळे आम्ही लष्कराकडे चाललो आहोत. तुम्हांस आता आमच्याबरोबर युद्ध करण्याची इच्छा आहे काय?' हे रावसाहेब पेशव्यांचे बाणेदार शब्द ऐकतांच तो सुभा अगदी गर्भगळित झाला व त्याने त्यांच्या प्रचंड सैन्यापुढे आपले काही चालणार नाही असे पाहून त्यांच्याशी युद्ध करण्याचा विचार रहित केला. नंतर पेशव्यांचे सैन्य ता. ३० मे सन १८५८ रोजी रात्री, ग्वाल्हेरपासून ९ मैलांवर बरागाव म्हणून एक गाव आहे तेथे येऊन निर्भयपणे उतरले.

श्रीमंत रावसाहेब पेशव्यांनी आपल्या आगमनाचे वर्तमान शिंदे सरकारास विदित केले व योग्य ते साहाय्य देण्याबद्दल त्यांना विनंती केली. पेशव्यांचे पत्र ग्वाल्हेर दरबारामध्ये पोहोचताच तेथे त्याबद्दल बरीच वाटाघाट सुरू झाली. शिंदे सरकारचे बहुतेक सरदार व मुत्सद्दी अंतस्थ रीतीने पेशव्यास वश असल्यामुळे त्यांनी त्यांस साहाय्य करण्याबद्दल आपली संमती दर्शवली. दिवाण दिनकरराव व महाराज जयाजीराव शिंदे हे सार्वभौम ब्रिटिश सरकाराशी अंत:करणपूर्वक स्नेहभावाने वागत असल्यामुळे त्यांना आपल्या सख्यत्वाचा व विश्वासवचनाचा भंग करून क्षणिक उदय पावलेल्या बंडवाल्यांस साह्य करावे हे योग्य वाटले नाही. वस्तुत: ह्या वेळी त्यांनी पेशव्यांचा व आपला पूर्वापार चालत आलेला सेव्यसेवकपणाचा संबंध मनात आणला असता, किंवा निदान स्वदेशबंधुत्वाचे नाते जागृत ठेवून त्यांच्या स्वधर्मोन्नतीच्या काजाचे थोडेसे अभिनंदन केले असते, तर कदाचित त्या वेळच्या कालमानानुरूप तसे करणे त्यास शक्य होते. परंतु त्यांनी हिंदुत्वास किंवा आर्यत्वास भूषणभूत होणारा मुख्य गुण जो 'प्रामाणिकपणा' त्याचे ब्रीद हृदयात बाळगून, प्रत्यक्ष स्वराज्यसंस्थापन व स्वधर्मसंरक्षण करण्याच्या हव्यासाने ज्यांनी स्वत:चे शीर हातात घेतले होते, त्या पुण्यप्रतापवत् पेशवेवंशज रावसाहेबप्रभृती बंडवाल्यांच्या अध्वर्यूंची विनंती अमान्य केली; आणि परकीय व परधर्मीय-परंतु सद्दीच्या जोरावर हिंदुस्थानचे नुकतेच सार्वभौमत्व मिळवून तेथील सामंतप्रभू बनलेल्या-ब्रिटिश सरकाराशी आपले इमान राखून, एका हिंदी कवीने म्हटल्याप्रमाणे:-

जलकी शोभा कमल है, दलकी शोभा पील।।
धनकी शोभा धरम है, कुलकी शोभा शील।।१।।

आपल्या कुलाचे मुख्य भूषण जे शील ते अखंड प्रकाशित केले ही

गोष्ट हिंदुस्थानच्या इतिहासांत सुवर्णाक्षरांनी अलंकृत करण्यासारखी नाही असे कोण म्हणेल?

असो. शिंदे सरकारांनी बंडवाल्यास बिलकूल साहाय्य करावयाचे नाही किंवा त्यांना आश्रय द्यावयाचा नाही असा निश्चय केला, एवढेच नव्हे, पण तारुण्यास अनुरूप होणारी चंचल वृत्ती त्यांनी व्यक्त करून असे सांगितले की, 'बंडवाल्यांशी लढाई करून त्यांचे पारिपत्य करण्यास मी तयार आहे.' दिवाण दिनकरराव हे फार अनुभवशीर, गंभीर, व दूरदर्शी असल्यामुळे त्यांनी बंडवाल्यांस आपला अंतस्थ हेतू एकदम व्यक्त न करता, व आपण होऊन त्यांच्यावर चालून न जाता, मोठ्या युक्तीने आपल्या शहराचे संरक्षण करावे, व इंग्रज सैन्य साहाय्यास येताच बंडवाल्यांवर तुटून पडून त्यांचा उच्छेद करावा असा बेत केला; व त्याप्रमाणे ग्वाल्हेरचे पोलिटिकल एजंट मेजर मॅक्फर्सन ह्यांच्याशी त्यांचा पत्रव्यवहारही चालला होता. म्हणून त्यांनी सर ह्यू रोज ह्यांचे सैन्य येईपर्यंत आपली सर्व फौज जागच्याजागी ठेवून व थोडीशी निवडक मराठी फौज आघाडीस पाठवून बंडवाल्यांस जागच्याजागी स्थिर ठेवावे अशी योजना केली[१]. परंतु शिंदे सरकारच्या सैन्याची व त्यावरील अधिकाऱ्याची मने साफ नव्हती. अगोदर, सर्व लोक बंडवाल्यांच्या पक्षाचे हितचिंतन करणारे असून त्यांच्यामध्ये परस्पर मत्सर व वैमनस्य होते. शिंदे

---

१. ह्या संबंधाने इंदूरप्रतीमध्ये अशी माहिती दिली आहे की, दिवाण दिनकरराव ह्यांनी अखेरपर्यंत श्रीमंत रावसाहेब पेशवे ह्यांस स्पष्टपणे शिंदे सरकार प्रतिकूल आहेत असे भासवले नाही! (तसे असेल तर ती एक मुत्सद्दीपणाची युक्तीच दिवाणसाहेबांनी उपयोगात आणली असे म्हटले पाहिजे!!) एवढेच नव्हे, पण रावसाहेब पेशव्यांच्या सैन्यास प्रांतातून लागेल ते सामान मिळाले असेही म्हटले आहे! तथापि ह्या संबंधाने इंग्रजी ग्रंथांत पुढील माहिती आढळते-

शिंद्यांचे बहुतेक सारे सैन्य बंडवाल्यांशी सहानुभूती बाळगूनच होते आणि ते मूठभर एकनिष्ठ होते. त्यांनाही मनापासून शिंद्यांची बाजू घेण्यास कोणतेही सबळ कारण नव्हते. तथापि दिवाणास मात्र पूर्ण आत्मविश्वास वाटत होता की त्यांच्या तुकडीमागे सर ह्यू रोजची तुकडी वेगळी करून त्यांच्या मागून आली. बंडवाल्यात पैसा वाटून दुही निर्माण करावी आणि शिंद्यांच्या फौजेने आणि निवडक मराठी सैन्याने आघाडीवर राहून त्यावेळी बाकीचे सर्व सैन्य पिछाडीस ठेवली तर बंडवाल्यावर नियंत्रण राहील. काही दिवस म्हणजे आपले (युरोपियन) सैन्य घेऊन पोहोचेपर्यंत कालहरण सहज करता येईल.

मेमोरिअल्स पृ. ३३८

सरकारची 'बालेघाटी' म्हणून एक बाराशे मराठे लोकांची पलटण होती. ती सर्व शिलेदारी थाटाची असून तिजवर महाराजांची बहाल मर्जी होती. ह्या पलटणीतील लोकास खुद्द शिंदे सरकारच्या पक्तीचे भोजन असून नित्याचे खुराक होते, शिवाय त्यास सरकारातून शानदार पोषाख व उमदे घोडे दिले होते. त्यामुळे त्या 'बालेघाटी' मिजासी पलटणीची बडेजाव दुसऱ्या पलटणीस सहन होत नसे. अशाप्रकारे त्यांच्या सर्व फौजेचा एकदिल नसल्यामुळे लष्करी सरदारांमध्ये निरनिराळे बेत होत असत. ता. ३१ रोजी प्रात:काळी शिंदे सरकारच्या खाशा सरदारांनी अशी मसलत दिली की, ८००० फौज व २४ तोफा मुरारच्या छावणीत नेऊन तेथून बंडवाल्यांवर हल्ला करावा व त्यांना पिटाळून लावावे. ही गोष्ट दिवाणसाहेबास कळताच त्यांनी तसला अविचारीपणाचा बेत रहित करून, त्या दिवशी रात्री सर्व सैन्य जागच्याजागी ठेविले. परंतु मध्यरात्री पुन: कोणी शिंदे सरकारचे मन वळवून बंडवाल्यांवर ताबडतोब हल्ला करावा असा बूट काढला व दिवाणसाहेब तेथे हजर नसल्यामुळे तो तेव्हाच अमलात येऊन शिंदे सरकारांनी त्यास आपले अनुमोदन दिले! त्यामुळे श्रीमंत रावसाहेब पेशवे ह्यास, शिंदे सरकारकडून काही साह्य मिळेल अशी जी आशा होती ती समूळ नाहीशी होऊन, उलट ता. १ जून रोजी त्यांच्या सैन्याशी टक्कर देण्याचा मात्र प्रसंग[१] आला!

ता. १ जून रोजी प्रात:काळी शिंदे सरकार स्वत: लष्करी पोषाख धारण करून व कमरेस समशेर लटकवून घोड्यावर स्वार झाले आणि सर्व सैन्यास

---

१. ह्या संबंधाने मि. मार्टिन ह्यांनी पुढील हकिकत लिहिली आहे.

बंडात सामील व्हावे की नाही या मुद्द्यावरून दुर्दैवाने शिंदे आणि त्यांच्या दिवाणात मतभेद उफाळून आला. खुद्द दिवाणसाहेब हे सरकारच्या बचावात्मक भूमिकेचे समर्थक होते. इंग्रजांची कुमक येईपर्यंत त्यांनी बंडवाल्यांवरील हल्ल्याचा बेत तहकूब केला आणि शिंदे यांची तात्या टोपेच्या दुय्यम सरदारांनी दिशाभूल केली आणि बंडवाल्यांवर सहजपणे हल्ला करता येईल असे त्याला वाटले. (जे अत्यंत असंघटित आणि नीतिधैर्य गमावलेले असल्याची गुप्त बातमी होती) बंडाच्या आघाडीस शिंद्यांच्या खास विश्वासू तुकडीचे लोक होते. दिवाण आणि त्याचे मंत्रिगण यांनी शिंदे त्यांचा बंडवाल्यांवरील हल्ला निदान ३१ मे च्या मध्यरात्रीपर्यंत तरी रोखून धरला पण नंतर दिवाण राजवाडा सोडून निघून गेला आणि शिंद्यांनी आपल्या फौजेस पुढे येणाऱ्या बंडवाल्यावर हल्ला करण्याची आज्ञा दिली.

ब्रिटिश इंडिया. खंड २, पृ. ४८८

लढाईची इशारत देऊन मुरारच्या पूर्वेस दोन मैलावर बहादरपूर म्हणून एक गाव आहे, तेथे बंडवाल्यांचे पारिपत्य करण्याकरता समरांगणी जाऊन उभे राहिले. त्यांच्याबरोबर ह्या वेळी ६००० पायदळ, १२०० शिलेदार लोकांची बालेघाटी पलटण, आणि ८ मोठमोठ्या प्रचंड तोफा इतके सैन्य असून ते त्यांनी मोठ्या बंदोबस्ताने उभे केले. शिंद्यांचा तोफखाना म्हणजे पूर्वीपासून सर्व प्रसिद्ध. जॉन पेरू, सवाई शिकंदर, जॉन बत्तीस, वगैरे फ्रान्सीस सरदारांच्या युद्धकौशल्यामुळे व गोलंदाजीपणाच्या सर्वोत्कृष्ट शिक्षणामुळे त्यांच्या तोफखान्यास जी व्यवस्था आखून दिली गेली होती, ती अद्यापि कायम असल्यामुळे बंडवाल्यांचा धुव्वा उडवून देण्याकरता शिंदे सरकारांनी त्यांची योजना सैन्याच्या आघाडीस केली, आणि सहस्त्ररश्मी सूर्यनारायणाचा उदय होताच त्याच्या आरक्त बिंबास लाजवण्याकरता, आपल्या बृहद्यंत्रांतून हजारो लालभडक अग्निगोलांचा शत्रूवर वर्षाव करण्यास प्रारंभ केला.

पेशव्यांच्या सैन्याच्या अग्रभागी एकाएकी मुरारच्या बाजूने गोळे येऊ लागले, हे पाहताच छबिन्यावरील अधिकाऱ्याने लढाईचे शिंग वाजवून सर्व सैन्यास इशारत दिली; आणि पेशव्यांच्या तंबूमध्ये जासुदाबरोबर असा निरोप पाठविला की, शिंद्यांची फौज लढाई करण्यास तोंडावर चालून आली आहे, तेव्हा आपल्या सैन्यास कसे युद्ध करावयाचे ह्याबद्दलचा हुकूम ताबडतोब द्यावा. श्रीमंतांजवळ ह्या वेळी कित्येक शहाणे मुत्सद्दी असल्यामुळे त्यांनी तोफांचे आवाज ऐकून असा तर्क बांधला की, 'शिंदे सरकारचा व आपला पूर्वापार चालत आलेला प्रेमसंबंध अद्यापि जागृत आहे, व त्यांचे सर्व सरदार आपणांस पूर्ण अनुकूल आहेत, त्याअर्थी ते आपल्या बरोबर लढण्यास कधीही सिद्ध होणार नाहीत. त्यांच्या तोफांचे जे आवाज ऐकू येत आहेत ती श्रीमंतांस त्यांच्याकडून स्वागतपूर्वक सलामी होत आहे!' रावसाहेब पेशवे व तात्या टोपे ह्यांना शिंदे सरकारच्या साहाय्याचा पूर्ण भरवसा असल्यामुळे त्यांना हीच गोष्ट संभवनीय वाटून, त्यांनी आपल्या सैन्यास लढण्याचा हुकूम दिला नाही. इतक्यात शिंद्यांच्या तोफखान्यावरील गोलंदाजांनी तोफांची खैर लावून एकसारखी मारगिरी सुरू केली. तोच पेशव्यांच्या सैन्यामध्ये एकच रणधुमाळी उडून जिकडे तिकडे पळापळ सुरू झाली. हे पाहताच रावसाहेब पेशवे गोंधळून जाऊन मोठ्या विचारात पडले. परंतु ह्या वेळी महाराणी लक्ष्मीबाईसाहेब ह्यांनी मोठ्या शर्थीने त्यांची बाजू सांभाळली.

गोपाळपूर येथे राणीसाहेबांनी, ग्वाल्हेरीस जाऊन शिंदे सरकारचे साहाय्य घ्यावे व तेथील बळकट किल्ला आपल्या हस्तगत करून घ्यावा अशी युक्ती रावसाहेब पेशव्यांच्या मनामध्ये भरवून दिली, व त्यांना प्रोत्साहन देऊन सर्व सैन्य ग्वाल्हेरीकडे फिरविले. तथापि राणीसाहेबांच्या इच्छेप्रमाणे सर्व सैन्याची व्यवस्था त्यांच्या हातून झाली नाही! राणीसाहेब फार शूर व चतुर असल्यामुळे त्यांचा सल्ला रावसाहेब पेशवे पसंत करीत असत, परंतु त्यांच्या अंगी आत्मप्रतिष्ठा हा विशेष दुर्गुण असल्यामुळे राणीसाहेबांच्या हेतूप्रमाणे सर्व गोष्टी खरोखर अमलात येत नसत. बाह्यात्कारे राणीसाहेबांच्या मसलतीचा कोणीही तिरस्कार करीत नसत, एवढेच नव्हे, पण उलट ते त्यांचा फार बहुमान ठेवून त्यांच्या कित्येक सूचनांप्रमाणे सैन्यामध्ये हुकूमही सोडीत असत. परंतु पेशव्यांच्या सैन्यामध्ये शिस्तवार पद्धतीने चालून मुख्य सेनापतीच्या हुकमाप्रमाणे आपले कर्तव्य अंत:करणपूर्वक बजावणारे निस्सीम सरदार फार थोडे असल्यामुळे त्यांचा काहीएक उपयोग होत नसे! बांदेवाले नबाब स्वत:च्या आढ्यतेने वागणार, रावसाहेब पेशवे स्वसत्ताधिकाराच्या शिखरावर पोहोचल्यामुळे आपल्या शहाणपणाचा प्रभाव दाखवण्याचा प्रयत्न करणार आणि तात्या टोपे युद्धकलेत चांगले निष्णात असल्यामुळे व गुप्त मसलतीत पूर्ण तरबेज असल्यामुळे त्यांची मनोगती काही निराळ्याच तऱ्हेने चालणार, आणि इतर लष्करी सरदारांनी स्वतंत्रतेच्या भरी भरून काही कारणामुळे हातात शस्त्र घेतले होते त्यामुळे ते शिरजोर होऊन स्वैर वर्तन ठेवणार, असा प्रकार झाल्यामुळे पेशव्यांच्या सैन्यामध्ये सुव्यवस्थितपणा कोणतीच गोष्ट सिद्धीस जात नसे. एक प्रकारच्या कालमानाने काही गोष्टी आपोआप एकत्र होऊन त्यास प्रचंड स्वरूप प्राप्त झाले होते, एवढ्यामुळेच बंडवाल्यांची थोडीबहुत सरशी झाली होती! अर्थात त्यांचा पाया शुद्ध व सशास्त्र रीतीने रचला गेला नसल्यामुळे त्यावर इमारत बांधणाऱ्या कुशल कारागिराचे चातुर्य बरोबर रीतीने व्यक्त न व्हावे, किंवा व्यक्त झाल्यास त्याचे तेज फार अल्पकालिक असावे ह्यात काही आश्चर्य नाही! असो.

राणीसाहेबांनी शिंदे सरकारांकडील तोफांच्या मारगिरीमुळे पेशव्यांची फौज आकस्मिक उधळली असे पाहून मोठ्या आवेशाने आपले दोन-तीनशे घोडेस्वार एकदम पुढे काढले; आणि खवळलेल्या नागिणीप्रमाणे त्यांनी शिंद्यांच्या तोफखान्यावर चाल केली. त्याचप्रमाणे तात्या टोप्यांनीही आपल्या सैन्याचे

निरनिराळे भाग करून ते तोफांच्या माऱ्यातून एकीकडे केले. राणीसाहेब आपल्या नेकजात रणपटू घोडेस्वारांनिशी शिंद्यांच्या तोफखान्यावर तुटून पडताच गोलंदाज लोक तोफा टाकून पळून गेले. त्याचप्रमाणे इतर सैन्यावरील अधिकारी तात्यांच्या वचनात गुंतल्यामुळे त्यांनी पेशव्यांच्या सैन्यावर गोळी टाकण्याचे बंद केले. महाराज जयाजीराव शिंदे मात्र शूरत्वाच्या आवेशास पेटून व स्वत:ची खाशी बालेघाटी पलटण पुढे काढून बंडवाल्यांशी निकराने लढू लागले. एका पक्षाकडे रणांगणात प्रथम ठाकलेला एक तरुण राजबिंडा व त्याची खाशी हजारबाराशे शिलेदार मंडळी, व दुसऱ्या पक्षाकडे एक दुर्दैवपंकांत सापडलेली अबला व थोडेसे रणशूर स्वार असा अपूर्व सामना झाला. शिंदे सरकारच्या शुद्ध अंत:करणात ब्रिटिश सरकारची स्नेहबुद्धी अगदी प्रज्वलित झाली होती त्यामुळे त्यांच्या वीरश्रीवर अतिसुंदर रंग खुलला होता, आणि इकडे राणीसाहेबांच्या मृदु हृदयात ब्रिटिश सरकारच्या जुलमी वर्तनामुळे उत्पन्न झालेला क्रोधाग्नी भडकून गेला होता, त्यामुळे त्यांच्या आवेशास विलक्षण प्रखर स्वरूप आले होते. उभय पक्षांची घटकाभर समशेरीवर समशेर झडून चांगली चकमक उडाली. शिंदे सरकारचे ऐटदार पोशाखाचे बालेघाटी शिलेदारमंडळ क्षणामध्ये जेरीस आले व बाईसाहेबांचे कसास चढलेले जवानमर्द स्वार त्याचा स्वाहा करू लागले! हे पाहताच शिंदे सरकारांनी माघार घेतली व थेट राजवाड्याचा रस्ता धरून आत्मसंरक्षणार्थ धोलपूर मार्गाने दिवाण दिनकरराव व दुसरे एकदोन सरदार ह्यांसहवर्तमान आपले दोस्त कृपाळू ब्रिटिश सरकार ह्यांच्याकडे आग्र्याच्या किल्ल्यात धाव मारली! खरोखर ह्या वेळी शिंदे सरकारांनी,

प्राणैरपि हिता वृत्तिरद्रोहो व्याजवर्जनम्।
आत्मनीव प्रियाधानमेतन्मैत्रीमहाव्रतम्।।१।।

ह्या नियमाप्रमाणे केवळ ब्रिटिश सरकारच्या दोस्तीखातर स्वार्थत्याग करून स्वत: आपल्या प्राणाची पर्वा न करिता जे मित्रत्वाचे खरे व्रत रक्षण केले, ते त्यास चिरकाल भूषणप्रद होय असे कोण म्हणणार नाही?

असो. शिंदे सरकारांनी ह्या वेळी जसे दृढ मैत्रीव्रत रक्षण केले व आपले नाव प्रामाणिकपणाच्या इतिहासात अग्रस्थानी विभूषित केले, त्याप्रमाणे झाशी संस्थानच्या महाराणी लक्ष्मीबाईसाहेब ह्यांनी पराक्रमगुणांत अद्वितीय कीर्ती संपादन केली. महाराज जयाजीराव शिंदे की ज्यांच्या शौर्यासंबंधाने मोठमोठ्या युरोपियन लोकांनी थक्क होऊन तारीफ करावी, ज्यांच्या लढाईचा जय्यत

सरंजाम अवलोकन करताच शत्रूची गाळण व्हावी, ज्यांच्या जवळचे प्रतिकर्णासारखे रथी महारथी शूर सरदार रणांगणामध्ये दृष्टीस पडताच विजयश्रीने हटकून वश व्हावे, त्या शिंदे सरकारास राणीसाहेबांसारख्या एका अबलेने, कोणत्याही प्रकारचे म्हणण्यासारखे साहाय्य नसताना, आपल्या समशेरीच्या जोरावर रणविन्मुख करावे ही सामान्य गोष्ट नाही! ह्यावरून, एका संस्कृत कवीने म्हटल्याप्रमाणे:-

'क्रियासिद्धिः सत्त्वे भवति महतां नोपकरणे'

'थोरांची जी कार्यसिद्धी होत असते ती त्यांच्या अंगच्या पराक्रमावरून होत असते; केवळ साधनांच्या साहित्याने काही होत नाही.' हा नियम किती सत्य आहे हे चांगले सिद्ध होते.

◆◆

प्रकरण १५ वे

राणीसाहेबांचे शेवटचे युद्ध आणि मृत्यू

महाराज जयाजीराव शिंदे ह्यांचा राणीसाहेबांनी पराभव केल्यानंतर ते रणांगणातून राजवाड्यात परत आले व आपले दिवाण दिनकरराव ह्यांसह ताबडतोब आग्र्यास पळून गेले. शिंदे सरकार ग्वाल्हेर राजधानीतून निघून जाताच राजवाड्यामध्ये एकच हाहाकार झाला. सरकारस्वारी पराभूत होऊन आग्र्यास गेली हे समजताच जनानखान्यातील सर्व राजस्त्रिया आत्मसंरक्षणार्थ नरवर गावी गेल्या[१]. तेथे शिंदे सरकारचे एकदोन विश्वासू सरदार व जुन्या रिसाल्याचे काही स्वामिनिष्ठ लोक होते, त्यांनी त्यांचा चांगला सांभाळ केला.

इकडे बंडवाल्यांनी मोठ्या विजयानंदाने शहरामध्ये प्रवेश करण्यास प्रारंभ केला. ग्वाल्हेर दरबारचे जे सरदार व मुत्सद्दी अंतस्थ रीतीने श्रीमंत रावसाहेब पेशवे व तात्या टोपे आदी मंडळीचे अभीष्टचिंतन करत होते त्यास त्याचे विजयवृत्त ऐकून फार आनंद झाला; व त्यांनी त्यांच्या आगमनसमयी आपली आदरबुद्धी व्यक्त करण्यास मागेपुढे पाहिले नाही! श्रीमंत रावसाहेब

---

१. शिंदे सरकारच्या राजस्त्रिया ज्या वेळी ग्वाल्हेरीहून नरवरास निघून गेल्या त्यावेळी एक चमत्कारिक गोष्ट घडून आली. ज्या वेळी ह्या राजस्त्रिया राजवाड्यातून निघाल्या त्या वेळी शहरामध्ये बंडवाल्यांची धामधूम चालली होती. त्या वेळी त्यांना अशी खोटी खबर समजली की, शिंदे सरकार राजवाड्यात सापडले असून त्यांच्यावर मोठा बिकट प्रसंग गुदरला आहे! हे ऐकताच त्या स्त्रियांपैकी 'गजराजा' नावाची एक शूर स्त्री एकदम घोड्यावर स्वार झाली व हातामध्ये नंगी समशेर घेऊन शिंदे सरकारच्या तपासाकरता मोठ्या गर्दीतून पुन: राजवाड्याकडे निघाली. तेथे जेव्हा तिची शिंदे सरकार आग्र्यास सुरक्षित गेल्याबद्दल पूर्ण खात्री झाली, तेव्हा ती परत फिरली! खरोखर ह्या गोष्टीवरून तिच्या धैर्याची सहज कल्पना करिता येते.

पेशवे हेच आता आपले मुख्य धनी झाले असे समजून ग्वाल्हेरच्या बिथरलेल्या फौजेने त्यास स्वागतपूर्वक सलामी दिली, आणि त्यास कोणत्याही प्रकारचा प्रतिबंध न करिता लष्करराजधानीमध्ये येऊ दिले. श्रीमंतांनी मोठ्या थाटाने मंगलवाद्ये वाजवीत आपल्या लव्याजम्यासह शिंदे सरकारच्या राजवाड्यात आगमन केले व तेथेच आपल्या स्वारीचा तळ दिला. महाराणी लक्ष्मीबाईसाहेब ह्या लष्कराजवळ नवलखा नामक एक बाग[१] आहे तेथे उतरल्या. श्रीमंतांबरोबरचे इतर सरदार व मानकरी शहरातील निरनिराळ्या वाड्यांमध्ये राहिले. तात्पर्य, श्रीमंत रावसाहेब पेशवे ह्यांस विशेष परिश्रम न पडता अल्पकाळामध्ये शिंदे सरकारची राजधानी हस्तगत होऊन तेथे त्यांचा स्वातंत्र्यदर्शक विजयध्वज फडकू लागला.

शहर ताब्यात येताच तात्या टोपे ह्यांनी ग्वाल्हेरच्या किल्ल्याकडे काही सैन्य पाठविले. त्या किल्ल्याचे अधिकारी तात्यांस पूर्वीच अनुकूल झाले असल्यामुळे तो त्यांच्या ताब्यात येण्यास मुळीच प्रयास पडले नाहीत. तात्या टोप्यांचे सैन्य तेथे दाखल होताच किल्लेदार लोकांनी दरवाजे मोकळे करून सर्व किल्ला त्यांच्या स्वाधीन केला. अर्थात ग्वाल्हेरसारखा अजस्त्र व प्राचीन डोंगरी किल्ला आणि त्यातील अगणित युद्धसाहित्य सहज हस्तगत झाल्यामुळे तात्यांस अत्यंत हर्ष व्हावा व त्या अजिंक्य किल्ल्याच्या अप्रतिम सामर्थ्यापुढे आता आपणावर कोणाचाच शह चालणार नाही असा त्यास गर्व वाटावा ह्यात काही आश्चर्य नाही.

किल्ला व लष्कर काबीज केल्यानंतर बंडवाल्यांनी विजयोत्साहाच्या भरात अनन्वित कृत्ये करण्यास प्रारंभ केला. प्रथमतः त्यांनी मोठ्या त्वेषाने रेसिडेन्सीवर हल्ला करून ती जाळून व लुटून फस्त केली. नंतर शिंदे सरकारच्या जुन्या राजवाड्यावर व त्यांच्या आंग्लहितैषी सरदारांच्या वाड्यांवर चाल करून त्यांचा नाश करण्यास प्रारंभ केला. त्यांनी राजवाडा लुटून त्याचा फार विध्वंस केला आणि दिवाण दिनकरराव, सरदार बळवंतराव व माहुरकर इत्यादी प्रमुख दरबारी लोकांच्या हवेल्या जमीनदोस्त करून टाकल्या. एवढेच नव्हे, पण त्यांनी आपली द्रव्यतृष्णा तृप्त करण्याकरिता शहरामध्ये लूट करण्यास सुरुवात केली. परंतु सुदैवाने, श्रीमंत रावसाहेब पेशवे ह्यांनी नगरवासी लोकांचे वित्त

---

१. ग्वाल्हेर प्रतीमध्ये राणीसाहेब नाना बापूच्या कोठीमध्ये राहिल्या असे लिहिले आहे.

हरण करू नये व त्यांचा छळ करू नये असा सक्त हुकूम सोडल्यामुळे बंडवाल्यांची अघोर कृत्ये थोडीशी बंद झाली[१]! असो.

ग्वाल्हेरचा विजय हा महाराष्ट्रराज्यसंस्थापनेस पुनः प्राप्त झालेला कपिलाषष्ठीसारखा सुयोग आहे असे पाहून श्रीमंत रावसाहेब पेशव्यांनी सन १८१८ साली नष्ट झालेल्या पुण्यपत्तनश्रीची (पेशवाईची) शिंदे सरकारच्या गादीवर पुनः प्राणप्रतिष्ठा करावी अशी हौस मनात आणली. कालवशात सर्व ग्वाल्हेर दरबार त्यास अनुकूल झाल्यामुळे त्यांच्या इच्छेविरुद्ध कोणाचेच आचरण होण्याची फारशी भीती राहिली नव्हती. कारण, दुर्दैवाच्या प्रखर आघाताने विकंपित झालेली शिंदेशाही क्षीण होऊन ती तेव्हाच ह्या स्वयंसिद्ध होऊ पाहणाऱ्या पेशवाईमध्ये एकरूप होऊन जाईल अशी सर्वांची भ्रममूलक कल्पना झाली होती. असो. मुद्राराक्षस नाटकात म्हटल्याप्रमाणे 'दैवेनोपहतस्य बुद्धिरथवा पूर्वं विपर्यस्यति' अशी ह्या वेळी विजयानंदाच्या शिखरास पोहोचलेल्या श्रीमंत रावसाहेब पेशवेप्रभृती मंडळीची स्थिती होऊन त्यांनी आपला नूतन राज्यसंस्थापनेचा विचार शेवटास नेण्याचा संकल्प केला.

श्रीमंतांनी सर्व राजमंडळ जमविले. शिंदे सरकारच्या पदरचे जहागीरदार व सरदार ह्यांना पाचारण पाठविले. सर्व लष्करी अंमलदार जमा केले. शिंदे सरकारचे गंगाजळी नामक मुख्य द्रव्यभांडार श्रीमंतांस अनायासे प्राप्त झाले होते. त्यावरील अधिकारी अमरचंद भाट्या ह्यास सामदामदंडाचा उपयोग करून वश केले होते. त्याकडून लागेल ते द्रव्य मिळविण्याची तजवीज केली. शिंदे सरकारांनी फितुरीच्या संशयावरून कैद केलेले चार सरदार श्रीमंतांनी बंदमुक्त केले व त्यांस मरातबीची वस्त्रे दिली. बाणपूर व शहागड येथील व इतर ठिकाणच्या मित्रभावाने वागणाऱ्या राजेलोकांस निमंत्रणपत्रिका पाठविल्या. येणेप्रमाणे सर्व सिद्धता झाल्यानंतर श्रीमंतांनी स्वतःस सिंहासनारूढ करण्याचा सुमुहूर्त ठरविला[२]!

---

१. ह्या संबंधाने इंग्रज ग्रंथकाराचाही थोडासा आधार सापडतो. मेजर मॅक्फर्सन ह्यांनी म्हटले आहे.

(ग्वाल्हेरमध्ये) रावसाहेबांनी लुटालुटीस प्रतिबंध केला. केवळ दिवाणाचे (दिनकररावाचे) घर जप्त केले, सरदार बलवंतराव आणि माहूरकर यांची संपत्ती जप्त केली.

मेमोरिअल्स. पृ. ३३४

२. श्रीमंत रावसाहेब पेशव्यांनी शिंदे सरकारची राजधानी हस्तगत केल्यानंतर पुढे

ता. ३ जून रोजी फुलबागेमध्ये जंगी दरबार भरला. श्रीमंतांस अनुकूल झालेले सर्व सरदार, मुत्सद्दी, मानकरी, शिलेदार पागे आदी तमाम मंडळी आपापल्या योग्यतेनुरूप सभास्थानी विराजित झाली. तात्या टोपे व त्यांच्या हाताखालचे अरब, रोहिले, पठाण, रजपूत, रांगडे व परदेशी सरदार लष्करी पोषाख धारण करून व कमरेस समशेरी लटकावून दरबारामध्ये येऊन दाखल झाले. खुद्द श्रीमंतांनी पेशवाई थाटाचा तमामी पोषाख करून मस्तकी शिरपेच, कलगीतुरा आणि कानात मोत्याचा चौकडा, व गळ्यात मौक्तिकहार व रत्नमाळा धारण करून समग्र वैभवानिशी भालदार चोपदार ललकारत व मोर्चले उडत असता दरबारामध्ये आगमन केले. नंतर रीतीप्रमाणे खडी ताजीम होऊन व दरबारी लोकांचे मुजरे होऊन सिंहासनारूढ होण्याचा एकंदर विधी झाला. श्रीमंतांनी नेत्रात आनंदाश्रू आणून मोठ्या आवेशाने सर्व सरदार लोकांचे अभिनंदन केले व त्यांस वस्त्रालंकार देऊन मोठमोठे सन्मान दिले. रामराव गोविंद नामक गृहस्थास मुख्य प्रधानकीची वस्त्रे दिली. तात्या टोप्यांस सेनापती कायम करून त्यास एक रत्नखचित तलवार बक्षीस दिली. त्याचप्रमाणे अष्टप्रधानांची निवड करून त्यांना त्यांच्या त्यांच्या योग्यतेप्रमाणे अधिकार दिले. शिंदे सरकारच्या अनुकूल झालेल्या फौजेस व इतर बंडवाल्या शिपायांस वीस लक्ष रुपये वाटून दिले. येणेप्रमाणे दरबारचा अप्रतिम थाट होऊन श्रीमंत रावसाहेब पेशवे ह्यांनी स्वत: पेशवाईची वस्त्रे धारण केली. जिकडेतिकडे आनंदीआनंद होऊन तोफांच्या सरबत्त्या होऊ लागल्या. तात्पर्य, स्वातंत्र्य व स्वाभिमान

जो राज्याभिषेक समारंभ केला, त्या वेळी श्रीमंत नानासाहेब पेशवे हे ग्वाल्हेरीस आले होते की काय हे समजत नाही. मॅलिसन वगैरे एक दोन इतिहासकार लिहितात की, ग्वाल्हेर राजधानी हस्तगत झाल्यानंतर बंडवाल्यांनी नानासाहेबांच्या नावाने पेशवाईची द्वाही फिरविली व रावसाहेबांस ग्वाल्हेरचे सुभेदार नेमले; परंतु ह्याबद्दल साधार माहिती मिळत नाही. आम्हास माहिती देणारे सर्व लोक श्रीमंत रावसाहेब पेशव्यांनीच राज्यारोहणसमारंभ केला असे सांगतात. मग सन्मानार्थ त्यांनी नानासाहेबांच्या नावे पेशवाईची द्वाही फिरविली असल्यास न कळे! कदाचित नानासाहेबांच्या नावाने पेशवाई स्थापन करून आपण हिंदुस्थानचे मुख्य सुभेदार व्हावे अशी रावसाहेब पेशव्यांची इच्छा असल्यास सांगवत नाही. तथापि ह्या महोत्सवप्रसंगी नानासाहेब ग्वाल्हेरीस आले होते अशी खात्रीलायक माहिती मिळत नाही. राज्यसंस्थापनेचे सर्व कृत्य रावसाहेब पेशवे व त्यांचे तात्या टोपेप्रभृती मुत्सद्दी ह्यांनीच केले असे आम्हास मिळालेल्या महितीवरून दिसून येते.

ह्यांच्या भरी भरून बंडवाल्यांनी स्वराज्यसंस्थापनार्थ केलेल्या अविचारमहोत्सवाचा पूर्व रंग चांगला खुलला असे म्हटले तरी चालेल.

असो. श्रीमंत रावसाहेब पेशव्यांनी स्वतःस राज्याभिषेक करून हिंदुपदपादशाहीची गादी संस्थापित केल्यानंतर आपल्या ह्या महदुर्घट पुण्यकृत्याची सांगता करण्याकरता ब्राह्मणसंतर्पण करण्यास प्रारंभ केला. ग्वाल्हेर येथे गंगा दशहाराचे माहात्म्य विशेष असल्यामुळे तत्संबंधाने राजवाड्यात ब्रह्मवृंदास अन्नसंतर्पण करण्याचा प्रघात होताच. तशात श्रीमंतांचा राज्याभिषेक विधी झाला. त्यामुळे त्यास विशाल स्वरूप प्राप्त झाले. मुदपाकाकडे हजारो बल्लवाचार्यांची योजना होऊन दररोज असंख्य पात्रांचा पाक तयार होऊ लागला. प्रतिदिनी हजारो ब्राह्मण पंचपक्वान्नांचे आकंठभोजन व सुवर्णदक्षिणा ह्यांमध्ये अगदी गुंग होऊन गेले. पंक्तीमध्ये खासे यजमान भरजरी पीतांबर नेसून व शालजोडी पांघरून ब्राह्मणांचा समाचार घेण्यास अगदी हजर असल्यामुळे आग्रहाची परमावधी झाली! त्यामुळे सर्व ब्राह्मण अतिरिक्त भोजनाने फुगून जाऊन, त्यांना 'नको, नको' वाचून एक शब्दही उच्चारण्याची शक्ती राहिली नाही! श्रीमंतांनी हा नूतन संस्थापिलेला महाराष्ट्र राज्यदीप अखंड प्रकाशमान व्हावा अशी शुभ आशीवर्चने घेण्याकरिता 'शापादपिशरादपि' ब्राह्मणास अदानाने संतुष्ट करण्याचा क्रम चालविला होता, परंतु त्याच्या दुर्दैवाने त्या एकवचनी ब्राह्मणांना पंक्तीमध्ये उच्चारलेले 'नको, नको' हे निषेधार्थक शब्द सार्थ होऊन त्यांचा राज्यदीप लवकर मालवला गेला हे पाहून एकसमयावच्छेदेकरून कोणास आनंद व दुःख वाटणार नाही?

असो. राजवाड्यामध्ये निर्भयपणे ब्राह्मणभोजनाचा तडाका चालला आहे व श्रीमंत रावसाहेब पेशवे आदी मंडळी 'निर्वीरमुर्वीतलम्' असे मानून आपल्या ऐश्वर्यभरात निमग्न झाली आहे, असे पाहून महाराणी लक्ष्मीबाईसाहेब ह्यांस परमावधीचा खेद उत्पन्न झाला! (येथे वाचकास एक गोष्ट सांगणे आवश्यक आहे. ती ही की, केवळ राणीसाहेबांच्या पराक्रमामुळे ग्वाल्हेर राजधानी व तेथील किल्ला रावसाहेब पेशव्यांच्या ताब्यात आला होता, तरी त्यांनी राणीसाहेबांच्या अनुमतीवाचून हा सर्व विजयोत्सव व राज्याभिषेकसमारंभ चालू केला होता. राणीसाहेबांस पेशव्यांकडून अनेक वेळा निमंत्रणे आली होती. तथापि त्या आपली मर्यादा सोडून प्रसिद्धपणे पेशव्यांच्या दरबारात वगैरे कधीही गेल्या नाहीत! ह्यावरून रावसाहेब पेशव्यांनी आनंदप्रदर्शनार्थ ज्या काही गोष्टी केल्या

त्यांत राणीसाहेबांचे अंग होते असे दिसत नाही.) राणीसाहेबांनी श्रीमंतांच्या ह्या अविचारी वर्तनाचा परिणाम चांगला होणार नाही असे पाहून त्यास चांगला हितबोध केला, व ब्राह्मणभोजने बंद करून सैन्याची खंबिरी करण्याबद्दल निरोप पाठविले. परंतु त्यांचा काहीएक उपयोग झाला नाही. यद्यपि त्यांनी पुनः रावसाहेब पेशव्यांस असा उपदेश केला की, "तुम्ही ह्या वेळी आपल्या विजयाची शाश्वती धरून आनंदामध्ये निमग्न आहात, परंतु ही गोष्ट अगदी अहितकारक आहे. तुमच्या ताब्यात ग्वाल्हेर प्रांत आला असून शिंदे सरकारचे सर्व सैन्य तुम्हास मिळाले आहे; तेव्हा आता आपणांस कोणाचीही भीती नाही, अशी जर तुमची कल्पना असेल तर ती अगदी चुकीची आहे. इंग्रज लोक फार धूर्त व चतुर आहेत. ते तुम्हावर कसा हल्ला करतील ह्याचा नियम नाही. तुम्हास सुदैवाने शिंदे सरकारचा सर्व खजिना मिळाला आहे व त्याची सर्व फौज तुमच्या ताब्यात आली आहे. ह्याकरिता तिची चांगली व्यवस्था करून सर्व बाजूंचे मोरचे खंबीर करा. पलटणी लोकांस भरपूर पगार देऊन त्यांची सर्व फौज जय्यत ठेवा. तुम्हांस आपला हेतू सिद्धीस नेण्यास प्रस्तुत उत्तम संधी आली आहे, ती व्यर्थ दवडू नका. तुम्ही जर सैन्याचा बंदोबस्त करून लढाईचे धोरण राखले नाही तर तुमचा नाश होण्यास फार वेळ लागणार नाही. ह्याकरता नीट शुद्धीवर या आणि वर्तमान स्थिती मनात आणून सैन्याची व्यवस्था सुरेख करा. कै. श्रीमंत बाजीराव साहेबांनी ब्राह्मणभोजने घालून ज्याप्रमाणे पेशवाईची राखरांगोळी केली त्याप्रमाणे तुम्हीही आता हातात आलेली सुसंधी गमावून आपल्या सर्वस्वाचा नाश करून घेऊ नका." इत्यादी प्रकारे राणीसाहेबांनी रावसाहेब पेशव्यांची चांगली कानउघाडणी केली; परंतु त्यांचे डोळे कशाने उघडणार? दुर्दैवाने ज्यांना पुरे घेरले आहे त्यांच्या बुद्धीला चांगला विपर्यास पडून त्यांची विचारशक्ती सर्वस्वी नष्ट व्हावी ह्यात आश्चर्य ते काय? असो. राणीसाहेबांनी रावसाहेब पेशव्यांस पुष्कळ उपदेश केला, परंतु त्याचा पालथ्या घागरीवरील पाण्याप्रमाणे काहीच उपयोग झाला नाही! श्रीमंत रावसाहेब पेशवे हे

प्रत्युपस्थितकालस्य सुखस्य परिवर्जनम्।।
अनागतसुखाशा च नैव बुद्धिमतां नयः।।१।।

ह्या नियमाप्रमाणे पदरात पडलेल्या सुखाचा उपभोग घेण्याच्या उद्देशाने हिंदुस्थानचे सार्वभौमप्रभू बनले व त्यांनी शिराळ शेटीप्रमाणे औटघटकेचा

राज्यकारभार सुरू करून राव बाजीच्या दातृत्वगुणांवर तान करण्याकरता ग्वाल्हेर येथे ब्राह्मणभोजनांचा सपाटा सुरू केला. त्याचे सेनापती तात्या टोपे हे विजयानंदामध्ये गर्क होऊन आता आपल्या बलाढ्य फौजेवर कोण चाल करणार आहे, ह्या घमेंडीवर स्वस्थ राहिले. त्यांच्या सैन्यातील पलटणी लोक आजपर्यंत अपयशाचे ओझे डोक्यावर घेऊन पळता पळता दमले होते, ते ग्वाल्हेर येथे चार दिवस उजळ माथ्याने विश्रांती घेऊ लागले. शिंदे सरकारचे फितुर झालेले लोक जागजागी ऐषआरामात गुंग होऊन गेले. अशा रीतीने ग्वाल्हेर येथे हिंदुपदपादशाही नव्हे-पण झोटिंगपादशाही मात्र उत्तम प्रकारे चालू झाली!

असो. आता इंग्रजांच्या बाजूकडे काय प्रकार झाला तो अवलोकन करू.

काल्पीची लढाई संपल्यानंतर सर ह्यू रोज ह्यांनी चारी दिशास पळून गेलेल्या बंडवाल्यांचे पारिपत्य करण्याकरिता, कर्नल रिडेल, कर्नल रॉबर्टसन, इत्यादी सेनाधिकाऱ्यांजवळ फौजेच्या लहान लहान तुकड्या देऊन त्यांना पाठीवर निरनिराळ्या दिशांस रवाना केले; आणि चोहीकडे योग्य बंदोबस्त झाला असे पाहून आपण स्वतः, सतत युद्धपरिश्रमामुळे त्रस्त झालेल्या देहास विश्रांती देण्याकरता काही दिवसांची रजा घेतली. हिंदुस्थान सरकाराने त्यांची रजा मंजूर करून त्यांच्या जागेवर ब्रिगेडियर जनरल नेपियर ह्यांची नेमणूक केली. सर ह्यू रोज हे आपल्या सेनाधिपत्याचे काम जनरल नेपियर ह्यांस देऊन मुंबईस रवाना होणार, तोच त्यास ता. १ जून रोजी कर्नल रॉबर्टसन ह्यांच्याकडून इरावण येथून बंडवाले ग्वाल्हेरीकडे गेल्याची खबर येऊन पोहोचली. तो ऐकताच ह्यांच्या मनाची चमत्कारिक स्थिती होऊन त्यांनी ताबडतोब जनरल स्टुअर्ट ह्यांच्या हाताखाली बऱ्याच गोऱ्या व काळ्या पायदळ पलटणी, घोडेस्वार, व तोफखाना इत्यादी भरपूर सैन्य देऊन त्यांना कर्नल रॉबर्टसन ह्यांच्या मदतीस पाठविले; व उभय सैन्यांनी एकत्र होऊन बंडवाल्यांचा नाश करावा असे ठरवले. मेजर स्टुअर्ट ह्यांच्या हाताखालचे सैन्य ग्वाल्हेरीकडे गेले म्हणजे बंडवाल्यांची तेव्हाच वाताहत होऊन जाईल अशी सर ह्यू रोज ह्यांची कल्पना होती. परंतु ते सैन्य ग्वाल्हेरीस पोहोचण्यापूर्वीच अघटित चमत्कार घडून येऊन खुद्द शिंदे सरकार आग्र्यास पळून गेले व ग्वाल्हेर राजधानी बंडवाल्यांनी सर केली असे दुःखद वृत्त ता. ४ जून रोजी सर ह्यू रोज ह्यास

कळले. ते ऐकताच त्यांच्या मनातील सर्व सुशांत मनोरथ लयास जाऊन त्यांत अनेक गहन, चिंताग्रस्त व भीतिप्रद विचारतरंग घोळू लागले. आजपर्यंत अहोरात्र जीवाचे पाणी करून बंडवाल्याचे पारिपत्य करण्याकरिता जे भगीरथ व कष्टतर प्रयत्न केले, ते काल्पी येथील विजयाने चिरफलद्रूप झाले अशी सर ह्यू रोज ह्यांची कल्पना होऊन ते मोठ्या आनंदाने आपल्या उज्ज्वल यशाबद्दल साभिमान होऊन मुंबईस जाणार होते; तोच त्यांच्यापुढे पुनः बिकट प्रसंग येऊन ठेपला. तथापि, त्यांचे धैर्य अचल व खंबीर असल्यामुळे ते यत्किंचितही न गडबडता, पुनः बंडवाल्यांशी टक्कर देऊन त्यांना पुर्तेपणी रसातळास पोहोचविण्यास एका पायावर सिद्ध झाले. ह्या वेळी सर ह्यू रोज साहेबांसारखा छातीचा निधडा, बुद्धीचा चतुर आणि मनगटाचा जोरदार असा रणगंभीर पुरुष बंडवाल्यांची शहानिशा पुरविण्यास तत्पर नसता, तर ग्वाल्हेर येथे श्रीमंत रावसाहेब पेशव्यांनी पुनरुज्जीवित केलेल्या पेशवाईचा वृक्ष मोठा जोमदार बनून त्याची पाळेमुळे दक्षिणेपर्यंत जाऊन भिडली असती ह्यात काही शंका नाही [१]!

---

१. हे दिवस पर्जन्यकाळचे असल्यामुळे ग्वाल्हेरीवर स्वारी करून बंडवाल्यांचा उच्छेद करण्यास इंग्रज सैन्यास अनंत अडचणी होत्या. त्या दूर करून तिकडे लवकर चाल करणे त्यांना फार अगत्याचे होते. त्यांना थोडासा विलंब लागला असता तर तात्या टोप्यासारख्या पाताळयंत्री पुरुषाने आपल्या अतर्क्य व अलौकिक बुद्धीच्या जोरावर काय केले असते ह्याचा नियम नाही असे मॅलिसनसारख्या इंग्रज इतिहासकारांनी प्रांजलपणाने कबूल केले आहे. आमच्या कृपाळू सरकारची सलाबत मोठी, म्हणून ह्या बिकट प्रसंगी सर ह्यू रोजसारखा युद्धशौंड योद्धा त्यांच्या उपयोगी पडला. मॅलिसन साहेबांनी ह्या बिकट प्रसंगाचे वर्णन करताना स्पष्ट म्हटले आहे.

जर बंडवाल्यांच्या तावडीतून इंग्रजांनी ग्वाल्हेर सोडवले नाही तर पुढे काय काय हाहाकार बंडवाले करतील याची कल्पनाच करवत नाही. ग्वाल्हेरसारखे मोक्याचे ठिकाण बंडवाल्यांच्या हातात आल्याने त्यांचा सरदार तात्या टोपे याचे राजकीय आणि लष्करी सामर्थ्य प्रचंडच वाढले होते. मनुष्यबळ, युद्धसामग्री आणि पैसा प्रचंड प्रमाणात हाती आल्याने त्या पैशातून नवे सैन्य उभे करून तात्याने काल्पीच्या पराभवाचा नक्कीच सूड उगविला असता आणि संपूर्ण भारतात पुन्हा मराठ्यांची सत्ता पुन्हा उदयास आली असती. लोकांना आपले करून घेण्याच्या कलेत टोपे प्रवीण असल्याने आपल्या मालकाचा (पेशव्यांचा) जरीपटका दक्षिणेकडील प्रदेशातही तो पुन्हा नाचवू शकला असता. या भागातील सैन्यदले उत्तरेतील विजयासाठी आतुर होऊन वाटच पाहात होती.

असो. सर ह्यू रोज ह्यांनी ताबडतोब गव्हर्नर जनरल लॉर्ड कॅनिंग ह्यांस तारायंत्राद्वारे असे कळविले की, मी ग्वाल्हेरवर स्वारी करून तेथील शहर व किल्ला हस्तगत करण्यास तयार आहे. लॉर्ड कॅनिंग ह्यांनी त्यांचे आवेशयुक्त औत्सुक्य पाहून मोठ्या आनंदाने त्यांची विनंती मान्य केली, आणि ग्वाल्हेरीवरील मोहिमेचे सेनाधिपत्य त्यांस सांगितले. सर ह्यू रोज ह्यांनी पुनः आपल्या कर्तव्याचा स्वीकार करताच त्यांचे जागेवर येणारे ब्रिगेडियर जनरल नेपियर ह्यांनी मोठ्या आनंदाने सर ह्यू साहेबांचे दुय्यम सेनानीत्व स्वीकारून त्यास अत्युत्तम साहाय्य करण्याचे कबूल केले! ह्यावरून इंग्रज लोक राष्ट्रीय कर्तव्याकरिता किती सलोख्याने वागतात हे चांगले व्यक्त होते!

सर ह्यू रोज व ब्रिगेडियर जनरल नेपियर हे दोन वीरमणी ग्वाल्हेरच्या मोहिमेस सिद्ध झाले. त्यांनी ता. ५ रोजी आपल्या हाताखालच्या निरनिराळ्या अधिकाऱ्यांस वेगळे वेगळे सैन्य विभागून देऊन, त्यांनी कोणत्या रस्त्याने ग्वाल्हेरीवर चाल करून जावे हे ठरविले. मेजर ऑर ह्यांच्या हाताखाली हैदराबाद काँटिन्जंटची रणशूर फौज देऊन त्यास बंडवाल्यांचा दक्षिणेकडील जमाव मोडण्याकरिता, ग्वाल्हेर व सिप्री ह्यांच्या मधल्या रस्त्याने पन्यारच्या रोखे पाठविले. ब्रिगेडियर स्मिथ ह्यांच्या हाताखाली राजपुताना फील्ड फोर्सचे नवीन हिय्येदार सैन्य देऊन त्यांना ग्वाल्हेरच्या पूर्वेस पाच मैलावर कोटाकीसराई म्हणून गाव आहे तिकडे पाठविले. कर्नल रिडेल ह्यांच्याबरोबर भरभक्कम तोफखाना देऊन त्यांची आग्रा-ग्वाल्हेर रस्त्यावर योजना केली आणि आपण व ब्रिगेडियर जनरल नेपियर ह्यांनी खासे सैन्य घेऊन निरनिराळ्या दिशांनी मुरारच्या छावणीवर चाल करून जाण्याचा बेत ठरविला. येणेप्रमाणे सैन्याची उत्तम व्यवस्था झाल्यानंतर ता. ६ रोजी सर ह्यू रोज ह्यांनी स्वसैन्यानिशी काल्पीहून कूच केले. ह्या वेळी त्यांच्याबरोबर मध्य हिंदुस्थानचे पोलिटिकल एजंट सर रॉबर्ट हॅमिल्टन व ग्वाल्हेरचे रेसिडेंट मेजर मॅक्फर्सन[१] हे उभयता

त्या स्वातंत्र्याच्या स्थापनेसाठी आणि वाढीसाठी त्यांच्या पूर्वजांनी रक्त वाहविले होते. त्या कामासाठी ते सदैव तयार होते.

मॅलिसन हिस्ट्री ऑफ इंडियन म्युटीनी खंड. ५, पृ. १५०

१. मेजर मॅक्फर्सन हे ग्वाल्हेरीहून आग्र्यास गेले होते. तदनंतर तेथून ते कर्नल रिडेल ह्यांच्या सैन्याबरोबर काल्पी येथे सर ह्यू रोज व सर रॉबर्ट हॅमिल्टन ह्यांना येऊन मिळाले होते असे दिसते. मेजर मॅक्फर्सन काल्पी येथे येऊन तदनंतर सर्वानुमते ग्वाल्हेरीतील

असल्यामुळे त्यांना ग्वाल्हेरची अंतस्थ स्थिती व तेथील माऱ्याच्या जागा ह्यांची माहिती चांगल्या रीतीने करून घेण्यास व वेळोवेळी त्यांची सल्लामसलत घेण्यास फार चांगले साहाय्य झाले. इंग्रज सेना मोठ्या त्वरेने मार्ग क्रमू लागली. ता. ११ रोजी तिची व ब्रिगेडियर स्टुअर्ट ह्यांच्या पहिल्या ब्रिगेडची इंदुरकी गावी गाठ पडली. तेथून सर्व सैन्य पहूज नदी ओलांडून त्या डोंगराळ प्रदेशातून मोठ्या हिय्याने पण प्रयासाने जाऊ लागले. सर्व रस्ता निरुंद व बिकट असल्यामुळे त्यांची वरचेवर फार दुर्दशा होत असे, परंतु त्या तसल्या विपत्तीतही त्यांनी आपला उत्साह न सोडता सेनापतीच्या आज्ञेप्रमाणे मजल दरमजल कूच[१] चालविले. इंग्रज सैन्याची हिंमत व उल्हासवृत्ती अवलोकन

स्वारीचा बेत ठरला हे उघड आहे. इंग्रज इतिहासकार ही गोष्ट व्यक्त करीत नाहीत! तथापि मेजर मॅक्फर्सन अगोदरपासून काल्पी येथे येऊन गुप्तपणे ग्वाल्हेरीवरील मोहिमेचा बेत करीत होते असे त्यांच्या 'मेमोरियल्स' मध्ये स्पष्ट लिहिले आहे.

एप्रिलच्या अखेरीस त्याला (मॅक्फर्सनला) सर ह्यू रोज याच्या छावणीत आग्रा येथे येऊन सर रॉबर्ट हॅमिल्टनला भेटण्याची आज्ञा झाली आणि त्याने काल्पीचा पाडाव झाल्यावर आपले सैन्य ग्वाल्हेरवर पाठवावे असेही सांगण्यात आले होते. कर्नल रिडेल्सच्यासह त्याने त्याप्रमाणे कूचही केले आणि योग्य वेळी काल्पीस येऊन पोहोचला आणि बंडखोरांनी सोडून दिलेल्या त्या अपूर्व जागेची त्याने पाहणी केली. याच ठिकाणाहून बंडखोरांनी इंग्रजी सैन्याला यशस्वी तोंड दिले होते. ग्वाल्हेर दरबाराची हकिकत हेराकडून ऐकून घेऊन सर ह्यू रोज यास ग्वाल्हेरला सैन्य पाठविण्याचे गांभीर्य ध्यानी आले. जरी शिंद्यांची फौज तयार असली तरी तिला तेथे मदत होणे गरजेचे होते. त्याखेरीज शिंदे आपले पूर्वीचे स्थान मिळवू शकणार नव्हते हे स्पष्ट होते. प्रजेवर आणि बंड सैन्यावर पुन्हा त्यांचा दाब पडला नसता.

मेमोरिअल्स. पृ. ३३१-३२

१. ह्या वेळच्या इंग्रज सैन्याच्या स्थितीचे वर्णन डा. सिल्व्हेस्टर ह्यांनी केले आहे. ते असे-

सारे सैन्य अरुंद रस्त्यावरून सर ह्यूच्या नेतृत्वाखाली बिकट मार्गक्रमण करू लागले. बिकट वाटेमुळे वाटचाल करणे फार कष्टाचे होत होते. दारूगोळा बरोबर असल्यामुळे आमची गती मंद राहिली. मोकळ्या जनावरांची भीती होती. सुमारे प्रत्येक शंभर यार्डावर आम्हाला मुक्काम करावा लागे. झोप येऊ न देणे कठीण जात होते. रस्ता पार करताना घोडेस्वार रिकिबीतून सारखे पडत होते. ते आपल्याजवळील चार्जरला खेटून एका बाजूस सारखे झुकत होते तरी हिमतीने वाटचाल करीत होते.

कॅम्पेन इन सेंट्रल इंडिया. पृ. १७४-१७५

करून सर ह्यू रोज ह्यांच्या अंगी विजयश्रीस आपण हटकून वश करू असा आवेश चढला.

ता. १६ जून रोजी प्रात:काळी इंग्रज सैन्य, शिंदे सरकारचा ज्या स्थळी पराभव झाला होता त्या बहादरपूर गावाजवळ येऊन पोहोचले, व त्यांना ग्वाल्हेरच्या पहाडी प्राचीन किल्ल्यांचे भीमरूप दिसू लागले. तेथून विविध तरूंनी वेष्टिलेला मुरार छावणीचा उंचसखल प्रदेश त्यांच्या कटाक्षमर्यादेत येऊन तो सर्व बंडवाल्यांनी हस्तगत केला आहे असे त्यांस दिसून आले. तदनंतर सर ह्यू रोज ह्यांनी बंडवाल्यांच्या आश्रयस्थानाचे सूक्ष्मरीतीने निरीक्षण केले. तो त्यास मुरारच्या छावणीमध्ये बंडवाल्यांची अग्रभागी घोडेस्वारांचा रिसाला, त्याच्या उजव्या बाजूस तोफखाना व डाव्या बाजूस पायदळ फौज वगैरे ठेवून भरभक्कम तयारी केली आहे असे कळून आले तेव्हा त्यांनीही आपल्या सैन्याचे निरनिराळे भाग करून तोफांचे सशास्त्र मोर्चे बांधले; आणि विरुद्ध पक्षाकडील माऱ्याच्या जागा रोखून ठेवून त्या त्या प्रमाणे सैन्याची योजना केली. इंग्रज सैन्यास निवाऱ्याचे आश्रयस्थान नसल्यामुळे त्यांची अगदी दैन्यावस्था झाली होती व ते आपल्या शत्रूच्या आटोक्यात सापडले होते. हे पाहून सर ह्यू रोज ह्यांनी मोठ्या चपलतेने मुरारच्या छावणीवर जोरदार हल्ला करून ती एकदम सर करावी म्हणजे तेथे आपला सर्वोत्कृष्ट बचाव होऊन सैन्याचा तळ देण्यास सुखावह जागा सापडेल असा विचार मनात आणला, व आपल्या भरवशाची रणशूर ८६ वी पलटण पुढे काढून शत्रूच्या तोंडावर एकदम चाल करण्याचा निश्चय केला.

मुरारच्या छावणीमध्ये ज्या पलटणी होत्या, त्या सर्व शिंदे सरकारच्या नामांकित कंपूपैकी असून त्यावरील अधिकारी बंडवाल्यांस वश झाल्यामुळे त्या इंग्रजांविरुद्ध झाल्या होत्या. त्याचप्रमाणे शिंदे सरकारचे इतर सैन्य, तोफखाने, आणि खास रिसाले बंडवाल्यांस अनुकूल होऊन जागच्याजागी स्थिर राहिले होते. ह्या सर्व सैन्याच्या आधारावर श्रीमंत रावसाहेब पेशवे व तात्या टोपे ह्यांनी नूतन हिंदुपदपादशाहीची इमारत उठवण्याचा प्रयत्न केला होता. परंतु त्यांच्या अंदाधुंदीच्या कारभारामध्ये दूरदर्शित्व व दक्षता ह्या दोन गुणांचा अगदी अभाव असल्यामुळे त्यांनी त्या सैन्याची व्यवस्था आपल्या स्वत:च्या नजरेखाली न घेता पूर्वीचेच अधिकारी त्यावर कायम केले होते. त्यामुळे त्या सैन्याची सर्व सूत्रे त्यांच्याच हातामध्ये राहून ते करतील ती

पूर्वदिशा असा प्रकार झाला होता. त्याचप्रमाणे बंडवाल्यांचे इतर सैन्य, ग्वाल्हेरची कॉन्टिन्जंट फौज आणि अयोध्या प्रांतातून आलेले रोहिले व पठाण लोक सर्व शहराभोवती तळ देऊन राहिले होते. पण त्यांची व्यवस्था चातुर्याने मुळीच करण्यात आली नव्हती. त्यामुळे बंडवाल्यांच्या बाजूस युद्धाचा सरंजाम व सैन्याची भरती खूप होती तरी एका योजकाच्या अभावामुळे ती असून नसून सारखीच झाली होती.

इंग्रज सैन्य मुरारच्या छावणीवर चाल करून आले तरी ती बातमी श्रीमंत रावसाहेब पेशवे ह्यास अगोदर कळली नाही. इंग्रज सैन्याच्या हालचालीची गुप्त बातमी ठेवून त्याप्रमाणे आपल्या फौजेची सुरेख व्यवस्था करण्याकडे त्यांचे विशेष लक्ष नसून ते ह्या वेळी स्वविजयमहोत्सवाच्या नादात गुंग होऊन गेले होते. त्यांच्या पूर्वजांनी मराठ्यांचा जरीपटका असंख्य वीरांसमवेत केवळ समशेरीच्या जोरावर दिल्ली अटकेपर्यंत नेऊन फडकवला होता; परंतु ह्या वेळी श्रीमंतांजवळ रणशूर सरदार कोणी नसल्यामुळे व ते जात्या फार पुण्यशील व प्रारब्धवादी असल्यामुळे ब्राह्मणभोजनाच्या पुण्याईवर आपला नवीन जरीपटका सर्व हिंदुस्थानभर चमकत ठेविता येईल असा त्यांचा समज होऊन ते ब्राह्मणास शाल्योदन देण्यात अगदी तत्पर राहिले होते. त्यास सर ह्यू रोज ह्यांचे सैन्य मुरारच्या छावणीजवळ लगट करून आले आहे असे वृत्त समजताच, त्यांनी तात्या टोप्यांस कंबर बांधून सैन्याची व्यवस्था करण्याबद्दल हुकूम केला, आणि आपण आपल्या नित्यक्रमामध्ये अंतर पडू न देता हाती घेतलेले पुण्यकृत्य तसेच चालविले!

तात्या टोपे युद्धशास्त्रामध्ये पुरे निष्णात असून बिकट प्रसंगी कोणास हार जाण्यासारखे नव्हते. तथापि, ह्या वेळी तेही रावसाहेब पेशव्यांबरोबर विजयरंगामध्ये दंग झाल्यामुळे त्यास आपल्या पक्षाच्या सामर्थ्याचा विशेष गर्व होऊन त्यांनी सैन्याची प्रथम सुरेख व्यवस्था न करता अगोदर पेशवाईची संस्थापना करण्याकडेच विशेष मन घातले होते. त्यांच्या डोक्यामध्ये एकदा पेशव्यांची गादी संस्थापित झाली म्हणजे तिचे अभिनंदन करून तिला साहाय्य देण्यास सर्व राजेरजवाडे व संस्थानिक तत्पर होतील अशी भ्रममूलक कल्पना शिरली असावी. असो. तात्यांनी लागलीच लष्करी पोषाख धारण करून ठिकठिकाणी मोरचे बांधण्याबद्दल ताबडतोब हुकूम सोडले व स्वत: धावपळ करीत मुरारच्या छावणीचा बचाव करण्याचा प्रयत्न केला. परंतु सर ह्यू रोज

ह्यांनी तिच्यावर एकदम हल्ला केला व बंडवाल्यांच्या फौजेची एकदम दाणादाण करून सोडली. ह्या सैन्यामध्ये शिंदे सरकारचे फितुर झालेले सैन्यही पुष्कळ होते, त्यांनी उलट तोफा सुरू करून इंग्रज सेनेवर गोळ्यांचा वर्षाव केला; परंतु माऱ्याच्या सर्व जागा सर ह्यू रोज ह्यांनी अगोदरच हस्तगत करून घेतल्या असल्यामुळे विरुद्ध पक्षाचा निरुपाय होऊन त्यांना रण सोडणे भाग पडले! बंडवाल्यांकडील कित्येक जवानमर्द लोकांनी ह्या वेळीही आपला पराक्रम दाखविण्यास कमी केले नाही. हैदराबाद कॉंटिन्जंटची फौज घेऊन ज्या वेळी ॲबट ह्यांनी त्यांच्यावर जोराचा हल्ला केला त्या वेळी त्या शूर लोकांनी त्यांच्यावर तुटून पडून मोठे निकराचे युद्ध केले. ७१ व्या हायलँडर्स पलटणीची व त्यांची तर अगदी हातघाईची लढाई जुंपली व त्यांनी पुष्कळ इंग्रज सैनिकांना यमसदनी पाठविले. ह्या युद्धामध्ये त्यांनी ले. नीव्ह नामक एका योद्ध्यास अतोनात जखमी केले व त्यास हताश करून सोडले. तथापि ह्या वेळी ले. रोज नामक मुंबईच्या २५ व्या नेटिव्ह इन्फंट्रीच्या अधिकाऱ्याने मोठ्या शर्थीने विरुद्ध पक्षाच्या लढाऊ लोकांना चीत करून आपला पराक्रम चांगला व्यक्त केला. बंडवाल्यांचे रणभीरू व अवसानघातकी लोक फार असल्यामुळे त्यांच्या पक्षातील शूर लोकांस यश आले नाही! ते लोक आपले खरे तेज व्यक्त करून रणांगणी पतन मात्र पावत असत! असो. मुरारच्या समरभूमीवर दोन तासपर्यंत खडाजंगी लढाई होऊन इंग्रज सैन्यास जय आला व त्यांनी तेथील छावणी सर करून तेथे निर्भयपणे आपला तळ दिला[१].

इंग्रज सैन्याने मुरारची छावणी सर केली, हे वर्तमान लष्करांत समजताच जिकडेतिकडे एकच हाहाकार झाला. श्रीमंत रावसाहेब पेशवे हे गोंधळून

---

१. ग्वाल्हेर येथील शिंदे सरकारच्या फौजेच्या जीवावर बंडवाल्यांकडील सेनाधुरंधर फार उड्या मारीत होते व त्यांना आपला पराभव होण्याची मुळीच भीती वाटत नव्हती. परंतु ही त्यांची भ्रांती इंग्रज सैन्याकडील धूर्त व युक्तिवान अधिकाऱ्यांनी फार खुबीने नाहीशी केली असे म्हणतात. सर रॉबर्ट हॅमिल्टन व मेजर मॅक्फर्सन हे दोन पोलिटिकल अधिकारी सर ह्यू रोज ह्यांच्या सैन्याबरोबर होतेच. त्यांनी ग्वाल्हेरच्या सैन्याची अंतस्थ स्थिती ध्यानात आणून आग्र्यास पळून गेलेल्या शिंदे सरकारास ताबडतोब परत बोलावले व माफीचा जाहीरनामा लावून शिंदे सरकारच्या वतीने आपण लढत आहोत, असे प्रसिद्ध केले. अर्थात शिंदे सरकार इंग्रजांच्या बाजूस असल्यामुळे त्यांच्याविरुद्ध लढणे ही गोष्ट बंडवाल्यास अनुकूल झालेल्या शिंद्यांच्या लष्करी अधिकाऱ्यास पसंत पडली नाही!

जाऊन मोठ्या लगबगीने सैन्यास उत्तेजन देण्याकरता आपल्या फौजेमध्ये आले. बांदेवाले नबाब शहरच्या मोरचांचा बंदोबस्त करू लागले. तात्या टोपे अगोदरपासून आपल्या कंपूमध्ये जाऊन फौजेची व्यवस्था करीत होते. त्यांनी ठिकठिकाणी तोफांचे मोरचे रोखून ठेवले; घोडेस्वारांचे रिसाले आणि पायदळ पलटणी जागोजाग विभागून दिल्या; आणि लढाईची कडेकोट तयारी चालविली. त्यांनी महाराणी लक्ष्मीबाईसाहेबांची भेट घेऊन, अत्यंत नम्रपणाने पूर्ववत मदत करण्याबद्दल त्यांस विनंती केली; व सैन्याची व्यवस्था आता कशी करावी ह्याबद्दल मोठ्या काकुळतीने त्यांची सल्लामसलत घेतली. राणीसाहेबांनी पूर्वीपासून श्रीमंत रावसाहेब पेशव्यांस सैन्याचा बंदोबस्त चोख करण्याबद्दल अनेक प्रकारे बुद्धिवाद सांगितला होता, परंतु ते पेशवाईची पुनःस्थापना करण्याच्या महोत्सवात गुंग होऊन गेल्यामुळे त्यांचे डोळे वेळेवर उघडले नाहीत! त्यामुळे,

न कार्यकालं मतिमन्नतिक्रमेत्कथं च न।
कथंचिदेव भवति काययोगः सुदुर्लभः।।१।।

ह्या सद्धृत्तनियमाकडे त्यांचे दुर्लक्ष होऊन, त्यांनी आपल्या दुर्दैवपरंपरेत सापडलेला कार्यसिद्धीचा सुदुर्लभ योग आपल्या क्षणिक ऐश्वर्योपभोगास बळी दिला असे म्हटले तरी चालेल! असो. श्रीमंतांच्या ह्या आत्मनाशक कृतीमुळे राणीसाहेबास निरुत्साहपूर्वक फार खेद वाटून त्यांच्या अंतःकरणातील सर्व मनोरथ नष्ट झाले व भवितव्यतेशी झगडण्यापलीकडे आता आपणास जास्त यश येण्याची आशा नाही असे त्यांचे ठाम मत बनले. परंतु तात्या टोप्यांनी करुणमुद्रेने व दीनवाणीने त्यांची प्रार्थना करताच त्यांचे अंतःकरण अगदी सद्‌गदित झाले, व त्यांनी अभयवाणीने तात्यास असे सांगितले की, "आजपर्यंत एवढा अटोकाट विभू रचून जे जीवापाड श्रम केले ते फलद्रूप होण्याची आशा आता राहिली नाही! ऐनरंगात आलेली मसलत श्रीमंतांच्या दुराग्रही स्वभावामुळे व विजयरंगामुळे सर्वस्वी फसली गेली! इंग्रज सैन्य तोंडाशी येऊन भिडले तरी अद्यापि आपल्या सैन्याची व्यवस्था काही नाही. तेव्हा आता त्यांच्याशी सामना करून किती यश येणार ते उघड दिसतच आहे! तथापि चालू प्रसंगी धीर सोडून उपयोग नाही. तुम्ही आता आपापल्या फौजा मुकाबल्याकरिता एकदम पुढे काढा; व चौफेर आपले हुशार सरदार बंदोबस्तास ठेवून उलट पक्षास आपल्यावर चढाई करू देऊ नका. मी स्वतः आपले कर्तव्य करण्यास एका पायावर तयार आहे. तुमचे कर्तव्य तुम्ही करा म्हणजे झाले!" हे राणीसाहेबांचे

वीर्योत्साहप्रेरक शब्द तात्यांच्या कानी पडताच त्यांच्या मनोवृत्तीवर एकदम आविर्भावाचे तेज चढून त्यांनी हर्षभराने राणीसाहेबांचे म्हणणे शिरसा मान्य केले, व त्यांच्याकडे ग्वाल्हेरच्या पूर्वेकडील बाजूंचे संरक्षण करण्याची कामगिरी सोपवून ते इतर सैन्याची व्यवस्था करू लागले. राणीसाहेबांनीही हे शेवटचे युद्ध आहे असे समजून अद्वितीय रणोत्साहाने आपल्या हाताखालच्या सैन्याची ताबडतोब कडेकोट तयारी चालविली.[१] त्यांनी आपला नेहमीचा लष्करी पोषाख अंगामध्ये चढवला व आपल्या उमद्या घोड्यावर आरोहण केले, आणि आपली प्राणप्रिय रत्नखचित समशेर म्यानातून काढून त्या पटाईत योद्ध्याप्रमाणे सैन्याची कवाईत घेऊ लागल्या त्यांचे त्यावेळचे ते भव्य स्वरूप, तो गंभीर स्वर आणि कट्टा स्वाभिमान पाहून त्यांच्या सैनिकांची अंत:करणे वीरश्रीने भरून गेली, व त्यांना शत्रूवर एकदम चढाई करून त्यांचा नि:पात करावा असा आवेश उत्पन्न झाला! ह्यावेळचे राणीसाहेबांचे महालक्ष्मीसारखे ते जाज्वल्य स्वरूप व त्यांच्या तरवारीची संग्रामप्रदेशामध्ये प्रतापाग्नीच्या धूमधारेसारखी झळकणारी दिव्य लकाकी पाहून कोणाचे अंत:करण थरारून गेले नसेल? असो.

ता. १४ रोजी ब्रिगेडियर स्मिथ हे आपल्या सैन्यासह अंत्री येथे येऊन पोहोचले. तेथे त्यांची व मेजर ऑर ह्यांची गाठ पडली. नंतर त्या उभय योद्ध्यांनी सर ह्यू रोज ह्यांच्या हुकमाप्रमाणे ग्वाल्हेरच्या आग्नेय दिशेस पाच मैलांवर कोटाकीसराई म्हणून जो गाव आहे त्या बाजूने सैन्य नेऊन ग्वाल्हेरीवर हल्ला करण्याचा निश्चय केला. सर ह्यू रोज व जनरल नेपियर हे मुरारची छावणी हस्तगत करून ग्वाल्हेरीवर शह देऊन बसले होते. ग्वाल्हेरच्या दक्षिण बाजूने स्मिथ साहेबांच्या सैन्याचा दुजोरा पोहोचताच ते पुढे सरसावून जाणार होते.

---

१. ह्या संबंधाने लिहितांना एक इंग्रज गृहस्थाने लिहिले आहे :-

ग्वाल्हेरचा किल्ला लढविण्याची पूर्वतयारी मात्र त्यांनी केली नाही. किल्ल्याच्या संरक्षणाची कोणतीच व्यवस्था केली नव्हती. बंडवाल्याचे दोन्ही नेते तात्या टोपे आणि झाशीची राणी हे मराठ्यांच्या पारंपरिक युद्धपद्धतीवर जास्त विश्वास ठेवणारे असावेत. म्हणून त्यांनी स्वत:ला भिंतीमध्ये अडकवून घेणे टाळले. म्हणून त्यांनी आपले सारे सैन्य इंदोरकी, सीप्री कडून येणारे आणि उत्तरेकडील येणारे सारे रस्ते बंद केले आणि ग्वाल्हेर सुरक्षित केले. आवश्यक त्या साऱ्या मार्गांनी राणीच्या मार्गदर्शनाखाली सारे सैन्य हल्ल्याच्या तयारीने रिकिबीत पाय ठेवून जय्यत राहिले. हे आता शेवटचेच युद्ध आहे या निर्धाराने सारे सज्ज झाले होते.

बॉम्बे कॉरसपॉन्डन्स लेटर्स. टाईम्स, ऑगस्ट ३/१८५८

असो. त्यांच्या हेतूप्रमाणे ब्रिगेडियर स्मिथ व मेजर ऑर ह्यांनी कोटाकीसराई येथे आपल्या सैन्याचा तळ देऊन तेथून ग्वाल्हेरच्या सैन्याची व त्याच्या बलाबलाची सूक्ष्मदृष्टीने पाहणी चालविली. ह्या बाजूस राणीसाहेबांच्या ताब्यातील मोरचे आणून त्यांची व्यवस्था त्यांनी उत्कृष्ट रीतीने केली होती. त्यांनी आघाडीस उंच सखल डोंगराळ प्रदेशामध्ये आपले सैन्य मोठ्या बंदोबस्ताने ठेविले होते. त्यांनी सर्व सेनेच्या अग्रभागी हिंमतवान लोकांचा छबिना ठेवून त्यांच्यामागून अंतराअंतराने लाल रिसाल्याचे घोडेस्वार आणि पायदळ पलटणी ह्यांची फार नामी फळी बांधली होती. ह्याशिवाय माऱ्याची जागा रोखून उच्च स्थळी तोफांचा भक्कम तट केला होता. त्यामुळे ती बाजू सर करणे इंग्रज सैन्यास फार दुःसाध्य झाले होते.

ता. १७ रोजी ब्रिगेडियर स्मिथ ह्यांनी लढाईचा बिगूल वाजवून युद्धास प्रारंभ केला. इंग्रज सैन्य पुढे सरसावताच राणीसाहेबांनी गोलंदाज लोकांस इशारत देऊन तोफांची मारगिरी सुरू केली. त्यांच्या तोफांचा भडिमार सुरू होताच इंग्रज सैन्याची दाणादाण होऊ लागली, व ते मागे सरू लागले. हे पाहतांच राणीसाहेबांकडील रणशूर तुरुकस्वार एकदम पुढे धावले, व त्यांनी मोठ्या आवेशाने युद्धास प्रारंभ केला. ब्रिगेडियर स्मिथ ह्यांनी आपले सैन्य माऱ्याच्या जागी सापडले आहे असे पाहून, विरुद्ध पक्षास हुलकावणी दाखवीत मोठ्या बाताबेताने त्यांची पिछेहट केली व एका विस्तीर्ण व सपाट मैदानामध्ये ते आणले. नंतर त्यांनी मोठ्या चातुर्याने निरनिराळ्या बाजूस सैन्याच्या तुकड्या पाठवून आपल्या घोडेस्वारांकडून त्यांचा आघाडीचा मोरचा फोडण्याचा प्रयत्न केला. इंग्रज घोडेस्वार आपल्या सूत्रनाळी तोफा घेऊन मोठ्या आवेशाने शत्रूवर हल्ला करावयास निघाले, परंतु त्यांची व छबिन्यावरील रणशूर मकराणी स्वारांची एकदम मुलाखत होऊन प्रखर झुंज सुरू झाले. उभय पक्षांनी आपली पराकाष्ठा करून दाखविली. राणीसाहेबांचे धाडसी स्वार मोठ्या आवेशाने आपली तरवार चालवून विजयश्रीस आळवू लागले; परंतु इकडे कर्नल रेन्स व कर्नल पेली हे ९५ व्या पलटणीचे ताज्या दमाचे शूर लोक व मुंबईची १० वी नेटिव्ह इन्फन्ट्री पुढे करून झुकांड्या देत एकदम शत्रूच्या पार्श्वभागावर उठून गेले. त्यामुळे त्यांचा कोंडमारा होऊन त्यास मागे सरणे भाग पडले. इंग्रज सैन्याची युक्ती व कावेबाजपणा फार विलक्षण असल्यामुळे त्यांच्यापुढे साध्या पराक्रमाचे काय चालणार?

कर्नल रेन्स हे माठे रणपटू योद्धे होते. त्यांनी धावपळ करीत मोठ्या धैर्याने शत्रूच्या पाठीवर मारा करण्याचे काम एकसारखे चालविले, व ते दौडत दौडत छबिन्याशी लगट करून अगदी सन्निध आले; परंतु त्यांच्यापुढे एक प्रचंड खंदक आडवा आल्यामुळे त्यांच्या प्रखर वेगाची गती तेथेच कुंठित झाली. त्यामुळे त्यांना तेथील आश्रयस्थान स्वीकारणे भाग पडले. कर्नल रेन्स अशा रीतीने त्या पहाडी व उंचसखल प्रदेशातून मोहीम करीत आपला मोहरा पुढे चालवीत होते, तोच इकडे ब्रिगेडियर स्मिथ हे एक लहानशी नदी ओलांडून आपल्या घोडेस्वारांनिशी पुढे चालून आले, व शत्रूची फळी फोडून जाण्याचा विचार करू लागले.

इकडे ग्वाल्हेरच्या सैन्यामध्ये राणीसाहेब घोड्यावर स्वार होऊन आपली समशेर चमकवीत सर्व सैन्याच्या अग्रभागी गेल्या व आपल्या आवेशयुक्त वाणीने सर्व सैनिकांची अंत:करणे आकर्षण करून त्यांनी त्यांच्या ठिकाणी वीर्योत्साहगुणाचे पूर्ण उद्दीपन केले. राणीसाहेबांची स्वत:सिद्ध योग्यता, त्यांचा अढळ निश्चय आणि त्यांचे तेज:सामर्थ्य इत्यादी विशिष्ट गुणांची त्यांच्या सैनिकांवर इतकी छाप बसली की, ते सर्व आपापली शिरे तळहातावर घेऊन इंग्रज सैन्याबरोबर तुमुल युद्ध करण्यास उद्युक्त झाले. राणीसाहेबांकडील खाशा सैन्याची संख्या फार थोडी होती तरी त्यांच्या अंगी रणावेशाचे वारे पूर्णपणे संचारल्यामुळे ते पुष्कळ सेनेसही भारी झाले होते. अशा रीतीने राणीसाहेब आपल्या बाजूंची खंबिरी करून मोठ्या राहिल्या. तिकडे श्रीमंत रावसाहेब पेशवे, तात्या टोपे, इतर मोठे मोठे सरदार आपल्या हाताखालच्या फौजा सिद्ध करून आपापल्या मोरच्यांचे संरक्षण करीत होतेच. त्यांच्या फौजेमध्ये शिंदे सरकारची जमियत फार असून त्यावरचे प्रमुख अधिकारी शिंदे सरकारच्या पदरचे नोकर असल्यामुळे बाह्यात्कारे त्यांच्या तयारीस प्रचंड स्वरूप आले होते. तथापि खरोखर रीतीने पाहू गेले तर त्यांच्या सैन्यामध्ये शिस्तवार व्यवस्था मुळीच नसून सर्व गोंधळ होता.

असो. ता. १७ रोजी निरनिराळ्या बाजूंनी इंग्रज सेनापती ग्वाल्हेरीवर चढाई करून ती सर करण्याचा प्रयत्न करू लागले. कोटाकीसराईजवळच्या अनेक उंचसखल भागांमधून फुलबागेपर्यंत जाणारा जो ग्वाल्हेरीचा रस्ता आहे, तो साध्य करून घेऊन त्या बाजूने बंडवाल्यांची फळी फोडीत थेट फुलबागेवर चाल करावी अशा उद्देशाने, ब्रिगेडियर स्मिथ हे आपले जोरदार सैन्य घेऊन

आघाडीस आले. इंग्रज सैन्य तोंडावर चालून येत आहे असे पाहताच राणीसाहेबांनी आपल्या सैन्यास लढण्याचा हुकूम दिला. जिकडे तिकडे कर्णे, तंबुर आणि रणबहिरी वाजू लागून सर्व आकाशमंडळ वाद्यरवाने भरून गेले. त्यांचे पटाईत कडवे स्वार कर्दनकाळासारखे त्वेषास चढून आपली अजब कर्तबगारी दाखविण्याकरता आपल्या प्रिय स्वामिणीबरोबर एकदम पुढे सरसावले व त्यांनी इंग्रज सैन्याशी छाती भिडवून घोरतर युद्धप्रसंग सुरू केला. महाराणी लक्ष्मीबाईसाहेब शौर्यस्फूर्तीच्या शिखरास पोहोचून सारा दिवस इंग्रज सैन्याशी लढत होत्या. ब्रिगेडियर स्मिथ हेही महाशूर असल्यामुळे त्यांनीही त्यांजबरोबर फार निकराची लढाई केली. उभय पक्षांकडील पुष्कळ लोक ठार मारले गेले. जिकडे तिकडे रणगर्जना ऐकू येऊ लागल्या. सर्व आकाश धुराने व धुळीने भरून गेले. त्यावेळच्या रणधुमाळीचे वर्णन जास्त काय करावे? ह्या वेळी राणीसाहेब यत्किंचितही न गडबडता आपल्या सैन्याचा बंद तुटू न देण्याबद्दल अपार श्रम करीत होत्या, त्यामुळे त्यांचा वज्राप्रमाणे दुर्भेद्य व अजिंक्य भासणारा सेनाव्यूह फोडून जाण्यास असमर्थ होऊनच त्या रणधुरंधर आंग्ल योद्ध्यास आपली बलाढ्य सेना सखल प्रदेशातून दुसऱ्या बाजूने नेण्याचा बेत करणे भाग पडले!

ता. १८ उजाडली. राणीसाहेबांचे रणशौर्य अवलोकन करून थक्क झालेल्या इंग्रज सेनापतीच्या अंगी निराशेच्या योगाने द्विगुणित स्फुरण उत्पन्न झाले. त्यांनी आपल्या सैन्याची कवाईत घेऊन आडवळणाने दुसऱ्या बाजूने आपले सैन्य वळविले. तेथे कर्नल रेन्स साहेबांच्या तुकडीची व त्यांची गाठ पडली. नंतर उभयतांनी मोठ्या चातुर्याने आपल्या पायदळ पलटणी त्या खोल दरीच्या सुरक्षित भागात ठेवण्याची युक्ती काढून विरुद्ध पक्षाच्या सैन्यावर ८ व्या हुजर्स पलटणीच्या घोडेस्वारांचा निरनिराळ्या बाजूंनी जबरदस्त हल्ला करण्याचा निश्चय केला. त्यांनी कर्नल हिक्स व कॅप्टन हेनेज ह्यांच्यासारख्या मोठमोठ्या धीरवीरांची मदत घेऊन शत्रूवर असह्य मारा करण्याची तजवीज केली. सर्व एकनिष्ठ इंग्रज सेनाधिकारी युद्धास सिद्ध होऊन कृतांतकाळाप्रमाणे विरुद्ध पक्षाचा स्वाहा करण्यास निघाले.

राणीसाहेब आपल्या दळभारासह लढाईस सिद्ध झाल्या. त्यांनी आपला लष्करी पोषाख धारण केला. डोक्यास भरजरीची चंदेरी बत्ती, अंगांत तमामी आंगरखा, पायात पायजमा आणि गळ्यामध्ये मोत्यांचा कंठा घालून ती रणलक्ष्मी

एका देखण्या सुंदर घोड्यावर[१] विराजवती झाली व आपली समशेर उपसून तिच्या दिव्यतेजाने आपल्या सैन्याची व्यवस्था करू लागली. चोहीकडचे इंग्रज सैन्य निरनिराळ्या बाजूस ग्वाल्हेर सर करण्याच्या बाण्याने प्रभंजनाप्रमाणे मोठ्या वेगाने चाल करून निघाले. सर ह्यू रोज ह्यांनी एका बाजूने बंडवाल्यांवर हल्ला केला, व ब्रिगेडियर स्मिथ ह्यांनी आपल्या हाताखालच्या अधिकाऱ्यांसह राणीसाहेबांच्या बाजूकडे निरनिराळ्या दिशांनी चाल केली. राणीसाहेब मोठ्या आवेशाने आपल्या स्वारांसह इंग्रज सैन्याशी लढू लागल्या. त्या आपले जवान मर्द घोडेस्वार आणि परम विश्वासू दोन-चार सेवक बरोबर घेऊन इंग्रज सैन्याच्या तोंडावर चालून आल्या व इकडून खवळलेले इंग्रजांचे हुजर्स पलटणीचे स्वार पुढे सरसावले. दोन्ही दळे सन्मुख आली व उभय पक्षांची घनचक्कर लढाई जुंपली. प्रथमत: यंत्रांचा भडिमार होऊन इरेस पेटलेल्या उभय पक्षांच्या रणशूर लढवय्यांनी आपली शर्थ केली. राणीसाहेब विद्युल्लतेप्रमाणे आपल्या सैन्यामधून चमकत होत्या. त्यांच्या धैर्याची व शौर्याची परमावधी होऊन त्यांचे लोक उत्साहभराने एकदम उसळले; व त्यांनी जीवाचा धडा करून शिपाईगिरीची पराकाष्ठा करून सोडली. त्यांच्याशी लढणारे इंग्रज सरदारही त्यांच्या बरोबरीचे रणझुंजार असल्यामुळे त्यांनीही आपला पराक्रम चांगला व्यक्त केला. त्यांचे रणशूर स्वार मोठ्या जोराने चाल करून वारंवार राणीसाहेबांच्या सैन्यावर विद्युत्प्रपाताप्रमाणे तुटून पडत, व तरवारीशी गाठ घालून त्यांच्या पुष्कळ लोकास यमपुरी पाठवीत; परंतु [२]राणीसाहेबांच्या हृदयगिरीचा त्या योगाने

---

१. राणीसाहेबांचा पहिला घोडा सतत दोन दिवस युद्ध केल्यामुळे अगदी थकून गेला होता. त्यामुळे तो पागेत ठेवून त्यांनी शिंदे सरकारच्या अश्वशाळेतील हा एक सुंदर देखणा घोडा आणला होता. तो दिसण्यात ऐटदार होता. परंतु युद्धाच्या कामात अगदी निरुपयोगी व नवखा होता असे तिकडील लोक सांगतात.

२. राणीसाहेबांच्या ह्या शेवटच्या युद्धप्रसंगाचे वर्णन करताना G.L.D. नामक एक लेखकाने पुढील हकिकत लिहिली आहे :-

ग्वाल्हेर जवळील कोटकी सराई येथील बंडवाल्यांच्या शिबिरात राणी लक्ष्मीबाई आणि तिची बहीण (दासी) जी दिसायला अत्यंत सुंदर असून राणीप्रमाणेच रणशूर होती, या दोघी पुरुषी पोषाखात तळावरील तंबूत एकत्र बसल्या होत्या आणि सरबत पीत होत्या आणि लगेच राणी तडक उठली आणि तिने रणांगणांवर धाव घेतली. सर ह्यू विरुद्ध निर्णायक युद्ध करण्याचा निर्णय तिने घेतला. हा प्रसंग मात्र आश्चर्यकारकच होता.

यत्किंचितही भंग न होता त्या पुन: स्वाभिमानाच्या विलक्षण स्फूर्तीने आपल्या घोडेस्वारास उत्तेजन देऊन पुन: उलट चाल करीत आणि आपले क्षात्र ब्रीद व्यक्त करून आपला वरपगडा कायम ठेवीत. असे करिता करिता उभय पक्षांची दळे अगदी जेरीस आली. मनुष्ये धुंद होऊन गेली आणि चोहीकडे एकच रणधुमाळी उसळली. परंतु यशश्री कोणासच वश होईना!

सर ह्यू रोज साहेबांनी एकसमयावच्छेदेकरून मुरारच्या बाजूने पेशव्यांच्या फौजेवर चढाई करून त्यांचे दोन मोरचे काबीज केले व पेशव्यांच्या फौजेची अगदी दाणादाण करून सोडली. हे वर्तमान राणीसाहेबांच्या सैन्यास समजताच त्यांचे अवसान खचले. त्यांच्या पायदळ पलटणीचे सरदार इंग्रज सैन्यापुढे आपला टिकाव लागत नाही असे पाहून म्हणा अथवा शिंदे सरकारच्याविरुद्ध युद्ध करणे योग्य नाही असा सुविचार त्यांच्या मनात बिंबल्यामुळे म्हणा त्यांनी अगदी कच खाल्ली. राणीसाहेब व त्यांचे घोडेस्वार एकसारखे लढत होते. इंग्रजांच्या असह्य माऱ्यापुढे त्यांचे बहुतेक शूर लोक घायाळ होऊन मृत्युमुखी पडले होते. तरी मोरच्यांचे संरक्षण करीत असणाऱ्या पाठीमागील पायदळ फौजेच्या व तोफखान्याच्या आशेवर राणीसाहेबांस बिलकूल फिकीर वाटत नव्हती. परंतु एकाएकी तोही आशातंतू तुटून जाऊन त्यांना त्या निर्वाणप्रसंगी आपल्या पाणीदार समशेरीखेरीज कोणाचाच आश्रय राहिला नाही!

ब्रिगेडियर स्मिथ ह्यांनी दुसऱ्या बाजूने राणीसाहेबांच्या पायदळ फौजेवर

तिने आपल्या सैन्याचे नेतृत्व स्वीकारून इंग्रजी सैन्यावर वारंवार आणि भयानक हल्ले चढविले. जरी तिची शक्ती कमीकमी होऊ लागली होती तरी तिचा आवेश जराही कमी नव्हता. राणी सैन्याच्या अग्रभागी असून विस्कळित झालेल्या तुकडीस एकत्रित करीत होती आणि आपल्या शौर्याचा चमत्कार साऱ्यांना दाखवीत होती. पण या साऱ्याचा काहीच उपयोग होऊ शकला नाही. उंट दलास ह्यू रोजने स्वत: पुढे रेटून राणीच्या सैन्याची फळी फोडली. पण त्याही परिस्थितीत राणी विचलीत न होता शौर्याने लढतच राहिली.

नॅशनल गार्डियन. डिसें. १४, १८९१

ह्या लेखामध्ये राणीसाहेबांबरोबर त्यांची बहीण होती म्हणून लिहिले आहे. परंतु ते चुकीचे आहे. त्यांच्याबरोबर मुंदर आणि काशी म्हणून दोन दासी होत्या. त्या खुबसुरत असून त्यांनी राणीसाहेबांप्रमाणेच मर्दानी पोषाख केला होता. त्याचप्रमाणे वरील लेखात राणीसाहेब सर ह्यू रोज साहेबांशी लढत होत्या म्हणून म्हटले आहे. परंतु ह्या वेळी त्या खुद्द त्यांच्याशी लढत होत्या असे दिसत नाही.

व तोफखान्यावर हल्ला करण्याकरतां पाठविलेले कर्नल हिक्स व कॅप्टन हेनेज ह्या दोन अधिकाऱ्यांनी आपल्या ८ हुजर्स पलटणीचे हुशार योद्धे पुढे काढले व राणीसाहेबांच्या पायदळ फौजेवर हल्ला करण्याकरता मोठ्या युक्तीने तिकडे चाल केली; परंतु ती फौज इंग्रज सैन्य दृष्टीस पडताच रणांगण सोडून पळून गेली. त्यामुळे त्यास त्या मोरच्यावरील दोन तोफा व इतर युद्धसाहित्य सापडले. त्यामुळे ते विजयोत्साहाने आनंदाच्या आरोळ्या ऐकून राणीसाहेबांबरोबर मोठ्या जोराने लढू लागले.

चोहीकडून इंग्रज सैन्याचा गराडा पडून बंडवाल्यांवर तोफांचा व बंदुकींचा भडिमार होऊ लागला. बंडवाल्यांचे शूर पुढारी तसल्या माऱ्यासही दाद न देता इंग्रज सैन्याशी चार हात करीत होते. परंतु त्यांच्या फौजेची व्यवस्था बरोबर नसल्यामुळे व तीस युद्धकलेचे योग्य शिक्षण न मिळाल्यामुळे ती इंग्रजांच्या असह्य माऱ्यात सापडली म्हणजे तेव्हाच जेर येऊन प्राणसंरक्षणार्थ दशदिशा पळू लागे. अर्थात अशा फौजेचे आधिपत्य स्वीकारणारांची मर्दुमकी कशाने व्यक्त होणार? असो. श्रीमंत रावसाहेब पेशव्यांच्या कपाळी स्वराज्यसुखाचा उपभोग घेण्याचे मुळीच नसल्यामुळे त्यांच्या पक्षास ग्वाल्हेर येथे तरी कोठून यश येणार? इंग्रज सैन्याचे युद्धकलाचातुर्य विशेष असल्यामुळे व त्यांचा युक्ती, त्यांचे धोरण, आणि त्यांची कर्तबगारी अचाट असल्यामुळे त्यांचे मनोरथ परिपूर्ण होत असत. पराक्रम गाजवून जे यश मिळणे दुष्कर ते नुसते अतर्क्य युक्ती लढवून ते प्राप्त करून घेत असत. तात्पर्य, 'उपायेन हि यत्कुर्यात्तन्न शक्यं पराक्रमैः' हा नियम त्यांच्या वर्तनात पदोपदी दृष्टीस पडत असे. त्यामुळे त्यांच्या ह्या अद्वितीय गुणांचा आनंददायक परिणाम व्हावा हे साहजिकच आहे. युद्धशास्त्रनैपुण्यापुढे नुसत्या शौर्याचे तेज किती पडणार? चातुर्यकपटोपक्रमापुढे नुसत्या समशेरीचा काय प्रभाव दिसणार? आणि दैवानुकूल्यापुढे अभाग्याचे काय चालणार? हे कोणास स्पष्ट करून सांगावयास नकोच आहे.

असो. राणीसाहेबांची अवसानघातकी फौज अगदी आणीबाणीच्या प्रसंगी गलितधैर्य होऊन किंवा अन्य काही कारणांमुळे पळून गेली असे पाहताच राणीसाहेबांचे अंतःकरण दुःखाने भरून गेले; व आता आपला शेवट चांगला होत नाही त्यांची पूर्ण खात्री झाली. इंग्रज सैन्य चोहीकडे प्रचंड सागराप्रमाणे पसरले होते व त्यांच्या गोळ्यांच्या कल्लोलोपम भडिमाराने बंडवाल्यांच्या अफाट

सैन्याची अगदी दुर्दशा उडून गेली होती. भयभीत झालेल्या बंडवाल्यांची लांडगेतोड करण्याकरिता गोऱ्या पलटणी त्यांच्यावर अगदी तुटून पडत होत्या. त्यामुळे चोहीकडे एकच रणकंदन माजून राहिले होते. अशा भयंकर प्रसंगी राणीसाहेब अटोकाट धैर्याने, तुफानात सापडलेल्या कर्णधाराप्रमाणे आपले शिल्लक राहिलेले दहा-वीस घोडेस्वार बरोबर घेऊन इंग्रज सैन्याच्या तावडीतून पार नाहीशा होण्याचा प्रयत्न करीत होत्या. परंतु त्यांचे दुर्दैव मध्यंतरी आडवे पडल्यावर तो कशाने सिद्धीस जाणार?

ता. १८ जून सन १८५८ (जेष्ठ शुद्ध ७ संवत् १९१४) ह्या दिवशी सहस्त्ररश्मी सूर्यनारायण उभय सैन्यातील महायोद्ध्यांचा अतुल पराक्रम अवलोकन करून त्यांना सूर्यमंडळ भेदून[१] स्वर्गद्वार जिंकण्याची परवानगी देण्याकरिता एकसारखा प्रज्वलित होऊन बसला होता. उभय दळातील शूर लोक अगदी हातघाईवर येऊन आपापल्या पराक्रमाची शर्थ करून दाखवीत होते. ब्रिगेडियर स्मिथ, कॅप्टन हेनेज वगैरे योद्धे राणीसाहेबांच्या सन्मुख ८ व्या हुजर्स पलटणीचे अती शूर लोक घेऊन निकराने लढत होते. राणीसाहेबांचा मर्दानी पोषाख असल्यामुळे व सर्व दिशा रणधुमाळीने धुंद झाल्यामुळे इंग्रज योद्ध्यांस त्यांची प्रत्यक्ष माहिती झाली नाही. त्यांनी सापडतील त्या बंडवाल्यांस जेर करून फुलबाग सर करण्याची प्रतिज्ञा केली. राणीसाहेब आपल्या दोन-तीन दासी, एकदोन विश्वासू सरदार व काही स्वार ह्यांसह इंग्रजांच्या तडाख्यातून निसटून जाऊन दुसऱ्या ठिकाणच्या प्रबल सैन्यास मिळण्याचा प्रयत्न करू लागल्या. आवेशास चढलेले ते कृतांतस्वरूपी हुजर्स पलटणीचे इंग्रज योद्धे राणीसाहेबांचा उद्देश शेवटास जाऊ देईनात! त्यांनी आपली शिकस्त केली; परंतु इंग्रज योद्ध्यांचा जमाव मोठा असल्यामुळे त्यांच्या आटोक्यातून पार पडणे अशक्य झाले! उभय पक्षाचे लोक हातघाईवर आले व तरवारीची चकमक झडून तिचे तेज सर्वत्र प्रकाशमान झाले. इंग्रज योद्धे संधान साधून एकसारख्या गोळ्या सोडीत होते व कित्येक तरवारी फेरून दीन झालेल्या बंडवाल्यांचा एकसाहा संहार करीत होते. राणीसाहेबांनी ह्या अघोर संग्रामामध्ये आपल्या शौर्याचा

---

१. धारातीर्थी पतन पावणाऱ्या योद्ध्यास सूर्यमंडळ भेदल्यानंतर मग स्वर्गद्वार प्राप्त होते अशी प्राचीन कल्पना आहे.

द्वाविमौ पुरुषौ लोके सूर्यमंडलभेदिनौ।
परिव्राट् योगयुक्तश्च रणे चाभिमुखे हतः।।१।।

अद्वितीय प्रभाव दाखविला आणि अनेक इंग्रज योद्ध्यांना आपल्या तरवारीने कंठस्नान घातले. भरघाव घोडा सोडून त्या इंग्रज सैन्याची फळी फोडून पार निघाल्या, तो ब्रिगेडियर स्मिथ ह्यांनी हुजर्स पलटणीचे निवडक लोक त्यांच्या मागून चित्याप्रमाणे सोडले. ते आपली गोळी चालवीत राणीसाहेबांचा पिच्छा पुरवू लागले. यांच्यापुढे चपलगतीने जाणाऱ्या तेजस्विनी राणीसाहेबांचे काय चालणार? असो. निमिषमात्रामध्ये उभय वीर्यशाली योद्ध्यांची निकराची झटापट होऊन राणीसाहेबास कालपाशाकृष्ट होण्याचा समय प्राप्त झाला, त्याचे वर्णन विस्तारेकरून करण्यास कोण समर्थ आहे?

एकसारखे तीन दिवस तुमुल युद्ध चालल्यामुळे राणीसाहेब अतिशय श्रांत झाल्या होत्या; परंतु त्यांचा स्वाभिमान व रणोत्साह काही अद्भुत असल्यामुळे त्यांनी इंग्रज सैन्यास दाद दिली नाही. सर ह्यू रोज आदिकरून इंग्रज योद्ध्यांना राणीसाहेबांचे रणशौर्य पूर्ण माहीत झाले होते, एवढेच नव्हे, पण झाशीच्या प्रबळ युद्धापासून सर्व इंग्रज लोकांमध्ये त्यांचे पराक्रमगुण कौतुकास्पद होऊन राहिले होते. तेव्हा अशा अलौकिक शौर्यशालिनी स्त्रियेस हस्तगत करून घ्यावे अशी अनेक इंग्रज योद्ध्यांची इच्छा असणे फारसे असंभवनीय नाही. परंतु बंडवाल्यांच्या अफाट सेनासागरामध्ये हे दिव्य रत्न कोठे आहे हे त्यास कळण्याचा संभव कमी होता. असो. राणीसाहेबांच्या अंत:करणात स्वाभिमान अतोनात असल्यामुळे त्यांनी आपल्या पवित्र देहास मृत्यूनंतर देखील परधर्मीयांचा स्पर्श होऊ न देण्याचा निश्चय केला होता. त्यांनी आपल्याबरोबर पुरुषवेशाने हजर असलेल्या मुंदर व काशी नामक दोन दासीस व रामचंद्रराव देशमुख व रघुनाथसिंग आदी एकनिष्ठ सेवकास असे सांगून ठेविले होते की, 'युद्धामध्ये मी पतन पावले तर माझ्या देहाची अशी व्यवस्था करा की, त्यास म्लेंच्छांचा स्पर्श देखील होऊ नये, मग त्याची ते विटंबना काय करणार? ही माझी इच्छा तुम्ही पूर्ण कराल तरच तुम्ही खरे स्वामिनिष्ठ!' हे राणीसाहेबांचे शब्द त्यांच्या हृत्पटलावर प्रतिबिंबित झाल्यापासून ते सर्व युद्धामध्ये राणीसाहेबांसन्निध हजर होते. राणीसाहेब सर्वांच्यापुढे भरधाव घोडा फेकत चालल्या होत्या व त्यांच्या मागोमाग मुंदर दासी व दुसरे दोन चार त्यांच्या करता प्राणास प्रार देणारे स्वामिकार्यतत्पर सेवक चालले होते. अल्पवयी दामोदरराव हे रामचंद्रराव देशमुखांच्या घोड्यावर मोठ्या बंदोबस्तात होते.

अशा प्रकारे वायुगतीने इंग्रज सैन्याचा गोट फोडून जात असता हुजर्स

स्वारांनी त्यांच्यावर असह्य मारा केला. राणीसाहेब आपल्या अंगावर चालून आलेल्या स्वारांचा मोठ्या चलाखीने समाचार घेऊन एकदम पुढे गेल्या, तो इतक्यात त्यांची दीन दासी मुंदर ही एकाएकी 'बाईसाहेब! मेल्ये! मेल्ये!' अशा करुणस्वराने ओरडली. हे शब्द राणीसाहेबांच्या कानी पडतांच-जणू त्यांच्या मृदु हृदयावर शस्त्रप्रहार झाल्यासारखे अनावर दुःख होऊन-त्या एकदम चवताळून मागे वळल्या व त्यांनी आपल्या प्रिय दासीस यमपुरी पाठविणाऱ्या पाषाणहृदयी इंग्रज योद्ध्याचा योग्य सूड घेतला, आणि तसाच घोडा माघारा वळवून पुनः त्या भरधाव जाऊ लागल्या. वायू दुभंग होऊन एकत्र होतो न होतो तो हे कार्य आटोपून त्यांचा घोडा कटाक्षमर्यादेतून पार व्हावयाचा, परंतु त्यांच्यापुढे एक लहानसा जलप्रवाह असल्यामुळे तो खंदा दिखाऊ घोडा तेथेच अडून राहिला! (राणीसाहेबांचा नेहमीचा घोडा दोन दिवसांच्या युद्धाने श्रमल्यामुळे किंवा गोळी लागून जायबंदी झाल्यामुळे त्यांनी हा दुसरा घोडा घेतला होता हे मागे सांगितलेच आहे.) हे पाहताच राणीसाहेबांचे अवसान खचले व त्यांना आपली इतिश्री झाली असे भविष्यमान कळून आले. त्यांनी सर्व चातुर्य खर्च करून त्याला त्या जलप्रवाहाच्या पैलतीरी नेण्याबद्दल भगीरथ प्रयत्न केले, पण त्यांचे दुर्दैव त्या जलप्रवाहाच्या रूपाने आडवे पडले असल्यामुळे ते त्यास पुढे कशाने जाऊ देणार? भारतीयुद्धामध्ये महारथी कर्ण ह्याच्या रथाचे चक्र ज्याप्रमाणे क्षितितळी गेले व तो अडून राहिला त्याप्रमाणे ह्या वेळी राणीसाहेबांची स्थिती [१]झाली!

---

१. कर्णाच्या रथाचे चक्र ज्या वेळी भूमीने गिळिले त्या वेळी त्याची जी स्थिती झाली. तिचे वर्णन कवी मोरोपंत ह्यांनी केले आहे. ते वाचले म्हणजे राणीसाहेबांच्या ह्यावेळच्या हृदयभेदक स्थितीचे निराळे वर्णन करण्याचे कारण नाही. मोरोपंत म्हणतात :-

आर्या.

तो वृष भूमिग्रस्त-स्यंदनचक्रासि उद्धरायातें।
उतरे स्वरथाखाली करुनि असें तुमुल युद्ध राया तें।।१।।
उद्धरण करूं पाहे कर्ण भुजांहीं धरूनि चक्राचें।
परि पृथ्वी सोडीना जाणों व्रत घेतलेंचि नक्राचें।।२।।
सप्तद्वीपा पृथ्वी वृष उचली चार अंगुलें वरती।
बडिशासि जसी मत्स्यी नुगळी चक्रासि कांपली पर ती।।३।।
कर्णेन गीर्णचक्रा सत्पद्वीपा धारा सशैलवना।
चतुरंगुलमुत्क्षिप्तेत्यूचे भगवान् मुनिर्विशुद्धमनाः।।४।।

२४२ । महाराणी लक्ष्मीबाईसाहेब ह्यांचे चरित्र

राणीसाहेबांच्या घोड्याने ह्या प्रसंगी घात केल्यामुळे त्यांचा सर्व उपाय थकला. त्यांनी त्यास चुचकारून त्या जलप्रवाहाच्या पैलथडीस पार नेण्याकरता आपली शिकस्त करून पाहिली, परंतु तो हट्टी घोडा काही केल्याने ऐकेना! तो त्या रणभूमीवर पर्वताप्रमाणे निश्चल उभा राहिला! राणीसाहेबांजवळचे सर्व घोडेस्वार प्रतिपक्षाच्या जबरदस्त माऱ्यामुळे रणांगणात पतन पावले होते, त्यामुळे त्यांच्याजवळ ह्या वेळी चार-पाच स्वामिनिष्ठ सेवकांवाचून कोणीच राहिले नव्हते! अशा दारुण प्रसंगी हुजर्स पलटणीचे चवताळलेले घोडेस्वार राणीसाहेबांच्या अंगावर एकदम धावून आले. त्यांस राणीसाहेबांची माहिती असून त्यांनी जाणून बुजून त्यांच्यावर हल्ला केला असे दिसत नाही. परंतु बंडवाल्यांकडील कोणी बलाढ्य वीर आपल्या आटोक्यात सापडले आहेत, व त्यांच्या रुधिररसाने आपल्या तरवारीस स्नान घालण्याची ही उत्तम संधी आली आहे, असे पाहून त्यांनी मोठ्या त्वरेने राणीसाहेबांवर चाल केली असावी असे दिसते. कोणी म्हणतात[१] की, त्या हुजर्स योद्ध्यांना राणीसाहेबांच्या गळ्यातील पाणीदार मोत्यांचा बहुमूल्य कंठा अवलोकन करून त्याचा लोभ सुटला म्हणून त्यांनी त्यांच्यावर मारा केला! असो. कोणत्याही इच्छेने म्हणा, पण त्या अत्युग्र भीमकर्म्या स्वारांनी ही दुर्धर संधी साधून त्या अबलेवर एकदम उडी घातली ह्यात शंका नाही! ह्या प्रसंगी राणीसाहेबांची स्थिती काय झाली असेल ते शब्दांनी व्यक्त करणे अशक्य आहे!

राणीसाहेबांच्या अंगावर ते खवळलेले कराल काळ विद्युत्प्रपाताप्रमाणे तुटून पडले, परंतु त्यांनी त्यांना प्रथम मुळीच दाद दिली नाही. इंग्रज योद्धे

सद्रसना नामातें कीं सोडी बंधुता न दायातें।
तैसी क्षिति चक्रातें, श्रम झाला फारसा तदा यातें।।५।।
काळवदन कायातें रथचक्रातें तसें क्षितिश्वभ्र।।
बहु यत्नेंहि न सोडी कर्ण ह्मणे मरण ह्या पुढें दभ्र।।६।।
ह्या व्यसनीं तो पाणी आणी नेत्रांसि वृष ह्मणे हाय।।
काय करील न साहे ते बहु मर्मींहि साहिले घाय।।७।।

१. एक ग्रंथकार लिहितात :-

रणांगणात ती विजेसारखीच तळपत होती. तिचे स्थान झाशीपेक्षा आणि तिच्या कुटुंबीयापेक्षा श्रेष्ठ, चिरस्मरणीय ठरले. इंग्रजी पलटणीस तिच्या गळ्यातील मौल्यवान कंठ्याचा लोभ सुटल्यानी त्यांनी तिच्यावर निकराचा हल्ला केला.

डलहौसीचे ॲडमिनिस्ट्रेशन ऑफ ब्रिटिश इंडिया. पृ. १५३

आपल्या अंगावर चालून येत आहेत असे पाहताच त्यांनी मोठ्या चलाखीने आपली पाणीदार समशेर आपल्या संरक्षणाकरिता पुढे करून मोठ्या आवेशाने त्यांच्याशी टक्कर दिली. राणीसाहेबांचा धैर्यमेरू फार खंबीर असल्यामुळे प्रथमतः पुढे चालून आलेल्या इंग्रज स्वारांनी झंझावाताप्रमाणे केलेल्या जबरदस्त हल्ल्याचा काहीच उपयोग झाला नाही! त्यामुळे सकृदर्शनी

न पादपोन्मूलन शक्ति रंहः शिलोच्चये मूर्छति मारुतस्य!

ह्या कविकुलगुरूंच्या उक्तीप्रमाणे वाऱ्याच्या अंगी जरी मोठमोठ्या वृक्षांचे उन्मूलन करण्याचे सामर्थ्य असले तरी त्याची शक्ती पर्वतावर चालत नाही, त्याप्रमाणे इंग्रज स्वार प्रबल खरे, परंतु राणीसाहेबांच्या रुद्रस्वरूपापुढे त्यांचे प्राबल्य व्यर्थ होय असा भास झाला! इंग्रज स्वार तुटून पडताच राणीसाहेबांनी आपल्या अतुल खड्गप्रतापाने त्यांचा संहार करण्याचा प्रयत्न केला व आपल्या अलौकिक रणचातुर्याने त्यांना क्षणभर थक्क करून सोडले! परंतु ते क्षुब्ध झालेले रणशूर स्वार राणीसाहेबांस कशाने दाद देणार? ह्या पुरुषवेशधारी प्रबल स्त्रीयोद्ध्याचे अपार धैर्य अवलोकन करून त्यांना पराकाष्ठेचा त्वेष चढला, व त्यांनी निकराने आपल्या तरवारीचा जोरदार हात त्यांच्या डोक्यावर फेकला! राणीसाहेबांनी तो वार चुकवण्याकरता मोठ्या चपलतेने आपली समशेर पुढे चमकावली व तिने तो आघात भंग करण्याचा प्रयत्न केला! त्यावेळी विद्युल्लतेप्रमाणे दिव्य तेज प्रकाशमान होऊन त्या रणसंगरामध्ये उभय योद्ध्यांच्या पराक्रमाची अगदी शर्थ झाली! आणि शेवटी ती अबला असे सिद्ध होण्याचा समय प्राप्त झाला! एका जवानमर्द स्वाराने राणीसाहेबांच्या खड्गप्रभावास न जुमानता चटकन संधी साधून त्याच्या मस्तकावर पाठीमागच्या बाजूने वार केला ! पाशबद्ध झालेल्या सिंहाच्या छाव्यावर मत्त हत्तींनी आपला शुंडांप्रहार करावा तशी स्थिती झाली! त्या प्रखर वाराने राणीसाहेबांच्या डोक्याचा सर्व दक्षिण भाग विच्छिन्न झाला व त्यांचा एक नेत्र बाहेर आला! तितक्यात पुनः त्या स्वाराने राणीसाहेबांच्या छातीत किराचीची हूण मारली! अशा प्रकारे राणीसाहेबांच्या शरीरावर फार मोठमोठ्या जखमा होऊन त्या अगदी आसन्न स्थितीप्रत पोहोचल्या[१]! अशा स्थितीत शत्रूचा सूड घेण्याचे कार्य कोणाच्या

१. राणीसाहेबांच्या मृत्युसंबंधाने निरनिराळे इंग्रज ग्रंथकार निरनिराळी माहिती सांगतात, परंतु मॅलिसन व मॅक्फर्सन ह्यांच्या माहितीत पुष्कळ सत्यता दृष्टीस पडते. ह्या दोन्ही

हातून तरी सिद्धीस जाईल काय? छे:! कदापि जाणार नाही! असे असता राणीसाहेबांनी ह्या वेळी अलौकिक युद्धचातुर्य प्रगट करून आपला वध करू पाहणाऱ्या त्या शूर इंग्रज योद्ध्यास तेव्हाच धारातीर्थी पाठवून आपल्या क्षत्रिय धर्माचे पूर्ण सार्थक केले असे म्हणतात! धन्य ते शौर्य आणि धन्य तो पराक्रम![१]

ग्रंथकारांचे वर्णन फार संक्षिप्त आहे, तथापि ते वाचनीय असल्यामुळे येथे देणे आवश्यक आहे. म्यालिसन साहेब लिहितात :-

पळून जाणाऱ्या बंडवाल्यांत राणी हीच निग्रही, निश्चयी स्त्री होती. राजदरबारात आणि समरांगणात ती बंडवाल्यांचा आत्माच बनून गेली होती. संपूर्ण पुरुषी पोषाख करून आणि घोड्यावर स्वार होऊन संपूर्ण दिवसभर आपल्या सैन्याला प्रोत्साहित करीत होती. शिस्तीत ओळीने हल्ला करण्यास इंचाइंचाने पुढे येणाऱ्या सैनिकास रोखण्यास चेतवीत होती. ब्रिटिश सैन्य जेव्हा अगदी जवळ येऊन भिडले तेव्हा स्मिथने आपल्या हुजर्स, घोडदळ पलटणीला हल्ला करण्याचा आदेश दिला. राणीचे सर्वच साथीदार आता पडले होते. तरीही ती एकटी धैर्याने ब्रिटिश पलटणीस तोंड देतच होती. तिने वारंवार प्रयत्न करून सुद्धा तिचा नवखा घोडा जवळचा ओढा ओलांडू न शकल्याने राणीस पळून सुरक्षितपणे जाणे अशक्य झाले. तिच्यावर घाव पडले आणि राणी खाली कोसळली. हुजर पलटण तिच्या खूपच जवळ होती. ती पुरुष नसून एक स्त्री आहे याची त्यांना कल्पनाच नव्हती. प्रतिष्ठा आणि तिचे स्त्रीत्व कशाचाही विचार न करता त्यांनी तिचे तुकडे केले. धरणीवर कोसळली, कधीही पुन्हा न उभ राहण्यासाठी. त्या रात्री तिच्या विश्वासू सेवकांनी असा निश्चय केला की इंग्रज सैन्याला आपण राणीला मृत स्थितीत का होईना ताब्यात घेतले एवढेही समाधान मिळवून द्यावयाचे नाही. त्यांनी तिचा अग्निसंस्कारही केला.

हिस्ट्री ऑफ इंडिया म्युटिनी.

१. मि. मॅक्फर्सन लिहितात :-

झाशीच्या राणीचे वीरमरण १७ तारखेस झाले. त्या दिवशी शिबिरात बसून सरबत पीत होती. तिच्याभोवती सुमारे ४०० इंग्रज लढवय्ये सैनिक होते. बिगुल होताच ह्यूजर्स पलटणीने राणीवर हल्ला चढविला. चाळीस-पास इंग्रजांनी अगदी जवळून हल्ला केला. तेव्हा बंडवाले पळून जाऊ लागले. त्यांची संख्या सुमारे ५० असावी. पण राणीच्या घोड्याने ओढा ओलांडण्यास कुचराई केली. त्याचवेळी राणीला बाजूवर एक गोळी लागली. वाकड्या तलवारीचा वार तिच्या डोक्यावर झाला. तिचे मुंडके लोंबकळू लागले आणि लवकरच ती जमिनीवर कोसळली आणि मृत्यू पावली. जवळ असलेल्या बागेत तिजवर अग्निसंस्कार करण्यात आला.

मेमोरिअल्स ऑफ सर्व्हिस इन इंडिया ३३५

राणीसाहेबांनी अशी रीतीने आपला पराक्रम गाजविला; परंतु रिपुप्रहाराने झालेल्या असह्य जखमांमुळे त्यांची सर्व शक्ती एका क्षणामध्ये नाहीशी झाली व त्यांना आपला अंतकाळ अगदी समीप आला असे कळून आले[१]! इंग्रज स्वार बंडवाल्यांवर चोहीकडून एकसारखे तुटून पडत होते, त्यामुळे त्यांच्या माऱ्यात सापडून कदाचित आपला देह त्यांच्या हातांत जाईल अशा समजुतीने, राणीसाहेबांनी आपले परम विश्वासू सरदार रामचंद्रराव देशमुख ह्यांना पुनः इशारत केली! रामचंद्रराव महास्वामिनिष्ठ असल्यामुळे त्यांना राणीसाहेबांची

१. राणीसाहेबांच्या ह्या निधनप्रसंगाची हकिकत उत्तर हिंदुस्थानातील लोक निरनिराळ्या प्रकाराने सांगतात. परंतु ती काल्पनिक दंतकथेपेक्षा जास्त महत्त्वाची आहे असे मानता येत नाही. कोणी म्हणतात, राणीसाहेबांनी आपला शेवट नीट होत नाही असे पाहून गवताच्या गंजीत उडी टाकली आणि हातातल्या सुतळीच्या तोड्याने ती पेटवून आपला अंत करून घेतला. कोणी म्हणतात, त्या लढाईत पडल्या. कोणी म्हणतात त्यांनी आपल्यावर मारा करणाऱ्या शत्रूचा सूड घेतला, त्या चकमकीत त्यांचा अंत झाला! तात्पर्य, अनेक लोक अनेक तऱ्हेच्या आख्यायिका सांगत असतात; परंतु तसा प्रकार झाला नसून त्या जखमी झाल्यावर त्यांच्या सेवकांनी खूप शिताफीने त्याच्या आज्ञेप्रमाणे एकंदर व्यवस्था केली हीच गोष्ट अनेक पुराव्यांवरून सिद्ध होते. आता कोणी म्हणतात की त्यांची उत्तर व्यवस्था रावसाहेब पेशव्यांनी केली; परंतु त्यासमयी रावसाहेब पेशवे राणीसाहेबांजवळ मुळीच नव्हते! खुद्द दामोदरराव ज्या अर्थी त्यावेळची सर्व हकिकत स्वानुभवाने व रामचंद्ररावांच्या माहितीवरून सांगत आहेत, त्या अर्थी ती जास्त खात्रीलायक समजणे भाग आहे. आता त्या गडबडीच्या व संकटपूर्ण प्रसंगी राणीसाहेबांची पुढील व्यवस्था करण्यास त्यास संधी कशी सापडली, हा मोठा प्रश्न उत्पन्न होतो. परंतु त्याचे निरसन करण्यास पुष्कळ आधार आहेत. एक तर राणीसाहेबांचा लढाऊ मर्दानी पोषाख असल्यामुळे त्यांची माहिती इंग्रजांच्या पक्षास मुळीच झाली नाही. त्यामुळे त्यांना हस्तगत करून घेण्याबद्दल इंग्रजांचा जरी प्रयत्न होता असे म्हणतात; तरी तो साध्य न व्हावा हेच संभवनीय आहे. राणीसाहेबांची व इंग्रज स्वारांची चकमक झडल्यानंतर ते पराभूत होऊन मागे पळाले त्या संधीत राणीसाहेबांचा व रामचंद्ररावांचा भाषणप्रसंग होऊन पुढील प्रकार झाला असावा असे दिसते. एका इंग्रज ग्रंथकाराने राणीसाहेबांचे मृत्युवृत्त देताना त्यांना फ्रान्स देशातील जॉन ऑफ आर्क नामक शूर स्त्रीची उपमा देऊन त्यांनी जखमी झाल्यानंतर आपल्या लोकांस जवाहीर वाटले असे देखील लिहिले आहे. परंतु ते किती सत्य मानावे ह्याचा निर्णय करिता येत नाही! ते ग्रंथकार लिहितात :-

ह्या भारतीय जॉन ऑफ आर्क ने लढवय्या पुरुषांचा पोषाख धारण केलेला होता. तांबड्या रंगाचा कोट किंवा जाकीट घातले असून सफेत फेटा डोईस बांधलेला होता.

त्यावेळची हृदयद्रावक स्थिती अवलोकन करून अतिशय गहिवर आला, व त्यांच्या नेत्रांतून अश्रुबिंदू गळू लागले! त्यांनी राणीसाहेबांस भयंकर जखमा झाल्यामुळे फार विकलता आली आहे असे पाहून त्यांना त्या संग्रामस्थानातून जवळच्या एका पर्णकुटिकेत नेले. ही पर्णकुटिका गंगादास बाबांची होती असे म्हणतात. तेथे जाताच, राणीसाहेबांस फार तृषा लागली होती म्हणून त्यांनी त्यास गंगाजल सादर केले! राणीसाहेबांचे सर्वांग रक्ताने लालभडक झाले होते

शिंद्यांच्या जवाहीरखान्यातून तिने घेतलेला माणकांचा कंठा गळ्यात घातलेला होता. एका छोट्या तंबूत ती घायाळ होऊन पडलेली असतानाही तिने आपले सर्व दागिने आपल्या सैनिकांना वाटून टाकावेत अशी आज्ञा केली. तिच्या मृत्यूने संपूर्ण बंडवाल्यांनी शोक केला. त्यांचे अवसान पार नष्ट झाले.

क्लेड ॲण्ड स्ट्रदर्नन

असो. ह्यावरून जखमी झाल्यानंतर राणीसाहेबांनी आपली निरवानिरव केली असे सिद्ध होते.

राणीसाहेब जखमी झाल्या ही गोष्ट इंग्रज सैन्यास मुळीच कळली नाही! त्यामुळे त्यांचा अंत्यविधी त्यांच्या सेवकास व्यवस्थितपणाने करिता आला ह्याबद्दलचा पुरावा आणखी इंग्लिश ग्रंथांतून सापडतो. मि. मार्टिन लिहितात :-

झाशीची राणी धरणीवर कोसळली हे इंग्रजांना पुष्कळवेळ समजलेच नाही. ह्यूजर्स पलटण त्यांना प्राप्त झालेल्या संधीचा फायदा उठवू शकले नाहीत. इंग्रजी सैन्य प्रचंड उकाडा आणि थकव्याने एवढे बेजार झाले होते की घोड्यावर बसणे त्यांना कठीण जात होते. काही वेळ तर ते पुढील हल्ला चढवण्याच्या स्थितीतही राहिले नाहीत. संपूर्ण विकलांग होऊन त्यांनी माघारच घेतली. त्यांना जेव्हा ताज्या दमाची कुमक मिळाली तेव्हाच ते पुढे झाले. असे म्हणतात की तिच्या संरक्षक दलातील उर्वरीत लोक (कारण बरेचसे झाशीहून निघाल्यापासून धाराशाई पडले होते.) धाराशाई पडलेल्या झाशीच्या राणीच्या आणि तिच्या शूर बहीण दासीच्या मृतदेहाभोवती गोळा झाले. दोघांनी पुरुषी रणवेश धारण केलेला असून दोघीही आपल्या सैन्याच्या अग्रभागी तळपत असत आणि आता त्यांना मरणही एकदमच आले होते. कदाचित त्यांना गोळी लागली असावी किंवा ह्यूजर्स पलटण पिस्तुले बाळगून असल्याने कदाचित पिस्तुलाची गोळी लागली असावी. अग्निसंस्कारासाठी चिता तयार झाली आणि त्या दोन शूर वीरांगनांची हिंदू पद्धतीने शरीरे अग्नीस मिळाली.

ब्रिटिश इंडिया, पृ. ४८९

परंतु ह्या हकिकतीमध्ये दोन चुकीच्या गोष्टी दिसतात. राणीसाहेबांबरोबर असणारी दुसरी स्त्री त्यांची बहीण होती असे म्हटले आहे, ती खरोखर त्यांची बहीण नसून एक

व जखमांच्या तीक्ष्ण वेदनांनी त्यांच्यावर आपला पूर्ण अंमल बसविला होता. तरी तशा आसन्न स्थितीमध्ये राणीसाहेबांनी आपले प्राणप्रिय पुत्र श्रीमंत दामोदरराव ह्यास वात्सल्यमुद्रेने अवलोकन करून आपल्या नेत्राचे पारणे फेडले आणि शेवटी त्यांस जगत्पालकाच्या कृपाछत्राखाली ठेवून आपण परलोकचा मार्ग स्वीकारिला! ता. १८ जून सन १८५८ रोजी ग्वाल्हेरजवळील समरांगणामध्ये हिंदुस्थानातील अद्वितीय शौर्यगुणमंडित दिव्य स्त्रीरत्न झाशी संस्थानच्या महाराणी

दासी होती. ह्याबद्दल मागील एका टीपेमध्ये उल्लेख केलाच आहे. आता राणीसाहेब गोळी लागून मेल्या असे म्हटले आहे, ते देखील संभवनीय दिसत नाही! कारण वरील हकिकत बंडाच्या वेळी म्हणजे सन १८५८ साली ताबडतोब प्रसिद्ध झालेल्या माहितीवरून लिहिली आहे, तेव्हा ती बरीच गैरसमजुतीची असावी हे साहजिकच आहे. राणीसाहेब बंदुकीच्या गोळीने मृत्यू न पावता त्यांच्या घोड्याने दगा दिला. त्यामुळे त्या जखमी झाल्या. ही गोष्ट जास्त साधार दिसते. शिवाय वरील हकिकत लिहिणाऱ्या ग्रंथकारांनीच एका टीपेमध्ये खुद्द राणीसाहेबांच्या निधनसमयी हजर असलेल्या एका इसमाच्या माहितीवरून पुढील टीप दिली आहे :-

ज्यावेळी ह्यूजर्स पलटणीने राणीच्या तळावर आक्रमण केले त्यावेळी त्या दोघी स्त्रिया बसलेल्या होत्या आणि सरबत पीत होत्या. त्या ताबडतोब घोड्यावर स्वार झाल्या आणि वेगाने नाहीशा झाल्या. पण राणीचा घोडा एक ओढा ओलांडू शकेना, राणीला आधीच बंदुकीच्या गोळीचीही जखम झालेली होती. तर तलवारीची जखम डोक्यास झालेली होती. पण तरीही दौडतच होती. घोड्यावरून कोसळून मरण पावेपर्यंत तिचा निर्धार कायमच होता. अखेर तिला अग्निसंस्कार करण्यात आले.

ह्यातही गोळी लागल्याबद्दल वगैरे लिहिले आहे, परंतु त्याबद्दल बराच संशय आहे. असो. कोणत्याही प्रकाराने राणीसाहेब मृत्यू पावल्या असल्या तरी पुष्कळ वेळपर्यंत त्यांची मृत्युवार्ता इंग्रज सैन्यास समजली नाही. ह्या गोष्टीस दुसरा पुरावा डा. सिल्व्हेस्टर ह्यांचा आहे. त्यांनी आपल्या पुस्तकात राणीसाहेबांचे मृत्युवृत्त देताना स्पष्टपणे म्हटले आहे :-

ह्या प्रसंगाबाबत (राणीचा मृत्यू) दुसरी एक हकिकत अशी-त्या शूर राणीला छोट्या बंदुकीची गोळी लागून ती घोड्यावरून खाली कोसळली. तिच्या माणसांनी तिला ताबडतोब सांभाळून पिछाडीस नेले. तिथेच तिचा मृत्यू झाला. तसेच हिंदू परंपरेनुसार तिचा अग्निसंस्कारही पार पडला. अशा रीतीने त्या शूर राणीने आपल्या ध्येयाच्या पूर्ततेसाठी आपले रक्त सांडले. हे सर्व अशाच पद्धतीने घडून आले. ती या ठिकाणीच मृत्यू पावली नसती तर तिला तात्या टोपे प्रमाणे अवमानित होऊन मृत्यू आला असता. तिचा मृत्यू झाला ही गोष्ट बराच काळ (काही दिवस) आम्हाला समजू शकली नाही.

लक्ष्मीबाईसाहेब ह्या इहलोकाचा त्याग करून अक्षय्य सुखाचा लाभ घेण्याकरिता स्वर्गलोकी निघून गेल्या! ह्या प्रसंगाचे वर्णन करण्यास कोण समर्थ आहे?

राणीसाहेबांचे निधन झाल्यानंतर रामचंद्रराव देशमुखांनी आपल्या स्वामिणीच्या आज्ञेप्रमाणे स्वकर्तव्य उत्तमप्रकारे बजाविले. त्यांनी त्वरा करून मोठ्या शिताफीने जवळच्या गंजीतील गवताची एक चिता तयार केली व त्यावर राणीसाहेबांचा असुरहित पवित्र देह ठेवून त्यास अग्नी लावून दिला! एका क्षणामध्ये अग्नीच्या ज्वाला प्रदीप्त होऊन त्यांनी राणीसाहेबांच्या सुकुमार देहास भक्षून टाकिले! येणेप्रमाणे त्या अलौकिक पराक्रमपटू राजस्त्रीने स्त्रीजातीचे मुख्य भूषण आणि आपल्या क्षत्रियकुळाचे ब्रीद उत्तमप्रकारे संरक्षण करून आपला कृतसंकल्प शेवटास नेला!

◆◆

कारण ती सदैव पुरुष घोडे स्वाराप्रमाणे वावरत होती. इतकेच नव्हे तर जोपर्यंत सर रॉबर्ट हॅमिल्टन याने विश्वसनीय खबर देईपर्यंत तिच्या मृत्यूच्या बातमीवर आम्ही कुणी विश्वास ठेवलाच नाही.

दी कॅम्पेन इन सेंट्रल इंडिया, पृ. १८३

असो, एकंदरीत ह्यावरून इतके सिद्ध होते की, राणीसाहेबांच्या बाणेदार हेतूप्रमाणे त्यांच्या एकनिष्ठ सेवकांनी आपले कर्तव्य सोळा आणे बजावून आपल्या स्वामिणीच्या देहास म्लेंच्छांचा स्पर्श होऊ न देता तिचा अंत्यविधी उत्तमप्रकारे केला ह्यात शंका नाही.

प्रकरण १६ वे

उपसंहार

महाराणी लक्ष्मीबाईसाहेब ह्यांचा मृत्यू हाच श्रीमंत रावसाहेब पेशवे प्रभृती बंडवाल्यांच्या ऱ्हासकालाचा मुख्य प्रारंभ होय. ह्या वेळी त्यांच्या नुकत्याच बीजांकुर स्थितीत असलेल्या क्षणिक परंतु दैववशात् जोमदार होऊ पाहणाऱ्या राज्यसत्तेवर जो अपयशाचा जबरदस्त आघात बसला तो तिचे प्राण हरण करण्यास पूर्ण कारण झाला असे म्हटले तरी चालेल! राणीसाहेबांचे निधनवृत्त ऐकताच श्रीमंत रावसाहेब पेशवे व तात्या टोपे ह्यास अत्यंत दु:ख होऊन त्यांचे सर्व अवसान खचून गेले व त्यास आपला उजवा हात गळून पडला असे वाटू लागले! राणीसाहेबांसारखे तेज:पुंज पराक्रमी रत्न दुष्ट काळाने हरण केल्यामुळे त्यांच्या सर्व रणोत्साहावर कालिमा यावा आणि त्यांच्या युक्तिप्रचुर बुद्धीस मंदता येऊन त्यांना पलायनावाचून दुसरा कोणताही उपाय सुचू नये हे साहजिकच आहे! श्रीमंत रावसाहेब पेशवे व तात्या टोपे हे इंग्रज सैन्याच्या चातुर्यपराक्रमामुळे व स्वत:च्या बेबंद सैन्याच्या अवसानघातकीपणामुळे हताश झाले होते, आणि बंडवाल्यांस अनुकूल झालेले शिंदे सरकारचे लष्करी सरदार ऐनप्रसंगी स्वामिभक्तीचा कट्टा बाणा दाखविण्यास उद्युक्त झाले होते, त्यामुळे सर ह्यू रोज आदीकरून इंग्रज सेनापतीस ग्वाल्हेर सर करण्यास विशेष काल लागला नाही! राणीसाहेबांसारखा रणपटू मोहरा समरांगणी पतन पावताच बंडवाल्यांच्या सर्व सैन्यामध्ये शोकयुक्त औदासीन्य उत्पन्न झाले, आणि इंग्रजांच्या बेदम माऱ्यापुढे त्यांचा टिकाव लागण्याची आशा नाहीशी होऊन सर्व सैन्य सैरावैरा पळू लागले! त्यामुळे इंग्रज सेनापतीस आवेश उत्पन्न होऊन त्यांनी लष्कर राजधानीवर जोराने हल्ला केला! सर ह्यू रोज ह्यांनी 'सूर्यास्तापूर्वी शिंदे सरकारची राजधानी सर करीन' असा पण केला होता. त्याप्रमाणे त्यांनी

सायंकाळपर्यंत शेष राहिलेल्या बंडवाल्यांशी निकराने युद्ध करून विजय संपादन केला, आणि बंडवाल्यांच्या क्षणिक यशाचा पूर्ण अस्त करून त्यांना दशदिशा पळावयास लाविले.

ता. १९ रोजी सर ह्यू रोज, सर रॉबर्ट हॅमिल्टन, व मेजर मॅक्फर्सनप्रभृती विजयी योद्ध्यांनी अलिजाबहाद्दरांच्या लष्कर राजधानीत प्रवेश केला, आणि आपले दोस्त परमविश्वासू महाराज जयाजीराव शिंदे ह्यांना गादीवर बसवण्याचा विजयोत्साहपूर्वक प्रचंड समारंभ केला. ग्वाल्हेरचे विजयवृत्त ऐकून गव्हर्नर जनरल लॉर्ड कॅनिंग ह्यांनी अत्यंत हर्ष प्रदर्शित केला. त्यांनी शिंदे सरकारास राज्यारूढ करण्याबद्दल पूर्ण परवानगी देऊन, हे आनंदकारक वर्तमान सर्व हिंदुस्थानभर कळवून सर्व प्रजेकडून धन्यवाद मिळवण्याकरिता व आपला तेजस्वी राज्यदिनकर पूर्ण प्रदीप्त झाला हे व्यक्त करण्याकरता चोहीकडे तारा पाठविल्या. एवढेच नव्हे, पण कलकत्त्यास एक जाहीरनामा प्रसिद्ध करून हिंदुस्थानातील प्रत्येक शहरी शिंदे सरकारास सन्मानपूर्वक व जयघोषसूचक तोफांची सलामी द्यावी म्हणून आज्ञा फर्माविली. त्यामुळे प्रत्येक शहरी तोफांच्या आनंदसूचक प्रचंड आवाजांनी सर्व आकाश दुमदुमून गेले. चोहीकडे एकच जयजयकार होऊ लागला. खुद्द शिंदे सरकारच्या राजधानीमध्ये रोषणाई, मेजवान्या व दरबार ह्यांचा एकसारखा जलसा सुरू झाला. श्रीमंत अलिजाबहाद्दरांनी सर ह्यू रोज आदी इंग्रज सेनाधिकाऱ्यांस आपल्या फुलबागप्रासादामध्ये जंगी खाने देऊन त्यांचा फार गौरव केला. अशा प्रकारे ग्वाल्हेर येथील यशोदधीला अपरंपार भरती येऊन काही दिवसपर्यंत आंग्ल योद्ध्यांची अंत:करणे आनंदाने उचंबळून गेली!

ग्वाल्हेर येथे ब्रिटिश सरकारचा प्रतापसूर्य जो एकदा उदय पावला तो चिरप्रदीप्त झाला ही अत्यंत संतोषाची गोष्ट आहे. ह्यानंतर श्रीमंत रावसाहेब पेशवे, तात्या टशेपे वगैरे बंडवाल्यांनी काही दिवसपर्यंत इंग्रज सैन्यास त्रास देण्यास कमी केले नाही! परंतु तैलविरहीत दीपप्रकाश जसा निमिषमात्र प्रज्वलित होऊन समूळ नाहीसा होतो त्याप्रमाणे त्यांच्या सर्व प्रयत्नांचा शेवट झाला! ग्वाल्हेर येथून पळाल्यानंतर श्रीमंत रावसाहेब पेशवे, तात्या टोपे व बांदेवाले नबाब ह्यांच्याशी ब्रिगेडियर जनरल नेपियर ह्यांनी जावराअल्लीपूर येथे जो संग्राम केला व त्यात त्यांनी बंडवाल्यांच्या ह्या अग्रणींना जे एकदा पलायनरूपी दुर्दैवराहूच्या कठोर दंष्ट्रेत अडकविले तेव्हापासून त्यांना सुखाचा एकही दिवस

सापडला नाही! बांदेवाले नबाब लौकरच इंग्रज सरकारास शरण आले, व त्यांनी त्यांच्याकडून अभय घेऊन आपले प्राण संरक्षण केले! परंतु श्रीमंत रावसाहेब पेशवे व तात्या[१] टोपे ह्यांनी कित्येक दिवसपर्यंत इंग्रज सैन्याच्या चापल्याची परीक्षा पाहण्याकरिता म्हणा, किंवा आपले अद्वितीय पलायनचातुर्य सर्व जगास विश्रुत करण्याकरता म्हणा, इंग्रजांकडील जनरल नेपियर, जनरल रॉबर्टस्, जनरल मिचेल, ब्रिगेडियर पार्क, समरसेट, व्होम्स, होनर, मीड,

---

१. डाक्टर सिल्व्हेस्टर ह्यांनी तात्या टोप्याशी केलेल्या पाठलागाचे जे वर्णन केले आहे ते वाचले म्हणजे त्या पिशाचरूपी बंडवाल्याने इंग्रज सैनिकांना कैक दिवस आपली दाद लागू न देता त्यांची कोण त्रेधा उडविली हे चांगले दिसून येते. ग्वाल्हेरची लढाई झाल्यानंतरच्या स्थितीबद्दल लिहिताना डा. सिल्व्हेस्टर सांगतात :-

आता मुसळधार पाऊस पडू लागून मरणोन्मुख सैनिकांना उत्साह मिळाला तसेच या पावसाने रणांगणावर सांडलेले रक्तही पार वाहून गेले आणि आता तात्या टोपे संपूर्ण मध्यभारतात विजेच्या वेगाने लूट, धाडसी हल्ले यांनी इंग्रजांना भंडावू लागला. आता त्याला दक्षिण भारतात लष्करी उठाव होण्याची शक्यता वाटू लागली. पण त्याच्या दुर्दैवाने त्याच्या एवढी धमक आता दुसऱ्या कोणत्याच बंडवाल्यात नसल्याने सारे त्याला सोडून गेले. परागंदा झाले. पण तात्या आणि त्याचे विश्वासू साथीदार अद्यापि वेगवेगळ्या जिल्ह्यांतील शत्रूवर धूमकेतू सारखे कोसळून विध्वंस करीतच होते. हळूहळू त्याने ग्वाल्हेरहून आणलेला खजिना संपुष्टात येऊ लागला. त्याचा प्रभाव कमी कमी होऊ लागला आणि हा तेजस्वी तारा अस्ताचलाकडे झुकू लागला. काही वेळा काही बंडखोर छोटे छोटे राजे त्याच्या मदतीस येत. त्यांच्या मदतीने तात्या पुन्हा पूर्वीची भरारी घेण्याचा क्षीण प्रयत्न करी परंतु त्याला साधन सामग्रीची फारच चणचण पडू लागली व त्यामुळे जोरदार हल्ले तो पूर्वीसारखे शत्रूवर करू शकेना. या उलट मुंबई सरकारने सुमारे सहाशे मैलाच्या दंगल ग्रस्त भागातील इंग्रज सैन्यास साधन सामग्री, दारूगोळा, सैन्याची ताजी कुमक सातत्याने चालू ठेवली. त्यामुळे उत्तरेतील इंग्रज सेनानी पुऱ्या ताकदीने आखंडपणे लढू शकले. त्यात भर म्हणून पावसाळा सुरू झाला. आग्रा-टूंक रोड चिखलात खोल बुडून गेला. पण बंडवाले अशा बिकट वाटांवरून नद्या डोंगर लिलया ओलांडत. रस्ते नसताही विजेच्या वेगाने जिल्ह्याजिल्ह्यावर तुटून पडत. ज्या ठिकाणी युरोपियनांची संख्या अगदी कमी आहे. तात्याचा यावेळी पाठलाग करणे म्हणजे दलदलीने भरलेल्या प्रकाशाला पकडण्याचा प्रयत्न करणेच होते. ज्या वेळी पळून जाणे अगदी अशक्य असेल त्याचवेळी तात्या इंग्रज सैन्याशी दोन हात करी. क्वचित प्रसंगी त्याचा पराभवही होत असे पण त्याच्या हृदयातील जिद्द जराही कमी होत नव्हती... त्याचे चपळ घोडेस्वार यमदूतासारखे आमच्या भोवती सतत घिरट्या घालीत, लगेच पसारही होत. हंगामी

बेचर आणि सदरलंड इत्यादीनेक सेनानायकांशी वर्ष दीडवर्ष हुतुतू घालून त्यांच्याकडून 'तोबा तोबा' असे वदविण्यास कमी केले नाही! त्यांनी सर्व मध्यहिंदुस्थानभर एकच धुमाकूळ माजवून सोडला; अनेक संस्थानिकांना भयचकित करून टाकले; मोठमोठ्या मी मी म्हणणाऱ्या सेनापतींना चकवले; सिंहाप्रमाणे पाठलाग करणाऱ्या चपल वीरांना नजरबंद केले; क्षणांत दृग्गोचर होणाऱ्या व अस्त पावणाऱ्या पिशाचाप्रमाणे कृती आचरून मोठमोठ्या योद्ध्यांच्या हातावर

आणि कायमस्वरूपी असलेल्या आमच्या घोडदळाला त्याने चांगलेच दमवून टाकले. बहुतेक सर्वच ख्यातनाम आणि ताज्या दमाच्या सेनापतींना तात्या टोपेने बेजार करून टाकले होते. तात्याला पकडणे ही गोष्ट त्याच्या आवाक्यात उरली नव्हती. अफाट प्रदेश त्यांनी त्यासाठी तुडविला. सैनिकांनी आणि अधिकाऱ्यांनी आपले अनावश्यक तंबू, राहुट्या वगैरे सामान सुमान फेकून दिले. सड्या घोडदलासह ते दररोज चाळीस पाठलाग करीत होते. तर तात्याच्या पाठटणीचा वेग दिवसाला पन्नास होता. सततच्या घोडेसवारीमुळे आमच्या घोड्यांच्या पाठीला फोड आले. तेव्हा सरते शेवटी निदान आठदहा दिवस कुठेतरी आम्हाला मुक्काम करणे गरजेचे झाले. त्यानंतर सी. बी. हा अत्यंत महत्त्वाकांक्षी सेनापती पुढे झाला. त्याने ताज्या दमाचे घोडेस्वार, उंटस्वार रणांगणात उतरवले. त्याने केवळ तात्या टोपेचाच पाठलाग केला असे नव्हे तर आपल्यापेक्षा वरिष्ठ दर्जाच्या सेनापतीच्या हाताखाली फौजा देऊन वेगवेगळ्या दिशांनी तात्यावर सोडले. तात्याच्या पाठलागाच्या बाबतीत इंग्रज पलटणीने जी अपूर्व जिद्द, चिकाटी दाखवली, त्याला खरोखरीच तोंड नव्हती. भवति न भवती असाच हा पाठलाग चालू होता. शेकडो मृत उंट जंगलात निरनिराळ्या रस्त्यावर फेकून दिले जात.

मि. रसेल नामक 'लंडन टाइम्स'च्या सुप्रसिद्ध बातमीदारांनी तात्या टोप्यासंबंधाने ता. ४ डिसेंबर सन १८५८ रोजी जी हकिकत लिहिली आहे, ती वाचली म्हणजे ह्या लोकोत्तर पुरुषाच्या अचाट कृतींनी परदेशीय लोक देखील अगदी थक्क होऊन गेले होते हे सिद्ध होते. रसेल साहेबांनी तात्यासंबंधाने जे सुंदर वर्णन केले आहे ते ता. १७ जानेवारी सन १८५९ च्या लंडन टाइम्सच्या अंकामध्ये छापले आहे. ते दुर्मिळ व महत्त्वाचे असल्यामुळे आम्ही येथे सादर करितो :-

रस्ते चांगले नसले तरी, डोंगर, नद्या इ. कोणत्याही गोष्टी त्यांना तात्याच्या पाठलागापासून थांबवू शकत नव्हते. तेच त्यांचे एकमात्र ध्येय होते... "आमचा सगळ्यांत वैशिष्ट्यपूर्ण मित्र म्हणजे तात्या टोपे. तो आम्हाला त्रासदायक ठरला त्याहीपेक्षा ज्याची सदैव स्तुतीच करावी असा वैशिष्ट्यपूर्ण शत्रू होता. गेल्या जूनपासून त्याने सारा मध्य भारत धगधगता ठेवला होता. त्याने आमची शिबिरे लुटली. आमच्या खजिन्यावर हल्ला मारला, आमची शस्त्रागारे लुटली. मोठमोठी सैन्य उभी केली. रणांगणावर शत्रूशी दोन हात केले. आपले

तुरी दिल्या; व कांही दिवसपर्यंत आपल्या अघटित व अचाट कृत्यांनी सर्व जगास थक्क करून सोडले; परंतु अखेर त्या दोघांचाही हृदयद्रावक शेवट झाला! ग्वाल्हेर येथे हिंदुपदपादशाहीची पुन: संस्थापना करणारे श्रीमंत रावसाहेब पेशवे ह्यांचा सर्व आधार नाहीसा झाल्यामुळे त्यांना यतिरूप धारण करून पंजाबप्रांतातील अरण्यामध्ये आपल्या दुर्दैवाच्या अतर्क्य लीलेचा चमत्कार पाहात आपले आयुष्य कंठण्याचा प्रसंग आला. परंतु सन १८६२ साली इंग्रज बहादुरांनी त्यांना हस्तगत करून कानपूर येथे आणिले, आणि ता. २० ऑगस्ट रोजी ब्रह्मावर्त येथे फाशी दिले! श्रीमंताचे सेनापती तात्या टोपे ह्यांना आपल्या सदायशवंत प्रभूचा हा दु:खकारक शेवट पाहण्याचा किंवा ऐकण्याचा मुळीच प्रसंग आला नाही! ता. ७ एप्रिल सन १८५९ रोजी राजपुतान्यांतील एका जंगलामध्ये मेजर मीड नामक एका इंग्रज अधिकाऱ्याने तात्यांच्या राजा मानसिंग नामक एका मित्रास वश करून घेऊन त्याच्या अप्रतिम साहाय्याने त्यांना निजल्या जागीच पकडले, आणि ता. १८ रोजी सिप्री येथे फाशी दिले! मरणसमयी ह्या लोकोत्तर पुरुषाने शांतपणाने इतकेच सांगितले की, 'मी जे काय केले ते सर्व श्रीमंत पेशव्यांच्या हुकुमाप्रमाणे केले आहे. त्यात वाईट असे काहीच केले नाही. ह्याकरिता मला लवकर परलोकी पाठवा!' असो. येणेप्रमाणे बंडवाल्यांच्या प्रमुख अध्वर्यूंचा व त्यांच्या सैनिकांचा महाशूर इंग्रज योद्ध्यांनी लौकरच पूर्ण संहार करून जिकडे तिकडे स्वस्थता उत्पन्न केली, ह्याबद्दल त्यांचे अभिनंदन कोण करणार नाही?

सन १८५७ साली अनेक राजकीय कारणांमुळे हिंदुस्थानामध्ये उत्पन्न

अनेक सहकारीही गमावले. देशी संस्थानिकांकडून शस्त्र, दारू, गोळा, पैसा त्याने गोळा केला. तोही गमावला. नंतर त्याचा हेतू दुहेरी बनला, कित्येक आठवडे तो ३० ते ५० मैलांची दौड एका दिवसात मारीत असे.

त्याने आता नर्मदा नदी ओलांडून दक्षिणेस घुसण्याची तयारी केली. त्याने आमच्या पलटणींच्या मधून, मागून आणि पुढून आपला रस्ता शोधला होता. रणांगणाच्या रंगभूमीवर त्याने उत्कृष्ट बजावल्याने त्याचे विषयी गूढता राहिली. डोंगर, दऱ्याखोरी, खिंड, जंगल, नदीनाले या पैकी कशाचीही तमा न बाळगता तो मागे पुढे, बाजूला, वेड्या वाकड्या मार्गाने तुफानाप्रमाणे संचार करीत होता. टपाल गाड्यांवर हल्ले करून त्याने मुंबईकडे जाणारा पत्रव्यवहार ठप्प केला. आता तो खेडेगाव लुटू लागला, जाळून टाकू लागला. तरी एक थोर देशभक्त म्हणून त्याला सर्वच आदर दाखवतील.

टाईम्स, जाने. १७, १८५९

झालेले भयंकर वादळ लवकरच शांत झाले ही मोठी संतोषाची गोष्ट आहे. ह्या वादळामध्ये अराजनिष्ठेच्या प्रचंड लाटांनी ब्रिटिश राज्यसत्तारूपी नौकेच्या सुयंत्रित गतीस पुष्कळ धोका आणिला व आपल्या प्रत्येक आंदोलनाने तिला युद्धरूपी खडकावर जोराने आपटून तिचा फार नाश केला. तथापि सुदैवाने अशा भयंकर प्रसंगी तिचा कर्णधार व इतर नाविक ह्यांनी आपले बुद्धिचातुर्य पूर्ण व्यक्त करून अतोनात परिश्रम केल्यामुळे ती नौका त्या तुफानातून पार पडली ही सामान्य महत्त्वाची गोष्ट नाही! नामदार लार्ड कॅनिंग ह्यांच्यासारखे राज्यकारस्थानपटू, धीरोदात्त व चतुर पुरुष ह्या प्रसंगी हिंदुस्थानामध्ये सर्व सूत्रे उत्तमरीतीने चालवीत होते, व अनेक युद्धकलाविशारद सेनापती आपल्या प्राणांचीही पर्वा न करिता देशाभिमानाच्या अद्वितीय बाण्याने लढत होते, म्हणून बंडवाल्यांच्या अफाट सेनासागराचा सर्व प्रयत्न निष्फळ होऊन ब्रिटिश राज्यसत्तारूप नौका सुरक्षित राहिली असे म्हणण्यास काही हरकत नाही. ह्या समयी इंग्रज लोकांनी जे अलौकिक शौर्य दाखविले, जो अप्रतिम स्वदेशाभिमान व्यक्त केला, जो लोकोत्तर बुद्धिचातुर्याचा प्रकाश पाडला, तो त्यांस चिरभूषणप्रद होय. तथापि ह्या सर्वांपेक्षाही राजकीय दृष्टीने त्यांनी जी अत्यंत महत्त्वाची गोष्ट केली, ती यावच्चंद्रदिवाकरौ हिंदुस्थानच्या इतिहासात सुवर्णाक्षरांनी चमकत राहील ह्यात शंका नाही. ही गोष्ट म्हणजे हिंदुस्थानच्या प्रजेचे प्रेमबंधन हे होय.

परमोदार लॉर्ड कॅनिंग ह्यांनी चक्रवर्तिनी महाराणी व्हिक्टोरिया ह्यांच्या आज्ञेवरून ता. १ नोव्हेंबर सन १८५८ रोजी हिंदुस्थानामध्ये जो जाहीरनामा प्रसिद्ध केला तो ब्रिटिश सरकारच्या अद्वितीय कृपेचा पूर्ण प्रसाद होय. ह्या जाहीरनाम्यामध्ये महाराणी साहेबांनी जी आश्वासने दिली आहेत ती अत्यंत कल्याणकारक असून त्यांच्या योगाने ब्रिटिश राष्ट्राची सत्यप्रीती व प्रेमौदार्य पूर्ण व्यक्त होते. हा जाहीरनामा लॉर्ड कॅनिंग साहेबांनी हिंदुस्थानातील प्रत्येक ठिकाणी प्रसिद्ध केला, त्या वेळी सर्व प्रजेस किती आनंद झाला तो शब्दांनी व्यक्त करणे अशक्य आहे. हा जाहीरनामा म्हणजे आमच्या सरकारच्या प्रेमबंधनाची अत्युत्तम सनद आहे. ती ज्या दिवशी हिंदुस्थानवासी प्रजेस प्राप्त झाली, त्या दिवशी तिचा भाग्योदय झाला असेच म्हटले पाहिजे. खरोखर, सन १८५७ च्या बंडाचा हा केवढा अद्वितीय परिणाम आहे बरे?

असो. हा जाहीरनामा प्रसिद्ध केल्यानंतर लॉर्ड कॅनिंग ह्यांनी कानपूर, आग्रा, मीरत, दिल्ली, लखनौ, अंबाला, जबलपूर इत्यादी ठिकाणी स्वतः

लॉर्ड कॅनिंग

हिंदुस्थानचे गव्हरनर जनरल
सन १८५६-६२

जाऊन मोठमोठे दरबार भरविले व लॉर्ड डलहौसी साहेबांच्या अधाशी राजनीतीने भयभीत झालेल्या सर्व संस्थानिकांस व राजेलोकांस अभय देऊन, त्यांनी संकट समयी केलेल्या अप्रतिम साहाय्याबद्दल त्यांचे मन:पूर्वक आभार मानिले; आणि जिकडेतिकडे शांतता करून सर्व प्रजेच्या मनात ब्रिटिश सरकाराविषयी प्रेमभाव उत्पन्न केला. ह्या स्तुत्य कृत्याबद्दल लॉर्ड कॅनिंग साहेबांचे गुणानुवाद कोण गाणार नाही?

सन १८५७ च्या बंडाचा सर्वात महत्त्वाचा असा आणखी एक परिणाम घडून आला. तो हा की, ब्रिटिश सरकारास एतद्देशीय संस्थानिकांच्या इमानदारीबद्दल व त्यांच्या प्रेमभावाबद्दल चांगला अनुभव येऊन, संकटसमयी त्यांच्याकडून किती अत्युत्तम साहाय्य मिळते ह्याबद्दल त्यांची बालंबाल खात्री होऊन चुकली! त्यामुळे एतद्देशीय संस्थानिकांस दत्तक घेण्याचा पूर्ण अधिकार देऊन ती कायम ठेवणे हेच सार्वभौम सरकारचे आवश्यक कर्तव्य होय असे त्यास वाटू लागले. निजाम, शिंदे, होळकर, आणि पंजाबांतील शीख संस्थानिक अस्तित्वात होते म्हणून ह्या भयंकर प्रलयाचा जोर बिलकूल चालला नाही अशी सर्वत्र दृढ समजूत झाली[१].

इंग्लंडांतल्या माऊंट स्टुअर्ट एल्फिन्स्टन सारख्या अनुभवी व शहाण्या मुत्सद्यांनी 'शिंदे, निजाम व शीख सरदार ह्यांची संस्थाने जर खालसा केली असती तर ब्रिटिश राज्यसत्तेस कोठेच थारा मिळाला नसता' असे प्रांजलपणे

---

१. बंडाच्या वेळी एतद्देशीय संस्थानिकांचे किती अप्रतिम साहाय्य झाले ह्याबद्दल 'स्पेक्टेटर' नामक एका पत्रामध्ये पुढील वर्णन केले आहे :-

देशी संस्थानिकांनी उठावाच्या उद्रेगाबाबतच्या भावना दडपून टाकण्यास इंग्रजांना मनोभावे जे साहाय्य केले, स्वजनांचा क्षोभ गैरसमज पत्करून, परकीयांविरुद्ध उसळलेल्या देशाच्या भावनेला त्यामुळेच सहजी प्रतिबंध घालता आला. निजामाच्या मदतीमुळेच मद्रासचा बचाव होऊ शकला. बंडाच्या वेळी शिंदे सरकारानी जी इंग्रजनिष्ठा दाखविली त्यामुळेच मुंबईचा बचाव झाला. बंडवाल्यांचा अग्रणी जो मानाच्या तुऱ्यासारखा भासत होता त्या वादळाला शिंद्यांमुळेच अटकाव होऊ शकला. पंजाबातील जुने संस्थानिक इंग्रजांच्या बाजूने ठामपणे उभे राहिले. म्हणूनच पंजाब बचावला एवढेच नव्हे तर ह्या स्वातंत्र्याच्या ज्वाला दडपून टाकता आल्या.

इस्ट्रॅकर पब्लीश्ड इन ही रिट्रोस्पेक्टस ॲण्ड प्रॉसपेक्टस् ऑफ इंडियन पॉलिसी - २०३

कबूल केले[२]. असो. ह्याप्रमाणे एतद्देशीय संस्थाने कायम ठेवून सर्व प्रजा संतुष्ट करणे हीच ब्रिटिश राज्यसत्तेच्या खंबिरीची गुरुकिल्ली आहे असा सिद्धांत सर्वसामान्य झाल्यामुळे ब्रिटिश सरकारने मोठ्या औदार्यबुद्धीने हिंदुस्थानातील सर्व संस्थानिकांस दत्तक घेण्याची पूर्ण परवानगी दिली[१]. त्यामुळे त्या सर्वांस आपली जगद्वंद्यध प्राचीन घराणी कायम राहिली असे वाटून परकाष्ठेचा हर्ष

---

२. सन्माननीय माऊंट स्टुअर्ट एल्फिन्स्टन ह्यांनी ता. २० डिसेंबर सन १८५७ रोजी सर एडवर्ड कोलब्रुक ह्यांना एक पत्र लिहिले आहे, त्यात स्पष्टपणे म्हटले आहे :-

मला असे वाटते की, प्रादेशिक सुसंघटितपणा निर्माण करण्याबाबत आम्ही दाखवलेला उत्साह, संज्ञेचे केलेले केंद्रीकरण आणि प्रशासनातील जिनसीपणा हा त्या दिवसात इतका पराकोटीचा होता त्यामुळे उठाव दडपून टाकण्याची कामगिरी जलद पार पडू शकली. जर शिंदे, निजाम, आणि शीख संस्थानिक एकनिष्ठपणे आपल्या मागे उभे राहिले नसते तर आपली काय हालत झाली असती.

एशियाटिक जरनल खंड १८, पृ. ३३४

१. लॉर्ड कॅनिंग ह्यांनी आपल्या दत्तक प्रकरणाच्या ठरावामध्ये असे स्पष्ट लिहिले आहे की, "ब्रिटिश सरकारशी इमानेइतबारे वागणाऱ्या एतद्देशीय संस्थानिकांची राज्ये कायम ठेवली तर त्यापासून उलट आपले जास्त संरक्षण होण्याचा संभव आहे. एवढेच नव्हे, पण हिंदुस्थानावर जर परचक्र आले तर त्या वेळी ह्या संस्थानिकांचीच उत्तम मदत होईल. ह्याकरिता अशा संस्थानिकांना व त्यांच्या कुटुंबांना आम्ही उदारबुद्धीने व सन्मानाने वागविले पाहिजे व त्यांचा मुलूख संधी साधून ब्रिटिश सरकार आपल्या ताब्यात घेईल अशी त्यास शंकाही येऊ न देता त्यांचे स्वातंत्र्य नेहमी सुरक्षित राहील असे त्यास समजावून दिले पाहिजे." हे लॉर्ड कॅनिंग ह्यांचे उद्‌गार फार महत्त्वाचे असल्यामुळे ते जसेच्या तसेच येथे सादर करणे आवश्यक आहे.

भारतामधील आपले साम्राज्य सुरक्षित ठेवायचे असेल तर एकनिष्ठ अशा देशी संस्थानिकांचे संरक्षण करूनच ते साध्य होईल, ती संस्थाने खालसा करून नव्हे. जर कधी काळी भारतावर बाह्य आक्रमण झालेच तर, किंवा इंग्लंडला जर कधी वाटलेच की आपले हे पूर्वेकडील साम्राज्य धोक्यात आले तर अशा वेळी आपला सर्वात जवळचा एकनिष्ठ मित्र म्हणजे हे देशी संस्थानीकच आहेत म्हणूनच आपण त्यांना त्यांच्या प्रमुख सरदारांना, त्यांच्या राजकुटुंबातील लोकांना मानाने उदारपणे आणि प्रतिष्ठेनेच वागविले पाहिजे. त्यांना असा विश्वास दिला गेला पाहिजे कोणत्याही प्रकारची परिस्थिती निर्माण झाली तरी तुमचे स्वातंत्र्य आबादीतच राखले जाईल. भारतातील इंग्रजी भूभागात त्यांचे संस्थान विलीन करण्याची आपण संधी शोधत नाही ते त्यांना सांगितले पाहिजे.

ॲडोप्शन मिनीट्स, ३० एप्रिल १८६०

झाला. शिंदे सरकारास दत्तकाची परवानगी मिळाली हे आनंदवृत्त तेथील दरबारास कळताच तेथे प्रत्यक्ष पुत्रजन्माच्या उत्सवाप्रमाणे आनंदी आनंद झाला. राजपुतान्यातील रेवा संस्थानच्या महाराजांना ज्या वेळी दत्तक घेण्याची परवानगी मिळाली, त्या वेळी त्यांनी खुद्द लॉर्ड कॅनिंग साहेबांजवळ असे बोलून दाखविले की, "आमचे क्षत्रिय कुल आज ११०० वर्षे सर्वप्रसिद्ध होऊन राहिले आहे. ते नष्ट करण्याकरता मध्यंतरी जो दुर्दैवाचा वारा वाहात होता तो आपल्या अभयवाणीने आता सर्वस्वी नाहीसा झाला हे पाहून मला परकाष्ठेचा आनंद होतो[१]!" अशा प्रकारे हिंदुस्थानातील सर्व प्राचीन व इतिहासप्रसिद्ध राजकुले चिरकालिक करून ब्रिटिश सरकारने जी कीर्ती संपादन केली तिची प्रकाश जगत्प्रलयावधी चमकत राहील ह्यात संशय नाही. असो. सन १८५७/५८ च्या बंडापासून आणखी महत्त्वाचे फायदे ते काय व्हावयाचे? कुचल्याच्या कटु फलापासून ज्याप्रमाणे अमृतासारखा उपयोग व्हावा, त्याप्रमाणे ह्या भयंकर प्रलयापासून ब्रिटिश सरकारच्या कृपेमुळे आमच्या देशावर फार चांगले उपकार झाले असेच म्हटले पाहिजे व त्याबद्दल कृपामूर्ती[२] लॉर्ड कॅनिंग, इतर मोठमोठे ब्रिटिश मुत्सद्दी व परम दयाळू महाराणी व्हिक्टोरिया ह्यांचे आम्ही सदैव ऋणी असले पाहिजे.

असो. सन १८५७ च्या बंडाने ज्याप्रमाणे हिंदुस्थानचे चिरकालिक कल्याण झाले आहे, त्याप्रमाणे त्यात अनेक एतद्देशीय व परदेशीय योद्ध्यांचा अद्वितीय पराक्रम चांगला व्यक्त होऊन तो इतिहासांत सुवर्णाक्षरांनी नमूद झाला आहे. ही दिव्य मानवरत्ने ज्या देशात निर्माण झाली त्यास ती भूषणप्रद होत असे म्हणण्यास काही हरकत नाही. सर ह्यू रोज, जॉन लॉरेन्स, नेपियर इत्यादी जे वीर्यशाली पुरुष हिंदुस्थानांत आपले रणशौर्य गाजवून कीर्तिमंदिरात प्रविष्ट झाले आहेत त्यांचा इंग्लंड देशास फार अभिमान वाटतो, व त्याचे कौतुक गाण्यास तेथील लोक सदैव तत्पर असतात; ह्यावरून त्यांची स्वदेशप्रीती

---

१. 'अॅडॅपशन पत्रव्यवहार' लॉर्ड कॅनिंग ३० एप्रिल १८६०

२. लॉर्ड कॅनिंग ह्यांनी सन १८५७/५८ च्या बंडाच्या वेळी जे मानसिक औदार्य व दयाबुद्धी प्रकट केली, ती अगदी अप्रतिम असल्यामुळे त्यांना Clemency Canning 'कृपामूर्ती कॅनिंग' असे नाव प्राप्त झाले आहे.

३. सन १८५७ च्या बंडामध्ये सुप्रसिद्ध झालेल्या जॉन लॉरेन्स, सर ह्यू रोज व नेपियर इत्यादी पराक्रमी पुरुषांचे अभिनंदन करिताना एका इंग्रज ग्रंथकाराने जे उद्‌गार

किती जागृत आहे हे चांगले कळून येते[३]. ह्यावरून अर्थात अशा नामांकित पुरुषांच्या व गुणग्रहणपटू इंग्रज लोकांच्या अभिनंदनास आमच्या देशातील जी मानवरत्ने पात्र झाली आहेत, त्यांच्या चरित्रकथा आम्ही विशिष्ट गुणाभिरुचीने माहीत करून न घेणे म्हणजे आपली स्वदेशाच्या इतिहासाविषयीची निष्काळजी व्यक्त करणे होय! सन १८५७ च्या बंडामध्ये हिंदुस्थानातील ज्या स्त्रीरत्नाने आपल्या अलौकिक प्रभेने सर्व जगास थक्क करून सोडले त्याच्या शुद्ध गुणांबद्दल आम्ही अभिमान बाळगून त्यास इतिहासात अग्रस्थानी भूषित करणे आमचे कर्तव्य आहे. तेजस्वी हिरा अशुद्ध जागेमध्ये पडला तरी त्याची योग्यता रत्नपरीक्षक कधीही कमी समजणार नाहीत. झाशी संस्थानच्या अतुल पराक्रमी महाराणी लक्ष्मीबाईसाहेब ह्या आमच्या दुर्दैवाने जरी बंडवाल्यांच्या पक्षास मिळाल्या होत्या, तरी त्यांचे तेजस्विता, स्वाभिमान, शौर्य, आणि बुद्धिचातुर्य इत्यादी गुण प्रशंसनीय होत ह्यात शंका नाही. सर ह्यू रोज सारखा रणशूर योद्धा की ज्याच्या शौर्यगुणासंबंधाने अर्ल ऑफ् डर्बी, ड्यूक ऑफ् केंब्रीज आणि लॉर्ड पामर्स्टन ह्यांनी धन्यवाद गाइले, ज्याच्या अतुल पराक्रमाचे वर्णन करता करता अनेक इंग्रज वर्तमानपत्रकार स्तुतिसरितेत बडून गेले, ज्याच्या यशस्वी कर्तबगारीबद्दल 'बॅरन स्ट्रॅदनेर्न ऑफ स्ट्रॅदनर्न अँड झाशी' म्हणजे स्ट्रॅदनेर्न आणि झाशी येथील सरदार असा किताब मिळाला, व फील्डमार्शलची बहुमानाची पदवी मिळाली, या रणधुरंधर योद्ध्यांबरोबर एका पडदानशीन स्त्रीने कित्येक दिवसपर्यंत एकसारखी टक्कर देऊन व त्यास

काढिले आहेत ते आमच्या देशबांधवांनी पूर्ण लक्षात ठेवण्यासारखे आहेत. ते म्हणतात:-

जॉन लॉरेन्सचे शौर्य, सर ह्यू रोजची चिकाटी, अत्यंत शहाणा, समयसूचक गव्हर्नर जनरल लॉर्ड केनिंग लॉर्ड नेपिएर या साऱ्यांच्या प्रयत्नातून ब्रिटिश साम्राज्य मोठ्या संकटातून पार पडले. नेपिएर जर आता आपल्यात नसले तरी त्यांच्या असामान्य बुद्धीमुळे विजय निश्चितच सुलभ झाला. बंडाच्या काळात वावरत असणाऱ्या सर्व पुरुषांकडे नि:पक्षपाती पाहिले तर त्याचे कर्तृत्व डोळ्यात भरते. न्याय बुद्धीचा आणि देशभक्तीच्या भावनेचा प्रत्यय येईल. आम्ही या साऱ्यांचा कृतज्ञतापूर्वक आदर करतो. त्याची नावे आमच्या सदैव स्मरणात राहतील आणि आशा करतो. इंग्रजांच्या भावी पिढ्याही कृतज्ञच राहतील. त्यांची थोरवी हेच आमचे मौल्यवान राष्ट्रीय धन आहे.

कॅनिंग - सर के. एस. कॅनिंगहॅम के. सी. आय. इ. पी. २१५

आपल्या अपूर्व तेजाने दिपवून टाकून त्याच्याकडून धन्यवाद मिळवावेत ही सामान्य गोष्ट नव्हे. ह्यावरून सर ह्यू रोज ह्यांचा थोरपणा व गुणग्राहकत्व ही चांगल्या रीतीने व्यक्त होतात. अशा लोकोत्तर दिग्विजयी पुरुषाच्या अभिनंदनास जे स्त्रीरत्न पात्र झाले, त्याचे प्रकाशन हे सन १८५७ च्या भयंकर बंडाच्या शोकपूरित व हृदयद्रावक अशा इतिहासातील एक संस्मरणीय कौतुक असून ते इतिहासप्रिय जनांच्या आनंदास सर्वकाल कारण होईल ह्यात संशय नाही.

महाराणी लक्ष्मीबाईसाहेब ह्यांनी दुर्दैवाने जो पक्ष स्वीकारला होता तो न स्वीकारता त्या सार्वभौम ब्रिटिश सरकारच्या वतीने लढत्या, तर त्यांचा ब्रिटिश राष्ट्राकडून फार गौरव झाला असता व त्यांचे अनेक प्रकारे देव्हारे माजले असते. परंतु तसा योग आला नाही त्यास कोणाचाच उपाय नाही. परमेश्वर बुद्धी देतो त्याप्रमाणे सर्व गोष्टी घडून येतात. त्याच्या कृपेने ज्याची मसलत सिद्धीस जाते तो शहाणा ठरतो व त्याच्या कृतीचे सर्व लोक मंडन करू लागतात; व त्याच्याच अवकृपेने ज्यास यश:सिद्धी होत नाही तो लोकांच्या दूषणास पात्र होतो; हा नियम व्यवहारात नेहमी आढळून येतो. त्याप्रमाणे पाहिले तर केवळ काही चमत्कारिक कारणामुळे राणीसाहेब बंडवाल्यास सामील झाल्या म्हणून त्यांच्याविरुद्ध प्रलाप काढण्यास कोणी इंग्रज इतिहासकार तयार झाले तर त्यात मोठेसे नवल नाही; परंतु तसे न होता जर अनेक इंग्रज ग्रंथकार त्यांच्या वास्तविक गुणांचे अभिनंदन करण्यास पुढे सरसावतात तर मात्र त्यांच्या उदार बुद्धीबद्दल, नि:पक्षपातपणाबद्दल आणि गुणग्राहकतेबद्दल आम्ही त्याचे कृतज्ञ अंत:करणाने आभार मानून त्यांच्या प्रशंसनेस पात्र झालेल्या दिव्य स्त्रीरत्नाची आमच्या देशाच्या अद्वितीय भूषणात अग्रस्थानी गणना केली पाहिजे.

राणीसाहेबांच्या लोकोत्तर गुणांबद्दल आंग्लदेशीय विविध जनांनी आनंदभराने जे उद्‌गार काढले आहेत ते पाहिले म्हणजे जणू त्यांनी 'गुणा: पूजास्थानं गुणिषु न च लिंग न च वय:' ह्या भवभूती कवीच्या उक्तीप्रमाणे राणीसाहेबांच्या गुणसमुच्चयास आपल्या हृदयमंदिरात श्रेष्ठस्थान देऊन आपल्या स्तुतिसुगंधमय वाक्पुष्पांनी त्यांचे परोपरीने पूजन केले आहे असे वाटते. ही त्याची उदार कृती अवलोकन करून प्रत्येक स्वदेशाभिमानी गृहस्थाच्या नेत्रातून व मुखातून एकसमयावच्छेदेकरून आनंदाश्रू व धन्योद्‌गार आल्यावाचून राहणार नाहीत. सर ह्यू रोज सारख्या योद्ध्याने, कवी मोरोपंत ह्यांनी म्हटल्याप्रमाणे:-

आर्यार्ध.

अरिच्याहि सद्‌गुणांते प्रेमें वाखणितात सुज्ञानी।।

ह्या नियमास अनुसरून, सर्व जगास असे विश्रुत केले की, "राणीसाहेबांच्या अत्युच्च कुलीनतेमुळे, त्यांच्या आश्रितजनांविषयीच्या व सैनिकांविषयीच्या अपार औदार्यामुळे, आणि त्यांच्या बिकटप्रसंगी यत्किंचितही न ढळणाऱ्या अद्वितीय धैर्यामुळे त्याचे विशेष वजन चढून त्यांच्या पक्षास भयंकर स्वरूप प्राप्त झाले[१]!" आणि त्यांचे मृत्युवृत्त ऐकून त्या दिग्विजयी पुरुषाने शोकयुक्त स्वराने पुनः असे उद्गार काढले की, "ग्वाल्हेरच्या लढाईचा अतिशय महत्त्वाचा परिणाम म्हटला म्हणजे झाशी संस्थानच्या महाराणी लक्ष्मीबाईसाहेब ह्यांच्या मृत्यू हा होय. त्या जात्या अबला होत्या तरी प्रतिपक्षाकडील त्या अतिशूर आणि अत्युत्तम सेनाग्रणी होत्या[२]!" डा. लो ह्यांनी ग्वाल्हेरच्या विजयाचे वृत लिहिताना असे म्हटले आहे की, "आमच्या सर्वव्यापक शत्रूबरोबरच्या मोहिमेमध्ये जी अत्यंत महत्त्वाची गोष्ट घडून आली ती, जीवावर उदार झालेल्या योद्ध्यांपासून व त्यांच्या सुशिक्षित सैन्यापासून ग्वाल्हेर हस्तगत करणे ही होय. ह्या लढाईमध्ये त्यांचा अतिशय दृढनिश्चयाचा, पाणीदार आणि प्रबल पुढारी- जी झाशीची राणी-ती पतन पावली[३]!" मार्टिन नामक इतिहासकाराने राणीसाहेबांच्या तेजस्वीपणाचे वर्णन करताना त्यांची रजपूत वीरांशी तुलना करून असे म्हटले आहे की, "लक्ष्मीबाई ह्या तारुण्याच्या भरात असून अत्यंत सुंदर होत्या; त्यांचे मन उत्साहपूर्ण असून शरीर चांगले सशक्त होते; आणि त्यांच्या ठिकाणी सुप्रसिद्ध

---

१. राणी लक्ष्मीबाई आपल्या उच्च दर्जाच्या सद्‌गुणांमुळे, सैनिकास असणाऱ्या तिच्या अमर्याद प्रेमामुळे, अद्वितीय धैर्य, शौर्य आदी सद्‌गुणांमुळे तिची प्रतिष्ठा विशेष वाढू बंडवाल्यांच्या पक्षास व्यापक क्षेत्र प्राप्त झाले.

डिसपॅच, एप्रिल १८५८

२. ग्वाल्हेरच्या लढाईचे मुख्य फलित म्हणजे झाशीच्या शूर राणीचा दुःखद मृत्यू होय. एक स्त्री असून सुद्धा तत्कालीनात अत्यंत शूर, हिंमतवान सेनापती म्हणून श्रेष्ठ ठरली.

३. आमच्या ह्या सर्वव्यापक शत्रूशी (बंडवाल्यांशी) लढताना एक महत्त्वाची गोष्ट आम्हाला साध्य करून घ्यायची होती ती म्हणजे स्वतःच्या जीवावर उदार झालेल्या त्यांच्या या सेनापतीच्या आणि त्यांच्या प्रशिक्षित सैन्याच्या तावडीतून शिंद्यांचे ग्वाल्हेर पुन्हा हस्तगत करून घेणे. ते सारे लोक एकाच ध्येयाने वेडे झालेले होते. त्या साऱ्यांची मुगुटमणी शोभणारी राणी लक्ष्मीबाई आता या जगात उरलेली नाही.

सेंट्रल इंडिया पृ. ३०१

रजपूत वीर राणा उम्रा (हा जहांगीर बादशाहाचा प्रतिपक्षी होता) ह्या प्रमाणे:-

''मनस्वी म्रियते कामं कार्पण्य न तु गच्छति''

प्राण गेला तरी पत्करला पण मानहानी पत्करावयाची नाही असा पूर्ण बाणा होता[१].''

सर एड्विन आर्नोल्ड ह्यांनी विस्मयानंदपूर्वक राणीसाहेबांच्या पराक्रमगुणांचे प्रशंसन करता करता असे म्हटले आहे की, ''जी स्त्री राज्यकारभार चालविण्यास असमर्थ आहे असे वाटून आम्ही एक संस्थान खालसा केले, तीच स्त्री प्रचंड सैन्याचे आधिपत्य स्वीकारण्यास पूर्ण समर्थ झाली असे आम्हास आता कळून आले!'' एवढेच नव्हे, पण त्यांनी राणीसाहेबांच्या शौर्याची फार तारीफ करून त्यांना प्राचीनकाली रोमन लोकांशी लढणाऱ्या इंग्लंडातील बोडिशिया नामक रणशूर राणीची उपमा दिली आहे[२]. डब्ल्यू. सी. टॉरेन्स नामक एका पार्लमेंटसभेच्या

---

१. झाशीची राणी अत्यंत तरुण वयाची आणि असामान्य लावण्यवती होती. तसेच शरीर आणि मन अत्यंत निरोगी, सुदृढ होते. त्यांच्या ठिकाणी राजपुतान्यातील प्रख्यात वीर राणा उम्रा जो जहांगीरचा कडवा प्रतिपक्षी (शत्रू) होता त्याच्याप्रमाणे प्राण गेला तरी बेहत्तर पण मानहानी कधीही पत्करायची नाही असा दृढ बाणा होता.

इंडियन एम्पायर पृ. ३०३.

२. जी स्त्री एक अबला राज्य चालविण्यास असमर्थ ठरवून कमी लेखले, तिचे संस्थान खालसा केले, तिने आपण कमीत कमी उत्कृष्ट सेनापती, निर्भय सैनिक असल्याचे दाखवून दिले. दक्षिण, पूर्व भारतात तिचे नाव बंडखोरांची मुख्य नेता म्हणून सर्वतोपरी झाले. हिंदू आणि मुस्लिम दोन्ही समाजात तिला आदराचे स्थान मिळाले. जणू काही ती त्यांची स्वरदी बोडेशियाच होती. तिच्या लष्करी डावपेचामुळे शिंद्यांचे ग्वाल्हेर उर्वरीत मध्य भारतापासून अलगच पडले. दिल्ली बंडवाल्यांनी गमवल्यापासून काही आठवडे, महिने या शूर राणीने सर ह्यू रोज सारख्या कसलेल्या ज्येष्ठ सेनापतीला आपल्या सैन्यासह यशस्वी तोंड दिले. काल्पी येथील लढाईत तिने आपल्या सैन्याचे कुशलपणे नेतृत्व केले. काल्पीतून बाहेर पडून तिने ग्वाल्हेरचा किल्ला लढवून दुसऱ्यांदा आम्हाला कैचीत पकडले. त्या कुशल लढवय्या स्त्रीचा काहीच दोष नव्हता की तिचे सैन्य शेवटी पार विस्कळित झाले. गोंधळून पळून गेले. लढवय्या पुरुषाचा पोषाख धारण करून ती आपल्या सैनिकास इंग्रजांवर पुन्हा पुन्हा तुटून पडण्यास प्रोत्साहित करीत होती आणि शेवटी जेव्हा उंट स्वारांच्या तुकडीने सर ह्यू रोजच्या नेतृत्वाखाली वरच्या बाजूस रेटले त्यावेळी तिच्या सैन्याची शेवटची ओळ विस्कळित झाली. सर्वांच्या प्रमाणेच राणीच्याही सर्व आशा-आकांक्षा नष्ट झाली.

डलहौसी - ॲडमिनिस्ट्रेशन ऑफ दि. इंडिया १९५२ पृ. १५२

सभासदांनी राणीसाहेबांचे वर्णन करिताना त्यांना फ्रान्स देशामध्ये १५ व्या शतकाच्या मध्यंतरी लोकप्रसिद्ध होऊन गेलेल्या जोन ऑफ आर्क नामक एका शौर्यगुणान्वित स्त्रीरत्नाची उपमा दिली आहे, आणि "तुमुल व निकराच्या युद्धामध्ये देखील कित्येक तासपर्यंत घनघोर झुंज झाले तरी राणीसाहेब काही केल्याने रणविन्मुख होत नसत!" म्हणून आश्चर्योद्गार काढले आहेत[१]! जस्टिन मॅकर्थी ह्यांनी आपल्या सत्य प्रिय मधुरवाणीने राणीसाहेबांची प्रतापशाली वीरमंडलामध्ये गणना करून अभिनंदनपूर्वक असे म्हटले आहे[२] की, सर ह्यू रोज ह्यांनी, उदार व विजयी योद्ध्याप्रमाणे, मोठ्या आनंदाने, राणीसाहेबांस सन्मानपूर्वक जी स्तुतिपुष्पांची मनोहर माला समर्पण केली आहे, ती 'गुणी गुणं वेत्ति' ह्या न्यायाने अगदी उचित असून त्यांच्या उज्ज्वल यशास पूर्ण शोभा देणारी आहे. ह्या मालेमध्ये त्यांनी सुगंधयुक्त पुढील पुष्प गोविले आहे:-

---

१. झाशीची राणी अत्यंत हातघाईच्या लढाईतसुद्धा मागे फिरत नसे. घोड्यावर स्वार होऊन, पुरुषी रणवेश धारण करून आपल्या सैन्याच्या तुकडीबरोबर महिनोन महिने दौड करत राहिली. तिच्या निर्भय, निष्ठावान सहकाऱ्यांच्या दृष्टीने तर ती जोन ऑफ आर्क होती. सर ह्यू रोजच्या सैन्याला तिच्यापेक्षा कुणीच जास्त सतावले नाही. बेडरपणे ती आपल्या सैन्यासह त्याच्या तुकडीवर तुटून पडत होती. तासन्तास लढत राहिली आणि जेव्हा अशक्य झाले तेव्हाच तिने रणांगणातून माघार घेतली.

एम्पायर इन एशिया पृ. ३७६

२. इंग्रजी सैन्याला शेवटपर्यंत रणांगणात तोंड देणारा बंडवाल्याचा एकमेव नेता म्हणजे झाशीची राणी लक्ष्मीबाई. तिचे संस्थान आपण पूर्वीच पाहिल्याप्रमाणे आम्ही विलीन करून टाकलेले होते. तिने आपले सर्व सामर्थ्य बंडवाल्याच्या मागे उभे केले होते. ती सर्वार्थाने क्रांतिकारक, बंडखोर होती. केवळ उठाव करण्याचा तिचा हेतूच नव्हता. तिने तात्या टोपे, नानासाहेब पेशवा यांच्याकडे धाव घेतली. दिल्ली बंडवाल्यांना सोडून द्यावी लागली तरी पुढे कित्येक महिने सर ह्यू रोज आणि इंग्रजांबरोबर लढाया चालूच ठेवल्या. ग्वाल्हेर जिंकून घेताना आम्हाला तिचा कडवा विरोध सहन करावा लागला. पुरुषी घोडेस्वाराचा पोशाख चढवून ती इंग्रजी तुकडीवर हल्ल्यामागून हल्ले बेधडक चढवत होती. शेवटी तिने याच लढाईत लढताना मरण स्वीकारले. एखाद्या वीर योद्ध्याला शोभतील अशा जखमा तिला झालेल्या होत्या. सर ह्यू रोजने तिला वीराला साजेशी मानवंदना दिली. तो आपल्या सैन्याला म्हणाला... शत्रूकडील सर्वश्रेष्ठ योद्धा ही एक स्त्री होती. ती आज मृत्यू पावलेली आहे. ती स्त्री म्हणजेच झाशीची राणी लक्ष्मीबाई.

हिस्ट्री ऑफ आवर टाईम्स जुस्टीन मॅककार्थी एम. पी. १११

"शत्रूच्या पक्षाकडील अत्युत्तम मनुष्य म्हटले म्हणजे झाशी संस्थानच्या महाराणी ह्या होत."

असो. अशाप्रकारे ज्याच्या विमल गुणांच्या परिमलाने पाश्चात्त्य जनांची अंत:करणे तुष्ट होऊन स्वानंदभराने डुलत आहेत, त्या अतुल पराक्रमी वीर्यशालिनी महाराणी लक्ष्मीबाईसाहेबांसारखे दिव्य स्त्रीरत्न आमच्या आर्यावर्तास ललामभूत व्हावे व त्याच्या अत्युत्तम गुणांच्या प्रकाशाने प्रत्येक राजनिष्ठ व स्वदेशाभिमानी मनुष्याच्या अंत:करणात त्यांच्याविषयी अभिमान व पूज्यबुद्धी उत्पन्न व्हावी हे साहजिक आहे. अशा अद्वितीय स्त्रीरत्नाचा गुणमहिमा जास्त वर्णन करण्यास कोण समर्थ [१]आहे?

---

१. एतद्देशीय गृहस्थांनी राणीसाहेबांसंबंधाने पुष्कळ चांगले उद्गार काढले आहेत. त्यापैकी मासल्याकरिता पुढील दोन उतारे आम्ही येथे सादर करितो.

१८५७ च्या उठावाच्या या कालखंडावर ह्या राणीच्या अद्वितीय रणकौशल्याचा अविस्मरणीय ठसा उमटलेला आहे. झाशीची राणी लक्ष्मीबाई अत्यंत नाजूक आणि अप्रतिम सौंदर्यवती असली तरी अत्यंत सुदृढ शरीराची देणगी लाभलेली, अत्यंत धाडशी, रणकुशल सेनानी होती. तिचे वय २६ ते ३० च्या दरम्यान असू शकेल. तिची देशभक्तीची भावना तीव्र असून ती आपल्या उज्ज्वल चारित्र्याबाबतही तेवढीच प्रसिद्ध होती. बंडाचा वणवा पेटण्यापूर्वी काही वर्षे ही राणी आपल्या दत्तक पुत्राला- कै. गंगाधररावांच्या वारसाला मांडीवर बसवून झाशीचा कारभार करीत होती. तिच्यावर प्रजेचे अतोनात प्रेम होते. सर्वच दृष्टीने विचार करता झाशीची राणी अत्यंत आदर्श राज्यकर्ती स्त्री होती.

द नॅशनल गार्डियन डिसेंबर १४, १८९१.

अजमीर येथील 'राजस्थानसमाचार' नामक हिंदी पत्रकर्त्यांनी महाराणी लक्ष्मीबाईसाहेब यांचे संक्षिप्त चरित्र लिहिताना पुढील उद्गार काढिले आहेत :-

"प्रियपाठक! दु:खदारिद्रसे पूर्ण हताश भारत की शोचनीय अवस्थामें एक बार इस अपूर्व विषय का चिन्तन करो; कल्पनाके संमोहन नेत्र में एकबार भयंकरी महाशक्तिकी ओर देखो, हृदय में अश्रूतपूर्व, अचिंत्यपूर्व, अनाख्यादितपूर्व एक कैसे अनिर्वचनीय रसका संचार होगा - लक्ष्मीबाई बीर पुरुषके वेषमें घोडेपर सवार होकर अपनी मराठी सेनाको चलाने लगी। ब्रिटिस सेना के साथ युद्ध होने लगा। लक्ष्मीबाईनें इस संग्राममें किसी प्रकार की कातरता नहीं दिखाई। उसनें कई मास तक असीम साहससे, अकुतोभयसे अंग्रेजों के साथ युद्ध किया, सुदक्ष ब्रिटिश सेनापति कई मास तक इस वीर्यवती वीरांगना का अद्भुत रणकौशल्य और असामान्य साहससे विस्मित होकर मुक्त कंठसे उसके

असो. शेवटी ज्या जगच्चालक प्रभूने सन १८५७ सालच्या बंडाचा गोड शेवट करून हिंदुस्थानावर महाकीर्तिमान ब्रिटिश राष्ट्रांचे राज्यछत्र कायम केले त्याचे अनंत उपकार मानून, त्याच्याच कृपेने त्या राष्ट्राच्या सत्य, सरल

यशोगानमें तत्पर हुआ! प्रथम युद्ध में लक्ष्मीबाईने अपना असाधारण पराक्रम दिखलाया था। उस के संग्रामनैपुण्यमें ब्रिटिश सेनापति सर ह्यू रोजका सैन्यदलभी बिशृंखल और हतवीर्य्य हो गया था। इस वीरांगनाके वीरत्व का यशोगान कौन गायेगा?

इस निर्जीव भारतमें कौन सहृदय ऐतिहासिक यह अनंत कीर्तिकी कहानी अक्षय अक्षरमें लिख सकेगा? भारत यथार्थही जगतमें अतुलनीय है। जिन्हों ने महासंग्राममें नेपोलियन जैसे अलोकसामान्य बीरपुरुषकोभी हतगौरव किया था; भारत की बीररमणी उनके सैन्यदलको निर्मूल करनेमें कृतहस्त हुई है। प्रचंड निदाघके भयंकर समयमें भारत की महाशक्ति ब्रिटिश सेनापतिकी शक्ति नाश करनेमें उद्यत हुई है। इस अपूर्व भावकी गंभीरता जानना सबको साध्य नहीं है - बहुतसी सेना नाश हो गई तो भी लक्ष्मीबाईकी तेजस्वितामें किसी प्रकारकी न्यूनता नहीं हुई। उसने फिरसे महापराक्रम से कालपी में युद्ध किया; अंत में कालपी अंगरेजों के हाथमें गई तो भी लक्ष्मीबाई का उत्सव तथा उद्यम नष्ट नहीं हुआ। जिन्होंने उसका राज्य लिया है, उसके पुत्रको सामान्य लोगोंकी दशामें डाला है; चाहें जैसे हो; उनकी क्षमताका नाश करना उसका एक मात्र उद्देश्य था। लक्ष्मीबाईने इस उद्देश्यसिद्धि के लिये अपना जीवनउत्सर्ग किया। वीररमणी की यह प्रतिज्ञा कभी स्खलित नहीं हुई थी - वीरत्वकी इस उज्वल मूर्तिमें किसी समय किसी प्रकारकी कालिमाकी छायाका स्पर्श नहीं हुवा था। ईस्वी सन १८५८ की १७ जून को लक्ष्मीबाईने ग्वालियरके आसपास अंगरेजी सेनाके साथ लढाई की। फिर भैरव रवसे 'युद्धं देहि' कहके ब्रिटिश सेनापति सर ह्यू रोजके सामने हुई। यह युद्ध बीररमणीके जीवनका अन्तिम युद्ध था। इस युद्धकी अन्तिम घटिकामें बीर मणीके जीवनस्तोत्र स्वर्गीय अमृतप्रवाहमें मिल गया। इस युद्धमें बीरांगनाके असाधारण पराक्रम दिखानेसें सर ह्यू रोजनें कहा था कि 'लक्ष्मी बाई थी तो रमणी तथापि वह विपक्षियो में सबसे अधिक साहसनी और सबसे अधिक रणपारदर्शिनी थी' बीरपुरुष को अंगनाका सच्चा वीरत्व समझा था। इसीसे सम्मानके साथ प्रकृत वीरत्व की ऐसी गौरव रक्षा करता है। इस भयंकर युद्ध में लक्ष्मीबाई और उसकी बहन अपनी सेना के आगे रहती थी। दोनो कबचसे आच्छादित, दोनो घोडोंपर सवार और दोनो वीरपुरुषके वेषमें सज्जित थी। कई घंटेतक घोरतर युद्ध किये पीछे दोनो भगनियें जब रणभूमिमें से फिरकर पीछी आती थीं तब विपक्षी तुरक सवारकी गोली अथवा तलवारके आघातसे दोनोंके प्राणवायु का अवसान हुआ। रणक्षेत्रमें वीरांगनाद्वयका पतन ब्रिटिश सेनापतिके नयनगोचर नहीं हुआ। अनामें इनकी रक्ताक्त देह पवित्र समर क्षेत्रमें दृष्टि पडी। मृत देहकी रक्षाके लिये लक्ष्मीबाईके विश्वासी देहरक्षक प्राणार्पण करनेको

आणि शुद्ध अशा राज्यपद्धतीने हिंदुस्थानचे चिरकल्याण होवो एवढी प्रार्थना करून हा चरित्र लेख आम्ही संपवितो.

◆ ◆

चारों ओर खडे थे। तत्काल चिता तय्यार की गई और देखते देखते परम सुंदरी बीररमणीयुगल की देह भस्मपात होगई। लक्ष्मीबाई के जीवन नाटकका यह अंतिम अंक कैसे गंभीर भावका उद्दीपक है? अपनी स्वाधीनताके लिये युवती बीररमणी ऐसा असाधारण आत्मत्याग करे।

अहा! कैसे गंभीर उपदेशका परिपोषक है! हा इस गंभीर भावसे कौन प्रमत्त होगा! इस गंभीर उपदेशके लिये कौन कान न देगा।''

श्रीमंत दामोदरराव झाशीवाले

महाराणी लक्ष्मीबाईसाहेब यांचे दत्तक पुत्र.

श्रीमंत दामोदरराव झाशीवाले ह्यांची हकिकत

ग्वाल्हेरच्या लढाईमध्ये महाराणी लक्ष्मीबाईसाहेब मृत्यू पावल्यानंतर त्यांचे दत्तक पुत्र श्रीमंत दामोदरराव ह्यांची हकिकत पुढे काय झाली, हे वाचकास कळविणे अवश्यक आहे. ही हकिकत म्हणजे दुर्दैवाची कहाणीच आहे. तथापि ती अत्यंत हृदयद्रावक व बोधपर असून खुद्द श्रीमंतांनी लिहिली असल्यामुळे फार महत्त्वाची झाली आहे. तिच्यावरून बंडाच्या परिसमाप्तीनंतर झालेल्या लोकस्थितीचे हूबेहुब चित्र दिसून येते. ह्या हकिकतीमध्ये विशेष फेरफार न करता ती श्रीमंतांच्या शब्दांनी जशीच्या तशीच आम्ही येथे देतो.

"आमच्या मातोश्री राणी लक्ष्मीबाईसाहेब कैलासवासी झाल्यानंतर आम्ही तीन दिवस ग्वाल्हेर येथे राहिलो, व राणीसाहेबांच्या अस्थी घेऊन त्यांच्या पदरच्या रामचंद्रराव देशमुख, रघुनाथसिंग, गणपतराव मराठा, न्हनेखां रिसालदार इत्यादी काही विश्वासू नोकरांसह श्री. रावसाहेब पेशवे यांच्यापासून अलग झालो. त्या वेळी आमच्या बरोबर राणीसाहेबांचे फौजेपैकी फक्त ६० मनुष्ये, २२ घोडे, आणि ६ उंट एवढा सरंजाम शिलक होता. बाकीचे सर्व लोक इंग्रज सैन्याची सरशी होताच जिकडे वाट फुटेल तिकडे निघून गेले; व पुढे लार्ड कॅनिंग साहेब गव्हर्नर जनरल ह्यांचा माफीचा जाहीरनामा प्रसिद्ध झाल्यावर त्यांनी इंग्रज सरकारची माफी मागून स्वत:चा बचाव केला. असो. ग्वाल्हेर येथील युद्धाची थोडीबहुत शांतता झाल्यानंतर चौथे दिवशी आम्ही वरील ६० मंडळींसह ग्वाल्हेरीहून निघालो व आडमार्गाने चंदेरीकडे चालते झालो. मार्गात कोठे गाव लागत, त्या गावात आम्ही उतरण्यास गेलो व तेथील लोकास आम्ही झाशीच्या राणीसाहेबांचे लोक आहोत असे समजले म्हणजे ते 'तुम्ही बागी (बंडवाले) आहात, सबब तुम्हास आम्ही आपले गावात राहू दिले असता

इंग्रज सरकार आम्हांस शिक्षा करील असे म्हणून आम्हांस आपल्या गावात उतरू देखील देत नसत. तेव्हा आम्हांस लाचार होऊन वेत्रवती नदीच्या किनाऱ्या किनाऱ्याने, इंग्रज सरकार पकडून नेतील ह्या भीतीने, गुप्तपणे राहणे भाग पडले. त्या वेळेस आम्हांजवळ तंबू, राहुट्या वगैरे काहीएक नव्हते. यामुळे वर आकाश व खाली जमीन अशा स्थितीत दिवस काढावे लागले ! कोठे कोठे निबिड जंगलांतील हिंस्र पशूंच्या आश्रयस्थानाचा स्वीकार करून तेथे वास्तव्य करणे भाग पडले. ह्या भयंकर अरण्यामध्ये कधी कधी सूर्यदर्शनदेखील होत नसे. त्या लोकवस्तीपासून दूर असलेल्या निर्जन प्रदेशामध्ये दोन दोन तीन तीन दिवसपर्यंत आम्हांस आटासामान वगैरे मिळत नसे. त्यामुळे आम्हांस आपला चरितार्थ अरण्यातील कंदमुळांवर चालवावा लागत असे ! कारण त्या दिवसांत इंग्रज सरकारची फौज सर्वत्र पसरली होती, त्यामुळे, कदाचित एखादेवेळी इंग्रजांच्या फौजेचा मुकाबला झाल्यास ते धरून नेतील ह्या भयाने सिधासामुग्री आणण्याकरिता आसपासचे गावात जाण्यास देखील आमच्या बरोबरची माणसे धजत नसत. केव्हा केव्हा आठचार दिवसांनी दोनचार मनुष्यांनी मिळून मोठ्या मुष्किलीने एखादे गावात जाऊन आटा वगैरे घेऊन यावा. त्यातून ते दिवस बरसातीचे असल्यामुळे मेघराजाची पूर्ण कृपा झाली म्हणजे तर आमच्या फजितीस पार नसे ! कारण मग तो आटा देखील मिळत नसे !! परंतु करणार काय ? तशा स्थितीत निमूटपणे राहणे भाग पडले ! अशा प्रकारे महासंकटांत दोन महिने घालविल्यावर बरसात चांगलीच लागली. तेव्हा आता काय करावे ही मोठी पंचाईत पडली. अशा विवंचनेत आम्ही हिंडत हिंडत तालबेट कोठरा परगणे चंदेरी ललतपूर या गावापर्यंत आलो व त्या गावचे ठाकूर दिवाण शंकरसिंग व गंभीरसिंग ह्यांची भेट घेतली. आणि ह्या गावात राहण्याबद्दल काही दिवस आम्हास जागा द्या अशी त्याजपाशी आम्ही विनंती केली. तेव्हा त्यांनी सांगितले की, '' तुम्ही झाशीवाल्या राणीचे लोक आहात. या प्रांतामध्ये इंग्रज सरकारची फौज नेहमी फिरत असून ललतपुरास त्यांचे ठाणे आहे. तेव्हा तुम्हास आम्ही आपल्या गावात ठेवल्यास तुमच्यामुळे इंग्रज सरकारची आमच्यावर अवकृपा होईल, सबब गावात राहण्यास आमच्याने तुम्हास जागा देववत नाही. परंतु आमचे गावचे जंगलात तुम्ही आश्रय केला तर तेथे आम्ही तुम्हास काही मदत देऊ.' आजपर्यंत जंगलात देखील आम्हास कोणाचाच आश्रय नव्हता, तो आता तेवढा तरी मिळाला असे पाहून, दुःखात

सुख मानून, आम्ही त्या ठाकुरांचे म्हणणे मान्य केले, व तालबेट कोठऱ्याच्या जंगलामध्ये राहिलो. या वेळेस आमच्या बरोबरच्या लोकांपैकी सर्वात मुख्य काय तो रघुनाथसिंग म्हणून एक राणीसाहेबांच्या पदरचा वृद्ध सेवक होता. त्याचा व सदर ठाकुराचा असा ठराव झाला की, सर्व लोकांचा एके ठिकाणी जमाव राहिल्यास इंग्रज लोक कदाचित पकडतील, म्हणून सर्व लोकांनी एके ठिकाणी न राहता, दहा दहा माणसांच्या टोळ्या करून दहापाच कोसांच्या अंतराने राहावे; व १०/१२ लोकांनी ह्या गावच्या अरण्यामध्ये राहावे. जे लोक येथे राहतील त्यास सिधासामग्री ठाकुराने जंगलामध्ये पोहोचवावी व आमच्या जवळच्या घोड्यांपैकी ९ घोडे व ४ उंट ठाकुरने आपल्या घरी ठेवावे. ह्या सर्व खर्चाबद्दल ठाकुरास आम्ही दरमहा ५०० रुपये द्यावे. व ठाकुराने इंग्रज सरकारचे फौजेची खबर आम्हांस वेळोवेळी देत जावी. याप्रमाणे ठराव झाल्यानंतर रघुनाथसिंगाने ९ घोडे व ४ उंट ठाकुराकडे पाठविले; व आम्ही, रघुनाथसिंग, बाळू गोडबोले शागीर्द, लक्ष्मण आचारी व काशी कुणबीण वगैरे मिळून १०।१२ मनुष्ये कोठऱ्याचे जंगलात येऊन राहिलो व रामचंद्रराव देशमुख वगैरे बाकीचे लोकांस थोडे थोडे खर्चास देऊन दुसरीकडे रवाना केले. ते राहिलेले घोडे व उंट घेऊन मोठ्या दुःखाने आमच्यापासून अलग झाले! असो. ठाकुराचा व आमचा ठराव झाल्याप्रमाणे तो आठ-चार दिवसांचे सामान एकदम आमच्याकडे पाठवीत असे व वेळोवेळी इंग्रज सैन्याची आम्हास खबरही देत असे.

आमचे वसतिस्थान कोठरा गावापासून चारपाच मैलांवर वेत्रवती नदीच्या किनाऱ्यावर पहाडामध्ये गुंफेसारखी एक जागा आहे तेथे होते. येथे करकरा या नावाचे एक महादेवाचे स्थान आहे. त्या स्थानी काही दिवस आम्ही राहिलो. ह्या ठिकाणी वेत्रवती नदी पहाडावरून २५ हात खाली मोठ्या जोराने पडत आहे. त्यामुळे तेथे नैसर्गिक कुंडे तयार होऊन त्या स्थळास एक प्रकारचे रमणीयत्व आले आहे. हे स्थान आमचे विश्रांतीमंदिर होऊन राहिले!

ह्या ठिकाणी असा एक चमत्कार आहे की, त्या कुंडात मासे मुळीच नाहीत. असे असून भाद्रपद मासी पितृपक्ष लागला, म्हणजे तेथे आपोआप हजारो मासे उत्पन्न होतात व कुंडाचे बाहेर येऊन मरून पडतात; आणि पितृपक्ष संपला की तेथे एकही मासा दृष्टीस पडत नाही. याचप्रमाणे दुसरा एक चमत्कार असा आहे की, सदरील गावापासून दोनतीन कोसांवर दुसरा एक

मोठा पहाड आहे; त्यास सिद्धनाथ बोवाचा पहाड असे म्हणतात. त्या पहाडाचे माथ्यावर एक वीतभर लांबीरुंदीचा व तितकाच खोल असा पाण्याचा झरा आहे. त्यातील पाणी चांगले मिष्ट असून ते कितीही काढले तरी ते बिलकुल कमी होत नाही. जेव्हा पाहावे तेव्हा तो निर्झर जलपूरित असतो. ही दोन स्थळे आमच्या त्या निसर्गप्रासादांतील रंजनयोग्य वस्तू होत!

कोठऱ्याचे व आसपासचे अरण्यांत वाघ, अस्वले वगैरे हिंसक पशूंची समृद्धी कमी नव्हती. तथापि त्यांच्या सहवासांत सुखरूपपणे आम्ही बरेच दिवस घालविले. एके ठिकाणी राहिलो तर कदाचित आमच्यावर काही संकट ओढवेल की काय ह्या भीतीने, त्या अरण्यात निरनिराळ्या ठिकाणी थारेपालट करून आम्ही राहात होतो. सर्व जंगलामध्ये हिंस्त्र पशूंचा सुळसुळाट असल्यामुळे कित्येक रात्री आम्हास झाडावर माळे करून त्यात निजायाचा प्रसंग येई. सर्व रात्रभर तरुशिखरावरील पर्णशय्येमध्ये निजावे आणि सूर्योदय झाल्यानंतर खाली यावे असा क्रम आम्हास कित्येक दिवस चालवावा लागला. केव्हा केव्हा एखादा वाघ किंवा अस्वल आमच्यावर मोहरा करून आले तर आम्हास सर्व वेळ वृक्षावरील माळ्याचाच आश्रय करावा लागे. अशा प्रकारे दोन-पावणे दोन वर्षे आम्ही कोठऱ्याचे व त्याचे आसपासचे अरण्यात काढली! अशा स्थितीत उन्हाळा, पावसाळा व हिवाळा यांचा ताप आम्हास किती दुःसह झाला असेल तो सांगता येत नाही!

मनुष्य कितीही सशक्त असला तरी त्याला नेहमी अनेक गावी तापत्रय काढण्याचा प्रसंग पडल्यास व खाण्यापिण्याचीही अव्यवस्था झाल्यास, त्यापासून त्याचे शरीरांत विकृती झाल्याशिवाय राहात नाही व आम्ही एक तर अल्पवयी, व दुसरे जन्मापासून असा अरण्यात फिरण्याचा प्रसंग आम्ही कधी अनुभविला नसल्यामुळे आमची प्रकृती सदैव बिमार होती. परंतु वर्ष-दीड वर्षानंतर भाद्रपद मासी एके दिवशी आमची तबियत एकाएकी अतिशय बिघडली, ती इतकी की कोणत्याही गोष्टीची आम्हांस शुद्ध राहिली नाही. अशा स्थितीत निवाऱ्याची जागाही मिळणे मुष्कील व औषधोपचाराचाही अभाव! कारण, आमचेबरोबरच्या मनुष्यात कोणी जाणता नव्हता व कोठरा गावातही कोणी वैद्य नव्हता. तेव्हा आमच्या बरोबरच्या मंडळीस अतिशय चिंता उत्पन्न झाली, व त्यांनी शंकरसिंग ठाकुराकडे जाऊन त्याची अनेक प्रकारे विनवणी केली. आमचे आयुष्य अद्यापि संपले नसल्यामुळे त्या ठाकुराचे अंतःकरणात ईश्वराने प्रेरणा केल्यावरून त्यास

थोडीशी दया उत्पन्न झाली, व त्याने आपल्या मामास गुप्तरीतीने आमच्याकडे पाठविले. त्याने आमची तबियत पाहून आम्हास काही औषध दिले. त्यांच्यायोगाने दिवसेंदिवस आमच्या प्रकृतीस गुण पडत जाऊन लौकरच अरण्यातील आणखी दुःखे भोगण्यास आम्ही तयार झालो!

राणी लक्ष्मीबाई ह्या कैलासवासी झाल्या त्या वेळी आम्हापाशी रोख रुपये व चांदी सोने मिळून सुमारे ७० हजारांचा ऐवज होता. त्यातून दरमहा ठाकुराची भर करिता आमच्याजवळील सर्व रोकड ऐवज संपला व पुढे दागदागिन्यांतून त्याची भर करण्याचा प्रसंग आला! परंतु आमच्याजवळील ऐवज एखाद्या गावात जाऊन मोडण्याची देखील आमच्या नोकरांस भीती असल्यामुळे सर्व चांदी-सोने त्या ठाकुरास तराजूने तोलून देणे भाग पडले, आणि त्याचा काही भाव न करता तो म्हणेल ती किंमत कबूल करावी लागली. याप्रमाणे दोन पावणे दोन वर्षामध्ये आमच्याजवळील सर्व ऐवजाची विल्हेवाट लागली! व आम्ही निष्कांचन बनलो असे त्या ठाकुरास समजले; तेव्हा त्याने आम्हास, आता तुम्ही येथून दुसरीकडे जा, असे स्पष्ट सांगितले. तेव्हा तेथून निघणे आम्हास भाग पडले. त्या वेळेस आमच्याजवळ जे काही थोडेबहुत द्रव्य राहिले होते, ते त्या गावामध्ये विकून आमच्या नोकरांनी वाटखर्ची करिता २०० रुपये जवळ केले, व ठाकुरापाशी घोडे व उंट परत मागितले. त्या वेळी त्याने ९ घोड्यांपैकी ३ घोडे मात्र आम्हांस परत दिले व बाकीचे घोडे व उंट मेले असा रोकडा जबाब दिला! आम्ही सर्व परीने लाचार असल्यामुळे त्याशी भांडून तरी काय उपयोग,असे समजून, त्याने कृपाळू होऊन दिलेल्या तीन घोड्यांसह व १०/१२ मनुष्यांसह तेथून निघालो, ते ३।४ दिवसांनी सिप्री कोल्हारस येथे आलो. मार्गात आणखी आमचे १०।१२ लोक आम्हांस भेटले, त्यांसुद्धा २२ मनुष्ये आमच्याजवळ झाली.

आम्ही दोन वर्षे अशा प्रकारची परमावधीची दुःख भोगिली, जवळचा सर्व पैसा खर्च होऊन गेला, इतकी आमची दुर्दशा झाली तरी आमचे नष्टचर्य अद्यापि संपले नाही! ते आमचा पुरा सूड उगविण्यास अगदी तत्पर होतेच! आम्ही सिप्री कोल्हारस इलाखा शिंदेशाई येथे आलो व एका बगीच्यामध्ये उतरलो, ही बातमी तेथील कमाविसदारास समजली. त्यास आम्ही झांशीच्या राणीचे म्हणजे बागी (बंडवाले) लोकांपैकी आहोत असा वहिम आला व त्याने आम्हास अटकवून ठेवण्याचा घाट घातला. परंतु आमच्या जवळचा चतुर

सेवक रघुनाथसिंग ह्याने कमाविसदारास आमची माहिती सांगून व त्याची मूठ गार करून कशी तरी आपली सुटका करून घेतली. नंतर आम्ही सिप्रीहून निघून छीपा बडोद म्हणून पाटण इलाख्यापैकी एक गाव आहे तेथे देऊन दाखल झालो.

सिप्री येथे जे संकट ओढवणार होते त्यातून जेमतेम करून आम्ही पार पडलो, परंतु बडोद येथे पुन: नवीन संकट उत्पन्न झाले. त्या गावी वाणीजातीचा एक कमाविसदार होता. त्याला आमची खबर समजताच तो आम्ही उतरलो होतो तेथे आला व तुम्ही झाशीच्या राणीचे लोक म्हणजे बंडवाले आहात असे म्हणून आम्हांस कैद करून गावात घेऊन गेला. तेथे त्याने आम्हास तीन दिवसपर्यंत एका गढीमध्ये ठेविले व चौथे दिवशी आमच्याबरोबर १० स्वार व २५ पायदळ देऊन पाटण येथील एजंट साहेबांकडे आमची रवानगी केली! त्या वेळेस त्याने आमच्याबरोबरचे घोडे व इतर सर्व अजबाब ठेवून घेतला. त्यामुळे त्या अल्पवयात आम्हास पायी चालण्याचाही प्रसंग आला! परंतु राणीसाहेबांच्या निस्सीम सेवकांनी आम्हास पाठीवर घेतले व स्वारांच्या घोड्यांबरोबर बडोद येथून कुच केले. बडोदपासून तीन चार मैलांवर एक नदी आहे, तेथे आम्ही आलो व शौचमुखमार्जनाकरिता खाली उतरलो. तो ईश्वराची लीला अगाध असल्यामुळे त्यास आमची दया आली, व त्याने एक चमत्कारिक योग उत्पन्न करून आमच्यावरील पायी चालण्याचा प्रसंग नाहीसा केला.

आम्ही ग्वाल्हेर सोडल्यावर तालबेट कोठरा येथे आलो तेव्हा आमचे बरोबर ६० लोक होते. इतके एके ठिकाणी राहणे बरोबर नाही असे तेथील ठाकूर शंकरसिंग ह्याने सांगितल्यावरून आम्ही १०/१२ लोक मात्र आमच्याजवळ ठेवून घेऊन, बाकीच्या लोकास आसपास राहण्याकरिता निरनिराळ्या ठिकाणी रवाना केले होते. त्याप्रमाणे त्या लोकांपैकी न्हनेखां रिसालदार व गणपतराव मराठा हे दोघे पाटणास गेले व तेथील पृथ्वीसिंग राजाचे पदरी त्याने नोकरी धरली. पाटणाहून छावणी आगर इलाखा शिंदेशाई ही लांब नसून तेथे इंग्रज सरकारचे फौजेची छावणी होती, व मेजर फ्लीक साहेब त्या वेळेस तेथे पोलिटिकल एजंट होते. न्हनेखांने मोठ्या युक्तीने एजंट साहेबांकडे जाऊन त्यांची ओळख करून घेतली; व एक दिवस, झाशीवाल्या राणीसाहेबांसंबंधाने गोष्टी चालल्या असताना सहज अशी गोष्ट काढली की, "राणीसाहेबांचा ९/१० वर्षांचा एक अज्ञान मुलगा आहे. तो ग्वाल्हेर येथे राणीसाहेब मृत्यू

पावल्यापासून इंग्रज सरकारच्या भीतीने अरण्यात राहून अनेक दु:खे भोगीत आहे. त्या अज्ञान मुलाने इंग्रज सरकारच्या विरुद्ध काहीएक केले नाही. तथापि त्याच्या प्राणावर काही संकट गुदरेल की काय अशा भीतीने राणीसाहेबांचे नोकर त्यास लपवून छपवून ठेवीत आहेत, व राणीसाहेबांच्या आज्ञेप्रमाणे त्याचे प्राण रक्षण करीत आहेत. आपण जर त्या प्रतापी राणीच्या प्रिय बालकावर दया कराल व त्याचे संरक्षण करण्याची उदार बुद्धी बाळगाल तर आपला चांगला लौकिक होईल.'' मेजर फ्लीक साहेब मोठा उदारधी पुरुष असून झाशीच्या राणीसाहेबांसंबंधाने त्याच्या मनात फार चांगला ग्रह होता, त्यामुळे त्याने न्हनेखां ह्यास 'त्या शूर राणीच्या मुलाचे आम्ही मोठ्या आनंदाने संरक्षण करू' असे सांगितले, व त्यांनी इंदूर येथील सेंट्रल इंडियाचे पोलिटिकल एजंट कर्नल शेक्सपीयर यांस ताबडतोब एक पत्र पाठविले. त्यांनीही न्हनेखांचे म्हणणे कबूल करून त्या मुलास आणून आमचेकडे पाठवावे म्हणजे आम्ही त्याचा बंदोबस्त करू असे मेजर फ्लीक यास लिहून पाठविले! नंतर मेजर फ्लीक ह्यांनी न्हनेखांस आम्हास आणण्याबद्दल सांगितले. त्यावेळी न्हनेखांने अर्ज केला की, 'आम्ही त्याकडे जाऊन त्यास आणू; परंतु मार्गात कोणी आम्हास अडथळा केला तर मग तेथून आमची सुटका कोण करणार? ह्याकरिता साहेबांनी आपली काही मनुष्ये आमच्या बरोबर द्यावी म्हणजे मी त्या मुलास घेऊन येईन.' एजंट साहेबांनी न्हनेखांचे हे म्हणणेही मान्य केले व सेंट्रल इंडिया हॉर्स ह्या रिसाल्यापैकी दोन स्वार त्याजबरोबर दिले. ते स्वार घेऊन न्हनेखां पाटणास आला व नंतर तेथून त्याने गणपतराव मराठा याजबरोबर ते स्वार देऊन त्यांना आमच्याकडे पाठविले. आमचे राहण्याचे ठिकाण वगैरे सर्व न्हनेखां व गणपतराव यांस माहीत असून आम्ही कोठच्याहून निघून सिप्रीपावेतो आल्याची खबरही त्यास लागली होती. त्याजवरून गणपतराव ते स्वार घेऊन सिप्रीकडे येत होता. तो बडोदहून निघून आम्ही ज्या नदीवर उतरलो होतो तेथेच तो आला व त्याची व आमची मार्गात त्या स्थळी भेट झाली. गणपतराव मराठ्याने आम्हास ओळखून व आमची दीन स्थिती पाहून नेत्रांतून अश्रू ढाळले, व बरोबरच्या इंग्रज स्वारास सांगितले की, 'झाशीवाल्या राणीसाहेबांचे हेच पुत्र होत!' नंतर त्या स्वरांनी आमची पूसतपास केली व आम्हांस कैद करून पाटणास घेऊन चाललेल्या स्वारांस 'हे लोक आमच्या स्वाधीन करा' असे बोलणे लाविले. तेव्हा त्यापैकी एक स्वार परत बडोद येथे आला व त्याने

तेथील कमाविसदारास झालेला सर्व वृत्तांत सांगितला. तेव्हा कमाविसदार तेथे आला, व त्याने इंग्रज सरकारचे स्वार पाहताच आमचा सर्व अजबाब व घोड परत पाठवून देऊन आम्हास बंदमुक्त केले. अशा रीतीने हे संकट नाहीसे झाले.

नंतर आम्ही आपले घोडे वगैरे घेऊन इंग्रज स्वारांबरोबर पाटण येथे आलो. पाटणास आल्यानंतर आमच्या बरोबरच्या रघुनाथसिंग व गणपतराव वगैरे मंडळीने तेथील राजा पीरथीसिंग (पृथ्वीसिंग) ह्यांकडे जाऊन त्याची व आमची भेट करविली. राजाने झाशी संस्थानचा मोठेपणा व राणीसाहेबांची योग्यता लक्षात घेऊन आमची चांगली सरबाई ठेविली व आम्हास खर्चाकरिता दहा रुपये रोज करून देऊन आठदहा दिवस राहण्याबद्दल आग्रह केला आणि असे सांगितले की, तुम्ही येथे राहिल्यास आम्ही येथील एजंट साहेबांचे मार्फत अजमीरच्या रेसिडेंटास लिहून तुमचा चांगला बंदोबस्त करून देऊं. परंतु त्यांचे म्हणणे मान्य करण्याची त्यावेळी आम्हांस बुद्धी झाली नाही! आमच्या दुर्दैवाने पुरी पाठ घेतल्यामुळे पीरथीसिंग राजांस आम्ही असे उत्तर दिले की, ज्या अर्थी आगरच्या छावणीत नेण्याकरिता आमच्याकडे इंग्रज स्वार आले आहेत, त्या अर्थी तिकडे जाणेच आम्हास इष्ट दिसते. हा जबाब ऐकताच राजेसाहेबास फार वाईट वाटून त्यांनी आम्हांस पाटणपासून दोन मैलांवर मेघजीन म्हणून एक मकान आहे तेथे नजरकैदेत ठेविले. मात्र आमची खाण्यापिण्याची एकंदर व्यवस्था पूर्ववत् चांगली ठेविली. येथे आम्ही तीन महिने होतो!

पीरथीसिंग राजाने आमच्याबरोबरच्या इंग्रज स्वारांसही अटकाविले. तेव्हा त्यांनी हा मजकूर आगर येथील एजंट मेजर फ्लीक यास कळविला. त्यांनी अजमीर चे रेसिडेंटास लिहिले. त्यावरून तीन महिने पावेतो त्यांचा व राजाचा आपसांत पत्रव्यवहार होऊन अखेर अजमीरचे रेसिडेंटानी राजास असे लिहिले की, आगर एजंटाकडील स्वार अटकावून ठेवण्याचे आपणास कारण नाही. आपण ते स्वार व झाशीच्या राणीचा मुलगा आगर छावणीकडे बिनहरकत पाठवून द्यावा. येणेप्रमाणे राजेसाहेबांस लिहून आल्यानंतर आमची तेथून सुटका झाली व आम्ही आगरचे छावणीस आलो.

पाटणचे राजाचे म्हणणे आम्ही ऐकिले नाही व आम्ही तेथून आगरचे छावणीत जाण्यास निघालो तरी तेथील राजाने आपली उदारबुद्धी दाखविण्यास कमी केले नाही. आम्ही ज्यावेळी पाटणाहून निघालो व राजेसाहेबांचा शेवटचा

निरोप घेतला, त्या वेळी त्यांनी आम्हांस वाटखर्चाकरिता ६०० रुपये दिले, आणि आमच्याबरोबर २ गाड्या व एक दोन उंट देऊन काही मनुष्येही दिली. नंतर मजल दरमजल मार्ग क्रमण करीत आम्ही पाटणहून आगर येथे येऊन पोहोचलो. तेथील छावणीत आल्यानंतर मेजर फ्लीक साहेबांची व आमची भेट झाली. साहेबबहादुरांनी आमचा फार गौरव केला व प्रेमळ शब्दांनी आम्हांस अभय दिले. त्या वेळी आमच्या जवळ द्रव्य बिलकूल राहिले नव्हते. नाही म्हणावयास जवळ ३२ तोळे सोन्याची दोन कडी मात्र होती. परंतु ती साहेबबहादुरांच्या भेटीसंबंधाने रघुनाथसिंगास जी तयारी करावी लागली व दरबारी रीतीप्रमाणे जो नजर नजराणा करावा लागला, त्या बाबतीत खर्च होऊन गेली! झाशीहून निघालो त्या वेळी आमच्या जवळ जे जवाहीर होते ते सर्व हा वेळपर्यंत नाहीसे झाले व शेवटी आमच्यावर लक्ष्मीची पूर्ण अवकृपा झाली!

असो. आम्ही पाटणास आलो ही खबर आमचे प्राणसंरक्षक व राणीसाहेबांचे एकनिष्ठ सेवक रामचंद्रराव देशमुख ह्यास समजली, तेव्हा ते आपल्या जवळच्या ७/८ घोड्यांसुद्धा तेथे येऊन दाखल झाले व आणखीही नोकर मंडळी आमच्याजवळ येऊन हजर झाली. गणपतराव मराठा तर आमचे बरोबरच होता. न्हनेखां मात्र पाटणच्या राजाजवळ नोकर असल्यामुळे तो तेथेच राहिला. तो खेरीज करून बाकीच्या सर्व लोकांनिशी आम्ही आगर छावणीस आलो हे वर सांगितलेच आहे. आगर येथे आल्यानंतर व पोलिटिकल एजंटची व आमची मुलाखत झाल्यानंतर रामचंद्रराव देशमुख, गणपतराव मराठा व रघुनाथसिंग आदी स्वामिनिष्ठ सेवकांनी एजंट साहेबांस आमची सर्व हकिकत सादर करून त्यांच्या दयार्द्र अंतःकरणांत आमच्याविषयी चांगला ग्रह उत्पन्न केला, आणि त्यांच्याकडून आमची भावी व्यवस्था चांगली व्हावी असा घाट घातला.

आगरचे पोलिटिकल एजंट चांगले भले मनुष्य होते; परंतु आमची व्यवस्था करण्याचे काम त्यांच्या हातात मुळीच नव्हते. कारण झाशी संस्थानाशी आमचा संबंध असल्यामुळे त्याची व्यवस्था करणे सेंट्रल इंडियाच्या पोलिटिकल एजंटकडे होते. तेव्हा आगर येथील पोलिटिकल एजंट साहेबांनी इंदूर येथील रेसिडेंट साहेबास पत्र देऊन आम्हांस नीट बंदोबस्ताने तिकडे रवाना केले. आगरहून निघाल्यानंतर पाचवे दिवशी म्हणजे ता. ५ मे सन १८६० रोजी, आम्ही छावणी इंदूर येथे येऊन पोहांचलो.

इंदूर येथे आल्यावर आमची व सर रिचमंड शेक्सपीयर यांची भेट झाली. त्यांनी आमची नीट रीतीने पूसतपास केली, व आपले नेटिव्ह असिस्टंट मुनशी धरमनारायण म्हणून काश्मिरी ब्राह्मण होते, त्यांच्याकडे सरकारतर्फे आमची व्यवस्था सोपवून आमचे हरएक प्रकारे संरक्षण करण्याबद्दल वचन दिले. ह्यावेळी आमचेजवळ शहाणे मुत्सद्दी वगैरे कोणी नव्हते. शागीर्दपेशाची व शिपाई बाण्याची सर्व मंडळी होती. त्यांच्यापैकी चारपाच लोकास ठेवून घेऊन बाकीच्यास मुनशी धरमनारायण ह्यांनी रजा दिली. पुढे रेसिडेंट साहेबांनी आमच्या संबंधाने हिंदुस्थान सरकारकडे रिपोर्ट करून त्यावेळच्या खर्चाच्या मानाप्रमाणे आम्हास दरमहा १५० रुपये पेनशन देण्याचा ठराव केला! त्या वेळी आमची बाल्यावस्था असल्यामुळे व आमच्याजवळ कोणी सरकार दरबारात वागलेला व आमची कळकळ बाळगणारा मनुष्य नसल्यामुळे रेसिडेंट साहेबांनी केलेल्या पेनशनच्या ठरावाबद्दल मुळीच वाटाघाट न होता तो अमलात आला!''

असो. येणेप्रमाणे श्रीमंत दामोदरराव हे कृपाळू ब्रिटिश सरकारच्या उदार आश्रयाखाली इंदूर येथे येऊन राहिले. वीस-पंचवीस लक्षाच्या झाशी संस्थानच्या खऱ्या अधिपतीस एवढीशी अल्प नेमणूक घेऊन साधारण मनुष्याप्रमाणे राहण्याचा प्रसंग यावा ही दैवदुर्विपाकाची कमालच समजली पाहिजे; परंतु कृपाळू इंग्रज सरकारने त्या संस्थानच्या मोबदला एवढी तरी उदारबुद्धी व्यक्त केली त्याबद्दल त्यांचे अभिनंदनच केले पाहिजे! असो. मुनशी धरमनारायण ह्यांच्या देखरेखीखाली दामोदरराव ह्यांनी इंग्रजी, फारशी, उर्दू आणि मराठी इतक्या भाषांचा अभ्यास केला व दिवसेंदिवस ते मोठे होत जाऊन त्यांस आपल्या वास्तविक स्थितीचे ज्ञान होऊ लागले.

महाराज गंगाधरराव हे कैलासवासी झाल्यानंतर झाशी संस्थान खालसा केले, व त्यावेळी लॉर्ड डलहौसी साहेबांनी दामोदररावांचे, दत्तविधान, खासगी हक्कापुरते मान्य करून महाराजांची सर्व खासगी मालमत्ता, जडजवाहीर व इतर मिळकती ह्यांच्यावर दामोदररावांची पूर्ण मालकी आहे असे ठरवले होते; एवढेच नव्हे, पण संस्थानची खासगी शिल्लक-६ लक्ष रुपये-दामोदरराव अज्ञान आहेत म्हणून तेथील पोलिटिकल एजंट ह्यांनी सरकारी खजिन्यात त्यांच्या नावे ठेवली होती. शिवाय झाशीचे वाडे, तेथील बागा, पारोळे वगैरे ठिकाणची पूर्वापार चालत आलेली वतने व जहागिरी; काशी व पुणे येथील वाडे, वगैरे सर्व दामोदरावांच्या मालकीची असून त्याची व्यवस्था राणीसाहेब करीत असत.

परंतु सन १८५७ साली बंड उद्‌भवले व त्यात दुर्दैवाने राणीसाहेबांचा व इंग्रज सरकारचा युद्धप्रसंग होऊन सन १८५८ साली झाशी शहर इंग्रजांच्या ताब्यात आले, व पुढे राणीसाहेब मृत्यू पावून त्यांचे चिरंजीव दामोदरराव अज्ञातवासात राहिले, तेव्हा इंग्रज सरकारने राणीसाहेबांच्या ताब्यात असलेली दामोदररावांच्या मालकीची सर्व मिळकत हस्तगत केली. त्या संबंधाची माहिती दामोदरराव वयात आल्यानंतर त्यास कळू लागली. झाशीच्या ब्ल्यू बुकामध्ये प्रसिद्ध झालेले पत्रव्यवहार व मेजर इव्हान्स बेल वगैरे युरोपियन लोकांनी त्यांच्या दत्तविधानाच्या सत्यतेबद्दल व त्यांच्या मालकीबद्दल केलेला निर्णय त्यांच्या दृष्टीपुढे आला; व इतर जुन्या लोकांकडूनही त्यांस आपल्या खऱ्या स्थितीची व उत्पन्नाची माहिती समजली; तेव्हा त्यांनी ते मिळण्याबद्दल सरकारकडे प्रयत्न चालविला. एवढे थोरले झाशी संस्थान खालसा केले ते केले, परंतु 'आपल्या नावाने सरकारी खजिन्यात ठेवलेले सहा लक्ष रुपये, पारोळे येथील बारा हजारांची खाजगी जहागीर, काशी येथील शिवरावभाऊंचा पंधरा हजारांचा वाडा, झाशी येथील राणीसाहेबांचे राजवाडे व पंचवीस तीस लक्षांची खाजगी मिळकत ह्यावर आमचा पूर्ण हक्क आहे. व तो हक्क इंग्रज सरकारने मान्य केला आहे, ह्याकरिता कृपाळू सरकारने तो अमलात आणावा.' अशा आशयाची त्यांनी इंग्रज सरकारास प्रार्थना केली, परंतु तिकडे त्यांचे लक्ष कोठून जाणार?

दामोदरराव झाशी संस्थानचे अधिपती होतील म्हणून त्यांच्या वडिलांनी त्यांचे दत्तविधान केले, परंतु त्या दत्तविधानाच्या योगाने त्यांचे कल्याण होण्याच्या ऐवजी अकल्याण मात्र फार झाले! त्यांना झाशीच्या राज्यसुखाचा लाभ मिळाला नाही, एवढेच नव्हे, पण त्यांच्या नावाने सरकारी खजिन्यात असलेली महाराज गंगाधरराव यांची खाजगी मिळकतही त्यास मिळाली नाही! खानदेशातील पारोळे गाव त्यांच्या पूर्वजास जहागीर मिळाला होता, व त्यांचे स्वामित्व त्यांच्या घराण्याकडे पिढीजाद चालत आले होते. दामोदरराव यांचे वडील वासुदेवराव व त्यांचे भाऊबंद सदाशिवराव[१] नारायण ह्यांनीही त्याचा उपभोग

---

१. हे झाशीसंस्थानावर हक्क सांगणारे व स्वयंसिद्ध संस्थानाधिपति होऊ पाहणारे 'महाराज सदाशिवराव नारायण' होत. यांची हकीकत ७व्या प्रकरणांत आली आहे. ह्यांनी झांशी प्रांतामध्ये बंडाळी सुरू केली म्हणून महाराणीसाहेबांनी त्यांना कैदेत टाकले होते. सन १८५८ साली झांशी हस्तगत केल्यानंतर तेथील इंग्रज अधिकाऱ्यांनी सदाशिवराव नारायण यांची चौकशी केली व त्यास जून महिन्याच्या २६ तारखेस जन्मपर्यंत काळे

घेतला होता. परंतु त्यांच्या पश्चात कोणी वारस नाही असे समजून सर्व जहागीर इंग्रज सरकारने जप्त केली. पारोळ्यास झाशीकरांचा मोठा वाडा असून तेथे त्याची चार-पाच लक्ष रुपयांची जिनगी होती, ती सर्व इंग्रज सरकाराने खालसा केली! दामोदररावांचा झाशीशी संबंध झाल्यामुळे त्यावर त्यांचा हक्क चालला नाही! तात्पर्य, सर्व परीने त्यांची नागवणूक झाली; त्यामुळे त्यांच्या दैन्यावस्थेस पारावर नाहीसा झाला!

दामोदरराव इंदूर येथे असल्याची माहिती कळल्यानंतर त्यांचे चुलते दामोदरराव लक्ष्मण ऊर्फ लालाभाऊ ह्यांची स्त्री झाशीहून इंदुरास आली, व तिने त्यांच्या लग्नाचा बेत केला. त्या वेळी खर्चाकरता काही रुपये मिळावे म्हणून तिने रेसिडेंटाकडे अर्ज केला परंतु तिकडून नकार मिळाला. शेवटी त्या सुशील स्त्रियेने स्वतःच्या पदरचे पैसे खर्च करून दामोदररावांचे लग्न केले[१]. असो.

सन १८७० सालापासून दुष्काळास प्रारंभ झाला व दामोदरराव ह्यांस मिळत असलेले पेनशन त्यांच्या खर्चास पुरेनासे होऊन त्यांना लोकांचे कर्ज काढण्याचा प्रसंग आला. तेव्हा त्यांनी जनरल मीड साहेब, मध्य हिंदुस्थानचे पोलिटिकल एजंट ह्यांची प्रार्थना केली, परंतु त्यास काहीच दया आली नाही. नंतर त्यांच्या जागेवर जनरल सर हेन्री डेली साहेबांची निमणूक झाली. त्यांनाही दामोदरराव ह्यांनी आपली दुःखद स्थिती निवेदन केली. परंतु कित्येक

पाण्याची शिक्षा दिली. सदाशिवरावांकडे पारोळ्याची निम्मी जहागीर असून त्यांची इस्टेटही पुष्कळ होती, पण ती सरकारने खालसा केली व त्यास अंदमान बेटात पाठविले. तेथे ते १८॥ वर्षेपर्यंत होते. पुढे तिकडील सरावलाच्या राजाच्या शिफारसीने सन १८८६ साली इंग्रज सरकारची परवानगी घेऊन पारोळ्यास वास्तव्य केले. तेथे सन १८८८ मध्ये त्यांचा अंत झाला.

१. श्रीमंत दामोदरराव यांचे पहिले कुटुंब जुने इंदुर येथील रा. वासुदेवराव भाऊ भाटवडेकर यांची कन्या होत. ह्यास सन १८७२ साली देवाज्ञा झाली. नंतर श्रीमंतांनी रा. बळवंतराव मोरेश्वर शेवडे यांच्या कन्येबरोबर द्वितीय विवाह केला. द्वितीय कुटुंबापासून त्यास सन १८७९ साली पुत्र झाला. त्यांचे नाव लक्ष्मणराव हे आहे. ते सध्या इंदूर रेसिडेन्सीमध्ये विद्याभ्यास करीत आहेत.

ता. १६ जुलै सन १८८१ चे सिम्ला येथून आलेले नंबर ९०४ चे अंडरसेक्रेटरी क्याप्टन टामस होप ह्यांचे पत्र पाहिले म्हणजे त्यात पुढील ठरीव शब्द लिहिले आहेत.

वर्षेपर्यंत त्यांनीही त्याची दाद घेतली नाही! नंतर दामोदरराव ह्यांनी हिंदुस्थानचे गव्हर्नर जनरल लॉर्ड नार्थब्रुक ह्यांच्याकडे कलकत्त्यास एक अर्ज पाठविला. लॉर्ड नार्थब्रुक थोडेसे दयार्द्र अंत:करणाचे असल्यामुळे त्यांनी झाशी संस्थानिकाच्या पुत्राची अशी शोचनीय स्थिती झाली आहे असे पाहून, त्याजबद्दल विचार करण्याची मेहेरबानी केली; व त्यांनी इंदूरच्या रेसिडेंटाचा अभिप्राय मागविला. सुदैवाने ह्या वेळी रेसिडेंट साहेबांनी थोडासा अनुकूल अभिप्राय दिल्यामुळे, नामदार गव्हर्नर जनरल ह्यांनी दामोदररावांचे पेन्शन जे १५० होते ते २०० करण्याबद्दल परवानगी दिली, आणि त्यांच्या कर्जाच्या निवारणार्थ सरकारातून १०००० रुपये द्यावे असे ठरविले. इंग्रज सरकारची श्रीमंत दामोदररावांवर ही शेवटची मेहेरबानी होय असे म्हटले तरी चालेल!

दामोदररावांच्या वास्तविक हक्काच्या मानाने पाहता दोनशे रुपये पेन्शन अगदीच थोडे असल्यामुळे, त्यांनी योग्य सल्लामसलतीने, महाराज गंगाधरराव यांची खासगी मिळकत काही तरी मिळावी म्हणून हिंदुस्थान सरकाराकडे अनेक विनंतिअर्ज पाठविले; आपली शोचनीय स्थिती व्यक्त केली; आणि लॉर्ड डलहौसी ह्यांच्या ठरावाप्रमाणे आपल्या नावे सरकारी खजिन्यात जमा असलेले सहालक्ष रुपये किंवा वडिलार्जित मिळकतीचा तरी काही मोबदला मिळावा म्हणून सरकारची दीनवाणीने प्रार्थना केली. परंतु कृपाळू सरकारास त्यांची दया बिलकुल आली नाही व त्यांच्या विनंतीचा प्रवेश सरकारच्या कर्णपथापर्यंत मुळीच झाला नाही! सर्व प्रजेचे हक्क सारखे पाळण्याचा बाणा बाळगणाऱ्या कृपाळू सरकारकडे दामोदररावांचे अर्ज गेले म्हणजे तिकडून पोलिटिकल खात्याच्या गाळीव यंत्रांतून, ''सरकार ह्या प्रकरणांत हात घालू इच्छित नाही!'' असे रोकडे जबाब मिळत असत[१]! शेवटी दामोदररावांनी विलायतेत इंडिया ऑफिसात तरी आपली दाद लागेल असे समजून हिंदुस्थानचे स्टेट सेक्रेटरी व प्रेसिडेंट इनकौन्सिल नेक नामदार मार्क्विस ऑफ हर्टिंग्टन ह्यांच्याकडे धाव घेतली व त्यांची अत्यंत नम्रतेने करुणा भाकली. परंतु तेथे तरी त्याची कसली दाद लागणार! त्यांच्या दुर्दैवाने लॉर्ड हर्टिंग्टन ह्यांच्या कडून हिंदुस्थान सरकारप्रमाणे 'अहो रूप अहो ध्वनि:' ह्याच न्यायाचा जबाब

---

१. इंडिया ऑफीस लंडन येथून ता. २२ जून १८८२ रोजी पोलिटिकल नंबर ६१ चे गव्हरनर जनरल व सेंट्रल इंडियाचे एजंट ह्यांच्या मार्फत आलेले पत्र. ह्या पत्रातील खुद्द स्टेट सेक्रेटरी यांची हस्ताक्षरे पाहिजे असतील तर ती येणेप्रमाणे आहेत :-

मिळाला! ह्यावरून श्रीमंत दामोदरराव ह्यांचे दुर्दैव बलवत्तर होय असेच म्हटले पाहिजे! त्यांच्या हृदयद्रावक स्थितीचा विचार केला, तर त्यांच्यासंबंधाने कोणासही दया आल्यावाचून राहणार नाही! असे असता परमकृपाळू इंग्रज सरकारास त्यांची दया येत नाही, ही त्यांच्या दुर्दैवाची पूर्ण सीमाच समजली पाहिजे. लॉर्ड हर्टिंग्टन ह्यांनी गव्हर्नर जनरल मार्फत असा जबाब पाठवला आहे की, "सन १८५७ च्या बंडात झाशीची राणी सामील झाली म्हणून त्या राज्याची खाजगी मिळकत जी जप्त केली आहे त्यास बरेच दिवस होऊन गेले, त्यामुळे त्या प्रकरणाचा पुन्हा विचार करण्याचे आम्हास काही कारण दिसत नाही! अर्जदारास सरकारने योग्य औदार्यबुद्धीने वागवल्यासारखे दिसत आहे, तेव्हा त्याच्या तर्फे ह्या प्रकरणात हात घालण्याचे आम्ही नाकारिले आहे असे त्यास कळवावे."

येणेप्रमाणे दामोदररावांच्या अर्जास स्टेट सेक्रेटरीकडूनही वाटाण्याच्या अक्षता मिळाल्या, त्यामुळे त्यांच्या सर्व आशा विलयास जाऊन त्यांना दुःखद स्थितीत सामान्य जनाप्रमाणे कालक्रमण करणे भाग पडले!

ह्यानंतर श्रीमंत दामोदरराव ह्यांनी आणखीही पुष्कळ प्रयत्न केले; परंतु त्यांत यत्किंचितही यशप्राप्ती झाली नाही! हिंदुस्थान सरकार व स्टेटसेक्रेटरी ह्यांच्या अंतःकरणात आपणांविषयी दया उत्पन्न होऊन ते आपली हक्काची विनंती मान्य करीत नाहीत असे सिद्ध झाल्यानंतर श्रीमंत दामोदरराव ह्यांनी सरकारने मान्य केलेल्या आपल्या योग्य व न्याय्य हक्काची मिळकत प्राप्त करून घेण्याकरता कायदेशीर रीतीने सरकारावर दिवाणी दावा करण्याचा विचार केला. परंतु त्यातही त्यास यश येण्याची आशा राहिली नाही! कारण, सरकारवर दिवाणी दावा करण्यास कागदपत्राचा पुरावा पाहिजे व पुष्कळ द्रव्य पाहिजे! पण त्यांच्याजवळ दोहोंचाही अभाव! सरकारचे फॉरिन डिपार्टमेंटकडून संस्थानचे कागदपत्र मिळत नाहीत, तेव्हा पुराव्याचा निकाल लागला! आणि द्रव्यसाह्य, तेही कोणी देत नाही! त्याबद्दल श्रीमंतांनी १२१ संस्थानिकांस विनंती करून पाहिली, पण ते 'झाशीच्या राणीचे पुत्र' असल्यामुळे त्यास साह्य करणे केवळ पातक होय असे वाटत असल्यामुळे म्हणा किंवा धौतालपणास अनेक राजकीय कार्यांनी अगदी आकर्षून टाकल्यामुळे म्हणा, कोणाही संस्थानिकाकडून त्यांची विनंती मान्य करण्यात आली नाही! फक्त रामपूर, बरेली येथील नबाब साहेबांनी दामोदररावांची विनंती मान्य करून त्यांच्याकडे १००० रुपये पाठविले व आपले औदार्य व्यक्त केले; परंतु तेवढ्या रकमेने

खर्च भागत नाही म्हणून दामोदरराव ह्यांनी नबाब साहेबांचे आभार मानून तोही विचार रहित केला! असो.

श्रीमंत दामोदरराव हे सध्या इंदूर रेसिडेन्सीमध्ये आपल्या दुर्दैवाच्या अगाध लीला पाहात आपले आयुष्य क्रमण करीत आहेत. 'महाराणी लक्ष्मीबाईसाहेबांचे चिरंजीव' म्हणून अनेक लोक त्यांच्यावर सन्मानपूर्वक प्रेम करून राणीसाहेबांविषयीचा आपला अभिमान व आदरबुद्धी व्यक्त केल्यावाचून राहात नाहीत. कै. महाराज तुकोजीराव होळकर यांची त्यांच्यावर पूर्ण कृपा असे. असो. झांशी संस्थान आता नामशेष झाले आहे तरी जोपर्यंत महाराणी लक्ष्मीबाईसाहेबांचे नाव इतिहासात गाजत राहील, तोपर्यंत त्यांच्या ह्या प्रिय पुत्राचे स्मरण प्रत्येक स्वदेशभक्तास झाल्यावाचून कधीही राहणार नाही. श्रीमंत दामोदरराव यांचा हृदयद्रावक वृत्तांत एकंदरीत अत्यंत खेदकारक आहे, तरी त्यापासून पुष्कळ बोध घेण्यासारखा आहे. झाशीसारख्या सुप्रसिद्ध संस्थानाची राज्यसूत्रे हाती घेऊन ज्याने स्वप्रजेस अनेक सुखाचा लाभ द्यावयाचा, त्या अभागी राजपुरुषास आज सामान्य जनाप्रमाणे दिनक्रमण करण्याचा प्रसंग कसा आला आहे हे पाहिले म्हणजे 'रावाचा रंक' कसा होतो हे निराळे सांगावयास नको आहे. तात्पर्य, दुर्दैवाच्या अद्भुत लीलेचे गंभीर चित्र ह्यात पूर्णपणे प्रतिबिंबित झाले आहे. ते पाहून अखेर प्रत्येक मनुष्याच्या अंत:करणात ईश्वरी कृतीचे अतर्क्य कौतुक उत्पन्न होऊन त्याचे पर्यवसान शांत व उदात्त अशा समाधानवृत्तीत होईल; आणि शेवटी मुक्तेश्वर महाराजांनी म्हटल्याप्रमाणे:-

ओवी

होणार तैसीच प्रालब्धगती! घडे ऐसें जाणोनि निरुती।
ईश्वर इच्छा जाणुनी ज्ञाती। विषाद कांहीं न मानावा।।१।।

असा सुविचार उत्पन्न होऊन सर्वचालक जगन्नियंत्याच्या चरणी लीन व्हावे अशी इच्छा उत्पन्न होईल ह्यात शंका नाही!

◆◆

APPENDIX A
(परिशिष्ट अ)
Treaty with Ramchand Rao,
The Minor Soubahdar of Jhansi

Whereas a Treaty of defensive alliance was concluded between the British Government and the late Sheo Rao Bhao, Soubahdar of Jhansi, under date the 6th of February 1804 (or 10th of Phalgoon Badee 1860 Sumbut,) when the said Soubahdar was in the condition of a tributary to His Highness the Peishwa; and whereas the whole of the rights of His Highness the Peishwa over the principality of Jhansi have since that period been transferred to the British Government, in virtue of the Treaty concluded between that Government and the Peishwa under date the 13th of June 1817, corresponding with the 14th Ashadh 1874 Sumbut, and in consequence of that transfer the relations established by the former Treaty between the British Government and Jhansi have become virtually extinct; and whereas the British Government in consideration of the very respectable charactar borne by the late Soubahdar Sheo Rao Bhao and his uniform and faithful attachment to the British Government, and in deference to his wish expressed before his death that the principality of Jhansi might be confirmed in perpetuity to his grandson Rao Ramchand Rao, to be conducted during the minority of the said Rao Ramchand Rao by Rao Gopal Rao Bhao, manager nominated by the late Bhao and confirmed by the British Government. On these considerations and in the confident reliance of the continuance of the same friendly disposition on the part of the Government of Jhansi and of its strict adherence to the engagements comprised in this Treaty, the British

Government has consented, on certain conditions, to constitute Rao Ramchand the hereditary Chief of the lands actually held by the late Sheo Rao Bhao at the commencement of the British Government in Bundelcund and now possessed by the Government of Jhansi. The following Articles have accordingly been concluded between the British Government and Eao Ramchand Rao, under the direction and with the concurrence of his said manager Gopal Rao Bhao.

Article 1st

The Treaty concluded between the British Government and the late Sheo Rao Bhao, under date the 6th of February 1804 or 10th of Phalgoon Badee 1860 Sumbut, is hereby confirmed, excepting such parts of it as are altered or rescinded by the provisions of this Treaty.

Article 2nd

The British Government, with a view to confirm the fidelity and attachment of the Government of Jhansi, consents to acknowledge and hereby constitutes Rao Ramchand, his heirs and successors, hereditary rulers of the territory enjoyed by the late Rao Sheo Rao Bhao at the period of the commencement of the British Government, and now in the possession of Rao Ramchand,- excepting the Pergunnah of Mote, which being held by the Jhansi Government in mortgage from Raja Bahadoor, will continue on its present footing, until a settlement of the mortgage takes place between the parties. The British Government further engages to protect the aforesaid territory of Rao Ramchand from the aggression of foreign powers.

Article 3rd

The British Government having by the terms of the forgoing Article engaged to protect the principality of Jhansi from the aggressions of foreign powers, it is hereby agreed between the contracting parties, that whenever the Government of Jhansi shall have reason to apprehend a design on the part of any foreign power to invade its territories, whether in consequence of any disputed claim, or on any other ground, it shall report the circumstances of the case to the British Government, which will interpose its mediation for the adjustment of such disputed claim ; and the Jhansi Government, relying on the justice and equity of the British Government, agrees implicitly to abide by its award. If the apprehended aggressions shall be referable to any other cause, the British Government will endeavor by representations and remonstrance to avert the design; and if, notwithstanding the Saubahdars acquiescence in the award of the British Government, the other power shall persist in its hostile designs and the endeavor, of the British Government should fail of success, such measures will be adopted for the protection of the Soubadhar's territories as the circumstances of the case may appear to require.

Article 4th

In consideration of the guarantee and protection afforded by the two foregoing Articles to Rao Ramchand, the Chief of Jhanshi, that Chief hereby binds himself to employ his troops at his own expense, whenever required to do so, in co-operation with those of the British Government, on all occasions in which the interests of the two Governments may be mutually concerned. On all such occasions the Jhansi troops shall act under the orders and control of the commanding officer of the British troops.

Article 5th

Ramchand hereby agrees to submit to the arbitration of the British Government all his disputes with other states, and implicity to abide by its award.

Article 6th

Rao Ramchand engages at all times to employ his utmost exertions in defending the roads and passes of his country against any enemies or predatory bodies who may attempt to penetrate through it into the territories of the Honorable Company.

Article 7th

Whenever the British Government may have occasion to send its troops through the dominions of Rao Ramchand, or to station a British force within his territories, it shall be competent to the British Government so to detach or station its troops, and Rao Ramchand shall give his consent accordingly. The commander of the British troops which may thus eventually pass through or permanently occupy a position within the Jhansi territories, shall not in any manner interfere in the internal concerns of the Jhansi Government. Whatever materials or supplies may be required for the use of the British troops during their continuance in the Jhansi territories, shall be readily furnished by Rao Ramchand's officers and subjects, and shall be paid for at the price current of the bazar.

Article 8th

Rao Ramchand hereby binds himself to maintain no correspondence with foreign states without the privity and consent of the British Government.

Article 9th

Rao Ramchand engages to give no asylum to criminals, nor to defaulters of the British Government, who may abscond and take refuge within his territories; and should the officers of the British Government be sent in pursuit of such criminals and defaulters, Rao Ramchand further engages to afford such officers every assistance in his power in apprehending them.

Article 10th

This Treaty consisting of ten Articles, having this day been concluded between the British Government and Rao Ramchand, through the Agency of John Wauchope, Esquire, in virtue of powers delegated to him by the Most Noble the Governor General on the one part, and Nana Balwant Rao, the Vakeel, on the other, Mr. Wauchope and the said Vakeel have signed and sealed two copies of the Treaty in English, Persian, and Hindee, one of which, after being ratified by the seal and signature of the Most Noble the Marquis of Hastings, Governor-General, will be returned to the said Vakeel; and the said Vakeel, having obtained the ratification of the Soubahdar to the other copy, engages to deliver it within the same time to Mr. Wauchope.

Signed, sealed and exchanged at Pepree, on the Seventeenth day of November 1817, corresponding with the Twenty-fourth Kartick 1874 Sumbut, and seventh of Mohorum 1232 Hijree.

 seal
(Signed) J. WAUCHOPE,
Superintendent, Political Affairs.

This Treaty was ratified by His Excellency the Governor-General in camp at Pepree, on the eighteenth day of November one thousand eight hundred and seventeen.

(Signed) GEORGE SWINTON,
Persian Secretary to Government

APPENDIX B
(परिशिष्ट ब)
Translation Of A Khareeta

(From Her Highness Lakshi Bai, the Widow of Gangadhar Rao, late Maharaja of Jhansi, to the Address of the Marquis of Dalhousie, the Most Noble the Governor-General of India, dated Jhansi 16 February 1854.)

After Compliments,

Distress at recent affliction when *I* addressed your Lordship upon the 3rd December last prevented my entering as fully as I ought to have done into the circumstances of the adoption made by my late husband, an omission whiech I now beg leave to supply.

It was the good fortune of Sheo Rao Bhao, the father of my late husband, to be the first of the Chiefs in this part of the country who tendered their allegiance to the British Government, which he improved by subsequent exertions in-inducing them to follow his example; at which Lord Lake was so pleased that he directed him to submit a paper of requests as to the manner in which the interests of himself and family could be best served. In obedience to these orders a paper, Wajib-ul-urz, containing seven different articles, was submitted, through Captain John Baillie, the Political Agent for Bundelcund, which were all sanctioned by order of the Most Noble the Governor-General of India. Sheo Rao Bhao having omitted to define certain requests in the Wajib-ul-urz, which he was anxious to make, and having in the meantime had an opportunity of rendering further services, his Lordship entered into a new agreement, for the purpose of rectifying this omission, and thereby becoming an additional pledge of fidelity and attachment on his part, to the Government. The new agreement consisted of nine articles, In which the benefits of two new articles were added to those already derivable from the seven articles of the Wajib-ul-urz, and having been duly signed and sealed by the Governor-General, was delivered to him by Caprtain John Baillie at Kotra.

In the 6th article of the Wajib-ul-urz, Sheo Rao Bhao reports that the Rajas of Urcha, Dattia, Chanderi, and other neighbouring states, are ready to tender their allegiance to the British Government, provided the different places then in their possession were confirmed to them, and prepared to pay their accustomed tribute to the British Government. Upon which an order was passed, to the effect that any chief who imitated his example in showing obedience and attachment to the British cause should be confirmed in possession of all the advantages then belonging to them; moreover, that other marks of friendship might be expected from service in such a cause.

It was from the same desire to reward past services like these that the British Government entered into a treaty, in 1817, with Rao Ramchandra Rao, the grandson of Sheo Rao Bhao, the second article of which acknowledges Rao-Rarachandra Rao, his heirs and successors, as hereditary rulers in perpetuity of the Jhansi principality, and guaranteed its protection to them from foreign aggression.

During the Burmese War in 1824, Rao Ramchandra Rao advanced upwards of 70,000 rupees to branjaras employed in carrying grain to the troops in Burmah. Mr. Ainslie reported his having done so in favorable terms to Governor-General, who ordered the money to be repaid; but, Rao Ramchandra Rao having declined repayment on the grounds that he was an ally of the British Government, and that the interests of the two states were identical, the Governor-General was pleased to send him a dress of honour, with a complimentary khareeta, thanking him for his services upon the occasion. I regret to say that this Khareeta has been misled, and would esteem it a favour if Your Lordship would kindly order my being furnished with a copy of it.

Shortly afterwards, during the siege of Bharatpoor, the city Kalpi, in the British territory, being threatened with an attack from Nana Pandit, at the time in rebellion against Jalouin, Mr. Ainslie. the Agent, called upon Bhikaji Nana, Kamdar of Jhansi during the minority, to despatch troops with the utmost expedition to Kalpi with the view to protect the Koonch district from plunder ; in consequence of which Bhikaji Nana made immediate arrangements for sending off 2 guns, 400 sowars, and one thousand foot soldiers, to Kalpi, and which arrived in time to save Kalpi from being plundered, and proved the means of restoring general confidence to the people in the Koonch District. Copies of letters from Mr. Ainslie to Ramchandra Rao, the minor Raja and Bhikaji-his Kamdar, thanking them for their services upon this emergent occasion, are submitted with the view of showing that the Jhansi State was always foremost in the-field when opportunity occurred for displaying its loyalty to the paramount power.

When Lord William Bentinck was at Jhansi in 1832, he visited Rao Ram Chandra Rao in the fort on the evening of the 9th December, and conferred upon him the title of Maharaj Dhiraj Fidwi Badshah Janujah Englistan, Maharaj Ram Chandra Rao Bahadur, ordering him to have it engraved upon his seal, investing him at the same time with the insignia of the Nagara and Chamar, with permission to adopt the British flag, telling him in open Durbar, that of all the Chiefs of Bundelcund, his uncle, Sheo Rao Bhao had done the best service, and that the honours now conferred were the reward of his meritorious services to the British Government. On arrival at Sauger, his Lordship was further pleased to send him a complimentary letter in English, having a gold-leaf border, dated 20th December 1832, copy of which is forwarded, repeating what he had stated in Durbar, and adding, that the letter then issued would serve ever afterwards as the patent of his rank and authority.

Raghoonath Rao, who succeeded his nephew, Ram Chandra Rao in 1835, died in 1838, when the right of my husband to the succession was acknowledged; but owing to the State being in debt at the time, it was placed under the superintendence of Captain D. Ross for a period of three years, at the expiration of which it was restored to him, with an agreement on his part by which he ceded Dulioh, Talgong, and other districts, valued at 2,55,891, Jhansi rupees, as payment towards a legion to be employed for the purpose of co-ercing any of his turbulent feudatories who might set his authority at defiance ; and one on Colonel Sleeman's part, dated 1st January 1843, confirming to the Jhansi State all the advantages guaranteed to it by virtue of former treaties.

It cannot be denied that the terms warisan "heirs, " and jainsinan "successors," made use of in the second article of the treaty with Ram Chandra Rao, refer to different parties; the term warisan being confined in meaning to national or collateral heirs, while janishinan, on the contrary, refers to the party adopted as heir and successor to the state, in the event of there being no rational or collateral heir entitled to the succession. Treaties are studied with the utmost care before ratification; and it is not to be supposed that the term janishinan used in contradistinction to warisan was introduced in an important document of this kind, of the authority almost of a revelation from Heaven, without a precise understanding of its meanings the advantages of which are further explained by the clause declaring the gift then made to have been one in perpetuity to the family. It was with this understanding of the terms of the treaty that my husband, the day before his death, summoned Major Ellis and Captain Martin, the officer commanding the Station, to the palace, and with his dying breath, in full Durbar made over Anand Rao, his adopted son, to the care and protection of the British Government, delivering at the same time a Khareeta, or testament, further declaratory of his wishes on the solemn occasion for communication to your Lordship.

I take the liberty of enclosing a list of some of the precedents which have occurred in Bundelcund in which the right of the native chief or his widow to adopt a successor to the gadi, in default of national heirs, has been sanctioned ; and as it is the firm reliance which they feel in the integrity and justice of the British Government which enables them to pass their days in peace and quietness, without other care than how to prove their loyalty, venture to express a hope that the widow of the son of Sheo Rao Bhao will not be considered undeserving of that favour and compassion which others similarly situated have been declared entitled to.

(True Translation),
(Sd.) E. R. W. ELLIS,
Pol. Supt. for Bundelcund.

Enclosure 1

Four precedents quoted in favour of the adoption of Anand Rao being sanctioned.

1. Bijaya Bahadur, the present Raja of Dattia, was a foundling, of unknown caste, picked up on the road by Parikshat, the last Raja; this adoption was sanctioned.

2. The last Chief of Jaloun, like the Jhansi State, a brahmin family, was adopted by his sister, the widow of Bala Rao, Chief of Jaloun, after his death, and this adoption from a different gottra or clan was sanctioned.

3. The last Raja of Urcha, Sujan Singh, was an adopted of Tej Singh, the former Raja, and this adoption was sanctioned.

4. In 1839, Khanday Rao a Brahmin Jagirdar, of Algi but not connected in alliance with the British Government, died without leaving issue. Mr. Fraser confiscated his estate, as having lapsed, but Colonel Sleeman, taking a more liberal view of the case, obtained the sanction of Government to his widow being allowed to adopt. She adopted the son of a very remote ancestor, when the revenue collections for the four years during the period that it had been confiscated' were made over to her.

◆ ◆

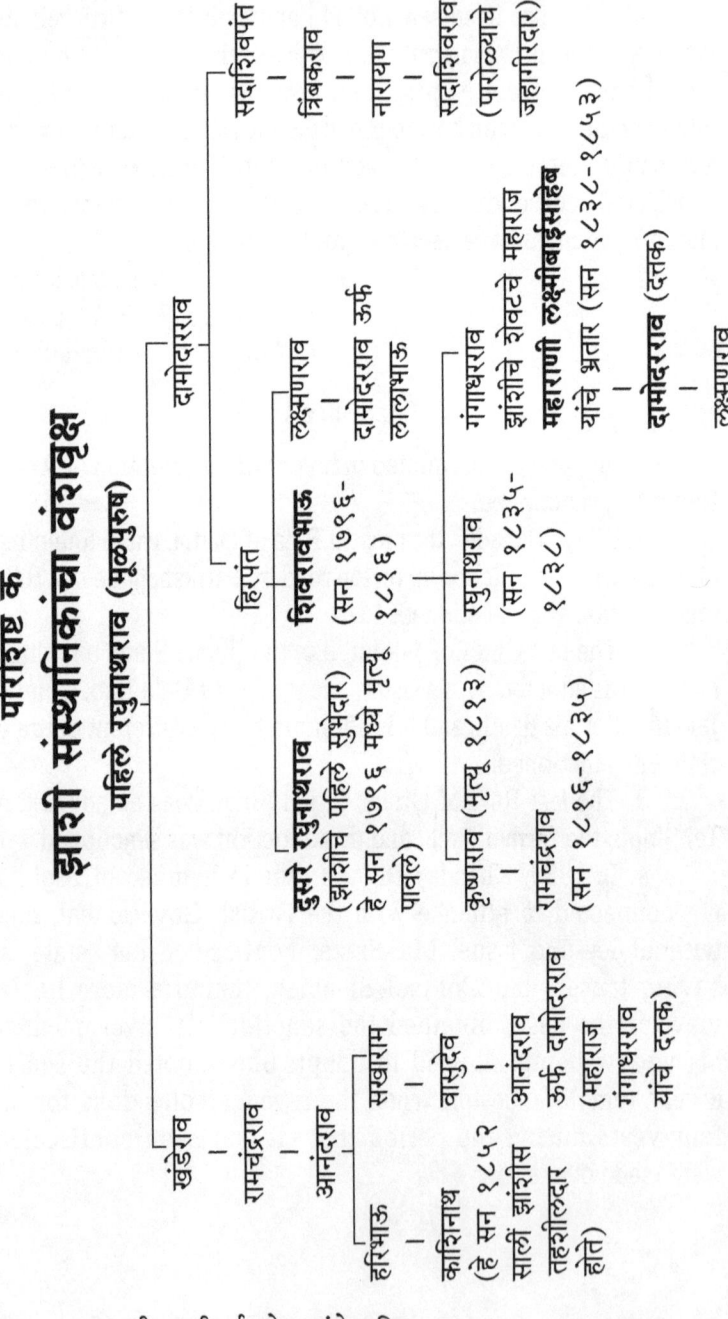

परिशिष्ट क

झाशी संस्थानिकांचा वंशवृक्ष

पहिले रघुनाथराव (मूळपुरुष)

- खंडेराव
  - रामचंद्रराव
    - आनंदराव
      - हरिभाऊ
        - काशिनाथ (हे सन १८५२ सालीं झांशीस तहशीलदार होते)
      - सखाराम
        - वासुदेव
          - आनंदराव ऊर्फ दामोदरराव (महाराज गंगाधरराव यांचे दत्तक)
- दामोदरराव
  - हिरपंत
    - **दुसरे रघुनाथराव** (झांशीचे पहिले सुभेदार) हे सन १७९६ मध्ये मृत्यू पावले)
    - **शिवरावभाऊ** (सन १७९६-१८१६)
      - कृष्णराव (मृत्यू १८१३)
        - रामचंद्रराव (सन १८१६-१८३५)
      - रघुनाथराव (सन १८३५-१८३८)
      - गंगाधरराव झांशीचे शेवटचे महाराज **महाराणी लक्ष्मीबाईसाहेब** यांचे भ्रतार (सन १८३८-१८५३)
        - **दामोदरराव** (दत्तक)
          - लक्ष्मणराव
    - लक्ष्मणराव
      - दामोदरराव ऊर्फ लालाभाऊ
  - सदाशिवपंत
    - त्रिंबकराव
      - नारायण
        - सदाशिवराव (पारोळ्याचे जहागीरदार)

www.ingramcontent.com/pod-product-compliance
Lightning Source LLC
LaVergne TN
LVHW090051230825
819400LV00032B/665